പ്രണയംപോലെ നീല

Pranayampole Neela
World Classic

Thomas Hardy

Translated
K K Raseena

CHINTHA PUBLISHERS
Thiruvananthapuram

First Edition
October 2010

Second Edition
April 2019

Second Impression
November 2021

Third Edition
January 2023

Published
Chintha Publishers, Thiruvananthapuram

Printed at
Repro India Ltd, Mumbai

Cover Design
Abdul Azeez

ISBN - 978-81-26205-49-3

CR - 3278 / 6283

Email: chinthapublishers@gmail.com
Website: www.chinthapublishers.com

A version is available at National Libraries
Kolkata, Mumbai, Chennai and Delhi

Distribution
DESHABHIMANI BOOKHOUSE
H O Thiruvananthapuram 695035

Branch
Head Office Kunnukuzhi • Statue Thiruvananthapuram
KSRTC Bus Terminal Thampanoor • Saphalyam Complex Thiruvananthapuram
KSRTC Bus Station Alappuzha • KSRTC Bus Station Ernakulam
Machingal Lane Thrissur • IG Road Kozhikode
Mavoor Road Kozhikode • NGO Union Building Kannur
Central Bus Terminal Complex Thavakkara Kannur

പ്രണയംപോലെ നീല

തോമസ് ഹാർഡി

പരിഭാഷ
കെ കെ റസീന

ചിന്ത പബ്ലിഷേഴ്സ്
തിരുവനന്തപുരം-695 035

തോമസ് ഹാർഡി (1840 – 1928)

ലോകപ്രശസ്ത ഇംഗ്ലീഷ് നോവലിസ്റ്റ്. 1840 ജൂൺ 2-ന് ഇംഗ്ലണ്ടിലെ ഡോർസെറ്റിലെ സ്റ്റിൻസ് ഫോർഡ് ഇടവകയിൽ ഉൾപ്പെട്ട ബോക്ക് ഹാംപ്ടണിലെ ഒരു ദരിദ്രകുടുംബത്തിൽ ജനിച്ചു. പിതാവ്: തോമസ്, മാതാവ്: ജമീമ. എട്ടാമത്തെ വയസിൽ ബോക്ക് ഹാംപട്ണിലെ പ്രാഥമിക വിദ്യാലയത്തിൽ ചേർന്നു. യൂണിവേഴ്സിറ്റി വിദ്യാഭ്യാസത്തിന് ചേരാനുള്ള സാമ്പത്തികശേഷി ഹാർഡിയുടെ കുടുംബത്തിനില്ലായിരുന്നു. 16-ാമത്തെ വയസിൽ ഔപചാരിക വിദ്യാഭ്യാസം അവസാനിപ്പിച്ച്, ഡോർചെസ്റ്ററിലെ ആർക്കിടെക്റ്റായ ജോൺ ഹിറ്റ്സിന്റ കീഴിൽ അപ്രന്റീസായി ചേർന്നു. 1862 ൽ ലണ്ടനിലെ കിങ്സ് കോളേജിൽ ചേർന്നു. എന്നാൽ അവിടെ അദ്ദേഹത്തിന് കാര്യങ്ങൾ സുഗമമായി തോന്നിയില്ല. ഇക്കാലത്ത് റോയൽ ഇൻസ്റ്റിറ്റ്യൂട്ട് ഓഫ് ബ്രിട്ടീഷ് ആർക്കിടെക്റ്റിൽ നിന്നും സമ്മാനം നേടുകയുണ്ടായി. ഇക്കാലത്ത് ജോൺസ്റ്റുവേർട്ട് മിൽ, ചാൾസ് ഫോറിയൻ, അഗസ്റ്റോ കോംപ്ടെ എന്നിവരുടെ ആശയഗതികളിൽ ആകൃഷ്ടനായി. അഞ്ചുവർഷം ലണ്ടനിൽ കഴിഞ്ഞശേഷം തിരിച്ച് നാട്ടിലെത്തി സാഹിത്യരചനയിൽ മുഴുകി.

തോമസ് ഹാർഡിയുടെ ആദ്യനോവൽ *Poorman and the Lady* (1867) പ്രസിദ്ധീകരിക്കാൻ ആരും തയാറാകാത്തതിനെത്തുടർന്ന് സ്വയം നശിപ്പിച്ചു. അദ്ദേഹത്തിന്റെ സ്നേഹിതനായിരുന്ന വിക്ടോറിയൻ കവിയും നോവലിസ്റ്റുമായിരുന്ന ജോർജ് മെൽഡിത്തിന്റെ പ്രേരണയിൽ വീണ്ടും എഴുത്തിൽ മുഴുകി. *Under the Green wood Tree* (1872), *Far from the Madding Crowd* (1874), *The Return of the Native* (1878), *The Mayor of Caster bridge* (1886), *The Wessex Tales* (1888), *The Woodlanders* (1887), *Tess of the d'Urbervilles* (1891), *Life's Little Ironies* (1894) എന്നിവയാണ് അദ്ദേഹത്തിന്റെ നോവലുകൾ.

1895 ൽ പ്രസിദ്ധീകരിച്ച *Jude the Obscure* (1895) ആണ് അദ്ദേഹം എഴുതിയ അവസാന നോവൽ. വിക്ടോറിയൻ യുഗത്തിലെ വർഗവൈരുധ്യത്തെയും കപട സദാചാരങ്ങളെയും കടുത്ത ഭാഷയിൽ വിമർശിച്ച തോമസ് ഹാർഡി ലോകത്തെങ്ങും അറിയപ്പെട്ട എഴുത്തുകാരനായി മാറി.

കെ കെ റസീന

മലപ്പുറം ജില്ലയിലെ കൊണ്ടോട്ടിയിൽ കെ എം കോയാമുവിന്റെയും പുഴയ്ക്കൽ മൈമൂനയുടെയും മകൾ. കോഴിക്കോട് ഗുരുവായൂരപ്പൻ കോളേജിൽ നിന്ന് ഇംഗ്ലീഷ് സാഹിത്യത്തിൽ ബിരുദാനന്തരബിരുദം. ബി എഡ് പഠനത്തിനുശേഷം പ്ലസ്ടു അധ്യാപികയായി ജോലി നോക്കുന്നു.

ഭർത്താവ് : അൻഷാദ് കുട്ടുകുന്നം

മകൾ : അയാന എ

ഉള്ളടക്കം

നീലക്കണ്ണുകളുള്ള അപ്സര സുന്ദരി	7
ഒരു ശിശിരകാല സന്ധ്യയിൽ	11
ശോകാർദ്രരായ പക്ഷികളുടെ ഗാനം	16
മരിച്ചവർക്കുവേണ്ടിയുള്ള താരാട്ട്	22
ഉന്നതങ്ങളിലെ പൂക്കൾ	30
അൽപ്പകാലത്തേക്ക് വിട	39
പ്രണയം	45
ചുംബനസ്വരം	62
അജ്ഞാതം	72
വൃദ്ധവൃക്ഷത്തിന്റെ ചിറകിനുള്ളിൽ	78
പ്രണയികളുടെ സംഗമം	88
നീലരശ്മികൾ	99
പഴമൊഴി	113
ഇടവേള	119
അലയുന്ന സ്വരം	129
വിഭ്രമരൂപങ്ങൾ	133
സ്വാഗതം	139
സംഗീതത്തിന്റെ കിതപ്പ്	145

പ്രണയത്തിന്റെ രൂപം 162
വിദൂരശൃംഗത്തിലെ പ്രണയമർമരം 171
കടൽമുത്തുകൾ 185
ഒരു സ്ത്രീയുടെ വഴി 192
കടൽപ്പക്ഷി 198
ചാന്ദ്രനീലിമ 202
എന്റെ മാത്രം 205
അവസാനം 209
അഭിവാദനം 211
താരാട്ട് 220
ശ്രദ്ധ 228
പ്രണയത്തിന്റെ പ്രഭവം 236
ദലം 241
രൂപങ്ങൾ 245
ബാബിലോണിന്റെ പുത്രി 250
സന്തുഷ്ടർ 254
ലയം 261
ഓർമ്മ 265
വർണം 267
അസൂയയാണേറ്റവും കഠോരം 271
പ്രിയപ്പെട്ടവർ 277
പ്രൗഢ് 282

1

നീലക്കണ്ണുകളുള്ള അപ്സര സുന്ദരി

ഭൂമിയിൽ ജനിക്കാൻ പോകുന്ന ഓരോ മനുഷ്യരുടെയും ജീവിതം മുൻപേ എഴുതിവച്ചിട്ടുണ്ട്. സമ്പന്നന്റെയും ദരിദ്രന്റെയും ദീർഘായുസുള്ളവന്റെയും അൽപ്പമായുസുള്ളവന്റെയും..... എല്ലാം. ചിലപ്പോൾ മടങ്ങിപ്പോകൽ എളുപ്പമാകും. മരണം പെട്ടെന്നു മാടിവിളിച്ചേക്കാം. എല്ലാം മുൻനിശ്ചയപ്രകാരം. ജനിക്കുന്ന സാഹചര്യങ്ങളനുസരിച്ച് ഓരോരുത്തരും അവരുടെ ജീവിതപരിസരങ്ങളെ തെരഞ്ഞെടുക്കുന്നു. ഓരോ മനുഷ്യരുടേയും ജീവിതം മുഴുവൻ എഴുതി ഫലിപ്പിക്കാൻ കഴിയില്ല. കഥാപാത്രങ്ങളുടെ ചില വശങ്ങളിലൂടെ മാത്രം കടന്നുപോവുകയാണ് ഇവിടെ.

എൽഫ്രഡ് സ്വാൻക്രോർട്ട് വളരെ വികാരലോലയായ ഒരു പെൺകുട്ടിയാണ്. ഏകാന്തതയുടെ മണിക്കൂറുകൾ സ്ഫുടംചെയ്ത സ്വഭാവം. ആകർഷണീയവ്യക്തിത്വം. കാവ്യവർണനകളിൽ ഒതുങ്ങുന്നില്ല അവളുടെ സൗന്ദര്യം. ക്ലിയോപാട്രയ്ക്കുവേണ്ടി ദൂതൻ ഒക്ടോവിയോവിനെ വർണിച്ചു കേൾപ്പിച്ചതുപോലെ വർണിക്കാനുമാവില്ല. വെള്ളിവെളിച്ചത്തിൽ നിർത്തിയുള്ള അത്തരം വർണനകൾ അവളുടെ മാറ്റു കുറയ്ക്കുകയേയുള്ളൂ.

സൗന്ദര്യത്തിന്റെ നിറകുടം. വിരൽത്തുമ്പിലെ ഭംഗിപോലും ഒപ്പിയെടുക്കാൻ ഈ താളുകൾ മതിയാവില്ല. സ്വഭാവസവിശേഷതകളാകട്ടെ, എൽഫ്രഡിന്റെ സംഭാഷണത്തിൽനിന്ന് ഒറ്റയടിക്കു മനസിലാക്കാനുമാകില്ല. മാധുര്യം നിറഞ്ഞ വാക്കുകളിൽ ആരും ആകൃഷ്ടരായിപ്പോകും. ഇരുപത്തിയാറ് വയസായെങ്കിലും ലോകകാര്യങ്ങളിൽ ഇപ്പോഴും ഈ പെൺകുട്ടിയുടെ അറിവു നിസ്സാരമാണ്. ഒരു പതിനഞ്ചുകാരിയുടേതുപോലെ. അവളുടെ ഏകാന്തജീവിതമാണ് അറിവ് പരി

മിതപ്പെടുത്തിയത്. എൽഫ്രഡിനെ കാണുന്ന ആരും ആദ്യം ശ്രദ്ധിക്കുക അവളുടെ അതിമനോഹരമായ നേത്രങ്ങളാണ്. അവളുടെ എല്ലാ വികാരപാരവശ്യങ്ങളും ഈ നേത്രങ്ങളിൽനിന്ന് ഒപ്പിയെടുക്കാം. അവൾ വർത്തമാനം പറയുമ്പോൾ കൂടെ കണ്ണുകളും സംസാരിക്കുന്നതായി തോന്നിപ്പോകും.

നീലനിറമാണ് ആ കണ്ണുകൾക്ക്. സ്വർഗീയമായ അനുഭൂതി പകരുന്ന നിറം. കവിതപോലെ മനോഹരമായ ആ നേത്രങ്ങൾ കവിത വർണിക്കുന്നതുപോലെ വർണിക്കാനാവില്ല. അതുകൊണ്ട് ഗദ്യഭാഷയിൽ വിവരിക്കുന്നതാകും ഉത്തമം. വസന്തകാലത്തിന്റെ നീലിമയാണ് ആ നേത്രങ്ങൾക്ക്. നല്ല സൂര്യപ്രകാശമുള്ള വസന്തകാലത്തു മരശിഖരങ്ങളും ഇലച്ചാർത്തുകളും കൂടിച്ചേർന്നു രൂപപ്പെടുന്ന നനവും കാളിമയുമുള്ള നീലിമ. ദ്രഷ്ടാവിന്റെ ആഴങ്ങളിലേക്കു തുളച്ചിറങ്ങുന്നതരത്തിലുള്ള നോട്ടം.

ഒരു വലിയ വീടാണെങ്കിൽപ്പോലും ചില സ്ത്രീകളുടെ സാന്നിധ്യം അവിടം ശബ്ദമുഖരിതമാക്കും. പക്ഷേ, എൽഫ്രഡിന്റെ സാന്നിധ്യം ഒരു പൂച്ചക്കുട്ടിയുടേതുപോലെ സൗമ്യവും മൃദുലവുമാണ്.

ശിശിരകാലത്തെ മനോഹരമായ ഒരു സായാഹ്നം. എൽഫ്രഡിന്റെ ജീവിതത്തിൽ ആഴത്തിൽ സ്പർശിച്ച ഒരു സംഭവമുണ്ടായി. അന്ന് അവൾ ഒരതിഥിയെ കാത്തിരിക്കുകയായിരുന്നു. അവളുടെ അച്ഛൻ സ്വാൻക്രോർട്ട് രോഗക്കിടക്കയിലായിരുന്നു. രക്തവാതത്തിന്റെ അസ്കിതയുള്ള അദ്ദേഹം അവശനായി വീടിന്റെ മുകളിലത്തെ നിലയിലായിരുന്നു വിശ്രമം. ഭാര്യ നേരത്തേതന്നെ അയാളെ പിരിഞ്ഞു. സമീപത്തെ പള്ളിയിൽ വികാരിയായി ജോലി നോക്കുന്ന സ്വാൻക്രോർട്ടിനു മകൾ മാത്രമാണു കൂട്ട്.

അടുക്കളജോലികളെല്ലാം തീർത്തശേഷം എൽഫ്രഡ് തിരക്കിട്ടു പിതാവിന്റെ മുറിയുടെ വാതിലിൽ മുട്ടിവിളിച്ചു.

"വരൂ." നേർത്ത ശബ്ദത്തിൽ സ്വാൻക്രോർട്ട് ക്ഷണിച്ചു. കിതപ്പും എക്കിളുംകൊണ്ട് ആകെ അസ്വസ്ഥനായി ചുമന്നുതുടുത്ത മുഖവുമായാണ് സ്വാൻക്രോർട്ടിന്റെ കിടപ്പ്. ഒരു ഗൗൺകൊണ്ടു തണുപ്പകറ്റിയിരിക്കുന്നു. സുമുഖനായ സ്വാൻക്രോർട്ടിനെ കണ്ടാൽ ഉദ്ദേശം നാൽപ്പതേ തോന്നിക്കൂ.

"ഗസ്റ്റ് വരുമ്പോൾ പപ്പകൂടി താഴേക്കു വരില്ലേ....." എൽഫ്രഡ് ആകാംക്ഷയോടെ ചോദിച്ചു.

"പേടിക്കാനൊന്നുമില്ല മോളേ. ഫ്...ഫ്....ഫ്....ഈ ചെറിയ ചുമപോലും സഹിക്കാൻ വയ്യ...ഞാൻ വരുന്നില്ല ഫ്....ഫ്....ഫ്....നാളെവരെ എനിക്ക് എഴുന്നേൽക്കാനാകുമെന്നു തോന്നുന്നില്ല."

"ആ ലണ്ടൻകാരൻ വരാതിരുന്നെങ്കിൽ. എനിക്കറിയില്ല, എന്തൊക്കെ ഒരുക്കണമെന്ന്. വരില്ലെന്നു കരുതിയാൽ അതു വിഡ്ഢിത്തമാകും. അയാൾ വരില്ലെന്ന് എനിക്കു തോന്നുന്നു."

"എന്താ കാര്യം?"

"കാറ്റു വീശുന്നുണ്ട്."

"എന്തു വിഡ്ഢിയാണ് എൽഫ്രഡ് നീ. ഒരാളെ അയാളുടെ ജോലിയിൽനിന്നു പിന്തിരിപ്പിക്കാൻ വെറും കാറ്റിനാകുമോ...."

അയാൾ വന്നാൽ മുകളിലോട്ടു പറഞ്ഞയച്ചോളൂ. നീ അയാൾക്കു വല്ലതും കഴിക്കാൻ കൊടുക്കുക. പിന്നെ ഉറങ്ങാനുള്ള സ്ഥലവും. മറ്റു ഭ്രാന്തൊന്നും പറയാതെ."

"കാര്യമായി കഴിക്കേണ്ടത് ഉണ്ടാക്കിവെക്കണോ?"

"ധാരാളം യാത്രചെയ്തു ക്ഷീണിച്ചുവരുന്നയാൾക്കു ഭക്ഷണം കൊടുക്കേണ്ടേ......"

"ചായയും വേണോ?"

"വേണമെന്നില്ല."

"അല്ലെങ്കിൽ ചായയും നൽകാം. ഒപ്പം നല്ല ഭക്ഷണവും. അല്ലേ?"

"അതെ."

"ഞാൻതന്നെ വിളമ്പണോ പപ്പാ."

"പിന്നല്ലാതെ, നീയല്ലാതെ ആര് വിളമ്പും. നീയല്ലേ ഇപ്പോൾ ഗൃഹനാഥ?"

"ഹൊ. ഒരു അപരിചിതനു ഭക്ഷണം വിളമ്പുക. അയാളൊപ്പം ഭക്ഷണം കഴിക്കുക. അതും ഇതുവരെ സംസാരിച്ചിട്ടുപോലുമില്ലാത്ത യാൾ. ആരും പരിചയപ്പെടുത്താൻ പോലുമില്ലാതെ. ഛെ."

"പരിചയപ്പെടുത്താനെന്തിരിക്കുന്നു. അയാൾ തൊഴിൽ ആവശ്യ വുമായി വന്നിരിക്കുന്നു. രാവിലെതൊട്ടു യാത്രചെയ്തു ക്ഷീണിച്ചവശ നായിരിക്കുന്ന ഒരാൾ സംസാരിച്ചിരിക്കാനുള്ള താൽപ്പര്യം കാണി ക്കാൻ ഒരു വഴിയുമില്ല. അയാൾക്കു ഭക്ഷണവും വിശ്രമവുമാണ് ആവ ശ്യം. ഇതിനൊന്നും ഒരു കുഴപ്പവുമില്ല കുട്ടി. നിന്റെ തല നിറയെ വേണ്ടാത്തതു കുത്തിനിറച്ചിരിക്കുകയാണ്. ആവശ്യമില്ലാത്ത നോവ ലെല്ലാംകൂടി വായിച്ച് ഓരോന്നു ചിന്തിച്ചോളും."

"കുഴപ്പമില്ല. അല്ലേ? ആളുകൾ ഭക്ഷണത്തിന് എപ്പോൾ വന്നാലും പപ്പാ ഉണ്ടാവാറുണ്ട്." അറിയാവുന്നവരാണെങ്കിൽപ്പോലും. ഇതിപ്പോ അറിയാത്ത ഒരാൾ. ഇതുവരെ കണ്ടിട്ടുകൂടിയില്ല. ആരാണു പരി ഭ്രമിക്കാതിരിക്കുക."

"അയാൾ വന്നോട്ടെ!"

"അദ്ദേഹം മി. ഹിബ്രുവിന്റെ പങ്കുകച്ചവടക്കാരനാണോ?"

"അല്ലെന്നു തോന്നുന്നു. അറിയില്ല കുട്ടി, ചിലപ്പോൾ ആയിരി ക്കാം."

"എന്തു പ്രായം കാണും?"

"എനിക്കറിയില്ല, ഹിബ്രുവിന്റെ കത്തു മേശപ്പുറത്തുണ്ട്. അതെടു ത്തു വായിക്ക്. അതിലുണ്ട് അയാളെപ്പറ്റിയെല്ലാം."

"അത് ഞാൻ വായിച്ചു."

“പിന്നെന്തിനാ എന്നോട് ഈ ചോദ്യംചെയ്യൽ. കത്തിൽ പറയുന്ന കാര്യങ്ങൾ മാത്രമേ എനിക്കും അറിയൂ. ശ്ലോ വിഡ്ഢീ, ആ കമ്പിളി എന്റെമേൽ വലിച്ചിടല്ലേ. ഒരു ഈച്ചയിരുന്നാൽപ്പോലും എനിക്കു വേദനിക്കും.”

“സോറി പപ്പാ, ഞാൻ പെട്ടെന്നു മറന്നു. പപ്പയ്ക്കു തണുക്കുന്നെന്നു കരുതിയാ കമ്പിളി പുതച്ചത്.”

പിതാവിന്റെ ശരീരത്തിൽനിന്നു കമ്പിളി അവൾ പെട്ടെന്നുതന്നെ വലിച്ചുമാറ്റി. പപ്പയുടെ മുഖത്തെ നീരസം വിട്ടുമാറുംവരെ അവിടെ നിന്നു. പിന്നെ പതുക്കെ മുറി വിട്ട് താഴേക്കിറങ്ങി.

2

ഒരു ശിശിരകാല സന്ധ്യയിൽ

മധ്യാഹ്നം പിന്നിട്ടു. രണ്ടാളുകൾ കുന്നിൻചരുവിലൂടെ വരുന്നതു നിഴൽപ്പൊട്ടുപോലെ കാണാം. അവരുടെ കുതിരവണ്ടിയുടെ നിഴൽപ്പാടുകൾ വ്യക്തമായി. അവിടെ വിജനമായിരുന്നു.

ഇരുട്ടു പരന്നുതുടങ്ങി. ഇലച്ചാർത്തുകൾകൂടി ആയപ്പോൾ വഴി കാണാൻ നിലാവിന്റെ വെട്ടം മാത്രമായി തുണ.

ചെറിയ ശബ്ദത്തോടെ വീശിയടിക്കുന്ന കാറ്റ് അന്തരീക്ഷത്തെ ശബ്ദമുഖരിതമാക്കി. മൂന്നോ നാലോ മേഘത്തുണ്ടുകൾ ആകാശത്തിനു കീഴെ കിഴക്കേ ദിശയിലേക്കു നീങ്ങിപ്പോകുന്നുണ്ട്. ഇപ്പോൾ അവർ മഞ്ഞു പെയ്തിറങ്ങിക്കിടക്കുന്ന താഴ്വാരത്തിലെത്തി. കുറച്ചു ദൂരെയായി മരങ്ങൾക്കിടയിലൂടെ മനോഹരമായ ഒരു കെട്ടിടം ഉയർന്നു നിൽക്കുന്നതുകാണാം.

"അത് എൻഡെൽസ്റ്റൗ ഭവനമാണ്, ലുക്സെല്ലെൻ പ്രഭുവിന്റെ" വണ്ടിക്കാരൻ പറഞ്ഞു. "എൻഡെൽസ്റ്റൗ ഭവനം ലുക്സെല്ലെൻ പ്രഭുവിന്റെ" യാത്രക്കാരൻ യാന്ത്രികമായി ആവർത്തിച്ചു. അയാൾ ഒരു വശത്തേക്കു ചാരിയിരുന്ന് ആ വീടിന്റെ വിദൂരദൃശ്യത്തിലേക്കു താൽപ്പര്യപൂർവം നോക്കി.

അവരുടെ നീണ്ട സംസാരം തീർന്നപ്പോഴേക്കും രാത്രി കനത്തുതുടങ്ങി. ദൂരെയുള്ള കെട്ടിടങ്ങളുടെ കാഴ്ച മങ്ങിത്തുടങ്ങി. ജനലുകളിലൂടെ നേരിയ പ്രകാശം കാണാം. വെളിച്ചത്തിന്റെ ചതുരപ്പൊട്ടുകൾപോലെ അവ പ്രകാശിക്കുന്നുണ്ട്. ഇരുട്ടിന്റെ പരപ്പിന് ആഴം കൂടിവന്നു. നിലാവെളിച്ചം മുഴുവൻ ആഗിരണം ചെയ്തതുപോലെ ആ കെട്ടിടം വെളിച്ചത്തിൽ കുളിച്ചുനിൽക്കുന്നു.

ദീർഘമായ മൗനത്തിന്റെ ഇടവേളകളിലൂടെ അവർ യാത്രചെയ്

തുകൊണ്ടിരുന്നു. ഒരു മൈൽകൂടി സഞ്ചരിച്ചു സമതലപ്രദേശം പിന്നിട്ടപ്പോൾ അവരുടെ യാത്ര ലക്ഷ്യസ്ഥാനത്തിനടുത്തെത്തി. മറ്റൊരു മരുപ്പച്ചയുടെ വശത്തായി രണ്ടു ലൈറ്റ്ഹൗസുകൾ കാണാം. ഒരു മലയടിവാരവും അവിടെനിന്നു നോക്കിയാൽ കാണാം. താഴ്‌വാരത്തിലൂടെ വണ്ടിക്കാരൻ കുതിരയെ പായിച്ചുകൊണ്ടിരുന്നു. പടുവൃക്ഷങ്ങൾക്കിടയിലൂടെ ഒരു മുയൽപ്പാളത്തിലേക്കെന്നപോലെ അവർ ചരിഞ്ഞുചരിഞ്ഞു താഴോട്ടിറങ്ങിക്കൊണ്ടിരുന്നു. "എൻഡെൽസ്റ്റൗ വികാരിയുടെ വീടിതാണ്." കടിഞ്ഞാൺ പിടിച്ചുകൊണ്ട് കുതിരവണ്ടിക്കാരൻ പറഞ്ഞു. ഈ പുരോഹിതൻ എത്രനാളായിട്ടു ഇവിടെയുണ്ട്?"

"ഏറിയാൽ ഒന്നോ രണ്ടോ വർഷം..."

"ഒരു പ്രശ്നങ്ങളുമില്ലാത്ത നല്ല വികാരിയാണ്. അദ്ദേഹത്തിന് എന്നെ നന്നായി അറിയാം. അദ്ദേഹത്തെയുംകൊണ്ട് ഞാൻ സവാരി പോകാറുണ്ട്." അവരുടെ വാഹനം മരക്കൂട്ടങ്ങളുടെ ഇരുട്ടിൽനിന്നും പുറത്തെത്തി. ഒരു വളവുകൂടി കഴിഞ്ഞപ്പോൾ വികാരിയുടെ വീടിന്റെ ചിമ്മിനി കറുത്തിരുണ്ട രൂപങ്ങളായി ദൃശ്യമായി. എല്ലായിടവും ഇരുട്ടിൽ കുളിച്ചുനിന്നു. കുതിരവണ്ടിക്കാരൻ വാഹനം മുറ്റത്തേക്ക് കയറ്റിയിട്ടു. അവർ വണ്ടിയിൽനിന്നു പുറത്തിറങ്ങി കോളിങ് ബെല്ലിൽ വിരലമർത്തി. മൂന്നാലു മിനിട്ടുകൾ കാത്തിരുന്നു. അകത്തുനിന്നു യാതൊരു അനക്കവുമില്ല. അവർ വീണ്ടും ബെല്ലടിച്ചു. ഇപ്പോൾ അകത്തു ചെറിയ കാൽപ്പെരുമാറ്റം കേൾക്കുന്നുണ്ട്. പക്ഷേ ആരും വാതിൽ തുറന്നില്ല.

"അവർ തിരക്കിലായിരിക്കും" ഡ്രൈവർ സമാധാനിപ്പിച്ചു.

"പേടിക്കേണ്ട, നിങ്ങൾക്കുള്ള അത്താഴം സ്വാൻക്രോർട്ടിന്റെ അടുക്കളയിൽ എപ്പോഴേ തയാറായിക്കാണും. ആതിഥേയമര്യാദയുടെ കാര്യത്തിൽ അവർ ഒരിക്കലും പിന്നിലല്ല. വൈനും കേക്കും എല്ലാം കാണും അത്താഴത്തിന്. എനിക്ക് വളരെ നന്നായി അറിയാം."

"ഭൂമിയുടെ ഈ അറ്റത്തേക്ക് നിങ്ങൾ എന്താവശ്യത്തിനാണ് വന്നിരിക്കുന്നത്. അതും ഈ നേരംകെട്ട നേരത്ത്. നിങ്ങൾ സമ്പന്നനോ പാവപ്പെട്ടവനോ ആരോ ആകട്ടെ." വാതിൽക്കൽ പ്രത്യക്ഷപ്പെട്ട ഒരാൾ അവരോട് ആശ്ചര്യപൂർവം ചോദിച്ചു. ഇടറിയ കാൽച്ചുവടുകളോടെ കൈയിൽ വിളക്കും തൂക്കിപ്പിടിച്ച് അയാൾ പിന്നിലെ വാതിൽക്കൽ നിൽപ്പുണ്ടായിരുന്നു.

"സമയം, ഓ രാത്രി ഏഴു മണി കഴിഞ്ഞു അല്ലേ....."

"വെളിച്ചം ഇങ്ങോട്ടു കാണിക്കൂ......വില്യം വോം ഞങ്ങൾ അകത്തോട്ടു കയറട്ടെ...."

"ഓ..താങ്കളാണോ, റോബർട്ട് ലിക്പാൻ....?"

"വേറെ ആരുമല്ല, വോം. ഞാൻതന്നെ..."

"ആ വിരുന്നുകാരൻ വന്നിട്ടുണ്ടോ?"

"അതെ." വിരുന്നുകാരൻ മറുപടി പറഞ്ഞു.

"മി. സ്വാൻക്രോർട്ട് അകത്തുണ്ടോ?"

“ഉണ്ട് സർ.”

“പിന്നിലെ വാതിലിലൂടെ അകത്തേക്കു വരുന്നതിൽ നിങ്ങൾക്കു പ്രയാസമൊന്നുമില്ലല്ലോ. മുൻവശത്തെ വാതിൽ നനഞ്ഞുചീർത്തു തുറക്കാനാവാതെയായി. ഒരു മസിൽമാനുപോലും തുറക്കാനാവാത്ത പരുവം. ഒരു പുരോഹിതൻ സ്വീകരിക്കുംപോലെ ഈ പഴഞ്ചനു കഴി ഞ്ഞെന്നുവരില്ല. എങ്കിലും ഞാൻ നിങ്ങളെ അകത്തേക്കു ക്ഷണിക്കുക യാണ്.”

അയാൾക്കൊപ്പം സ്മിത്ത് അകത്തേക്കു കടന്നു. വരാന്ത, ചെറിയ മുറികൾ, അടുക്കള ഇവയെല്ലാം കടന്നുപോകുമ്പോഴും അയാളുടെ ശ്രദ്ധ ചുറ്റുമുള്ള അലങ്കാരപ്പണിയിലായിരുന്നു. അത് അയാളുടെ ജോലിയുടെ ഭാഗമായിരുന്നു.

വോം അയാൾക്കു താമസിക്കാൻ മുറി കാണിച്ചുകൊടുക്കാൻ ഹാളിലൂടെ പോകുമ്പോളാണ് എൽഫ്രഡിനെ കണ്ടുമുട്ടിയത്. ഈ സമയം കണ്ടുമുട്ടുമെന്ന് എൽഫ്രഡ് ഉദ്ദേശിച്ചിരുന്നില്ലെന്ന് അവളുടെ പരിഭ്രമത്തിൽനിന്നു മനസിലാക്കാം. ഈ കണ്ടുമുട്ടൽ വോം തന്ത്ര പൂർവം ഒപ്പിച്ചെടുത്തതാണ്. ചുമലിലേക്കിറങ്ങിക്കിടക്കുന്ന ചുരുണ്ട മുടി. വീടിനകത്തുപയോഗിക്കുന്ന സാധാരണവേഷം... അപരിചിതത്വ വും പരിഭ്രമവും നിറഞ്ഞ മുഖം.... അപൂർവമായി മാത്രമേ അവൾ അതിഥികൾക്കു മുന്നിൽ പ്രത്യക്ഷപ്പെടാറുള്ളൂ. ആദ്യം സംസാരിച്ചത് സ്മിത്താണ്.

“ഞാൻ സ്മിത്ത്”-അയാൾ മൃദുവായ ശബ്ദത്തിൽ പരിചയപ്പെടുത്തി.

“മിസ് സ്വാൻക്രോർട്ട്” എൽഫ്രഡും പരിചയപ്പെട്ടു.

അവളുടെ മാനസിക പിരിമുറുക്കത്തിനു നേരിയ അയവുവന്നു. തന്റെ മുൻപിലിരിക്കുന്ന ഈ ചെറുപ്പക്കാരനും താൻ മനസിൽ കണ്ട പൊങ്ങച്ചക്കാരനായ ഒരു വ്യവസായിയും തമ്മിലെ അന്തരം ഓർത്ത് എൽഫ്രഡിനു ഉള്ളിൽ ചിരിവന്നു. ആ ചിരി പുറത്തും പ്രകടമായി. അയാളെ നോക്കി അവൾ നിറഞ്ഞുചിരിച്ചു. അയാളുടെ നിറം എൽഫ്ര ഡിന്റേതു പോലെയായിരുന്നു. കവിളുകൾക്ക് ചുവന്ന നിറം. ചുരുണ്ട തിളക്കമുള്ള മുടി, സുന്ദരമായ നീലനേത്രങ്ങൾ, പുരുഷഭാവം പ്രകടി പ്പിക്കുന്ന ഗാംഭീര്യമുള്ള പെരുമാറ്റം, താടിയും മീശയും ക്ലീൻ ഷേവാ ണെങ്കിലും മേൽച്ചുണ്ടിനുമുകളിൽ നീലനിറം പടർന്നിട്ടുണ്ട്—ഇതൊ ക്കെയാണ് ലണ്ടൻകാരനായ വിരുന്നുകാരൻ. അയാളുടെ സാന്നിധ്യം എൽഫ്രഡിനെ അസ്വസ്ഥയാക്കി.

മി. സ്വാൻക്രോർട്ട് എന്തുകൊണ്ടാണ് താഴെ വന്നു സ്വീകരിക്കാ ത്തതെന്ന് അവൾ വിശദീകരിച്ചു. സ്വാൻക്രോർട്ടിന്റെ രോഗവിവരങ്ങൾ സ്മിത്ത് ജിജ്ഞാസയോടെ കേട്ടിരുന്നു. വികാരിയുടെ അഭാവത്തിലും അയാൾക്കു നല്ല സ്വീകരണം ലഭിച്ചു.

സ്മിത്ത് സ്വന്തം മുറിയിലേക്കു പോയശേഷം എൽഫ്രഡ് പിതാ വിനരികിലെത്തി.

“അയാൾ വന്നു പപ്പാ.... ഇത്തരമൊരു യുവാവാണോ വ്യവസായി.....?”

“ഉംം.”

“അയാളുടെ മുഖം സുന്ദരമാണ്. എന്നെപ്പോലെതന്നെ..”

“പിന്നെന്തുണ്ട്?”

“ഒന്നുമില്ല, ഇത്രയും വിവരങ്ങളേ എനിക്കറിയൂ...”

“മതി. നമുക്ക് പരിചയം കൂടുമ്പോൾ കൂടുതൽ മനസിലാക്കാം. ദൈവത്തെ ഓർത്ത് താഴെച്ചെന്നു അയാൾക്കു വല്ല ഭക്ഷണവും നൽകൂ.. ആഹാരം കഴിച്ചശേഷം വിരോധമില്ലെങ്കിൽ ഒന്നിവിടംവരെ വന്നു പോകാൻ പറയൂ... എനിക്കു സംസാരിക്കണം.”

യുവതി താഴെയിറങ്ങിവന്ന് അത്താഴം വിളമ്പി അതിഥിയെ കാത്തിരുന്നു. അയാളുടെ വരവ് അറിയിച്ച് ലഭിച്ച കത്തും അയാൾക്കു നൽകണം.

സ്വാൻക്രോർട്ട് ഹ്യൂബിക്കെഴുതിയ കത്ത്

എൻഡെൽസ്റ്റൗ വികാരിഭവനം
ഫെബ്രുവരി 18
1864

സർ,

ഞങ്ങളിവിടത്തെ ദേവാലയത്തിന്റെ ഗോപുരവും മറ്റും പുതുക്കിപ്പണിയാൻ ഉദ്ദേശിക്കുന്നു. എന്താണ് ആദ്യം പണിഞ്ഞുതുടങ്ങേണ്ടത് എന്നുപോലും എനിക്കറിയില്ല. ലുക്സെല്ലെൻ പ്രഭുവാണ് ഒരു നല്ല വാസ്തുവിദഗ്ധനെ അയച്ചുതരാൻവേണ്ടി നിങ്ങൾക്കെഴുതാൻ നിർദേശിച്ചത്.

ആദ്യംതന്നെ നിങ്ങളുടെ ജോലിക്കാരാരെങ്കിലും വന്നു കെട്ടിടം കാണുന്നതാകും നന്നാവുക. ദേവാലയം സ്ഥിതിചെയ്യുന്ന സ്ഥലം തനി ഗ്രാമമാണ്. ഏറ്റവും അടുത്ത നഗരം സ്ട്രാൻഡൻ ആണ്. ജോലിക്ക് വരുന്ന ആൾക്കു വികാരിയുടെ വീട്ടിൽത്തന്നെ താമസം ഒരുക്കാം. അടുത്ത ആഴ്ചയിലെ ഏതു ദിവസവും നിങ്ങൾക്കു വരാം. ഞങ്ങൾ നിങ്ങൾക്കായി കാത്തിരിക്കും.

വിശ്വസ്തയോടെ,
ക്രിസ്റ്റഫർ സ്വാൻക്രോർട്ട്

ഹ്യൂബി സ്വാൻക്രോർട്ടിനെഴുതിയ മറുപടിക്കത്ത്

ബഹുമാനപ്പെട്ട സർ,

ഫെബ്രുവരി 18നു നിങ്ങൾ അയച്ച കത്തിലെ ആവശ്യപ്രകാരം

ദേവാലയത്തിലെ പുതുക്കിപ്പണിയേണ്ട ഭാഗങ്ങളുടെ സ്കെച്ച് വരയ്ക്കാനായി എന്റെ അസിസ്റ്റന്റ് സ്റ്റീഫൻ സ്മിത്ത് നാളെ രാവിലെ ലണ്ടനിൽനിന്ന് അങ്ങോട്ട് പുറപ്പെടുന്നുണ്ട്. വൈകുന്നേരത്തോടെ അദ്ദേഹം അവിടെ എത്തിച്ചേരും. താമസസ്ഥലം ഒരുക്കുന്നതിൽ ഞാൻ കൃതാർഥനാണ്. നല്ല വൈദഗ്ധ്യമുള്ളയാളാണു സ്മിത്ത്. നിങ്ങൾക്ക് ആത്മവിശ്വാസത്തോടെ സ്റ്റീഫനെ ജോലി ഏൽപ്പിക്കാം....

വിശ്വസ്തതയോടെ,
വാൾട്ടർ ഹ്യൂബി

3

ശോകാർദ്രരായ പക്ഷികളുടെ ഗാനം

സ്റ്റീഫൻ സ്മിത്തിനു അവിടെനിന്നു ലഭിച്ച ഭക്ഷണം അതീവ രുചികരമായിരുന്നു. എൽഫ്രഡ് അച്ഛനോടു പറഞ്ഞതുപോലെതന്നെ നിരവധി വിഭവങ്ങളുടെ മനോഹരമായ അത്താഴമായിരുന്നു സ്മിത്തിനുവേണ്ടി കരുതിയിരുന്നത്. ഒരതിഥിക്കു ലഭ്യമാക്കാവുന്നതിൽ ഏറ്റവും മഹത്തായത്. വസന്തകാലത്തിന്റെ നനുത്ത സ്പർശങ്ങളേറ്റുവാങ്ങിയ പൂക്കളാൽ അലങ്കരിച്ച ഊൺമേശ. അതിനുമുകളിൽ പൊരിച്ചതും വറുത്തതുമായ നിരവധി വിഭവങ്ങൾ. മേശയ്ക്കു പുറത്തും രുചിയുടെ ആവി പറന്നുനടക്കുന്ന രണ്ടുതരം 'പേസ്ട്രി.' എല്ലാംകൂടി വിഭവസമൃദ്ധം.

ഭക്ഷണത്തിന്റെ ആലസ്യത്തിൽ സൂചികുത്തുന്ന തരത്തിലുള്ള തണുപ്പിൽനിന്നും രക്ഷപ്പെടാൻ പിന്നെ തീകായൽ. ആവി പറക്കുന്ന, നല്ല കടുപ്പത്തിലുള്ള ചായയുമായി എൽഫ്രഡ് കടന്നുവന്നു. അവളുടെ ഓരോ ചലനത്തിലും കുലീനയായ ഒരു വീട്ടമ്മയുടെ പ്രകടനം.

സ്മിത്ത് എത്തുന്നതിനുമുൻപുതന്നെ എൽഫ്രഡ് അത്താഴം കഴിച്ചിരുന്നു. ഒരു ജോലിയും പിന്നീട് അവശേഷിച്ചിരുന്നില്ല. എഴുതിവച്ചിരുന്ന കത്ത് പൂർണമാക്കാനുണ്ടെന്ന വ്യാജേന എൽഫ്രഡ് മേശയ്ക്കരികിൽ വന്നിരുന്നു. എന്നാൽ താൻ കാണിച്ചത് അമിത ആവേശമായോ എന്ന തോന്നൽ അവളിൽ ഉളവായി. ഇതവളിൽ ചെറിയ വിറയൽ ഉണ്ടാക്കി. സ്മിത്തിന് പക്ഷേ ഇക്കാര്യം പിടികിട്ടിയില്ല. ചായകുടിക്കുന്നതിനിടെ കാലുതട്ടി ചായ തുളുമ്പിക്കളഞ്ഞതും അതു തറയിൽ തളംകെട്ടി നിന്നതും അയാളിൽ ചെറിയ പരിഭ്രമം ഉളവാക്കി. എൽഫ്രഡ് അവിടം തുടച്ചു വൃത്തിയാക്കി. കുറച്ചു സമയത്തെ നിഷ്കളങ്കമായ പെരുമാറ്റംകൊണ്ടുതന്നെ അവർ നീണ്ട പരിചയക്കാരെപ്പോലെയായി.

തന്റെ ജോലിയുമായി ബന്ധപ്പെട്ട ചെറിയ സംഭവങ്ങളെപ്പറ്റി സ്മിത്ത് വാചാലനായി. അത്തരം അനുഭവങ്ങൾ എൽഫ്രഡിനില്ലാത്തതിനാൽ അവൾ അച്ഛനെക്കുറിച്ചും വായിച്ച പുസ്തകങ്ങളെക്കുറിച്ചും വാചാലയായി. പൊടിപ്പും തൊങ്ങലും വച്ചു നർമരസമായി സംസാരിക്കുന്ന എൽഫ്രഡിന്റെ സംസാരം സ്മിത്തിനു നന്നേ പിടിച്ചു. ഏറെ നാളായി വിരസതയുടെ മൗനത്തിൽ ആണ്ടുപോയ 'എൻഡൽസ്റ്റൗ' വീണ്ടും യുവത്വം വീണ്ടെടുത്തതുപോലെയായി.

കുറച്ചുനേരത്തെ സംസാരത്തിനിടയിൽ സ്മിത്ത് കോണിപ്പടികൾ കയറി സ്വാൻക്രോർട്ടിനെ സന്ദർശിക്കാൻ പോയി. അതിഥിയെ താഴെവന്നു സ്വീകരിക്കാൻ പറ്റാത്തതിൽ സ്വാൻക്രോർട്ട് ഖേദം പറഞ്ഞു. "ഭക്ഷണം പ്രശ്നമുണ്ടായിരുന്നില്ലല്ലോ അല്ലേ! നാളെ നേരം പുലരുംമുൻപ് പണിയുന്നതു സംബന്ധിച്ച കുറച്ചു കാര്യങ്ങളെന്തെങ്കിലും പറയണം എന്നു വിചാരിച്ചു. അതാ വിളിപ്പിച്ചത്. രോഗബാധിതനായി കിടന്നാൽ ജയിൽ വാസമാണെന്ന് ഇതുവരെ അറിഞ്ഞിരുന്നില്ല. ഈ രക്തവാതം എന്നെ അത്രത്തോളം കീഴടക്കി. ഈ കിടപ്പ്...... ആരുടേയും ക്ഷമ നശിപ്പിക്കും. എന്റെ ഒരു വിരൽകൂടി തളരാൻ പോവുകയാണെന്നാണ് തോന്നുന്നത്.''

"നന്നായിരുന്നു. എന്തായാലും ഈ രോഗം നിർഭാഗ്യകരമായിപ്പോയി. നിങ്ങളിങ്ങനെ പെട്ടെന്നു അസുഖം വന്നു കിടപ്പായിപ്പോയല്ലോ."

"സാരമില്ല. നാളേക്കു സുഖപ്പെടുമായിരിക്കും. എന്റെ മകൾ നല്ലൊരു നഴ്സാണ്. ലോകത്തെ ഏതു മരുന്നിനെക്കാളും അവളുടെ ഒന്നോ രണ്ടോ മരുന്നുതുള്ളികൾക്ക് എന്റെ ഏതു രോഗവും ഭേദമാക്കാനാകും.''

"അതൊക്കെ നിക്കട്ടെ, എനിക്കു പള്ളിയെക്കുറിച്ചാണ് സംസാരിക്കാനുള്ളത്."

"ഇരിക്കൂ!........ ഇവിടെ.......... നമ്മൾ മാറ്റിപ്പണിയാൻ ഉദ്ദേശിക്കുന്ന ടവർ ഒട്ടുമുക്കാലും തകർന്നു. വരുന്ന വഴിക്കു നിങ്ങൾ അതു കണ്ടിട്ടുണ്ടായിരിക്കും അല്ലേ. ഒരുപക്ഷേ, പുതുക്കിപ്പണിയാൻ കഴിയുന്നതിനെക്കാൾ ശോചനീയമാണു സ്ഥിതി. എന്നാൽ പള്ളിക്ക് കാര്യമായ കുഴപ്പമില്ലതാനും.

ഇവിടത്തെ ചില പള്ളികൾ താങ്കൾ കാണണം. തറയൊക്കെ പൊട്ടിപ്പൊളിഞ്ഞു...... പായലും പൂപ്പലും പിടിച്ച്......."

"ശരിയാണ്."

"ഇവിടെ അടുത്ത വീട്ടിൽ താമസിക്കുന്ന ആളുകളുടെ പള്ളിയിൽ മഴപെയ്താൽ പള്ളിക്കകത്തും കുടചൂടി നിൽക്കേണ്ട ഗതിയാണ്.

ദയവുചെയ്തു ആ മേശപ്പുറത്തിരിക്കുന്ന കടലാസുകൾ ഇങ്ങെടുത്തോ...."

പേപ്പറുകൾ എടുക്കാനായി സ്റ്റീഫൻ സ്മിത്ത് എഴുന്നേറ്റു നടന്നു

പോയപ്പോഴാണ് ആ ചെറുപ്പക്കാരൻ എത്രമാത്രം മെലിഞ്ഞിട്ടാണെന്നു വികാരി ശ്രദ്ധിച്ചത്.

"നിങ്ങളെക്കുറിച്ചും നന്നായി മനസിലാക്കിയിട്ടുണ്ട്. നിങ്ങൾ വളരെ ചെറുപ്പമാണല്ലോ? പത്തൊൻപത് കഴിഞ്ഞോ?"

"ഇരുപത്തൊന്ന് ആയി എനിക്ക്."

"കൃത്യം എന്റെ പകുതി പ്രായം. എനിക്കു നാൽപ്പത്തിരണ്ട് ആയി."

"നിങ്ങളുടെ മുഴുവൻ പേര് സ്റ്റീഫൻ ഫിന്മെറൈസ് സ്മിത്ത്" എന്നല്ലേ. ഇതിനർഥം നിങ്ങളുടെ കുടുംബം കാക്സ്ബെറിയിൽനിന്നും വന്നവരാണെന്ന്. സംസാരിച്ചപ്പോഴാണ് നിങ്ങളുടെ കുടുംബത്തെക്കുറിച്ച് അറിയണമെന്നു തോന്നിയത്. നിങ്ങൾ അറിയപ്പെടുന്ന പുരാതന കുടുംബാംഗമാണ്. വെറും ഒരു 'സ്മിത്ത്' അല്ല."

"എനിക്കറിയില്ല. എന്റെ രക്തം അതുതന്നെയാണോ എന്തോ?"

"എന്തെങ്കിലും വിഡ്ഢിത്തം പറയാതെ. നിങ്ങൾ പുരാതനകുടുംബാംഗംതന്നെ. എനിക്കു ലിസ്‌വേർത്തി സ്മിത്തിന്റെ കുടുംബം അറിയാം. അവർ കാക്സ്ബറിയിൽനിന്നും വന്നവരുടെ അകന്ന ബന്ധുക്കളാണ്. സ്റ്റീഫൻ ഫിന്മെറൈസിന്റെ ശവകുടീരം ഇവിടെ സെന്റ് മേരീസ് പള്ളിയിലാണ്."

"അതെ, ആ ശവകുടീരം ഞാനും കണ്ടിട്ടുള്ളതാണ്. പക്ഷേ, ആ കുടുംബവുമായി എന്റെ കുടുംബത്തിനു ബന്ധമൊന്നുമില്ല."

"നിങ്ങൾക്ക് അറിയില്ലായിരിക്കും. പക്ഷേ, അന്വേഷിച്ചുനോക്കൂ." തന്റെ കിടക്കയിൽ മുഷ്ടിചുരുട്ടി ഇടിച്ചാണ് വികാരി ബാക്കി പറഞ്ഞത്.

"സ്റ്റീഫൻ ഫിന്മെറൈസ് സ്മിത്ത് എന്ന നിങ്ങളിപ്പോൾ ലണ്ടനിലാണു താമസിക്കുന്നതെന്നതു ശരിതന്നെ. പക്ഷേ, യഥാർഥത്തിൽ നിങ്ങൾ കാക്സ്ബെറിക്കാരാണ്. ഈ ഇരിക്കുന്ന കുടുംബചരിത്രപുസ്തകത്തിലുണ്ട് ഫിന്മെറൈസിന്റെ ചരിത്രം. ഒരുപക്ഷേ, നിങ്ങളിപ്പോൾ വെറും ജോലിക്കാർ മാത്രമുള്ള കുടുംബമായി മാറിയിട്ടുണ്ടാകാം. അല്ലേ? ഞാൻ കുത്തിച്ചോദിക്കുന്നതും ശരിയല്ല. എന്നാലും നിങ്ങളുടെ മൂക്കു കണ്ടാൽ അറിയാം. താങ്കൾ ആ കുടുംബത്തിലെ അംഗം തന്നെയാണ്. ഇത്രയും പേരുകേട്ട ഒരു കുടുംബത്തിൽ പിറന്ന നിങ്ങളെ എനിക്കു വണങ്ങാൻ തോന്നുന്നു."

"എന്റെ മറ്റെന്തെങ്കിലും നല്ല ഗുണങ്ങൾ നിങ്ങൾക്കു കണ്ടുകൂടെ." മാന്യമായാണ് സ്മിത്ത് സംസാരിച്ചതെങ്കിലും സ്വരത്തിൽ നിരാശ കലർന്നിരുന്നു.

"വേണ്ടാത്തതൊന്നും പറയാതെ, അതിനൊക്കെ ഇനിയും സമയമുണ്ടല്ലോ. നോക്കൂ, എന്റെ കുടുംബം എത്രയോ പുരാതനമാണ്. സ്വാൻക്രോർട്ടിന്റെ വേരുകൾ അതിപുരാതനം." പുസ്തകത്താളുകൾ അശ്രദ്ധമായി മറിച്ചു സ്വാൻക്രോർട്ട് തുടർന്നു.

"ഇതു നോക്കൂ, ഇയാളാണ് ജിയോഫ്രി. എന്റെ മുൻഗാമികളിൽ

ഒരാൾ പ്രഭുവായിരുന്നു. പക്ഷേ, അദ്ദേഹത്തിന്റെ പ്രഭുത്വം നഷ്ടപ്പെട്ടു പോയതൊരു വലിയ കഥയാണ്. ഇപ്പോൾ പറഞ്ഞാൽ തീരില്ല. ഞാനൊരു പാവമാണ്. ഒരു പഞ്ചപാവം. സത്യത്തിൽ എനിക്കു സുഹൃത്തുക്കളാരും ഇല്ല. ഞാൻ കൂട്ടുകൂടാൻ ആഗ്രഹിക്കുന്നവർ എന്നെ ഇഷ്ടപ്പെടില്ല. എന്റെ സൗഹൃദം സ്വീകരിക്കുന്നവരാവട്ടെ, ഒരിക്കലും എനിക്കു സുഹൃത്തുക്കളാക്കാൻ കഴിയുന്ന തരക്കാരുമല്ല. പലപ്പോഴുമുള്ള ഔദ്യോഗിക അത്താഴവിരുന്നുകളും ലുക്സെല്ലെൻ പ്രഭുവിനോടുള്ള വല്ല ചർച്ചാവേളകളും ഒഴിച്ചാൽ ഞാൻ ഒറ്റയ്ക്കാണ്. തീർത്തും ഏകാകി."

"പുസ്തകങ്ങളും പിന്നെ മകളുമില്ലേ നിങ്ങൾക്കു കൂട്ടിന്."

"അതെ, അതു ശരിയാണ്. അതുപോട്ടെ. നിങ്ങളെയിങ്ങനെ ഒരു രോഗിയുടെ മുറിയിൽ ഇത്രയധികം സമയം തടവിലാക്കുന്നതു ശരിയല്ലല്ലോ? ഇതു പറഞ്ഞപ്പോഴാണ് ചെറുപ്പത്തിൽ ഞാൻ കേട്ട ഒരു കഥ ഓർമ വരുന്നത്." ഇത്രയും പറഞ്ഞതും വികാരി ഓർത്തോർത്തു ചിരി തുടങ്ങി. സ്മിത്താണെങ്കിൽ, തുടർന്നു കേൾക്കാൻ കൗതുകപൂർവം അദ്ദേഹത്തെ നോക്കിയിരുന്നു.....

"വേണ്ട, വേണ്ട. അതൊരു മോശം കഥയാണ്. നിങ്ങളോടു പറയാൻ കൊള്ളില്ല. നിങ്ങൾ താഴേക്കു പെയ്ക്കൊള്ളൂ. ഈ സായാഹ്നം നിങ്ങൾക്കു മനോഹരമാകും. അവളോടു ഒരു പാട്ടുപാടിത്തരാൻ പറയൂ. അവൾ നന്നായി അഭിനയിക്കും, പാടും. ഗുഡ്നൈറ്റ്.....ഓ, എനിക്കു നിങ്ങളെ അഞ്ചാറു വർഷമായി പരിചയമുള്ളതുപോലെ. ഞാൻ താഴെനിന്നു ആളിനെ വിളിക്കാം. നിങ്ങളെ കൂട്ടിക്കൊണ്ടുപോകാൻ."

"വേണ്ട" സ്റ്റീഫൻ പറഞ്ഞു. "തനിയേ ഇറങ്ങാം." സ്റ്റീഫൻ താഴേക്കിറങ്ങുന്നതിനിടെ ഗ്രാമീണർ എന്തുമാത്രം നിഷ്കളങ്കരാണെന്നു ചിന്തിച്ചു. നഗരത്തിലെ ആളുകളോടു താരതമ്യം ചെയ്യുമ്പോൾ എന്തുമാത്രം പരിചിതരെപ്പോലെ ഇവർ പെരുമാറുന്നു. എത്ര നിഷ്കളങ്കർ.

"അയ്യോ, ഞാൻ പറയാൻ മറന്നു. പപ്പയ്ക്കു കേൾവി ഇത്തിരി കുറവാണ്." ഉൽക്കകണ്ഠയോടെയാണ് എൽഫ്രഡ് പറഞ്ഞത്.

"അതു സാരമില്ല. ഇപ്പോൾ ഞങ്ങൾ നല്ല സുഹൃത്തുക്കളാണ്. എനിക്ക് അദ്ദേഹത്തെക്കുറിച്ചും എല്ലാം അറിയാം."

അപേക്ഷിക്കുന്നതരത്തിൽ സ്മിത്ത് ചോദിച്ചു: "എൽഫ്രഡ് നന്നായി പാടുമെന്നു കേട്ടു. എനിക്കുവേണ്ടി ഒന്നു പാടുമോ?" പപ്പയായിരിക്കും താൻ പാടുമെന്ന വിവരം ഇയാളോടു പറഞ്ഞതെന്ന് എൽഫ്രഡ് ഊഹിച്ചു. പക്ഷേ, സ്മിത്തിന്റെ ആവശ്യത്തിൽനിന്നും പിന്തിരിയാനും അവൾക്കായില്ല. അവളുടെ ഗാനശേഖരത്തിൽനിന്നും പ്രശസ്തമായ ഒരു ഗാനം തെരഞ്ഞെടുത്തു പിയാനോക്കു മുന്നിലിരുന്ന് എൽഫ്രഡ് പാടിത്തുടങ്ങി.

"ശിശിരകാല സന്ധ്യയിൽ............"

മധുരമുള്ള ശബ്ദത്തിൽ എൽഫ്രഡ് പാടി.

"താങ്കൾക്ക് ഈ പഴയ ഗാനം ഇഷ്ടപ്പെട്ടോ, സ്മിത്ത്."

"ഒരുപാടിഷ്ടപ്പെട്ടു." സ്മിത്ത് പറഞ്ഞു. ആത്മാർഥതയോടെയായിരുന്നു അയാളുടെ വാക്കുകൾ.

"ഞാൻ നിങ്ങൾക്കുവേണ്ടി ഡിലെയ്നോവിന്റെ ഒരു ഗാനം പാടാം. ഒരിക്കൽ എൻഡെൽസ്റ്റോം ഭവനത്തിൽ താമസിച്ചപ്പോൾ ഫ്രഞ്ച് ലേഡി പാടുന്നതാണീഗാനം. പിന്നെ എന്റെ ഏറ്റവും പ്രിയപ്പെട്ട ഗാനവും. ഷെല്ലിയുടെ 'When the lamp is shattered' 'വെളിച്ചം പരന്നപ്പോൾ' എന്ന ഗാനമാണത്. എന്റെ അമ്മ ഈ കവിതയ്ക്ക് സംഗീതം നൽകി മനോഹരമാക്കി. ശരിക്കും എന്റെ പാട്ടു കേൾക്കാനിഷ്ടമുള്ളവർക്കൊക്കെ ഞാനീ പാട്ടു പാടിക്കൊടുക്കും." പുരുഷന്റെ മനസിലേക്കു കടന്നുവരുന്ന പെൺകുട്ടി എക്കാലവും ഓർമയിൽ തങ്ങും. ചാരനിറത്തിലുള്ള സിൽക്ക് വസ്ത്രം ധരിച്ചുപാടുന്ന എൽഫ്രഡിന്റെ മുഖവും കഴുത്തുമെല്ലാം അതിസുന്ദരമായി വെട്ടിത്തിളങ്ങി. പാളിപ്പെയ്തിറങ്ങിയ മെഴുകുതിരിവെട്ടം എൽഫ്രഡിന്റെ മുഖത്തെ കൂടുതൽ പ്രകാശപൂരിതമാക്കി. ചുരുണ്ടുകിടക്കുന്ന മുടികൾ അവൾ ഒരു കിരീടം ധരിച്ച പ്രതീതിയാണ് നൽകിയത്. അവളുടെ കൈകൾ പാട്ടിന്റെ ഈണത്തിനൊപ്പം ചലിച്ചു. മനോഹരമായ ആ ഗാനത്തിന്റെ അവസാനം ശോകാർദ്രമായിരുന്നു.

"പ്രിയപ്പെട്ടവനേ നിൻ ചാപല്യങ്ങളുടെ......
കാരണക്കാരിയിതാ ഇവിടെ......................."

ഈ വരികൾ ആലപിച്ചപ്പോൾ എൽഫ്രഡിന്റെ കണ്ണുകൾ ഒരു വേള സ്മിത്തിന്റെ കണ്ണുകളിൽ ഉടക്കി. ഉടനെതന്നെ നേത്രങ്ങൾക്ക് അവധി നൽകിയെങ്കിലും അവളുടെ മുഖത്ത് സന്തോഷം നിഴലിച്ചിരുന്നു. പക്ഷേ, പ്രണയഭാവങ്ങളൊന്നും വിടർന്നില്ല.

സ്റ്റീഫൻ സ്മിത്ത് ഇരുന്നിടത്തുനിന്നു മാറി മറ്റൊരു മൂലയിലിരുന്നു. അവിടെനിന്നു നോക്കിയാൽ എൽഫ്രഡിനെ നന്നായിക്കാണാൻ കഴിയും. അവിടെയിരുന്ന് എൽഫ്രഡിന്റെ മുഖത്തേക്കു കണ്ണെടുക്കാതെ നോക്കിയിരുന്നു. സ്മിത്ത് നോക്കിയിരിക്കുന്തോറും അവളുടെ മുഖം ചുവന്നുതുടുത്തു. ഓരോ വരികളിലും ചുവപ്പു കൂടുന്നോ എന്നു സംശയം. പാട്ടു നിർത്തി ഏതാനും നിമിഷങ്ങൾ കഴിഞ്ഞാണ് സ്മിത്തിനെ അവൾ ശ്രദ്ധിച്ചത്. സ്മിത്തിന്റെ മുഖത്ത് പറഞ്ഞറിയിക്കാനാവാത്തവിധം പ്രണയപാരവശ്യം നിഴലിച്ചിരുന്നു.

"നിങ്ങളീ ഗാനം ശരിക്കും കേൾക്കുകയായിരുന്നോ, സ്മിത്ത്?"

"അതെ, പക്ഷേ പാട്ടിനെക്കാളും പാട്ടുപാടിയ ഉപകരണത്തെയാണ് ഞാൻ കൂടുതൽ ശ്രദ്ധിച്ചത്. അതായത് നിന്നെ."

"സ്മിത്ത്!"

"സത്യമാണ് ഞാൻ പറഞ്ഞത്. പാട്ടല്ല ഞാൻ കൂടുതൽ കേട്ടത്. നിന്നെയാണ്. നിനക്കു ഞാൻ അപരിചിതനാണ്. വളരെ തിരക്കേറിയ ഒരിടത്തുനിന്നാണ് ഞാനിങ്ങോട്ടു വന്നതെന്നു നീ കരുതുന്നുണ്ടാവും.

പക്ഷേ, അതല്ല സത്യം. എന്റെ ജീവിതം നിന്റേതുപോലെയാണ്. ഒരു പക്ഷേ നിന്നെക്കാളും ഏകാകി. മരണം വരിക്കാവുന്ന ഏകാന്തത."

"ഏകാന്തമായ ജീവിതം മരണത്തിലേക്കു നയിക്കുമോ? നിങ്ങൾ നല്ല ജീവിതാനുഭവങ്ങൾ ഉള്ള ആളല്ലേ? എനിക്കു നിങ്ങളെ പരിചയമില്ലാഞ്ഞിട്ടും ഞാൻ പാടി. ഇതു തോന്നിയത് നിങ്ങളുടെ നല്ല മനസിന്റെ പേരിലാണ്". എൽഫ്രെഡിന്റെ ഈ വാക്കുകൾ സ്മിത്തിന്റെ ദുഃഖങ്ങൾ ലഘൂകരിച്ചു.

"സ്മിത്ത്, താങ്കളൊരു നല്ല മനുഷ്യനാണെന്നാണ് ഞാൻ കരുതുന്നത്. നന്നേ ചെറുപ്പമല്ലേ നിങ്ങൾ. പിന്നെ എന്റെ ജീവിതം അറുബോറാണെന്നു കരുതണ്ട."

"ഏയ്, അങ്ങനെ കരുതിയിട്ടില്ല." സ്മിത്ത് സൗമ്യഭാവത്തിൽ തുടർന്നു. "പറഞ്ഞുവന്നപ്പോൾ അങ്ങനെയായിപ്പോയി."

"ഒന്നു മറിച്ചു ചിന്തിച്ചുനോക്കൂ; സാധാരണഗതിയിൽ എന്റെ ജീവിതം മഹാബോറാണ്. എങ്കിലും ചില ദിവസങ്ങൾ......."

"എനിക്കിവിടെത്തന്നെ എന്നും ജീവിക്കാനായെങ്കിൽ."

എൽഫ്രെഡിന്റെ രൂപം സ്മിത്തിന്റെ ഹൃദയത്തിൽ കുടിയേറിക്കഴിഞ്ഞെന്ന് ആ സ്വരത്തിൽ വ്യക്തം. അത് എൽഫ്രെഡ് മനസിലാക്കുകയും ചെയ്തു. "പക്ഷേ നിങ്ങൾക്കിവിടെ എന്നും താമസിക്കാനാവില്ലല്ലോ?"

"ഓ ഇല്ല." അയാൾ സ്വയം പിൻവലിഞ്ഞു.

4

മരിച്ചവർക്കുവേണ്ടിയുള്ള താരാട്ട്

അടുത്ത ദിവസം സ്റ്റീഫൻ സ്മിത്ത് ഉണരാൻ വൈകി. ഉണർന്നയുടനെ അയാൾ മുറിയുടെ ജനലരികിൽ പോയി പുറംകാഴ്ചകളിൽ കണ്ണുനട്ടു. പച്ചപ്പുവിതച്ച മലനിരകളിലൂടെ കടലിന്റെ നരച്ച നീലനിറം അവ്യക്തമായിക്കാണാം. സ്മിത്ത് പുതുക്കിപ്പണിയാനെത്തിയ ദേവാലയം ഉയർന്നുനിൽക്കുന്നതും കാണാം. ഗോപുരങ്ങളും ചുറ്റുമതിലുകളും നശിച്ചുപോയ ഈ കെട്ടിടം ഒറ്റക്കല്ലിൽ പണിത ഒരു ഭീമാകാരരൂപമാണെന്നു സ്മിത്തിനു തോന്നി. പള്ളിക്കുചുറ്റും ഒരു ചെറിയ മതിൽക്കെട്ടിനകത്തു ശവപ്പറമ്പ് സ്ഥിതിചെയ്യുന്നുണ്ട്. മൃതദേഹങ്ങൾ അടക്കം ചെയ്യപ്പെട്ടതിനു മുകളിൽ അവരുടെ പേരുവിവരങ്ങളും ജനന, മരണ വർഷങ്ങളും കൊത്തിവച്ചിരിക്കുന്ന സ്തൂപങ്ങളും കാണാം. നിദ്ര പൂണ്ടവർക്കു തണൽ വിരിക്കാൻ ഒറ്റ മരംപോലും അവിടെയില്ല. ഉണങ്ങിയ കുറ്റിച്ചെടികൾ മാത്രം.

കൂടുതൽ സമയം നോക്കിനിൽക്കാൻ അയാൾക്കു കഴിഞ്ഞില്ല. അയാൾ മുറിവിട്ടിറങ്ങി. താഴ്‌വാരങ്ങളിലെ മധുരസ്വപ്നങ്ങൾ അയവിറക്കാൻ ഇറങ്ങിച്ചെന്നു.

രണ്ടു മണിക്കൂർ കഴിഞ്ഞു സ്മിത്ത് മടങ്ങിയെത്തുമ്പോൾ വിയർത്തിരുന്നു. രാവിലത്തെ നടത്തം നൽകിയ ഉന്മേഷത്തിനൊപ്പം നല്ല വസ്ത്രങ്ങളും ധരിച്ചതോടെ പ്രഭാതത്തിന്റെ ചുറുചുറുക്ക് ഏറ്റുവാങ്ങിയതുപോലെ സ്മിത്തിനു തോന്നി. നുണക്കുഴി വീണ കവിളിൽ കുറ്റിത്താടികൂടി ആയപ്പോൾ സ്മിത്തിന്റെ ഭംഗി വർധിച്ചു.

സ്മിത്തിന്റെ നാവ് 'എൽഫ്രഡ്' എന്നു മന്ത്രിച്ചു. എൽഫ്രഡിന്റെ മനോഹരമായ രൂപം അയാളുടെ മനം കവർന്നു. ഹാളിലൂടെ ഭംഗിയുള്ള വസ്ത്രം ധരിച്ച് ഒരാൺകുട്ടിയുടെ ചുറുചുറുക്കോടെ അവൾ ഓടിനടന്നു.

ദേവാലയം സ്ഥിതിചെയ്യുന്ന കുന്നുപോലെയല്ല, എൽഫ്രഡിന്റെ വീടും പരിസരവും സ്ഥിതിചെയ്യുന്ന സ്ഥലം. ധാരാളം മരങ്ങളും ചെടികളും. മഞ്ഞിൽ കുളിച്ചുനിൽക്കുന്ന കുറ്റിച്ചെടികൾ കണ്ണുകൾക്ക് കുളിർമ നൽകുന്ന കാഴ്ചയാണ്. അവിടേക്ക് ആരോ വരുന്നതിന്റെ കാലൊച്ച കേൾക്കാം. സ്വാൻക്രോർട്ട് ആയിരുന്നു അത്. സ്വാൻക്രോർട്ടിനെ കണ്ടതിന്റെ സന്തോഷം സ്മിത്തിന്റെ മുഖത്ത് പ്രതിഫലിച്ചു.

"സ്മിത്ത്!"

"എനിക്കറിയാമായിരുന്നു വേഗം സുഖപ്പെടുമെന്ന് ഇപ്പോൾ കുഴപ്പമൊന്നുമില്ല അല്ലേ!"

"താങ്കൾ രാവിലെതന്നെ എവിടെപ്പോയി?"

"ആ, ഞാൻ നടക്കാൻ പോയതായിരുന്നു."

"അതിരാവിലെ ഇറങ്ങിയോ?"

"ഇല്ല. നേരം വെളുത്തിട്ടാണിറങ്ങിയത്."

"എവിടെയാണു നടക്കാനിറങ്ങിയത്, കടൽത്തീരത്താണോ? അവിടെയാണ് എല്ലാവരും നടക്കുന്നത്."

"ഏയ്. ഞാൻ പുഴയുടെ തീരത്തായിരുന്നു."

"നിങ്ങൾ വ്യത്യസ്തനായിരിക്കുന്നു. ഈ പ്രദേശം താങ്കൾക്കു പുതുമയുള്ളതായിരിക്കും, അല്ലേ. അതാവും നേരത്തെ എഴുന്നേറ്റുനടന്നത്."

"പുതുമ മാത്രമല്ല. എനിക്കിഷ്ടമാണ് ഇത്തരം കാഴ്ചകൾ." സ്മിത്ത് പറഞ്ഞു.

സ്വാൻക്രോർട്ട് പറഞ്ഞതു ശരിയായിരുന്നു. അയാൾ പൂർണ ആരോഗ്യവാനായിരുന്നു. നല്ല ഉന്മേഷവാനുമായിരുന്നു. ചുവപ്പു വസ്ത്രമണിഞ്ഞു നീണ്ടുനിവർന്നു നടക്കുന്ന സ്വാൻക്രോർട്ട് പ്രഭാതത്തെ വരവേൽക്കുന്നതുപോലെ തോന്നിച്ചു.

സ്വാൻക്രോർട്ടിന്റെ വീട് എല്ലാ പുരോഹിതഭവനവുംപോലെ ആയിരുന്നു. പശുവിനും കുതിരയ്ക്കും കൊടുക്കുന്ന വിവിധ മരുന്നുകൾ ആ മേശയിൽ അടുക്കിവച്ചിരുന്നു. പഴക്കമുള്ള ഓക്-മരത്തിന്റെ തടിയിൽ തീർത്ത ഒരു വലിയ ഊണുമേശ ഹാളിനെ അലങ്കരിച്ചിരുന്നു. മൂങ്ങയുടെയും മറ്റു പല പക്ഷികളുടേയും രൂപങ്ങൾ ചുമരിൽ ഉണ്ടാക്കിവച്ചിരുന്നു. വലിയ ഭരണികളിൽ വീഞ്ഞ് സൂക്ഷിച്ചിരുന്നു. വീഞ്ഞുണ്ടാക്കിവെച്ച തീയതിയും അടയാളപ്പെടുത്തിയിട്ടുണ്ട്. അലമാരകളിൽ പുസ്തകങ്ങൾ. പെൺകുട്ടിയുടെ സാന്നിധ്യമറിയിക്കുന്നതരത്തിലുള്ള തൊപ്പികൾ ചുമരിൽ തൂക്കിയിട്ടിരിക്കുന്നു. ജനലിനു സമീപം മനോഹരമായ അക്വേറിയം.

ചായ കുടിച്ചുകഴിഞ്ഞ് ഉടനെ സ്വാൻക്രോട്ട് പള്ളിയിൽ പോകാൻ തിരക്കുകൂട്ടി. അവർ ഉടനെതന്നെ പള്ളിയിൽ പോകാനായി പുറപ്പെട്ടു. നടന്നുപോകാമെന്ന് ആദ്യം കരുതിയെങ്കിലും പിന്നീട് തന്റെ കുതിരപ്പുറത്തു യാത്രചെയ്യാൻ സ്വാൻക്രോർട്ട് തീരുമാനിച്ചു. പള്ളിപ്പണികൾക്കു

തനിക്കൊരു സഹായികൂടി വേണമെന്ന് സ്മിത്ത് പറഞ്ഞ ഉടനെ സ്വാൻക്രോർട്ട് ഉറക്കെ വിളിച്ചു.

"വോം."

മൂന്നുമിനിറ്റിനകം എന്തൊക്കെയോ പിറുപിറുത്തു വില്യം വോം വീടിനകത്തുനിന്നിറങ്ങിവന്നു.

"ഹൊ, തലയ്ക്കുള്ളിൽ ആ പൊരിയുന്ന ശബ്ദം വീണ്ടും."

"പ്ലീസ്, ഇനിയും ഇതുതന്നെ വീണ്ടും പറയരുതേ വില്യം."

"നോക്കൂ സ്മിത്ത്." വോം സ്മിത്തിനോടു പറഞ്ഞുതുടങ്ങി. "എന്റെ തലയ്ക്കകത്തുനിന്നും എപ്പോഴും ഒരു പൊരിയുന്ന ശബ്ദം കേൾക്കാം. നമ്മൾ മീൻ പൊരിക്കുമ്പോഴുണ്ടാകുന്ന ശബ്ദമില്ലേ. അതു തന്നെ."

"രാവും പകലും ആ ശബ്ദം തന്ന ദൈവത്തിനേ അറിയൂ, ഇതെന്താണെന്ന്."

"നോക്കൂ, എനിക്കും ചെവികേൾക്കാനാവില്ലല്ലോ." സ്വാൻക്രോർട്ട് പറഞ്ഞു. "എനിക്കു നിശ്ശബ്ദത. വില്യമിനു പൊരിയൽ ശബ്ദവും. അത്ഭുതംതന്നെയല്ലേ."

"എന്റെ തലയ്ക്കകത്തു ശബ്ദവും." വില്യം കൂട്ടിച്ചേർത്തു.

"ഇത് അത്ഭുതംതന്നെ." സ്മിത്ത് പറഞ്ഞു.

"അതെയതെ" വികാരി പറഞ്ഞു. സംസാരത്തിനിടയിൽ അവർ കുന്നിൻമുകളിലെ നടപ്പാത പിന്നിട്ടു. മാർബിളും കല്ലുകളും അതിരിട്ടു വേർപെടുത്തിയിരുന്നു ആ നടപ്പാതയ്ക്ക്. എല്ലായിടത്തും ചുവന്ന മണ്ണ് അടിഞ്ഞുകൂടിക്കിടക്കുന്നു. കുതിരയോടു ചേർന്നു നല്ല തലയെടുപ്പോടെ സ്മിത്ത് നടന്നു. നടക്കുന്നതിനിടെ വില്യം തട്ടിവീഴാൻ പോകുന്നുണ്ട്. എൽഫ്രഡാണെങ്കിൽ അവരുടെകൂടെ നടക്കുന്നു, എന്നു പറയാൻ പറ്റാത്തവിധം കുതിരയ്ക്കു ചുറ്റും ഓടി, ഓടി എല്ലാവരോടും ചിരിച്ചും കളിച്ചും...... അവരുടെകൂടെ പാറിപ്പറക്കുന്ന ഒരു പൂമ്പാറ്റയെ പോലെ.

പോകുന്ന വഴിയിൽ വികാരി കാര്യങ്ങൾ വിശദീകരിച്ചുകൊണ്ടിരുന്നു. "സത്യം പറഞ്ഞാൽ എനിക്കു പള്ളിപ്പണിയുടെ ബുദ്ധിമുട്ടൊന്നും ഏൽക്കേണ്ട കാര്യമില്ല. പിന്നെ എന്തു പറഞ്ഞാലും എതിർക്കുന്ന കുറേപ്പേരുണ്ട്. അവരുടെ മുന്നിൽ പിടിച്ചുനിൽക്കാൻ ഏറ്റെടുത്തെന്നേ ഉള്ളൂ."

"പള്ളിപ്പണി എതിർക്കാനും കുറേപ്പേർ. അതു വിചിത്രംതന്നെ" സ്റ്റീഫൻ അത്ഭുതപ്പെട്ടു.

"ടിൻക്ലി പാരിഷിന്റെ കാര്യത്തിൽ അതൊരു വിചിത്രസംഭവമേ അല്ല........ മേൽനോട്ടക്കാരും നടത്തിപ്പുകാരുമുണ്ട്. പക്ഷേ......"

"അതെന്താ അങ്ങനെ?"

"സിഹർട്ടോൺ പാരിഷിലേതുപോലല്ല ഇവിടെ കാര്യങ്ങൾ. ആ, എന്തൊക്കെ ആണെങ്കിലും പണി വേഗം തീർക്കണമെന്നാണ് എന്റെ കണക്കുകൂട്ടൽ."

"സാഹചര്യങ്ങളെല്ലാം അനുകൂലമാണല്ലോ എന്നാശ്വസിക്കാം."

"എന്താശ്വാസം. ദൈവം മാത്രമേയുള്ളൂ തുണ."

പള്ളിശ്മശാനം കടക്കണമെങ്കിൽ ഉയർന്ന ചവിട്ടുപടികൾ കയറണം. അതു കുന്നിൻമുകളിലേക്കു കയറുന്നതുപോലെ തോന്നും. അന്ത്യവിശ്രമത്തിനു പറ്റിയ സ്ഥലം. ശാന്തമേറിയ അന്തരീക്ഷം മരണാനന്തരജീവിതത്തിലും പിന്തുടർന്നേക്കും എന്നു തോന്നും. ഭയപ്പെടുത്തുന്നതായി ഒന്നുമില്ല ഈ ശ്മശാനത്ത്. കുഴിമാടങ്ങൾ ചെറിയ മൺകൂനകളായി ഉയർന്നുനിൽക്കുന്നു. സുഖകരമായ ഒരു വിശ്രമസ്ഥലത്തെ ഓർമിപ്പിക്കുംവിധത്തിൽ.

കുഴിമാടങ്ങളിലുള്ളവർക്കുവേണ്ടി ഇളംകാറ്റിൽ കുറ്റിച്ചെടികൾ താരാട്ടുപാടുന്നു. മൃതദേഹവാഹകരായി ഇവിടെ എത്തുന്ന വാഹനങ്ങളുടെ ചക്രങ്ങൾ മണ്ണിൽ വിഷാദത്തിന്റെ അടയാളങ്ങൾ രൂപപ്പെടുത്തിയിരിക്കുന്നു. അടക്കംചെയ്തവരുടെ പൊതുവിവരങ്ങൾ അടയാളപ്പെടുത്തിയ സ്തൂപങ്ങൾ ശവക്കുഴികളുടെപോലും താൽക്കാലിക ഉടമസ്ഥരാണ് മനുഷ്യരെന്നു ഓർമപ്പെടുത്തുന്നു. കളച്ചെടികൾ എല്ലായിടത്തും പരന്നുകിടക്കുന്നു. ഇവിടെനിന്നു നോക്കിയാൽ ഒരു നീലപ്പാത്രം കമഴ്ത്തിവച്ചതുപോലെ കടലിന്റെ അതിവിദൂരദൃശ്യം.

"വോം" സ്വാൻക്രോർട്ട് ഉറക്കെ വിളിച്ചു. എന്ത് ആജ്ഞയും സ്വീകരിക്കാൻ തയാർ എന്ന ഭാവത്തിൽ വോം നിന്നു. സ്റ്റീഫൻ സ്മിത്ത് പള്ളിയുടെ അറ്റകുറ്റപ്പണികൾ നോക്കിക്കാണുന്ന തിരക്കിലായി. ഉച്ചവരെ ജോലി നീണ്ടു. ഉച്ചഭക്ഷണം കഴിക്കാം എന്ന അറിയിപ്പ് വന്നയുടൻ ഒരു അടുക്കള മുഴുവൻ ആ കുന്നിൻമുകളിലെത്തി. വിഭവസമൃദ്ധമായിരുന്നു ഊണ്.

എൽഫ്രഡിനെ പ്രത്യേകം സ്മിത്ത് വിളിച്ചപ്പോഴാണ് അവർ കെട്ടിടത്തിനകത്തേക്ക് വന്നത്. ഓരോ ചലനവും അങ്ങേയറ്റം ശ്രദ്ധിച്ചായിരുന്നു എൽഫ്രഡ് നടന്നിരുന്നത്. അവളുടെ സാന്നിധ്യം സ്മിത്തിനെ പ്രകാശപൂരിതമാക്കി. ടവറിന്റെ ഉയരം അളക്കാനുള്ള ജോലി വോമിനു നൽകി. എൽഫ്രഡിനോടു ഒറ്റയ്ക്കു സംസാരിക്കുവാനായിരുന്നു അത്. എൽഫ്രഡ് സ്മിത്തിന്റെ അരികിലെത്തി. അവളുടെ വസ്ത്രത്തുമ്പ് അവന്റെ കാൽപ്പാദങ്ങളെ തൊടുന്ന അകലത്തിൽ.

ഇടിഞ്ഞുപൊളിഞ്ഞു തകർന്ന കെട്ടിടം എങ്ങനെ പുതുക്കിപ്പണിയും എന്നവൾ കൗതുകപൂർവം ചോദിച്ചറിഞ്ഞു. എങ്ങനെയാവും പുരോഹിതൻ നിൽക്കുക എന്നു നോക്കി പ്ലാൻ തയാറാക്കാൻ സ്മിത്ത് എൽഫ്രഡിനെ അൾത്താരയ്ക്കു മുകളിൽ കയറ്റിനിർത്തി. ഇതു നിരവധി തവണ ആവർത്തിച്ചു. എൽഫ്രഡ് അൾത്താരയിൽനിന്നു. "ഞാനൊരു കാര്യം പറഞ്ഞാൽ പപ്പയോടു പറയുമോ, സ്മിത്ത്?" അതിരുകടന്ന ആവേശത്തോടെ എൽഫ്രഡ് ചോദിച്ചു.

"ഇല്ല, പറയില്ല" സ്മിത്ത്.

"പപ്പയ്ക്കു ഇടവക പ്രഭാഷണം ഞാനാണ് എഴുതിക്കൊടുത്തത്.

ഞാനെഴുതിയാൽ പപ്പയെഴുതുന്നതിനേക്കാൾ നന്നാവും. പിന്നൊരു രസമെന്തെന്നാൽ—ഞാനെഴുതിയ പ്രസംഗം എന്നെത്തന്നെ വായിച്ചു കേൾപ്പിക്കും."

"ആഹാ, നീ നല്ല ബുദ്ധിശാലിയാണല്ലോ? എനിക്കൊന്നും അറിയില്ല. എങ്ങനെയാണ് സുവിശേഷം എഴുതുന്നതെന്ന്."

"ഓ, അതൊക്കെ എളുപ്പമാണ്." കൂടുതൽ വിശദീകരിക്കാനൊരുങ്ങി അവൾ അൾത്താരയിൽനിന്നും താഴേക്കിറങ്ങി സ്മിത്തിനടുത്തെത്തി. "നമ്മളീ ചോദ്യംചോദിച്ചു കളിക്കില്ലേ! എന്നാണ്, എവിടെയാണ്, എന്തിനാണ്.....അങ്ങനെ.... നിങ്ങൾ ഈ കളി കളിച്ചിട്ടില്ലേ, ചെറുപ്പത്തിൽ."

"ഇല്ല."

"അയ്യോ കഷ്ടം. കാരണം സുവിശേഷപ്രസംഗമെഴുത്ത് അത്രേ ഉള്ളൂ."

"നിങ്ങളാദ്യം ബുക്കെടുക്കണം എന്നിട്ട് എന്ത്, ഏത് എന്നൊക്കെ ചിന്തിച്ചു ഒന്നിച്ചെഴുതി നിറയ്ക്കണം. കുറേ എഴുതിക്കഴിഞ്ഞു പിന്നേം ആവർത്തനം. എല്ലാ പേജിന്റെ അവസാനത്തിലും 'കേൾവിക്കാർ ഉറങ്ങുന്നെങ്കിൽ ഒഴിവാക്കിയേക്കുക' എന്നെഴുതിവെക്കണം. പിന്നെ ഉപസംഹാരം. ഓരോ പേജിന്റെ പിറകിലും 'ശബ്ദം താഴ്ത്തുക' എന്നും എഴുതണം. ഞാനങ്ങനെയൊക്കെയാണ് പപ്പയ്ക്കു എഴുതിക്കൊടുത്തു വിടുന്നത്. അല്ലെങ്കിൽ പപ്പയുടെ ശബ്ദം കൂടിക്കൂടിവന്നു പാടത്തെ പണിക്കാരുടെ അലർച്ചപോലാവും, പപ്പായുടെ കാര്യം തമാശയാണ്."

കുട്ടികളെപ്പോലെ, ഇത്രയും പറഞ്ഞുനിർത്തിയപ്പോൾ അവളിൽ സ്ത്രീസഹജമായ നാണം പ്രകടമായി. തന്റെ സംസാരം പരിധിവിട്ടോ എന്നവൾക്കു തോന്നി. പിതാവ് വരുന്നത് എൽഫ്രഡ് ദൂരെനിന്നുതന്നെ കണ്ടു. പപ്പയോടു സംസാരിച്ചശേഷം എൽഫ്രഡ് വീട്ടിലേക്കു മടങ്ങി. വികാരി സ്റ്റീഫന്റെ അടുത്തേക്കും. നേർമയുള്ള കാറ്റും പള്ളിയുടെ അന്തരീക്ഷവും അയാളെ ഉന്മേഷവാനാക്കി. പുഞ്ചിരിയോടെ കുന്നിറങ്ങിപ്പോകുന്ന മകളെ സ്വാൻക്രോട്ട് ശ്രദ്ധിച്ചു.

"പറന്നാണല്ലോ പോക്ക്! ആളിന്ന് ആകെ സന്തോഷത്തിലാണ്." സ്റ്റീഫനുനേരെ തിരിഞ്ഞു വികാരി പറഞ്ഞു.

"അവളിത്ര ആഹ്ലാദം സാധാരണ പ്രകടിപ്പിക്കാറില്ല, സ്മിത്ത്."

"എന്തായാലും എൽഫ്രഡ് ബുദ്ധിമതിയാണെന്നാണ് എന്റെ നിഗമനം" സ്മിത്ത് പറഞ്ഞു.

"ആണല്ലോ? ശബ്ദം താഴ്ത്തിയാണ് വികാരി പറഞ്ഞത്. "ആരോടും പറയരുത്, ലോകത്താർക്കും അറിഞ്ഞുകൂടാത്ത ഒരു രഹസ്യം ഞാൻ പറയാം. അവളറിയരുത്. എന്താണെന്നോ! എന്റെ പള്ളി പ്രസംഗം തയാറാക്കുന്നത് അവളാണ്. നന്നായി എഴുതും അവൾ."

"എല്ലാം ചെയ്യാൻ പ്രാപ്തയാണ്."

"അതെയതെ. എല്ലാ ജോലികളും നന്നായി അറിയാം. കൊച്ചു

മിടുക്കി. പക്ഷേ, സൂക്ഷിക്കണം സ്മിത്ത്. അറിയാതെപോലും ഈ രഹസ്യം താങ്കൾക്ക് അറിയാമെന്ന് അവൾ അറിയരുത്. പ്ലീസ്."

"ഏയ്, ഞാൻ പറയില്ല. ഒരിക്കലും."

"സ്മിത്ത് അങ്ങോട്ടു നോക്കൂ." തന്റെ ഊന്നുവടികൊണ്ട് മേൽക്കൂരയിൽ ചൂണ്ടി വികാരി തുടർന്നു.

"എങ്ങനെയുണ്ട്. എന്റെ മേൽക്കൂര."

"നിങ്ങളാണോ ഇതു നിർമിച്ചത്?"

"അതെ. ഞാനെന്റെ ളോഹ ഊരിമാറ്റി ജോലി ചെയ്തു. പഴയ കഴുക്കോലെല്ലാം വലിച്ചൂരി പുതിയതു വച്ചു. തുരുമ്പിച്ചു നശിച്ച കൊളുത്തുകളും മാറ്റി. എന്റെ കൈകൊണ്ടുതന്നെ ചിതൽ തട്ടി വൃത്തിയാക്കി....... വോം ഉണ്ടാകും സഹായിയായി. നമ്മൾ ശരിക്കും അടിമകളെപ്പോലെയാണ് ജോലി ചെയ്തത് അല്ലേ വോം....?"

"അതെയതെ. നമ്മൾ പലരേയുംപോലെയല്ല..... ഹി, ഹി, ഹി....." വോം എവിടുന്നോ ഓടിയെത്തി.

"അടിമകളായിത്തന്നെ പണിതു, ഹി, ഹി മനസ്സ് മുഴുവൻ കുബുദ്ധി ആലോചിക്കുകയും അതു തരം കിട്ടുമ്പോൾ പുറത്തെടുക്കുകയും ചെയ്യുന്നതു മോശമല്ലേ സർ."

"അതെ, എന്താ ചോദിക്കാൻ."

"അല്ലാ..... സാർ മേൽക്കൂര നന്നാക്കുമ്പോൾ മനസിൽ പല കണക്കുകൂട്ടലുകളുമായിരുന്നു. അതുകൊണ്ട് പ്രശ്നമൊന്നുമില്ല, എന്നാലും എന്റെ മനസിൽ കണക്കുകൂട്ടായിരുന്നുവെന്നു നിങ്ങൾക്കെങ്ങനെ അറിയാം."

"അതൊക്കെ കഴിയും. ഹി........ഹി.......ഹി, എനിക്കു ചെറിയ മുഖലക്ഷണമൊക്കെ അറിയാം. മറ്റു ചിലരെപ്പോലെ ഒരുപാടൊന്നും അറിയില്ല... പള്ളിക്കകത്തു കസേര പണിഞ്ഞപ്പോൾ നിങ്ങൾ രാത്രിമുഴുവൻ മെഴുകുതിരി പിടിച്ചുതരാൻ പറഞ്ഞില്ലേ,....."

"അതെ, അതിനെന്ത്....."

"ഞാനാ മെഴുകുതിരിയും പിടിച്ചുനിന്നു. നിങ്ങൾ പറഞ്ഞു. നിങ്ങൾക്കൊരു കൂട്ടുമതിയെന്ന്. അതു പൂച്ചയോ പട്ടിയോ ആയാലും മതിയെന്നു പറഞ്ഞു എന്നെ കൊച്ചാക്കി......

പക്ഷേ കസേര നന്നായോ.......അതുമില്ല."

"അതൊക്കെ എനിക്കോർമയുണ്ട്."

"ഇല്ല. ആ കസേര ഒട്ടും നന്നായില്ല. ശ്രമിച്ചുനോക്കി...... ഹാ.... ദൈവമേ....."

"വോം.... എത്ര തവണ ഞാൻ പറഞ്ഞിട്ടുണ്ട്, സന്ദർഭോചിതമല്ലാത്ത സംസാരം ഒഴിവാക്കണമെന്ന്."

"ഹൊ...ആ കസേര ആകെ തിരിഞ്ഞുപോയി. നിങ്ങളിരുന്നപ്പോൾ വളഞ്ഞ് ഒരു പരുവമായി. നശിച്ച കസേരയാണിതെന്ന് ഞാൻ പറഞ്ഞപ്പോൾ നിങ്ങളും ചിന്തിക്കുന്നത് അതുതന്നെയാണെന്നു പറഞ്ഞു."

"നിങ്ങളുടെ മുഖത്ത് ഇതു കാണാൻ കഴിയുന്നെന്നും നിങ്ങളും ദൈവവും എന്നോടു ക്ഷമിക്കുമായിരിക്കുമെന്നാണ് അന്ന് ഞാൻ പറഞ്ഞത്." കുറച്ചു ചിരിക്കുന്നതു ആരോഗ്യത്തിനും ആയുസ്സിനും നല്ലതാണ് സാർ. ഈ പാവപ്പെട്ടവൻ എത്ര നന്നായാണു നിങ്ങളുടെ മനസിലിരിപ്പ് ഊഹിച്ചത്. ഞാനും മറ്റുചിലരെപ്പോലെ ഇത്തിരി ബുദ്ധിയുള്ള കൂട്ടത്തിലാണോ."

"സഹായത്തിന് ഒരു കൽപ്പണിക്കാരൻകൂടി കൂടെയുണ്ടാകുന്നതു നിങ്ങൾക്ക് എളുപ്പമാകുമെന്നു തോന്നുന്നു." സ്വാൻക്രോട്ട് അടുത്ത ദിവസം രാവിലെ സ്മിത്തിനോടു പറഞ്ഞു. ലുക്സെലൻ പ്രഭുവിന്റെ അനുവാദമുണ്ട്, ഒരാളെ സഹായത്തിനു വിളിക്കാൻ. അയാൾ പത്തു മണിക്കു വരും. നല്ല പണിക്കാരനാണ്. പള്ളിയുടെ ചുവരുകളുടെ അവസ്ഥ എന്തെന്നു മനസിലാക്കാൻ നിങ്ങളെ അയാൾ സഹായിക്കും. ജോൺ സ്മിത്തെന്നാണ് അയാളുടെ പേര്."

പിന്നെയും അയാൾക്കൊപ്പം ഇടവക പള്ളിയിലേക്കു പോകാൻ എൽഫ്രഡ് മടിച്ചു. "ഞാനിവിടെനിന്നു നോക്കിക്കൊള്ളാം. ഇവിടെ നിന്നാൽ നിങ്ങൾ ടവറിനു മുകളിൽ കയറുമ്പോൾ ശരിക്കും കാണാം, ആകാശത്തിന്റെ പശ്ചാത്തലത്തിൽ നിങ്ങളുടെ രൂപം......."

"ശരി, ഞാൻ ടവറിനു മുകളിലെത്തുമ്പോൾ എൽഫ്രഡിനു കാണാൻവേണ്ടി തൂവാല വീശാം." അവന്റെ സ്വരത്തിൽ നിറഞ്ഞ സന്തോഷം. "ഇപ്പോൾ മുതൽ 12-ാം മിനിട്ട്" അവൻ വാച്ചിൽ നോക്കി പറഞ്ഞു.

"നിനക്കായി ഞാൻ ടവറിനു മുകളിൽ കയറിയിരിക്കും."

എൽഫ്രെഡ് വേഗം ചെടികൾക്കരികിൽ പോയിനിന്നു പള്ളിയുടെ നേരെ നോക്കിനിൽപ്പായി. അകലെ പള്ളി ദൃശ്യമാകുന്നതു കാണാം.

സ്വാൻകാർട്ട് പറഞ്ഞയച്ച കൽപ്പണിക്കാരൻ സ്മിത്തിനെ കാത്തുനിൽക്കുന്നു. അയാളെ കണ്ടതും സ്മിത്ത് നിന്നു. എൽഫ്രഡിനെ അത്ഭുതപ്പെടുത്തിക്കൊണ്ടു പള്ളിയിലേക്കു പോകുന്നതിനു പകരം ആ പുൽത്തകിടിയിൽ ഇരുന്നു. എൽഫ്രഡ് ഇതെല്ലാം കാണുന്നുണ്ടായിരുന്നു. സ്മിത്ത് പറഞ്ഞ 12-ൽ ഒൻപതു മിനിട്ടും കഴിഞ്ഞു. എൽഫ്രഡിനു ശരീരം നന്നായി വിറയ്ക്കുന്നുണ്ടായിരുന്നു. സ്മിത്താകട്ടെ, ഇപ്പോഴൊന്നും അവിടെനിന്ന് എഴുന്നേൽക്കുന്ന ഭാവവും കാണിക്കുന്നില്ല. നോക്കിനിന്ന് എൽഫ്രഡ് മുഷിഞ്ഞു. അവൾക്കു ദേഷ്യം വന്നുതുടങ്ങി. പറഞ്ഞിരുന്ന സമയത്തിന്റെ മുക്കാൽ മിനുട്ടുമാത്രം അവശേഷിച്ചപ്പോൾ അയാൾ പള്ളിയിലേക്കു മെല്ലെ നടന്നുതുടങ്ങി.

"വാക്കു പാലിക്കാത്തവൻ." എൽഫ്രഡ് സ്വയം പറഞ്ഞു. "ആരു കണ്ടാലും അവർ തമ്മിൽ പ്രേമമാണെന്നേ പറയൂ..... പോകുന്ന പോക്കു കണ്ടില്ലേ..... അല്ല പിന്നെ'."

"അറിഞ്ഞോ അറിയാതെയോ.....?" എൽഫ്രഡ് ആ വാചകം പൂർത്തിയാക്കിയില്ല!! അവൾ പോർച്ചിലേക്കു കയറിപ്പോയി.

“നിങ്ങൾ പറഞ്ഞയച്ച പണിക്കാരൻ ഒരു മടിയനാണല്ലോ? ഒന്നും ചെയ്യാതെ വർത്തമാനം പറഞ്ഞിരിക്കുന്നു.” എൽഫ്രഡ് പിതാവിനോടു പറഞ്ഞു.

“ഏയ് അങ്ങനെ വരില്ല.” അയാൾ അത്ഭുതത്തോടെ പറഞ്ഞു. “നേരെ തിരിച്ചാണ് മോളേ. അയാൾ ലുക്സൈല്ലൻ പ്രഭുവിന്റെ പ്രധാന ജോലിക്കാരാണ്.”

“ഓ.....” എൽഫ്രഡിനു പരുക്കൻസ്വരമായിരുന്നു. അവൾ വീണ്ടും പഴയ സ്ഥലത്തു ചെന്നു നിൽപ്പാരംഭിച്ചു. തണുപ്പ് അവളുടെ മേനിയെ പിടിച്ചുലച്ചു. സ്മിത്ത് പറഞ്ഞതുപോലെ ഒരു കളി മാത്രമായിരുന്നുവെന്ന് അവൾക്കു തോന്നി. വെറും കുട്ടിക്കളി. ഒരാൾ ടവറിനുമുകളിൽ കയറുക, തൂവാല വീശിക്കാണിക്കുക. പുതിയ സുഹൃത്തിന്റെ വാഗ്ദാനം. എന്തിന് അയാൾ കബളിപ്പിച്ചു. എൽഫ്രഡിനെ ചൊടിപ്പിച്ചു. അടിച്ച വസ്തുവിന്റെ കനത്തിനനുസരിച്ചായിരിക്കും അടിയുടെ വേദന. എന്നാൽ കുഞ്ഞുവേദനകൾപോലും താങ്ങാനുള്ള കരുത്ത് എൽഫ്രഡിന് ഇല്ലായിരുന്നു.

അര മണിക്കൂറോളം കഴിഞ്ഞിട്ടാണ് ആ രണ്ടു രൂപങ്ങളെ പാരപ്പറ്റിലെങ്കിലും കണ്ടത്. എന്നിട്ടും താൻ പറഞ്ഞ വാക്കുപാലിക്കാൻ സ്മിത്ത് തയാറായില്ല. ഒരു തൂവാലയും വീശാതെ അയാൾ അപ്രത്യക്ഷനായി.

സ്മിത്ത് തിരികെ വന്നപ്പോൾ ഉച്ചയായി. അയാളെ കണ്ടപ്പോൾ എൽഫ്രഡിനു നന്നേ ദേഷ്യം വന്നു. എന്നാൽ അവൾ അടങ്ങി.

“നിങ്ങളെന്നാലും വല്ലാത്ത ആളുതന്നെ. എന്നെ ആ കൊടും തണുപ്പിൽ നിർത്തിച്ചു. ഞാൻ നിന്നു തണുത്തു വിറച്ചുപോയി...”

സഹികെട്ട് ശബ്ദം താഴ്ത്തിയാണ് എൽഫ്രഡ് പറഞ്ഞത്.

“സോറി, സോറി.” സ്മിത്തിന്റെ വാക്കുകളിൽ വിഷമം.

“സോറി, ഞാനതു മറന്നു..... പാടെ മറന്നു. എന്റെ ഓർമയ്ക്കു എന്തോ തകരാറുപറ്റി. സോറി എൽഫ്രഡ്.”

“മറ്റെന്തെങ്കിലും വിശദീകരിക്കാനുണ്ടോ?”

ദേഷ്യവും വികാരവും അടക്കാനാവാതെ എൽഫ്രഡ് തന്റെ ചുണ്ടുകൾ വശ്യമായി ഒന്നു കടിച്ചുവിട്ടു.

അയാൾ കുറേനേരം നിശ്ശബ്ദനായി നിന്നു. പിന്നെ കുറ്റവാളിയുടെ കുറ്റസമ്മതംപോലെ പറഞ്ഞു.

“ഇല്ല”.......

5

ഉന്നതങ്ങളിലെ പൂക്കൾ

പ്രഭാതഭക്ഷണത്തിന്റെ നേരമായിരുന്നു അത്.

തണുപ്പകറ്റാൻ കത്തിച്ചുവെച്ച തീയിൽനിന്നും ചൂടും വെളിച്ചവും വികാരിയുടെ ഊൺമുറിയിൽ നിറഞ്ഞുനിന്നു. അവിടെനിന്നും പുറത്തേക്കു നോക്കുമ്പോൾ കാണുന്ന ദൃശ്യം അതിമനോഹരമായിരുന്നു. പ്രകൃതി സ്വയം നരച്ച നിറത്തിലൂടെ ഒരു ഛായാചിത്രമായതുപോലെ.. വലുതും ചെറുതുമായ അനേകം ചെടികളും മരങ്ങളുമെല്ലാം നരച്ച കറുപ്പുനിറത്തിൽ. അതിനു പിറകിലായി പച്ചപ്പുവിടാതെ ചില മരങ്ങൾ. അതിനു പിറകിലേക്ക് അനന്തമായി പരന്നുകിടക്കുന്ന കുന്നുകളും ദേവാലയവും അതിന്റെ ഗോപുരവും കറുത്തിരുണ്ട്. പച്ചനിറം. എല്ലാറ്റിനും പിറകിലായി ആകാശത്തിന്റെ ശോകാർദ്രമായ നരച്ച മേൽക്കൂര.

പ്രകൃതി ദുഃഖിതയാണെന്ന് തോന്നിച്ചെങ്കിലും ആ പ്രഭാതം ആരിലും ഉണർച്ചയുണ്ടാക്കുന്നതായിരുന്നു. മഴ തീരെ ഇല്ല. കുറേ ദിവസം കൊണ്ട് അങ്ങോട്ട് മഴപെയ്തിട്ടില്ല.

ഇംഗ്ലണ്ടിലെ ഗ്രാമഭംഗിക്ക് അങ്ങനെ ഒരു ഗുണമുണ്ട്. മനസിന്റെ ഏത് പ്രക്ഷുബ്ധതയും അത് ശമിപ്പിക്കും. അവിടത്തെ മഴയും മഴ തോർന്ന പ്രകൃതിയും എല്ലാം മനസിനെ ശാന്തമാക്കാൻ പോന്നതാണ്.

തീ എരിയുന്നിടത്തേക്ക് നടക്കുന്നതിനിടയിൽ ഗേറ്റ് ഇളകുന്ന ശബ്ദം കേട്ട് എൽഫ്രെഡ് കൈ ചെവിക്കു പിറകിൽവെച്ച് കാതോർത്തു.

"ഓ, Postman." അവൾ ഉറക്കെ പറഞ്ഞു. കത്തുകളുമായി എൽഫ്രെഡ് ഹാളിൽ തിരിച്ചെത്തി.

"എത്രയെണ്ണമുണ്ട്......ഉംം...... ഒരെണ്ണം സ്റ്റീഫൻ സ്മിത്തിന്. മൂന്നെണ്ണം പപ്പയ്ക്ക്. ഈ പാവം എൽഫ്രെഡിന് പൂജ്യം! നോക്കൂ പപ്പാ...., നിങ്ങൾക്ക് ഒരെണ്ണം ആരയച്ചതാണെന്ന് നോക്കിക്കേ...... ലുക്

സൈല്ലെൻ പ്രഭു! കവറു കണ്ടിട്ട് ഇതിൽ കനപ്പെട്ടതെന്തോ ഉണ്ടെന്നാണ് തോന്നുന്നത്."

"പ്രഭു എനിക്കെന്തെഴുതാനാണ് ....ഇതെന്ത് അത്ഭുതം?" എൽഫ്രഡ് പറഞ്ഞുതീരുംമുൻപെ സ്വാൻക്രോട്ട് അതിശയം പ്രകടിപ്പിച്ചു.

സ്മിത്തിനുള്ളത് അവന് കൈമാറിയിട്ട് സ്വാൻക്രോട്ട് തന്റെ കത്ത് തുറന്നു വായിക്കാനാരംഭിച്ചു. ഒരു സാധാരണക്കാരന് പ്രഭു കത്തയച്ചതിന്റെ എല്ലാ ഭാവഹാവാദികളോടെയും കൂടെത്തന്നെയായിരുന്നു വികാരിയുടെ വായന.

സ്റ്റീഫനു പക്ഷേ, വികാരിയുടേതിന് നേരെ വിപരീതമായ മുഖഭാവമാണ് കത്തുവായിക്കുമ്പോൾ ഉണ്ടായിരുന്നത്.

പേർഡി, വ്യാഴം, വൈം

പ്രിയ സ്മിത്ത്,

നിന്റെ, പള്ളിയുടെ പ്ലാൻവരയുടെ ജോലികൾ നീണ്ടുപോകുന്നതിൽ ഹ്യൂബി വലിയ ദേഷ്യത്തിലാണ്. ഒരു കാരണവശാലും ഇനിയവിടെ കൂടുതൽ ദിവസം തങ്ങാൻ പാടില്ല എന്ന് നിന്നെ എഴുതി അറിയിക്കാൻ ഏൽപ്പിച്ചിരിക്കുകയാണ്. മൂന്ന് മണിക്കൂറിനുള്ളിൽ തീർക്കാവുന്ന ജോലിയേ നിനക്കവിടെ ഉള്ളൂ എന്നാണ് ഹ്യൂബിയുടെ അഭിപ്രായം. ഒരു നല്ല സഹായിപോലും കൂടെ ഇല്ലാത്തതുകൊണ്ടാവും വൈകുന്നത് എന്നൊക്കെ ഞാൻ പറഞ്ഞുനോക്കി. ഒരു രക്ഷയുമില്ല. തുറന്നുപറയട്ടെ, ഞാനാണെങ്കിൽ ഒരാഴ്ചകൊണ്ട് ജോലിതീർത്തേനെ. നീ തിങ്കളാഴ്ച രാവിലെയെങ്കിലും മടങ്ങി എത്തിയില്ലെങ്കിൽ ഇവിടെ കാര്യങ്ങൾ കുറച്ചു പ്രശ്നം തന്നെയാവും.

വിശ്വസ്തതയോടെ,
ഡിംകിൻസ് ജെൻകിൻസ്.

"ഹൊ, ഇത് വലിയ കഷ്ടംതന്നെ" സ്മിത്ത് സ്വയം പറഞ്ഞു.

പെട്ടെന്നു തനിക്കുമേൽ വന്നുവീണ അധികാരസ്വരം അയാളെ അസ്വസ്ഥനാക്കി. തന്റെ വ്യക്തിത്വം ചെറുതാവുന്നതുപോലെ അയാൾക്ക് അനുഭവപ്പെട്ടു.

"എന്തുപറ്റി? എന്താ കഷ്ടം?" എൽഫ്രഡ് ചോദിച്ചു.

സ്മിത്ത് പെട്ടെന്നുതന്നെ വിഷമം മറച്ച്, ഒരു കലാകാരന്റെ തലയെടുപ്പോടെ പറഞ്ഞു:

"പറയാൻ വിഷമമുണ്ട്! എന്നെ ഒരു പ്രധാന ജോലിക്കായി ലണ്ടനിലേക്ക് തിരിച്ചുവിളിക്കുകയാണ്. അതാണ് എഴുത്തിൽ."

"ഏ...... എന്ത്? നിങ്ങളുടനെ മടങ്ങുകയാണെന്നോ?"

സ്റ്റീഫൻ സ്മിത്തിനടുത്തേക്കു വന്ന് അയാളെ മിഴിച്ചുനോക്കിക്കൊണ്ട് എൽഫ്രഡ് ചോദിച്ചു: "പ്രധാനപ്പെട്ട ജോലിയോ? നിങ്ങളെപ്പോലെ ഒരു ചെറുപ്പക്കാരന് എന്താണിത്ര പ്രധാനപ്പെട്ട ജോലി?"

"സത്യംപറഞ്ഞാൽ......." നുണപറയുന്നതുകൊണ്ട് സ്മിത്ത് വിക്കിക്കൊണ്ടാണ് പറഞ്ഞൊപ്പിച്ചത്.

"മി. ഹ്യൂബി എന്നോട് അദ്ദേഹത്തിന്റെ വീട്ടിലെത്താനാണ് ആവശ്യപ്പെട്ടിരിക്കുന്നത്. എനിക്കദ്ദേഹത്തെ അനുസരിച്ചല്ലേ പറ്റൂ."

"കാര്യം എനിക്കു പിടികിട്ടി. നിങ്ങൾ പറയുന്നതുതന്നെ ശരി. പറയാതെതന്നെ ഞാൻ ഊഹിച്ചു. നിങ്ങൾ ഹ്യൂബിയുടെ പങ്കുകാരനാണല്ലോ? അദ്ദേഹത്തിനു നിങ്ങളുടെ കാര്യത്തിൽ വലിയ കരുതലാണല്ലോ, അല്ലെങ്കിൽ മടക്കി വിളിക്കാനിത്ര ധൃതികാണില്ല."

സ്മിത്ത് ആകെ കുഴഞ്ഞുപോയി. ലണ്ടനിലെ ഒരു പ്രഗത്ഭനായ കലാകാരനോടൊപ്പമാണ് തന്നെ ധരിച്ചുവെച്ചിരിക്കുന്നത്. ഒരു സത്യവും ഇല്ലെങ്കിലും ആ ധാരണ സ്മിത്തിന് ഒരു പ്രോത്സാഹനമായി. മിസ്റ്റർ ഹ്യൂബി സ്വപ്നത്തിൽപ്പോലും സങ്കൽപ്പിക്കാത്ത കാര്യമാണെങ്കിലും സ്മിത്ത് വെറുതെ അങ്ങനെതന്നെയാണ് കാര്യങ്ങൾ എന്നമട്ടിൽ കുറച്ചുനേരം സ്വപ്നത്തിൽ മുഴുകിപ്പോയി. നടക്കാൻ ഒരു സാധ്യതയുമില്ലാത്ത കാര്യങ്ങളാണല്ലോ അതൊക്കെ എന്നോർത്തപ്പോൾ അയാളുടെ മുഖം വിഷാദാത്മകമായി.

എൽഫ്രഡ് അയാളുടെ ഭാവം കണ്ട് അമ്പരന്നു, സ്വാൻക്രോർട്ട് പോലും അത് ശ്രദ്ധിച്ചു.

"പോട്ടെ" സ്വാൻക്രോർട്ട് അയാളെ സമാധാനിപ്പിച്ചു. "അതിപ്പോൾ കാര്യമായിട്ട് എടുക്കേണ്ട. ജോലിയാവശ്യവുമായൊന്നുമല്ലാതെ, സ്വന്തം ഇഷ്ടത്തിന് ഇനിയും ഇവിടെ വരണം. ഒരു വിരുന്നുകാരനായിട്ട്. നിങ്ങൾ നഗരവാസികൾക്ക് സ്കൂൾക്കുട്ടികളെപ്പോലെ ഒഴിവുകാലം ഇത്ര എന്നൊക്കെ ഇല്ലെ? എന്നാണത്?"

"ആഗസ്റ്റിലാണെന്നാ തോന്നുന്നത്."

"ശരി. അപ്പൊ ആഗസ്റ്റിൽ വരണം. അപ്പൊ ഇതുപോലെ പെട്ടെന്നു മടങ്ങേണ്ട പ്രശ്നമൊന്നും വരില്ലല്ലൊ. എനിക്കാണെങ്കിൽ ഈ കുഗ്രാമത്തിൽ, നന്നായി പെരുമാറുന്ന ആരെയെങ്കിലും ഒരു കൂട്ടിന് കിട്ടിയാൽ സന്തോഷമാകും. ആ, അതുപോട്ടെ. നിങ്ങൾക്ക് ഇന്നുതന്നെ മടങ്ങണോ? വേണ്ടല്ലോ?"

"വേണ്ട. എനിക്ക് തിങ്കളാഴ്ച കാലത്തേക്ക് അങ്ങ് എത്തിയാൽ മതി."

"സന്തോഷം. അപ്പോ എന്റെ പരിപാടി നടക്കും! ഈ കത്ത് ലുക്സെല്ലെൻ പ്രഭുവിന്റേതാണ്. നിങ്ങൾക്കറിയാമല്ലോ, അദ്ദേഹമാണ് ഈ ജില്ലയുടെ അധികാരി."

"അറിയാം. എനിക്കറിയാം അദ്ദേഹത്തെ."

"ആ, അദ്ദേഹമിപ്പോൾ ലണ്ടനിലാണ്. എന്റെ ഔദ്യോഗിക ആവശ്യത്തിനു പോയതാണ്. ഭാര്യയെയും കൊണ്ടുപോയിട്ടുണ്ട്. പക്ഷേ, ഏതോ പ്രധാനപ്പെട്ട പേപ്പർ അദ്ദേഹം കൊണ്ടുപോകാൻ മറന്നുപോയി. അദ്ദേഹത്തിന്റെ ബംഗ്ലാവിൽ ചെന്ന് അതെടുത്ത് അയച്ചു

കൊടുക്കാൻ എന്നെ ചുമതലപ്പെടുത്തിക്കൊണ്ടാണ് കത്തയച്ചിരിക്കുന്നത്."

"കത്തിന്റെ കൂടെ മറ്റെന്തോകൂടി അയച്ചിട്ടുണ്ടല്ലോ? അതെന്താ?"

"ഓ, അത് അദ്ദേഹത്തിന്റെ മേശയുടെ താക്കോൽ. അതിനകത്താണത്രെ പേപ്പറിരിക്കുന്നത്. ഇത്തരം കാര്യങ്ങളൊക്കെ എന്നെയല്ലാതെ വേറെയാരെയും ഏൽപ്പിക്കുന്നത് അദ്ദേഹത്തിനിഷ്ടമല്ല. ഇത്തരം സഹായമൊക്കെ ഞാൻ മുൻപും ചെയ്തുകൊടുത്തിട്ടുണ്ട്. ഞാനെന്താ പറഞ്ഞുവന്നതെന്നുവെച്ചാൽ നമുക്ക് മൂന്നുപേർക്കുംകൂടി ഇന്നു വൈകുന്നേരം അവിടെ പോകാം. ഗ്രഗൺബായ്‌വഴി വണ്ടി ഓടിച്ചു പോയാൽ ബംഗ്ലാവിൽ പെട്ടെന്നെത്താം. ഞാൻ പേപ്പറു തെരഞ്ഞെടുക്കുന്ന നേരമത്രയും നിങ്ങൾക്കവിടെ ഇഷ്ടംപോലെ ബംഗ്ലാവു മൊത്തം കയറിയിറങ്ങി നടക്കാം. കാണാൻ ഒരുപാടുണ്ടവിടെ. വലിയ വലിയ ഹാളുകൾ, ഗോവണികൾ, വീടിനകത്ത് ഒരുക്കിയിരിക്കുന്ന ഗാലറികൾ, മനോഹരമായ അനേകം ചുമർച്ചിത്രങ്ങൾ......."

"അതെ.... ഉണ്ടുണ്ട്" സ്റ്റീഫൻ സ്മിത്ത് പറഞ്ഞു.

"നിങ്ങളവിടം കണ്ടിട്ടുണ്ടോ?"

"ആ വരുന്നവഴി കണ്ടിട്ടുണ്ട്."

"ഓ. ഞാനുദ്ദേശിച്ചത് ബംഗ്ലാവിനകത്തെ കാഴ്ചകളാണ്. പിന്നെ അവിടത്തെ പള്ളി-സെന്റ് ഇവാൻസ്. നമ്മുടെ സെന്റ് ആഗൻസ് പള്ളിയേക്കാളും പഴക്കമുണ്ട് സെന്റ് ഇവാൻസിന്. അവിടെയും ഇവിടെയും കൂടിയാണ് എന്റെ വികാരിപ്പണി എന്നറിയാമല്ലോ? രാവിലത്തെ തണുപ്പത്ത് ആ പാർക്കിനരികിലൂടെ രണ്ട് മൈൽ യാത്രചെയ്തുവേണം അങ്ങെത്താൻ, അതാ ഒരു കുഴപ്പം. ആരെങ്കിലും സഹായത്തിനുണ്ടായാലേ നടക്കൂ. ചിലപ്പോഴവിടെ ഇടവക പ്രസംഗം കേൾക്കാൻ വെറും മൂന്നോ നാലോ ആളുകളേ കാണൂ. ചുമച്ചും വലിച്ചും തണുപ്പത്ത് അങ്ങോട്ടും ഇങ്ങോട്ടും നടക്കണം. എന്നാലും ഞാൻ എങ്ങനെയും എന്നും. ആ, എൽഫ്രഡെ..... നീ തയാറാവുന്നില്ലേ? നമുക്കു പോവാം?"

എൽഫ്രഡ് എഴുന്നേറ്റു. ആ പ്രഭാതം അങ്ങനെ പിന്നിട്ടു. സ്മിത്ത് പള്ളിയുടെ ചില സ്കെച്ചുകൾകൂടി എടുക്കാനായിപ്പോയി. വികാരി മുഖത്ത് ഒരു പ്രത്യേകഭാവവുമായി അയാളെ വാതിൽവരെ അനുഗമിച്ചു. മുഖഭാവത്തിൽനിന്നുതന്നെ വികാരിക്കെന്തോ അയാളിൽനിന്നും അറിയാനുണ്ടെന്നത് വ്യക്തം.

"നിങ്ങൾക്ക് ഞങ്ങളുടെ കുടുംബപ്രാർഥനയിൽ പങ്കെടുക്കുന്നതിന് വിരോധമുണ്ടോ?" ആകാംക്ഷയോടെ വികാരി ചോദിച്ചു.

"ഒരു കുഴപ്പവുമില്ല."

"ഒരു സത്യം പറയട്ടെ...... ഞങ്ങൾക്ക് കുടുംബപ്രാർഥന നിത്യപതിവൊന്നുമല്ല! പക്ഷേ, അതിഥികൾ ഉണ്ടാവുമ്പോൾ അതെനിക്ക് നിർബന്ധമാണ്. ഏത് അതിഥി വരുമ്പോഴും ഞാൻ കുടുംബപ്രാർഥന ചൊല്ലാറുണ്ട്. നിങ്ങൾ പക്ഷേ, ഒരു അതിഥിയാണെന്ന് എനിക്ക്

തോന്നുന്നതേ ഇല്ല. ഈ വീട്ടിലെ ഒരംഗത്തെപ്പോലെതന്നെ. നിങ്ങളെ ഇങ്ങനെ കാണുമ്പോൾ എന്റെ യൗവനകാലത്തെ ഒരു കഥയാണ് എനിക്കോർമവരുന്നത്. ഓ... അതെന്തൊരു കഥയായിരുന്നു!" വികാരി സ്വയം തലകുലുക്കിക്കൊണ്ട് അടക്കിച്ചിരിച്ചു.

"അത്രയ്ക്ക് നല്ല കഥയാണോ?" സ്മിത്ത് ചെറിയ ചിരിയോടെ ചോദിച്ചു.

"അതെ. പറയാൻ..... ഏയ് ....അതു നമ്മൾ തമ്മിൽ പറയാൻ കൊള്ളില്ല."

മുറ്റവും കടന്ന് സ്മിത്ത് നടന്നുപോകുന്നതും നോക്കി, ഓർമകൾ അയവിറക്കി, ഊറിച്ചിരിച്ചുകൊണ്ട് വികാരി ആ നിൽപ്പ് കുറെനേരം തുടർന്നു.

അവർ മൂന്ന് മണിക്ക് പുറപ്പെട്ടു. സൂര്യൻ ആകാശത്തൊന്നും ദൃശ്യമായില്ലെങ്കിലും രാവിലത്തെ നരച്ച പ്രകാശം മാറി ഇപ്പോൾ അന്ത രീക്ഷം നന്നായി തെളിഞ്ഞിരുന്നു. അവർ പതുക്കെയാണ് വാഹന മോടിച്ചിരുന്നത്. നീണ്ടുകിടക്കുന്ന വഴിയിൽ കുതിരക്കുളമ്പടി വ്യക്ത മായി.... ഒരേ താളത്തിൽ കേൾക്കുന്നുണ്ട്.

ഗ്രാഗൺബായ് വഴി, ഒരുപാടു ഇടവഴികൾ കടന്ന് അവർ ആ വലിയ വീടിന്റെ ഗേറ്റിനു മുൻപിലെത്തി. ഇരട്ടത്താടിയും ഇടുങ്ങിയ കഴുത്തുമൊക്കെയുള്ള ഒരു സ്ത്രീയാണ് വന്ന് ഗേറ്റു തുറന്നത്. അവർ ക്കു പിറകിൽ ഒരു ചെറിയ ആൺകുട്ടിയും ഉണ്ടായിരുന്നു.

"പാവം കുട്ടി...... ഞാനതിനെന്തെങ്കിലും കൊടുക്കട്ടെ" എന്നു പറ ഞ്ഞുകൊണ്ട് എൽഫ്രെഡ് ധൃതിയിൽ അവളുടെ പേഴ്സു തുറന്നു. തുറ ന്നതും അതിനകത്തുനിന്നും ഒരുകൂട്ടം പേപ്പർ കഷണങ്ങൾ പുറത്തേ ക്ക് തെറിച്ചുവീണു..... കാറ്റിൽ അതെല്ലായിടത്തും പറന്നുനടന്നു.....

"കൊടുത്തു സഹായിച്ചതുതന്നെ!" സ്മിത്ത് അവളെ കളിയാക്കി.

"എന്ത് കുന്ത്രാണ്ടമാ ഇതൊക്കെ. നീയെന്തിനാ ഇക്കണ്ട കടലാ സു മുഴുവൻ പെറുക്കി പേഴ്സിലിട്ട് നടക്കുന്നത്?" സ്വാൻക്രോർട്ട് ചോദിച്ചു.

"അതൊക്കെ.... എന്റെ ചില കാര്യങ്ങളാണു പപ്പാ അതിലൊ ക്കെ." എൽഫ്രെഡ് പരിഭ്രമിച്ചു. അവളുടെ സ്വരം പതറിയിരുന്നു. സ്മിത്ത് കുതിര വണ്ടിയിൽനിന്നും ചാടി, താഴെയിറങ്ങി. കടലാസു കളെല്ലാം നടന്നു പെറുക്കിത്തുടങ്ങി. ഗേറ്റു കാവൽക്കാരിയുടെ മകനും കൂടി പെറുക്കാൻ. എല്ലാം പെറുക്കിയടുക്കി എൽഫ്രെഡിന്റെ കൈയിൽ കൊടുത്തശേഷം സ്മിത്ത് വന്ന് വണ്ടിയിൽ കയറി.

"ആ കുറിപ്പൊക്കെ എന്താണെന്നല്ലേ നിങ്ങൾ ആലോചിക്കു ന്നത്?" എൽഫ്രെഡ് ചോദിച്ചു. "ഞാൻതന്നെ പറയാം..... അതൊക്കെ എന്റെ ചില കാൽപ്പനികവിചാരങ്ങൾ ആണ്."

അവളുടെ ഭാവമാറ്റം എത്ര ശ്രമിച്ചിട്ടും അവൾക്ക് മറച്ചുപിടിക്കാ നായില്ല.

"അങ്ങനെ പറഞ്ഞാൽ...... കഥയാണോ?" സ്മിത്ത് ചോദിച്ചതൊന്നും ശ്രദ്ധിക്കുന്നില്ല എന്ന ഭാവത്തിലാണ് ഇരിപ്പെങ്കിലും സ്വാൻക്രോർട്ട് പകുതികേൾക്കുന്നുണ്ടായിരുന്നു.

"അതെ. The Court of Kellyen Castel 15-ാം നൂറ്റാണ്ടിൽ നടക്കുന്ന ഒരു പ്രണയകഥ. ഇത്തരം കഥകളൊക്കെ ഇപ്പോൾ ആരും എഴുതാറില്ല. ഇക്കാലത്ത് ഇതൊക്കെ പഴഞ്ചനുമാണ്. ഒക്കെ എനിക്കറിയാം. പക്ഷേ എനിക്കതാണ് എഴുതാനിഷ്ടം!"

"എന്നിട്ടിതീ പേഴ്സിലിട്ട് നടക്കുന്നതെന്തിനാ? വല്ല കൊള്ളക്കാരും നിന്നെ കൊള്ളയടിച്ചാലോ? ഒക്കെ പോവില്ലേ?"

"ഓ. ഇതാ എന്റെ പതിവ്. എന്താ കാര്യം എന്നുവെച്ചാൽ ഞാനീ കുതിരവണ്ടിയിൽ യാത്ര ചെയ്യുമ്പോഴാണ് മിക്ക കുറിപ്പുകളും എഴുതാറ്. അപ്പോ എന്റെ സൗകര്യത്തിന് എടുത്തെഴുതാനാണീ കടലാസുകൾ...."

"എഴുതിത്തീർന്നാൽ ഇത് എന്ത് ചെയ്യാൻ പോകുന്നു?"

"എനിക്കറിയില്ല" എൽഫ്രഡ് പറഞ്ഞു. എന്നിട്ടവൾ കടലാസുകളിലേക്കുതന്നെ മുഖം താഴ്ത്തി.

അപ്പോഴേക്കും അവർ എൻഗെൽസ്റ്റൗ ബംഗ്ലാവിന്റെ വളപ്പിനകത്ത് എത്തിക്കഴിഞ്ഞിരുന്നു. അതിപുരാതനമായ ഗേറ്റും ഉയർന്നുനിൽക്കുന്ന കമാനങ്ങളും എല്ലാം കടന്ന് അവർ, മൂന്നു വശങ്ങളിലും വരാന്തകളുമുള്ള ആ വലിയ കെട്ടിടത്തിനകത്തെത്തി. ബംഗ്ലാവിനോട് ചേർന്ന്, താരതമ്യേന ചെറുത് എന്നു തോന്നിക്കുന്ന കെട്ടിടത്തിൽ ഹെൻറി VIII-ാമന്റെ കാലത്ത് പണികഴിപ്പിച്ചത് എന്നു രേഖപ്പെടുത്തിയിട്ടുണ്ട്. പക്ഷേ, ചിത്രപ്പണികളുടേയുംമറ്റും ഭംഗികൊണ്ട് രേഖപ്പെടുത്തിയതിനോളം പഴക്കം തോന്നുന്നില്ല. ആ കെട്ടിടത്തിന്.

നീളത്തിലുള്ള കുറേയിനം വാതിലുകളുണ്ട് ആ വീടിന്. മേൽക്കൂരയിൽ വെളിച്ചം അകത്തേക്കെത്താൻ സഹായിക്കുന്ന ചില്ലുകളുള്ള കുഞ്ഞു കിളിവാതിലുകൾ, വളഞ്ഞുപുളഞ്ഞു നിൽക്കുന്ന ചിമ്മിനികൾ ആകാശത്തേക്ക് ഉയർന്നുനിൽക്കുന്നു. അവയെക്കാളും ഉയരത്തിൽ വളർന്നുനിൽക്കുന്ന മരങ്ങൾ. അവയുടെ ശിഖരങ്ങൾ ചിമ്മിനിയുടെ പുറത്തേക്ക് ഞാന്നുകിടപ്പുണ്ട്. കെട്ടിടത്തിന്റെ ഒരു വശം നിറയെ പത്തായപ്പുരകളാണ്. അവ ചെറിയ ചുമരുകൾകൊണ്ടും ജനലുകൾകൊണ്ടും വേർതിരിച്ചിട്ടുണ്ട്.

സ്വാൻക്രോർട്ടിന്, അയാൾ പറഞ്ഞതുപോലെതന്നെ ആ ബംഗ്ലാവിനകത്ത് എല്ലാ സ്വാതന്ത്ര്യവും ഉണ്ടായിരുന്നു. കേവലം അയാളെ ഏൽപ്പിച്ച ജോലി ചെയ്യാനുള്ള സ്വാതന്ത്ര്യമല്ല—ലൈബ്രറി അടക്കം സ്വകാര്യമായ എല്ലാ മുറികളും അവർ തനിയെ സ്വാതന്ത്ര്യത്തോടെ കേറി ഇറങ്ങി കണ്ടുനടന്നു. സ്വാൻക്രോർട്ട് വേഗംതന്നെ പ്രഭു ഏൽപ്പിച്ച ജോലി ആരംഭിച്ചു. പ്രഭുവിന്റെ അലമാര തുറന്ന് അദ്ദേഹം ആവശ്യപ്പെട്ട കടലാസിനായുള്ള തിരച്ചിലാരംഭിച്ചു. സ്മിത്തിനും

എൽഫ്രഡിനും പ്രത്യേകിച്ച് ഒന്നും ചെയ്യാനില്ലായിരുന്നു—അവരതിലേ വെറുതെ ചുറ്റിനടന്നു.

എൽഫ്രഡ് ഒരു ഗാലറിക്കകത്തേക്കു കടന്നു. സ്മിത്തും അവളെ അനുഗമിച്ചു. ആ വലിയ ഗാലറിയാകെ നിശ്ശബ്ദത തളംകെട്ടിനിന്നു.... നിർമാണരീതിയുടെ പ്രത്യേകതകൊണ്ട് ആ മുറിക്ക് ആ ബംഗ്ലാവിനുള്ളതിനെക്കാളും പഴക്കം തോന്നിച്ചു. നവോത്ഥാന കാലഘട്ടത്തിലെ വീടുകൾ കാണപ്പെട്ടിരുന്നതുപോലെ. മുറിയുടെ മുകൾഭാഗം മകുടങ്ങൾപോലെ. അവിടെനിന്നും താഴോട്ട് വളച്ചുപണിത മേൽക്കൂര വളഞ്ഞുപുളഞ്ഞ ദൃശ്യം. അക്കാലത്തെ കെട്ടിടനിർമാണരീതിയുടെ ഒരു തികഞ്ഞ മാതൃക. വലിയ ജനൽവാതിലുകൾക്കിരുവശവും ചുമരിൽ 'ഗൊത്നിക്ക്' കാലഘട്ടത്തിലേതുപോലെ മൃഗങ്ങളുടെ തൊലിക്കുള്ളിൽ മറ്റെന്തെങ്കിലും നിറച്ച് അവയുടെ രൂപങ്ങളാക്കിവച്ചിരിക്കുന്നു. അതിപുരാതനമെങ്കിലും എല്ലാം പുത്തനെന്നപോലെ തിളങ്ങുന്നു.

എൽഫ്രഡ്, ഗാലറിയുടെ ഒത്ത നടുക്ക് 'ഹോൻബിയർ' 'ക്നെല്ലർ', 'ലെലി' തുടങ്ങിയ ചുമർച്ചിത്രങ്ങളിൽ കണ്ണുനട്ട് ലുക്സെല്ലെൻ സമൂഹത്തിന്റെ മൊത്തം വികാരവും ആവാഹിച്ചെടുത്തിട്ടുണ്ടെന്നപോലെ വിഷാദമൂകയായി നിന്നു. ഗാലറിയുടെ ഒരറ്റത്തുനിന്ന സ്മിത്ത് അവളെത്തന്നെ ഉറ്റുനോക്കി. ആ മുറിയിൽ തങ്ങിനിന്ന മൗനം ആരോ വാതിൽ തുറക്കുന്ന ശബ്ദംകേട്ടു ഭേദിക്കപ്പെട്ടു.

രണ്ട് ചെറിയ പെൺകുട്ടികൾ..... ലളിതമെങ്കിലും കുലീനമായ വേഷം. തിളങ്ങുന്ന കണ്ണുകൾ, കെട്ടിയൊരുക്കിയ മുടി കഴുത്തിനു ചുറ്റും തത്തിക്കളിക്കുന്നു. ചുവന്ന ചുണ്ടുകളിൽ സന്തോഷം നിറഞ്ഞ ചിരി......

"ഹായ്..... നിങ്ങൾ വന്നത് ഞങ്ങളറിഞ്ഞു..... ഇന്നു മടങ്ങിപ്പോവല്ലേ എൽഫ്രഡ്..... ഞങ്ങളുടെ പ്രിയപ്പെട്ട ചെറിയമ്മയല്ലേ..... നല്ല ചെറിയമ്മയല്ലേ ഇന്നു പോവോ? ഞങ്ങളുടെ അമ്മ ലണ്ടനിൽ പോയിരിക്കുകയാ..." ഒരാൾ പറഞ്ഞു.

"ഞാനൊരു ഉമ്മ തരട്ടെ ചെറിയമ്മാ?...." അടുത്തയാൾ കൊഞ്ചി. അവൾ മൂത്തവളെപ്പോലെതന്നെ ഉണ്ട് കാഴ്ചയ്ക്ക്. മൂത്ത കുട്ടിയുടെ ഒരു ചെറിയ പതിപ്പ്!

ആ രണ്ടു കുട്ടികളുടെയും ചുവന്ന കവിളുകളും സ്വർണത്തലമുടിയുമെല്ലാം ഞൊടിയിടയിൽ എൽഫ്രഡിന്റെ ഉടുപ്പിന്റെ ഞൊറിവുകൾക്കുള്ളിലായി. എൽഫ്രഡ് അവരെ സ്നേഹപൂർവം വാരിയണച്ചു.

"ഇവരിങ്ങനെയാണ് സ്മിത്ത്...." എൽഫ്രഡ് ചിരിയോടെ സ്മിത്തിനോടായി പറഞ്ഞു "ചെറിയമ്മ എന്നും പറഞ്ഞ് ഇവരെന്നെ അങ്ങ് സ്വന്തമാക്കിയിരിക്കുകയാണ്. എനിക്കിവരെയും വലിയ ഇഷ്ടമാണ് കേട്ടോ. ചിലപ്പോൾ ഇവർക്കുവേണ്ടി ഞാൻ ലുക്സെല്ലെൻ പ്രഭ്വിയുടെ വേഷവിധാനങ്ങൾവരെ എടുത്ത് ധരിക്കാറുണ്ട്......"

ലുക്സെല്ലെൻ പ്രഭുവിന്റെ രണ്ടു പെൺമക്കൾ--മേരിയും

കൈറ്റും ആണ് അത്. അവർ പറഞ്ഞതുപോലെതന്നെ അവരുടെ അച്ഛനും അമ്മയും അവരെ ഇവിടെ തനിച്ചാക്കിയാണ് ലണ്ടനിലേക്ക് പോയിരിക്കുന്നത്. ഇപ്പോൾ അവർ വേലക്കാരിയുടെയും മറ്റും സംരക്ഷണത്തിലാണ്.

തങ്ങളിലും മുതിർന്ന വ്യക്തി എന്ന നിലയ്ക്കല്ലാ കളിക്കൂട്ടുകാരി എന്ന മട്ടിലാണ് കുട്ടികൾ എൽഫ്രെഡിനോട് പെരുമാറുന്നത്. എവിടെ വെച്ച് കണ്ടാലും വീട്ടിനകത്തോ പുറത്തോ..... ഞായറാഴ്ചയോ, പ്രവൃത്തിദിവസമോ.... എന്നായാലും എൽഫ്രെഡിനെക്കണ്ടാലുടൻ അവരിരുവരും അവളെ കെട്ടിപ്പിടിക്കും ഉമ്മവെയ്ക്കും കൂടെക്കളിക്കും. ഇങ്ങനെ, ഇടയ്ക്കിടെ വീട്ടിൽ തനിച്ചാവുന്നതുകൊണ്ട് അവർക്ക് എൽഫ്രെഡിനോടുള്ള അടുപ്പം കൂടിക്കൂടി വന്നു.

അവരെ നോക്കാൻ ചുമതലപ്പെടുത്തിയിട്ടുള്ള വേലക്കാരിയുടെ മുഖം വാതിൽക്കൽ പ്രത്യക്ഷപ്പെട്ടതും ആ കുഞ്ഞുങ്ങളുടെ സന്തോഷം അസ്തമിച്ചു.

"....ചെറിയമ്മ ഇവിടെത്തന്നെ താമസിക്ക്.. അതാ എനിക്കിഷ്ടം." മേരി സങ്കടപ്പെട്ടു.

"എനിക്കും." കൈറ്റും കരച്ചിലിന്റെ വക്കത്തെത്തി.

"അമ്മ ഞങ്ങളുടെകൂടെ കളിക്കാനേ കൂടില്ല. അമ്മ ചെറുപ്പത്തിൽ കളിച്ചിട്ടൊന്നും ഇല്ലെന്നാ തോന്നുന്നത്.... ചെറിയമ്മ ഇനി എന്നാ ഞങ്ങളെ കാണാൻ വര്വാ? "രാത്രി ഇവിടെ ഉറങ്ങാൻ വരുമോ? അങ്ങനെ വരുന്നതാ ഞങ്ങൾക്ക് ഇഷ്ടം..."

"വരാം. അമ്മ സമ്മതിക്കട്ടെ, അപ്പോൾ ഞാൻ വരാം. നിങ്ങളുടെ കൊതിതീരുവോളം കൂടെത്താമസിച്ച് കളിക്കാം..... പോരെ? ഇപ്പോൾ ചെല്ല്.... നിങ്ങൾ പൊയ്ക്കൊള്ളൂ..... ഗുഡ് ബൈ......."

അവരെ ജയിൽപ്പുള്ളികളെപ്പോലെ അകത്തേക്കു കൊണ്ടുപോയി. എൽഫ്രെഡ് സ്മിത്തിനെത്തിരഞ്ഞു ഗാലറിയിൽ നിൽപ്പുണ്ടായിരുന്നു. അയാളെ അവിടെയെങ്ങും കണ്ടില്ല. അച്ഛന്റെ അടുത്ത്, ലൈബ്രറിയിലേക്ക് പോയിക്കാണും എന്നു കരുതി എൽഫ്രെഡ് അവിടേക്കു ചെന്നു. മെഴുകുതിരിയുടെ വെട്ടത്തിലിരുന്ന് ഉത്സാഹത്തോടെ ഓരോ കെട്ട് ഫയലുകളുമെടുത്ത് തിരഞ്ഞുകൊണ്ടിരിക്കുന്ന സ്വാൻക്രോർട്ടിനെ മാത്രമേ അവിടെ കണ്ടുള്ളൂ.

അവന്റെ സാമീപ്യം അൽപ്പനേരത്തേക്കുപോലും നഷ്ടപ്പെടുത്താൻ എൽഫ്രെഡ് ആഗ്രഹിച്ചില്ല. എൽഫ്രെഡിന്റെ കണ്ണുകൾ ആ യുവാവിന്റെ മനോഹരമായ രൂപം തേടിക്കൊണ്ട് ഗോവണികളിലും വരാന്തകളിലും പരതി......

പകൽവെളിച്ചം ഉണ്ടെങ്കിലും വരാന്തകളും ഇടനാഴികളും കനത്ത നിഴലിൽ നിശ്ചലമായി ആളനക്കങ്ങളില്ലാതെ മൂകമായിക്കിടന്നു. അനക്കമറ്റു കിടക്കുന്ന ആ ഇടനാഴികളിൽനിന്നാൽ ആരെയും പെട്ടെന്നു കാണാം; വെളിച്ചം കടന്നുവരുന്ന ഒരു വാതിൽ എൽഫ്രെഡ്

തള്ളിത്തുറന്നു. അത് തുറന്നിറങ്ങുന്ന ചെറിയ വരാന്തയ്ക്കപ്പുറം മറ്റൊരു മുറിയിലേക്കുള്ള വാതിലാണ്. ആ വാതിലിന്റെ പകുതിയിൽ നിന്നും മുകളിലേക്ക് ചില്ലുകൊണ്ടുള്ളതാണ്.

ആ ചില്ലുവാതിലിനപ്പുറം ആകെ ആശയക്കുഴപ്പത്തിലാക്കുന്ന, വിചിത്രമായ ഒരു കാഴ്ച എൽഫ്രെഡ് കണ്ടു. അവളിറങ്ങിനിൽക്കുന്ന വരാന്തയും ആ ചില്ലുവാതിലിനപ്പുറത്തെ ഭാഗവും ആ കെട്ടിടത്തിന്റെ രണ്ട് അറ്റങ്ങളാണ്. നടുക്ക് ചെറിയൊരു മുറ്റം ഉണ്ടെങ്കിലും വാതിൽ ചില്ലിട്ടതായതുകൊണ്ട് അപ്പുറത്തെ കാഴ്ചകൾ നന്നായിക്കാണാം. ആ മുറിയിലാണെങ്കിൽ നല്ല പ്രകാശവും ഉണ്ട്.

രൂപംകൊണ്ട് ഒരു പുരുഷന്റേത് എന്നു തോന്നിച്ച ഒരു നിഴലാണ് ആദ്യം കണ്ടത്. അത് സ്മിത്താണെന്ന് എൽഫ്രെഡിന് ആദ്യമേ പിടികിട്ടി. കൈ ഉയർത്തിപ്പിടിച്ചിരിക്കുന്നു. കൈയിൽ എന്തോ ചുരുട്ടിപ്പിടിച്ചിട്ടുണ്ട്. ഉടനെതന്നെ മറ്റൊരു നിഴൽകൂടി കണ്ടു. അവന്റെ അടുത്തേക്കുവന്ന ആ രൂപം ഒരു സ്ത്രീയുടേതാണ്. അവൾ പിറകുവശം സ്മിത്തിനോട് ചേർന്നുനിന്നു. അവൻ കൈവശമുണ്ടായിരുന്ന വസ്തു—ഒരു ഷാളോ മറ്റോ ആണെന്നു തോന്നി; നിവർത്തി പതിയെ ആ സ്ത്രീയുടെ ചുമലുകളിൽ പുതച്ചുകൊടുത്തു. പിന്നെ സ്മിത്ത് ആ സ്ത്രീക്ക് മുൻപിലേക്ക് വന്നു. അവൻ അവളെ ചുംബിച്ചുവോ? ഏയ്..... ഇല്ല. പക്ഷേ ആ ചലനം ചുംബനം പോലെതന്നെ ആയിരുന്നില്ലേ? ആ നിഴലുകൾ ഒരു നിമിഷം പരസ്പരം ചേർന്നുനിന്നില്ലേ?...... പെട്ടെന്ന് അവരെ കാണാതായി.

രണ്ടുമൂന്ന് മിനിട്ടുകൾ കഴിഞ്ഞുപോയി.

“ഹായ് എൽഫ്രെഡ്.... ഹൊ, അവസാനം കണ്ടെത്തി. എത്ര നേരമായി ഞാൻ നിന്നെ തിരക്കി നടക്കുന്നു?” ശബ്ദം അവൾക്ക് തൊട്ടുപിറകിൽ നിന്നാണ്. സ്റ്റീഫൻ സ്മിത്ത്! അവൻ അവൾ നിൽക്കുന്നിടത്തേക്ക് ഇറങ്ങിവന്നു.

“ഈ വീട്ടിൽ നിങ്ങൾക്കാരെങ്കിലും പരിചയക്കാരുണ്ടോ?” എൽഫ്രെഡ് ചോദിച്ചു.

“ഏയ് ആരുമില്ല. എങ്ങനെ ഉണ്ടാവാൻ?” സ്മിത്ത് മറുപടി പറഞ്ഞു.

6

അൽപ്പകാലത്തേക്ക് വിട

സ്മിത്ത് പറഞ്ഞുനിർത്തിയതും അപ്പുറത്തെ കെട്ടിടത്തിനകത്ത് ഏതോ വാതിൽ തുറന്ന് അടഞ്ഞ ശബ്ദം എൽഫ്രഡ് കേട്ടു. അത് തൊട്ടുമുൻപ് സ്മിത്തിനെ കണ്ട മുറിയുടെ വാതിലാണ്. അസ്തമയ സൂര്യന്റെ വെളിച്ചത്തിൽ, ഒരു രൂപം കല്ലു പാകിയ വഴിയിലൂടെ പുഴ യുടെ ഭാഗത്തേക്ക് നടന്നുപോകുന്നതും എൽഫ്രഡ് കണ്ടു. ആണോ പെണ്ണോ എന്ന് എൽഫ്രഡിനൊട്ടും വ്യക്തമായില്ല. രൂപം നടന്നു മര ങ്ങൾക്കിടയിൽ മറഞ്ഞു.

അകത്തുനിന്നും സ്വാൻക്രോർട്ട് അവരെ ഉറക്കെ വിളിച്ചു. അവരി രുവരും തിരിച്ചുനടന്നു. സ്വാൻക്രോർട്ട് തൊപ്പിയും ധരിച്ച് ഊന്നുവടി കൈയിലെടുത്ത് പോവാനായി അവരെ കാത്തുനിൽക്കുന്നു. തിര ഞ്ഞത് കണ്ടുപിടിച്ചുവെന്ന് മുഖത്തെ സന്തോഷത്തിൽനിന്നുതന്നെ വ്യക്തം. അവർ ഉടൻതന്നെ വാഹനത്തിൽ കയറി, പതിയെ ആ ബംഗ്ലാ വിന്റെ ഗേറ്റു കടന്നു പുറത്തേക്കുവന്നു. മരശിഖരങ്ങൾക്കിടയിലൂടെ ആകാശത്ത് പ്രകാശിച്ചുതുടങ്ങിയ നക്ഷത്രങ്ങളെ കാണാം....

ആ യുവാക്കൾ നിശ്ശബ്ദരായിരുന്നു. എൽഫ്രഡ് സ്മിത്തിന്റെ മന സുവായിക്കാനുള്ള ശ്രമത്തിലായിരുന്നു. തനിക്ക് പുതിയ അനുഭവ ങ്ങൾ പകർന്നുതന്ന ഒരു യുവാവ്, അച്ഛനെക്കാണാൻ ബിസിനസ് ആവ ശ്യത്തിന് ലണ്ടനിൽനിന്നും വന്ന ആൾ, സന്ദർഭവശാൽ എൻഡെൽ സ്റ്റൗ ബംഗ്ലാവിലെത്തി... അപ്പോഴേക്കും അവിടെക്കണ്ട ഒരു സ്ത്രീയു മായി ഇത്ര അടുപ്പം?.... വെറും അര മണിക്കൂറിനകം?

അവർ നിന്ന മുറി ഏതാണ്? ആലോചിച്ചുനോക്കി..... ഊഹം ശരി യാണെങ്കിൽ, അത് ലുക്സെല്ലെൻ പ്രഭുവിന്റെ ഓഫീസുമുറിയാണ്. ആ ബംഗ്ലാവിൽ വേലക്കാരികളും ശുശ്രൂഷകരുമാണ് ആകെ ഉള്ളത്....

അപ്പോൾപ്പിന്നെ? ആ സ്ത്രീ ആരാണ്? സ്മിത്ത് ഇങ്ങോട്ടിറങ്ങുമ്പോൾ ഏതെങ്കിലും തയാറെടുപ്പുകൾ നടത്തിയിരുന്നോ..... അതും അറിയില്ല. എൽഫ്രഡിന് ആകെക്കൂടി ഊഹിച്ചെടുക്കാൻ കഴിഞ്ഞ ഒരേ ഒരു കാര്യം; ആ കണ്ടുമുട്ടൽ നേരത്തേ പറഞ്ഞുറപ്പിച്ചതാവാനിടയില്ല—യാദൃച്ഛികം മാത്രമാവാനേ തരമുള്ളൂ എന്നതാണ്. പൊതുവെ സ്ത്രീകൾ എല്ലാ കാര്യവും ചുഴിഞ്ഞ് അന്വേഷിക്കുന്നവരാണ്. എൽഫ്രഡും ആ ഒരൊറ്റ കാര്യംതന്നെ പേർത്തും പേർത്തും ചിന്തിച്ചുകൊണ്ടിരുന്നു. ഒടുവിൽ താനത്ര മോശം സ്ത്രീയൊന്നുമല്ലല്ലോ എന്ന് എൽഫ്രഡ് സ്വയം സമാധാനിച്ചു. തന്നിലും താഴേക്കിടയിലുള്ളവരുമായിപ്പോലും കണ്ടയുടനെ പ്രേമം നടിക്കുന്ന തരം ആളൊന്നുമല്ല സ്മിത്ത് എന്ന് എൽഫ്രഡിന് ഉറപ്പുണ്ടായിരുന്നു.... നല്ല രീതിയിൽ, മാന്യമായി, ഉയർച്ച ആഗ്രഹിക്കുന്ന മനസാണ് സ്മിത്തിന്. എല്ലാ പ്രണയപാരവശ്യങ്ങളോടുംകൂടി സ്മിത്തിനെക്കുറിച്ചുതന്നെ ചിന്തിച്ചുചിന്തിച്ചു എൽഫ്രഡ് ആകെ കുഴഞ്ഞുപോയി.

ആ ഇടവകയുടെ കിഴക്ക്, പടിഞ്ഞാറ് ഭാഗങ്ങളെ തമ്മിൽ ബന്ധിപ്പിക്കുന്ന പാലത്തിനു മുകളിൽ എത്തിയിരുന്നു അപ്പോഴവരുടെ വാഹനം. ഇനി താഴ്വാരത്തിലൂടെയാണ് യാത്ര..... ദൂരെ, കടലിന്റെ നീലിമ കാണാവുന്ന ഒരു താഴ്വാരം. അവിടെനിന്നും കുത്തനെ കയറ്റം കയറിച്ചെന്നാൽ കിഴക്കെ എൻഡൽസ്റ്റൗ എത്തും, അവിടെയാണ് വികാരിയുടെ വീട്. പ്രത്യേകിച്ച് ആവശ്യമൊന്നും ഇല്ലെങ്കിലും ഇതുവഴി പോകുമ്പോഴെല്ലാം ഇവിടെ ഒന്ന് നിർത്തി കുതിരയ്ക്ക് സ്വൽപ്പനേരം വിശ്രമം കൊടുക്കൽ വികാരിയുടെ ഒരു പതിവാണ്. ഒരു വഴിപാട് എന്നപോലെ, ഒട്ടും ഉത്സാഹമില്ലാതെ എൽഫ്രഡും ഇറങ്ങി.

എങ്ങനെയെങ്കിലും അവളെക്കൊണ്ട് ഒന്ന് സംസാരിപ്പിക്കണം എന്ന് കരുതിത്തന്നെയാണ് സ്മിത്ത് വാഹനത്തിൽനിന്നും ഇറങ്ങിയത്.

"എന്തേ എൽഫ്രഡ്? നീ എന്ത് ചെയ്യുന്നു?"

"ഓ..... ഒന്നും ചെയ്യാനില്ല." അവളുടെ ശബ്ദം തണുത്തിരുന്നു. നിഴലുപോലെ കണ്ട ആ കാഴ്ച അവളെ അസ്വസ്ഥപ്പെടുത്തിക്കൊണ്ടേ ഇരുന്നു.

എൽഫ്രഡിന്റെ പിണക്കം മനസിലാക്കിക്കൊണ്ട് സ്മിത്ത് കുറച്ചുനേരം ഒറ്റയ്ക്ക് നടന്നു. ഇത് എല്ലാ പെൺകുട്ടികളും കാണിക്കാറുള്ള ഒരുതരം അടവാണെന്നു സ്മിത്തിന് തോന്നി..... അയാൾ പതുക്കെ അവളോടൊപ്പമാക്കി നടത്തം. എന്നിട്ട് കയറ്റം കയറാൻ സഹായിക്കാനായി തന്റെ കൈ നീട്ടിക്കൊടുത്തു.

എൽഫ്രഡിന് അതൊരു പ്രലോഭനമായി. ഇതാദ്യമായാണ് ഒരു പുരുഷൻ അവളെ ഒരു സ്ത്രീയെന്ന നിലയ്ക്ക് സമീപിക്കുന്നത്. വേണമെങ്കിൽ അവൾക്ക് ആ ക്ഷണം നിരസിക്കാം. "നിന്റെ കൈയിങ്ങ് താ മോളേ," "എന്റെ കൈയൊന്ന് പിടിച്ച് സഹായിക്ക് എൽഫ്രഡ്." എന്നൊക്കെ അച്ഛൻ പറയുന്നതല്ലാതെ ഒരു ആളും പുരുഷനെന്ന

നിലയ്ക്ക് അവളുടെ കരം കവർന്നിട്ടില്ല. എൽഫ്രഡിന്റെ അപക്വമായ മനസിലൂടെ ഒരുപാടു ചിന്തകൾ കടന്നുപോയി. കൈ കൊടുക്കണോ വേണ്ടയോ എന്ന് എൽഫ്രഡ് ഒരു നിമിഷം ചിന്തിച്ചു. പിന്നെ അയാളെ ഒന്ന് വേദനിപ്പിക്കാൻവേണ്ടി കരുതിക്കൂട്ടിത്തന്നെ അവളാ ക്ഷണം നിരസിച്ചു.

"നോ താങ്ക്സ്. എനിക്ക് ഒറ്റയ്ക്ക് കേറാനറിയാല്ലോ."

സ്മിത്തിന്റെ ഉള്ളിലുള്ള കാമുകനെ നിഷേധിക്കാൻ എൽഫ്രഡ് നടത്തിയ ഒരു ചെറിയ ശ്രമമായിരുന്നു അത്. പക്ഷേ, ഇങ്ങനെയൊക്കെ പറഞ്ഞാൽ താനൊരു നിഷേധിയാണെന്ന് സ്മിത്ത് വിചാരിക്കും എന്നോർത്തപ്പോൾ ഉടനെ അവൾ പറഞ്ഞത് പിൻവലിക്കുകയും ചെയ്തു.

"അല്ലെങ്കി, കൈയിങ്ങ് തന്നോളൂ."

അവർ വണ്ടിയുപേക്ഷിച്ച്, പതിയെ നടന്ന് കുന്നു കയറിത്തുടങ്ങി.

"നീയെന്താ എൽഫ്രഡ്, ഒന്നും മിണ്ടാത്തത്?"

"നിങ്ങളും ഒന്നും മിണ്ടുന്നില്ലല്ലോ?"

"ഞാൻ മിണ്ടാതിരിക്കുന്നതിന് എനിക്ക് കാരണങ്ങളുണ്ട്."

"എന്ത് കാരണം? എന്തെങ്കിലും ദുഃഖങ്ങളുണ്ടാകുമ്പോഴാണ് ആളുകൾ പൊതുവെ മൗനികളാവുക. നിങ്ങൾക്ക് ഒരു ദുഃഖവുമില്ല ല്ലോ... പിന്നെന്താ?"

"എനിക്കും സങ്കടങ്ങളുണ്ട്. നിനക്കറിയാഞ്ഞിട്ടാണ്. സങ്കടമല്ല; ഒരുതരത്തിൽ പറഞ്ഞാൽ ആശയക്കുഴപ്പം....."

"എന്ത് ആശയക്കുഴപ്പം?" എൽഫ്രഡ് പെട്ടെന്നു ചോദിച്ചു.

"പറയാം...... ഞാൻ....." സ്മിത്ത് പരിഭ്രമിച്ചു.

"ഒരുപക്ഷേ, ഞാനതുപറഞ്ഞാൽ..... അതോടെ....."

അവൾ പിണക്കത്തോടെ തന്റെ കൈക്കുള്ളിൽനിന്നും സ്മിത്തിന്റെ കൈ തട്ടിത്തെറിപ്പിച്ചു. ഒരാളുടെ സ്വകാര്യത കൂടുതൽ കുത്തിച്ചോദിക്കുന്നത് മര്യാദകേടാണല്ലോ എന്നോർത്ത് എൽഫ്രഡ് ആ സംസാരം അവിടെ അവസാനിപ്പിച്ചു.

"എനിക്ക് അതൊന്നും അറിയണം എന്ന് ഒരു നിർബന്ധവുമില്ല സ്മിത്ത്. ഒട്ടും ആഗ്രഹവുമില്ല. പോവാം നമുക്ക്? വണ്ടി നമ്മളെക്കാത്തു നിൽക്കുന്നു." പറഞ്ഞുകൊണ്ട് എൽഫ്രഡ് തിരിഞ്ഞു നടക്കാനാരംഭിച്ചു. അവൾ വണ്ടിയുടെ മുൻവശത്തെത്തി.

"നോക്കൂ പപ്പാ, ഇത് ഞാനാണ് എൽഫ്രഡ്" ചാരിക്കിടന്ന് ഉറങ്ങുന്ന വികാരിക്കടുത്തേക്ക് നീങ്ങിനിന്നുകൊണ്ട് എൽഫ്രഡ് പറഞ്ഞു. സ്മിത്തിന്റെ സഹായത്തിനു കാക്കാതെ അവൾ അയാളെ താങ്ങി എഴുന്നേൽപ്പിച്ചു.

"ആ......" നല്ല ഉറക്കത്തിലായിരുന്ന വികാരി മൂരിഞ്ഞെളിഞ്ഞുകൊണ്ട് എഴുന്നേറ്റു.

"എന്താ പപ്പാ ഇത്? നമ്മൾ വീട്ടിലെത്തിയിട്ടില്ല ഇപ്പോഴും!"

"ഇല്ല.....ഇല്ല. എത്തിയിട്ടില്ല."

അയാൾ ഒന്നും സംഭവിക്കാത്തതുപോലെ വേഗം പഴയ സ്ഥാനത്തുതന്നെ ഇരിപ്പുറപ്പിച്ചു.

"ഞാൻ ഒരു ധ്യാനത്തിൽ മുഴുകിപ്പോയി. ഉറങ്ങിയൊന്നുമില്ല. നമ്മൾ എവിടെയാ നിൽക്കുന്നുവെന്നുപോലും മറന്നുപോയ ഒരു ധ്യാനം!" പറഞ്ഞു തീർന്നു വികാരി വീണ്ടും കോട്ടുവായിട്ടു!

അത് സ്മിത്തിന്റെ എൻഡെൽസ്റ്റൗവിലെ അവസാനത്തെ വൈകുന്നേരമാണ്. 'ഇനിയും വരണേ' എന്ന് വികാരി അയാളോട് വീണ്ടും വീണ്ടും പറഞ്ഞു. അതുംകൂടി കേട്ടപ്പോൾ സ്മിത്തിന് ആകെ വിഷമമായി.

സൂര്യൻപോലും ഉദിച്ചുപൊങ്ങാൻ മടിച്ചുനിൽക്കുന്ന; മ്ലാനമായ നരച്ച വെളിച്ചം പരന്നുതുടങ്ങിയ ആ പ്രഭാതത്തിൽ സ്മിത്ത് എൻഡെൽസ്റ്റൗവിനോട് താൽക്കാലികമായി വിട ചോദിക്കാനൊരുങ്ങി. എൽഫ്രഡ് രാത്രിമുഴുവനും അവളുടെ കിടക്കയിൽ ഉറക്കം കിട്ടാതെ തിരിഞ്ഞുമറിഞ്ഞു കിടന്നാണ് നേരം വെളുപ്പിച്ചത്. രാവിലെ സ്മിത്തിനെ യാത്രയാക്കാൻ പോകുന്നതൊക്കെ മറന്നുപോകുമോ എന്നവൾ വേവലാതിപ്പെട്ടു. അതിനേക്കാളും അവളെ വേവലാതിപ്പെടുത്തിയത് തന്റെ ഹൃദയത്തിൽ പ്രണയത്തിനു വിത്തുപാകിയ തിളങ്ങുന്ന കണ്ണുകളും ചുരുളൻതലമുടിയുമുള്ള ആ ചെറുപ്പക്കാരന്റെ വേർപാടായിരുന്നു. ഉദയത്തിനു മുൻപെ അവർ പ്രാതൽ കഴിച്ചു. സ്വാൻക്രോർട്ട് തന്റെ പ്രിയപ്പെട്ട വിരുന്നുകാരനെ യാത്രയാക്കാനായി അന്ന് നേരത്തേ തന്നെ എഴുന്നേറ്റിരുന്നു. വില്യം വോം മുടിചീകിയൊതുക്കി യാത്രയ്ക്കൊരുങ്ങുന്നു. എൽഫ്രഡ് അസ്വസ്ഥതയോടെ പതുക്കെ പുറത്തോട്ടിറങ്ങി. വേനൽക്കാലവസതിയിലേക്ക് നടന്നു. പിറകെ സ്മിത്തും ഇറങ്ങി അങ്ങോട്ടു വന്നു. അവൻ അവളുടെ പിറകിലായി വന്നുനിന്നു. അവിടെ നിന്നാൽ താഴ്വാരത്തിന്റെ വിദൂരദൃശ്യം കാണാം. മഞ്ഞുപാളികൾ തെന്നിനീങ്ങുന്നുണ്ട്. അവിടെ, മഞ്ഞ് ചിലപ്പോൾ അവിടെക്കൂടി ഒഴുകുന്ന അരുവിയെക്കൂടി മറച്ചുകളയുന്നു.

ചെടികൾകൊണ്ടുള്ള ചെറിയ അതിരിന്മേൽ ചാരിനിന്നുകൊണ്ട് അവർ രണ്ടുപേരും നിശ്ശബ്ദമായി ആ കാഴ്ച കണ്ടു കുറേനേരം നിന്നു. വേലിപ്പുറത്ത് പലതരം വള്ളികൾ പൂക്കളും കായ്കളുമായി പടർന്നു പിടിച്ച് കിടക്കുന്നു. ദൂരെക്കാണുന്ന കുന്നുകളെക്കുറിച്ച് എൽഫ്രഡ് യാന്ത്രികമായി സംസാരിച്ചുകൊണ്ടിരുന്നു. സ്മിത്ത് അവളെ ശ്രദ്ധിക്കുന്നു എന്ന മട്ടിൽ വെറുതെ കേട്ടുനിന്നു..... അയാളുടെ മനസ്സ് വേറെ എവിടെയോ ആണ്.

"ശരി. ഗുഡ് ബൈ." സ്മിത്ത് പെട്ടെന്നു പറഞ്ഞു. "നിന്നെ ഞാനിനി ഒരിക്കലും കാണില്ല. എൽഫ്രഡ്...... വികാരി ക്ഷണിച്ചിട്ടുണ്ടെങ്കിലും...... ഞാൻ വരില്ല ഒരിക്കലും."

അയാളുടെ സങ്കടം എൽഫ്രഡിനെ ഇളക്കിമറിച്ചു. ചില സ്വകാര്യ

തകൾ അയാൾ പറയാൻ മടിച്ചതൊക്കെ എൽഫ്രഡ് എപ്പോഴേ ക്ഷമിച്ചിരുന്നു. എന്തിനാണെന്നറിയില്ല, അവൾക്ക് ആ നേരത്ത് ചെറിയ നാണം വരുന്നുണ്ടായിരുന്നു. സ്മിത്തിന്റെ മുഖത്തു നോക്കാതെ എൽഫ്രഡ് പറഞ്ഞു.

"വരണം സ്മിത്ത് നിങ്ങൾ വരണം." ആ ശബ്ദം അതിമനോഹരമായിരുന്നു.

"വരാൻ എനിക്കിഷ്ടമാണ്..... പക്ഷേ, നിന്റെ നന്മയ്ക്ക് ഞാൻ വരാത്തതാണ് നല്ലത്."

"അതെന്താ?"

"എന്റെ കാര്യങ്ങൾ അങ്ങനെയൊക്കെയാണ്..... ചില കാര്യങ്ങൾ .... എനിക്ക് ഒന്നും പ്രശ്നമല്ല. പക്ഷേ നിനക്ക്......."

"ദൈവമേ! ഞാൻ നിങ്ങളെ വിഷമിപ്പിച്ചോ?" എൽഫ്രഡിന്റെ സ്വരം ഒന്നുകൂടി മൃദുലമായി.

"ആ...... എനിക്കറിയാം, എന്താ വരാത്തത് എന്ന്. നിങ്ങൾക്കതിന്റെ ആവശ്യമില്ലല്ലോ.... നിങ്ങൾ ലണ്ടനിലേക്കല്ലേ പോകുന്നത്? അവിടെക്കാണും 'പ്രിയപ്പെട്ട' പലരും.. അല്ലേ? പിന്നെന്തിനാ ഞങ്ങൾ? എങ്ങനെ എന്നെക്കാണാൻ തോന്നും?"

"എനിക്കങ്ങനെ 'പ്രിയപ്പെട്ട' ആരുംതന്നെ പ്രത്യേകിച്ച് ഇല്ല."

"ഉം..... പെണ്ണുങ്ങൾക്ക് കത്തുകളും എഴുതി അങ്ങനെ ഇരിക്കാലൊ ഇനി......"

"നീയെന്താ ഈ പറയുന്നത്? ഞാൻ ആർക്ക് കത്ത് എഴുതിയ കാര്യമാ നീ ഉദ്ദേശിക്കുന്നത്?"

"നിങ്ങളുടെ അലമാരയ്ക്കകത്ത് ഒരു സ്ത്രീയുടെ കത്ത് ഇരിക്കുന്നത് ഞാൻ കണ്ടല്ലോ...."

"ഓ..... ഫൂ..... അത് പ്രായമായ ഒരു സ്ത്രീയാണ്. മടങ്ങിച്ചെല്ലും വരെ എനിക്കുള്ള പത്രമൊക്കെ എടുത്ത് സൂക്ഷിച്ചുവെക്കണമെന്ന് പറഞ്ഞ് എഴുതിയതാണവർക്ക്."

"ഉം..... വിശദീകരണമൊന്നും എനിക്ക് കേൾക്കണ്ട. ഞാൻ അതൊന്നും ശ്രദ്ധിക്കുന്ന കൂട്ടത്തിലും അല്ല. എന്നാലും.... നിങ്ങൾ പപ്പയെ കാണാൻ വേണ്ടിയെങ്കിലും വരില്ലേ?"

"വരാൻ എനിക്കിഷ്ടമാണ്...... നിന്നെക്കാണാൻ വരാനും എനിക്കിഷ്ടംതന്നെ...... പക്ഷേ......!"

"ആ രഹസ്യം എന്നോടുകൂടി പറയാമോ?" എൽഫ്രഡ് പെട്ടെന്ന് ചോദിച്ചു.

"ഇല്ല. ഇപ്പോൾ പറയില്ല."

"ശരി. എന്നാപ്പിന്നെ ഇനി ഞാൻ ചോദിക്കുന്ന കാര്യം പറഞ്ഞുതാ..." ഒരു ശല്യംചെയ്യലിന്റെ സുഖം ആസ്വദിച്ചുകൊണ്ട് എൽഫ്രഡ് പറഞ്ഞു. "നിങ്ങൾ എൽഡൽസ്റ്റൗ ബംഗ്ലാവിൽ വെച്ച് ഏതെങ്കിലും സ്ത്രീയെ സ്വകാര്യമായി കണ്ടിരുന്നോ? വല്ല സംഭവങ്ങളും ഉണ്ടായോ?"

സ്മിത്ത് ചെറുതായിട്ടൊന്ന് ഞെട്ടി. പക്ഷേ മറുപടി തറപ്പിച്ചാണ് പറഞ്ഞത്, ‘‘ഇല്ല.’’ തികഞ്ഞ ആത്മവിശ്വാസത്തോടെ അവളുടെ കണ്ണിൽ നോക്കിയാണ് പറഞ്ഞത്.

അവൾക്കു പക്ഷേ, ആ മറുപടി വിശ്വസിക്കാനായില്ല. എന്തായാലും അതിൽ ഒരു ദുരൂഹതയുണ്ട് എന്നുതന്നെ എൽഫ്രഡിനു തോന്നി. അത് വെറും തോന്നലല്ലായിരുന്നു........

അവർ വീട്ടിലേക്കുതന്നെ തിരിച്ചുനടന്നു. സ്മിത്ത് മുൻവാതിൽക്കലെത്തി. സ്വാൻക്രോർട്ട് ഉമ്മറത്തുതന്നെ നിൽപ്പുണ്ട്. തന്റെ തലയെപ്പറ്റി എന്തൊക്കെയോ പിറുപിറുത്തുകൊണ്ട് വോമും അവിടെത്തന്നെ നിൽപ്പുണ്ട്. എല്ലാവരും സ്മിത്തിനെ യാത്രയാക്കാൻ ഒരുങ്ങിക്കഴിഞ്ഞു.

“ആഗസ്റ്റിലല്ലേ നിങ്ങൾ വരുമെന്ന് പറഞ്ഞത്? അന്ന് വരണം.....” സ്വാൻക്രോർട്ട് ആവർത്തിച്ചു.

സ്മിത്തിന്റെ മറുപടി ധൃതിയിലായിരുന്നു. അത് അയാൾക്ക് വരാൻ ഇഷ്ടമാണ് എന്നായിരുന്നു.

“വാക്കു പറഞ്ഞാൽ പാലിക്കണം.....” അച്ഛന്റെ കൈകൾക്കിടയിലൂടെ നുഴഞ്ഞ് മുമ്പിലേക്ക് കയറി, വാതിൽ കടന്നുവന്നുകൊണ്ട് എൽഫ്രഡ് പറഞ്ഞു.

എന്തൊക്കെയോ കാരണങ്ങളുടെ പേരിൽ, ആ യുവാവ് വീണ്ടും ഒരിക്കൽക്കൂടി ആ വീട്ടിൽ ഒരു അതിഥിയായി എത്താൻ ആഗ്രഹിച്ചിരുന്നില്ല. വീണ്ടും വരാം എന്ന വാഗ്ദാനം നൽകി, അയാൾ എല്ലാവരോടും യാത്രചോദിച്ച് ചെന്ന് വണ്ടിയിൽ കയറി. ആ വാഹനം പതുക്കെ അവരുടെ കണ്ണുകളിൽനിന്നും മറഞ്ഞു.

“എന്റെ ജീവിതത്തിൽ ഈ യുവാവിനോടു തോന്നിയ അടുപ്പം എനിക്ക് വേറാരോടും തോന്നിയിട്ടേ ഇല്ല...... എന്തുകൊണ്ടാണോ ആവോ ഇത്രയ്ക്കങ്ങ് അടുത്തുപോയത്.’’ സ്വയം പറഞ്ഞുകൊണ്ട് സ്വാൻക്രോർട്ട് അകത്തേക്കു കയറിപ്പോയി.

7

പ്രണയം

പറഞ്ഞതുപോലെ സ്മിത്ത് വീണ്ടും വികാരിയുടെ വീട്ടിലെത്തി. അത്ര പ്രധാനപ്പെട്ടതൊന്നുമല്ലെങ്കിലും ജോലിസംബന്ധമായ ഒരു ചെറിയ ആവശ്യം അയാൾക്കുണ്ടായിരുന്നു. 15-ാം നൂറ്റാണ്ടിന്റെ പ്രൗഢി വിളിച്ചോതുന്ന 36 ഇരിപ്പിടങ്ങൾ ആ പള്ളിക്കകത്ത് ഉണ്ട്. പുതുക്കിപ്പണിയലിനിടെ അവയ്ക്ക് കേടുപാടുകൾ വരാൻ പാടില്ല. ഇതൊക്കെ ഒന്നുകൂടി പരിശോധിച്ച് ഉറപ്പുവരുത്താനാണ് സ്മിത്തിന്റെ ഈ വരവ്.

ഒരു സന്ധ്യനേരത്താണ് അയാൾ അവിടെ എത്തിയത്. ഇന്നലെ ത്തന്നെ തൊട്ടടുത്ത നഗരത്തിൽ അയാൾ എത്തിയിരുന്നു എന്നറിഞ്ഞ പ്പോൾ എൽഫ്രെഡിന് നിരാശ തോന്നി. ഇവിടെ തൊട്ടടുത്ത് എത്തി യിട്ടും ഇന്ന് ഈ നേരമായിട്ടാണല്ലോ ഇങ്ങോട്ടു വരാൻ തോന്നിയത്...... എങ്കിലും അയാളെ കണ്ടതിലുള്ള സന്തോഷത്തിൽ അവൾ എല്ലാം മറന്നു. സഞ്ചാരികൾക്ക് അൽപ്പനേരം വേട്ട നടത്താനുള്ള സൗകര്യ മുണ്ട് ആ തീരത്ത്. സ്മിത്തും അതാവും ചെയ്തിട്ടുണ്ടാവുക എന്ന് എൽഫ്രെഡ് കണക്കുകൂട്ടി.

അന്നത്തെ സായാഹ്നം മുഴുവൻ അവർ വെറുതെ ഓരോന്നു സംസാരിച്ചിരുന്നു. സ്വാൻക്രോർട്ട് സ്മിത്തിന്റെ വരവിന്റെ കാര്യകാരണ ങ്ങളൊക്കെ വിശദമായി അന്വേഷിച്ചറിഞ്ഞു. സ്മിത്ത് ഒന്നിനും വ്യക്ത മായ മറുപടി നൽകിയില്ല. അടുത്തദിവസം മുഴുവനും മഴയായിരുന്നു. രണ്ടു ദിവസത്തെ സ്മിത്തിന്റെ സാമീപ്യം എൽഫ്രെഡിനെ സന്തോഷ വതിയാക്കി. വൈകുന്നേരം അവർ ചെസ്സു കളിക്കാനിരുന്നു.

അവരുടെ ഭാവിയുമായി ഏറെ ബന്ധമുണ്ട് ആ കളിക്ക്.

തന്റെ എതിരാളി ഒരു തുടക്കക്കാരൻ മാത്രമാണ് എന്ന് എൽഫ്ര

ഡിന് വേഗംതന്നെ പിടികിട്ടി. കളിക്കുന്നതു കണ്ടാൽ ഒറ്റനോട്ടത്തിൽ ത്തന്നെ അയാൾക്ക് ഒരുപാടൊന്നും കളിച്ചു പരിചയമില്ലായെന്നു മനസിലാവും. എല്ലാ കളിക്കാരും എല്ലായ്പ്പോഴും എടുക്കുന്ന അടവുകൾ മാത്രമേ അയാൾക്ക് വശമുള്ളൂ. അയാളൊരു ശരാശരി കളിക്കാരൻ ആണെന്ന് എൽഫ്രഡ് പെട്ടെന്ന് വിലയിരുത്തി. കളിക്കുന്നത് നോക്കി നിന്ന് പഠിച്ചതാവണം. അധികം കളിച്ച് പരിചയമില്ല. അത് കണ്ടാൽ ത്തന്നെ അറിയാം.

"നിങ്ങളുടെ കളിക്ക് ഒരു നിലവാരവും ഇല്ലല്ലോ സ്മിത്ത്?"

"ആണോ? സോറി."

"സോറി പറയുന്നതെന്തിന്? മാപ്പുപറയാൻ തക്ക തെറ്റൊന്നുമല്ലല്ലോ കളിയറിയില്ല എന്നത്. അതു പോട്ടെ, നിങ്ങളെ ആരാ കളി പഠിപ്പിച്ചത്?"

"ആരുമല്ല. ഞാൻ ബുക്കു നോക്കി ഒറ്റയ്ക്ക് പഠിച്ചതാണ്. എന്റെ സുഹൃത്ത് നൈറ്റ് എനിക്ക് ഒരു പുസ്തകം കടം തന്നു. അതു നോക്കി സ്വയം പഠിച്ചു."

"എന്നാലും ആളുകൾ കളിക്കുന്നത് നിങ്ങൾ കണ്ടിട്ടുണ്ടാവുമല്ലോ?"

"ഇല്ല. ഞാനിതുവരെ ചെസ്സുകളി കണ്ടിട്ടില്ല. ഇതാദ്യമായാണ് ജീവനുള്ള ഒരെതിരാളി എനിക്കുണ്ടാവുന്നത്. പുസ്തകം നോക്കി ഒരു എതിരാളിയെ മനസിൽ സങ്കൽപ്പിച്ച് കളിക്കാറാണ് പതിവ്. പലതരം അടവുകൾ പുസ്തകത്തിൽ നോക്കി പഠിച്ച്, സ്വയം കളിക്കും!"

സ്മിത്തിന്റെ ഈ വെളിപ്പെടുത്തൽ എൽഫ്രഡിനെ അതിശയിപ്പിച്ചു. ഒറ്റയ്ക്ക് ഇത്രയൊക്കെ കുത്തിയിരുന്ന് വായിച്ചു പഠിക്കണമെങ്കിൽ അയാൾക്ക് കളിയോട് എന്തുമാത്രം ഇഷ്ടമുണ്ടാവും. ആ നിശ്ചയദാർഢ്യം എൽഫ്രഡിനെ കുറച്ചൊന്നുമല്ല അത്ഭുതപ്പെടുത്തിയത്. ഇതിനിടെ അവരുടെ കളി താൽക്കാലികമായി തടസപ്പെട്ടു.

സ്വാൻക്രോർട്ട് ചെസ്സുബോർഡിൽത്തന്നെ നോക്കിക്കൊണ്ട് ഇരിപ്പാണ്. എന്നാൽ മനസ്സ് മറ്റെങ്ങോ ആണെന്നു തോന്നി. എൽഫ്രഡ് എന്താണ് കളിക്കുന്നത് എന്ന് പകുതി തന്നോടുതന്നെ എന്ന മട്ടിൽ സ്വാൻക്രോർട്ട് അന്വേഷിച്ചു.

സ്വാൻക്രോർട്ട് ലാറ്റിനിലാണ് ചോദിച്ചത്. അതേ ഭാഷയിൽത്തന്നെ വന്നു സ്മിത്തിന്റെ മറുപടി.

"ആഹാ, മിടുക്കൻ." സ്വാൻക്രോർട്ട് മേശപ്പുറത്ത് കൈകൊണ്ടടിച്ച് ആഹ്ലാദം പ്രകടിപ്പിച്ചുകൊണ്ട് പറഞ്ഞു. ആ മേശയ്ക്കു ചുറ്റും അയാൾ ആനന്ദനൃത്തമാടി.

"സന്തോഷമായി. ആദ്യമായിട്ടാണ് ഞാൻ പറയുന്ന ഉദ്ധരണിയുടെ ബാക്കി പറയാനറിയാവുന്ന ഒരു മിടുക്കനെ ഞാൻ കാണുന്നത്. പറഞ്ഞു പഴകിയ ഉദ്ധരണികൾപോലും ഇപ്പോൾ ആർക്കും അറിയുകയേ ഇല്ല."

"ഇതൊക്കെ ഞാൻ സംസാരത്തിലുപയോഗിക്കാറുണ്ടല്ലോ...." സ്മിത്ത് ശാന്തസ്വരത്തിൽ പറഞ്ഞു.

"നിങ്ങളോ? കൊള്ളാം. ലോകത്ത് ഇതൊക്കെ പറയുന്ന അവസാനത്തെ വ്യക്തിയാവും നിങ്ങൾ."

എൽഫ്രഡ് വശ്യമായ ഒരു ചിരിയോടെ അവരുടെ സംസാരത്തിനിടയ്ക്കു കയറി. "അതു മുഴുവൻ ഒന്നു പറഞ്ഞേ....... അർഥവും ഒന്നു പറഞ്ഞുതാ...."

സ്മിത്ത് ആ വാക്യവും അതിന്റെ അർഥവും പൂർണമായി അവൾക്ക് പറഞ്ഞുകൊടുത്തു.

സ്കൂൾക്കുട്ടി പദ്യം ചൊല്ലുമ്പോൾ തെറ്റു വരുത്തുന്നുണ്ടോ എന്നു ശ്രദ്ധിക്കുന്ന അധ്യാപകനെപ്പോലെ സ്വാൻക്രോട്ട് അയാളുടെ ചുണ്ടനക്കങ്ങൾ നോക്കിക്കൊണ്ട് നിശ്ശബ്ദനായിരുന്നു. ചെവി തകരാറുകൊണ്ട് സ്മിത്ത് പറഞ്ഞത് കുറെയൊന്നും അയാൾക്ക് മനസിലായില്ല.

"നോക്കൂ സ്മിത്ത്, നിങ്ങളുടെ വിവർത്തനം ശരിതന്നെ, തെറ്റൊന്നുമില്ല. പക്ഷേ ഉച്ചാരണം ......അതിലെന്തോ അപാകതയുണ്ടല്ലോ." എന്നാൽ കാലഹരണപ്പെട്ട ഒരു ഭാഷയുടെ ഉച്ചാരണത്തിൽ പ്രസക്തിയൊന്നുമില്ല. എങ്കിലും നിങ്ങളുടേത്......... തെക്കുനിന്നുള്ള ആരോ ആണ് നിങ്ങളെ ലാറ്റിൻ പഠിപ്പിക്കുന്നത് എന്നാണ് എനിക്കു തോന്നുന്നത്. കേട്ടാലറിയാം അത്. ചോദിച്ചതെന്തെന്നു വെച്ചാൽ കേംബ്രിഡ്ജിലോ ഓക്സ്ഫോർഡിലോ ഉള്ള ആരെങ്കിലുമാണോ നിങ്ങളെ പഠിപ്പിച്ചത്."

"അതെ ഓക്സ്ഫോഡിൽ നിന്നുള്ള ഒരാൾ."

"നേരോ?"

"സത്യം."

"ഹോ....... ഞാൻ കേട്ടിട്ടുള്ളതിൽ വെച്ചേറ്റവും വലിയ വങ്കത്തരം....! ഓക്സ്ഫോർഡിൽനിന്നുള്ള ഒരാളുടെ ശിഷ്യൻ.... എനിക്കു വിശ്വസിക്കാൻ വയ്യ."

"ഇംഗ്ലണ്ടിലെ ഏറ്റവും ധിഷണാശാലിയായ ആ വ്യക്തിതന്നെയാണ് എന്റെ ഗുരു. സത്യം." സ്മിത്ത് തറപ്പിച്ചു പറഞ്ഞു.

"എന്നിട്ടെന്താ ഇങ്ങനെ സംസാരിക്കുന്നത്? എത്ര വർഷം പഠിപ്പിച്ചു."

"നാലു വർഷം."

"നാലു വർഷം?"

"അതിലെന്താ ഇത്ര അതിശയിക്കാൻ ഞാൻ പറയാം....." സ്മിത്ത് ധൃതിപ്പെട്ടുപറഞ്ഞു. "പഠിപ്പിച്ചത് എങ്ങനെ അറിയാമോ? കത്തുകളിലൂടെ ഞാൻ എഴുതിയയച്ചു കൊടുക്കും. അദ്ദേഹം ശരിയാക്കി തിരിച്ചയച്ചു തരും. അതിന്റെ കൂടെ തെറ്റുകൾ അദ്ദേഹം അടയാളപ്പെടുത്തി വെച്ചിരിക്കും. അങ്ങനെയാണ് ഞാൻ ഗ്രീക്കും ലാറ്റിനും പഠി

ച്ചത്. എന്റെ തെറ്റുകൾക്ക് അദ്ദേഹമല്ല ഉത്തരവാദി. എന്റെ ഉച്ചാരണം ഒരിക്കൽപ്പോലും അദ്ദേഹം കേട്ടിട്ടേ ഇല്ല."

"ഹൊ. എന്തൊരു ക്ഷമ! ഇതൊരു പുതുമതന്നെ."

"എന്റെ ക്ഷമയെക്കാളും എന്റെ ഗുരുവിന്റെ ക്ഷമയാണ് മഹത്തരം, ഉച്ചാരണത്തെക്കുറിച്ച് ഒട്ടേറെ കാര്യങ്ങൾ അദ്ദേഹം എന്നോടു പറഞ്ഞിട്ടുണ്ട്. സ്വന്തം മാതൃഭാഷ ഓരോരുത്തരും അവരവരുടെ ശൈലിയിൽ ഉച്ചരിക്കുന്നതിനെ അദ്ദേഹം അനുകൂലിക്കുന്നുണ്ട്. ഹെൻറി നൈറ്റിന്റെ അഭിപ്രായത്തിൽ അതിലൊരു തെറ്റുമില്ല. സംസാരഭാഷയുടെ കാലം കഴിഞ്ഞു. ഇനി എഴുത്തുഭാഷയുടെ യുഗമാണ്; എന്നാണദ്ദേഹത്തിന്റെ അഭിപ്രായം."

അവരുടെ ചെസ്സുകളി വീണ്ടും ആരംഭിച്ചു. എൽഫ്രെഡ് അയാൾ കളിച്ചു പഠിച്ചതുപോലെയും, സ്മിത്ത് അയാൾ വായിച്ചു പഠിച്ചപ്രകാരവും കളിച്ചു. കളി കുറെ നീട്ടിക്കൊണ്ടുപോയശേഷം അയാളെ തോൽപ്പിക്കുന്നത് ക്രൂരതയാവും എന്ന് എൽഫ്രെഡിനു തോന്നി. അവൾ അയാൾക്കുവേണ്ടി സ്വയം തോറ്റുകൊടുത്തു. അവളുടെ ആ ചെയ്തിയുടെ പിറകിലുള്ള വികാരമെന്താവും? രണ്ടാമത്തെ കളി തുടങ്ങി. ഒരു ശരാശരി കളിക്കാരിക്കും മീതെയായിരുന്നു എൽഫ്രെഡിന്റെ നിലവാരം. അത് എൽഫ്രെഡിനും അറിയാം. എന്നിട്ടും ഇത്തവണയും അവൾ തോറ്റു. അവർ മൂന്നാമതും കളിയാരംഭിച്ചു. പക്ഷേ, ഇത്തവണ പന്ത്രണ്ടാമത്തെ നീക്കത്തിൽത്തന്നെ എൽഫ്രെഡ് വിജയം ഉറപ്പിച്ചു.

സ്മിത്ത് സംശയത്തോടെ എൽഫ്രെഡിന്റെ കണ്ണുകളിലേക്കു നോക്കി....... അയാളുടെ ഹൃദയം അതിശക്തമായി ഇടിക്കുന്നുണ്ടായിരുന്നു. അവസാനകളി തോറ്റുകൊടുക്കാതിരുന്നതുകൊണ്ട് എൽഫ്രെഡിന്റെ മനസും വേദനിക്കുന്നുണ്ടായിരുന്നു. സ്വാൻക്രോർട്ട് നേരത്തെ തന്നെ മുറിയിൽനിന്നും പോയിരുന്നു.

"നീയിതുവരെ വെറുതെ കളിക്കുന്നതായി ഭാവിക്കുകയായിരുന്നു. അല്ലേ?" സ്മിത്തിന്റെ മുഖം ചുവന്നു. "ആദ്യത്തെ രണ്ട് കളിയും നീ കളിച്ചതേ ഇല്ല എന്നുവേണം പറയാൻ."

തെറ്റു ചെയ്തുപോയതിന്റെ വിഷമം എൽഫ്രെഡിന്റെ മുഖത്തുണ്ടായിരുന്നു. സ്മിത്തും ഒരുപാടു വിഷമിച്ചു. അത് അവളെ ഗൂഢമായി ആനന്ദിപ്പിച്ചെങ്കിലും അതു പുറത്തു കാണിക്കാതെ അവൾ വേഗം തന്നെ മാപ്പുപറഞ്ഞു.

"എന്നോടു പൊറുക്കൂ സ്മിത്ത്.. " മധുരമായ സ്വരത്തിൽ എൽഫ്രെഡ് തുടർന്നു. "ഞാൻ വേണമെന്ന് കരുതി ചെയ്തതല്ല കേട്ടോ. നിങ്ങളെ അപമാനിച്ചതും അല്ല. സ്വയം കളിച്ചുപഠിച്ച ഒരാളെ എപ്പോഴും അങ്ങ് തോൽപ്പിക്കണ്ടാന്നു കരുതി..... തോറ്റുതന്നതാ..... വേറൊന്നുമില്ല അതിൽ."

ഒരു ദീർഘനിശ്വാസത്തിനുശേഷം, നീരസത്തോടെ സ്മിത്ത് പറഞ്ഞു: "നീ ബുദ്ധിശാലിയാണ്. നിനക്ക് സ്വയം തോൽക്കാനും ജയിക്കാനും ഒക്കെ ആവും. എനിക്കതൊന്നും കഴിയില്ല."

സ്മിത്തിന്റെ ഹൃദയം വിങ്ങി... കണ്ണുനീർ തൊണ്ടയിൽ തടഞ്ഞു. അയാളുടെ ഹൃദയത്തിൽ അടക്കിവെച്ചതൊക്കെയും അണപൊട്ടി ഒഴുകിപ്പോയി.

"എൽഫ്രഡ്...... നിനക്കറിയില്ല ഞാനെന്തുമാത്രം നിന്നെ പ്രണയിക്കുന്നുവെന്ന്.... നിന്നെ കാണാതിരുന്ന മാസങ്ങൾ... അതു മുഴുവൻ ഞാൻ നിന്നെ ആരാധിക്കുകയായിരുന്നു എന്റെ പ്രിയപ്പെട്ടവളേ....."

പെട്ടെന്ന്, വികാരാവേശംകൊണ്ട് അയാൾ തന്റെ ഇരിപ്പിടത്തിൽ നിന്നും എഴുന്നേറ്റ് അവളുടെ അടുത്തെത്തി.... അയാൾ എന്തുചെയ്യാൻ പോകുന്നുവെന്ന് എൽഫ്രഡ് ആലോചിക്കുംമുൻപേ അയാൾ അവളുടെ കരം കവർന്നു. അവളുടെ ചുരുണ്ട മുടി ഇപ്പോൾ ഒന്ന് ഒന്നിനോടു കൂടി ചേർന്നിരിക്കുന്നു.

പ്രണയം അതിന്റെ പൂർണരൂപത്തിൽ ആദ്യമായി എൽഫ്രഡ് അനുഭവിച്ചു..... വികാരപാരവശ്യംകൊണ്ട് അവളുടെ ശരീരം വിറയ്ക്കുന്നുണ്ടായിരുന്നു.

പെട്ടെന്ന് അവൾ അയാളുടെ കരവലയത്തിൽനിന്നും സ്വയം മോചിതയായി. ഒരു എതിർപ്പും കൂടാതെ അവന്റെ സ്പർശനത്തിനു വഴങ്ങിക്കൊടുത്തല്ലോ എന്നോർത്ത് എൽഫ്രഡ് ലജ്ജിച്ചു. തീരെ പക്വതയില്ലാത്ത പെരുമാറ്റമായിപ്പോയി അതെന്ന് എൽഫ്രഡിനു തോന്നി.

"ഇതൊക്കെ ഇങ്ങനെയാണോ പ്രകടിപ്പിക്കുന്നത്?" പ്രണയലോലുപയായി എൽഫ്രഡ് ചോദിച്ചു.

"ഇങ്ങനെയൊന്നും വേണ്ടട്ടോ .... പപ്പ വരുന്നുണ്ട്."

"എൽഫ്രഡ് ഞാൻ നിന്നെ ഒന്നു ചുംബിച്ചോട്ടെ.... ഒരൊറ്റത്തവണ..."

"വേണ്ട. അതൊന്നും വേണ്ട."

"കവിളിൽ മാത്രം!"

"വേണ്ടെന്നേ."

"അപ്പോ..... നിനക്കു വേറാരോടോ ഇഷ്ടമുണ്ടാവും? എനിക്കറിയാം....."

"ഇല്ല....... അങ്ങനെ വേറാരോടും ഇല്ല."

"എന്നോടും?"

"ഞാൻ...... ഞാനെന്താ പറയാ......" അതിലോലമായ സ്വരത്തിലും നാണം ഒളിച്ചുകളിക്കുന്ന കണ്ണുകളിലും എല്ലാമുണ്ട് അവൾ ഹൃദയത്തിലൊളിപ്പിച്ചുവെച്ച ഉത്തരം.

സ്വാൻക്രോർട്ട് മുറിയിലേക്ക് കടന്നുവരുന്നതിന്റെ കാലടിശബ്ദം കേട്ടു..... അതോടെ അവരുടെ സ്വകാര്യത ഭേദിക്കപ്പെട്ടു.

അതിനടുത്ത ദിവസം സ്വാൻക്രോർട്ട് നല്ലൊരു പദ്ധതി പറഞ്ഞു. ടിഗ് മൗത്ത് ബീച്ചിലേക്ക് ഒരു ഉല്ലാസയാത്ര! മൂന്നുനാലു മൈൽ ദൂരമുണ്ട് അങ്ങോട്ടേക്ക്.

പോവാനൊരുങ്ങുന്നതിനുമുമ്പ് പിൻമുറ്റത്തുനിന്നും എന്തോ പൊട്ടി താഴെ വീഴുന്ന ശബ്ദം ഉച്ചത്തിൽ കേട്ടു.

കേട്ട ശബ്ദം എന്താണ് എന്ന് സ്വാൻക്രോർട്ട് വില്യം വോമിനോട് അന്വേഷിച്ചു. അത് കുതിരവണ്ടിയുടെ പിടിക്കുന്ന ഭാഗത്തുള്ള ഒരു തടിക്കഷണം ഇളകിവീണതിന്റെ ശബ്ദമായിരുന്നു.

അപ്പോൾ വണ്ടി കേടായോ? എൽഫ്രഡിനു നിരാശയായി. സ്മിത്തിന് അതിലധികം. വികാരിക്ക് പക്ഷേ വലിയ ഭയമൊന്നും കണ്ടില്ല. സ്വാൻക്രോർട്ടിന്റെ നിസ്സംഗത എൽഫ്രഡിനെയും സ്മിത്തിനെയും ഒരുപോലെ അതിശയിപ്പിച്ചു. വണ്ടികേടായതിൽ വേവലാതിപ്പെട്ടില്ല എന്നു മാത്രമല്ല, വികാരി എൽഫ്രഡിനോട് അവളുടെ ചെറിയ കുതിരപ്പുറത്തും സ്മിത്തിനോട് തന്റെ വയസൻ കുതിരപ്പുറത്തും സവാരിക്കു പോകാൻ നിർദേശിക്കുകയും ചെയ്തു.

"ഹായ്, സ്മിത്ത്. നീ ഞാൻ സവാരി ചെയ്യുന്നത് കണ്ടിട്ടില്ലല്ലോ ഇതുവരെ? ഇന്നു കാണാം?" എൽഫ്രഡ് ആഹ്ലാദത്തോടെ പറഞ്ഞു. പക്ഷേ, സ്മിത്തിന്റെ മുഖം കണ്ടതും അവന്റെ വിഷമം എൽഫ്രഡിനു മനസിലായി.

"നിങ്ങൾക്ക് സവാരി അറിഞ്ഞുകൂടാ ..... അല്ലേ സ്മിത്ത്?"

"ഉം...... സങ്കടമുണ്ട് പറയാൻ, എനിക്കറിഞ്ഞുകൂടാ."

"ഛെ. കുതിരസവാരി അറിഞ്ഞുകൂടാത്ത ഒരു പുരുഷൻ! തമാശ തന്നെ" എൽഫ്രഡ് പരിഹാസത്തോടെ പറഞ്ഞു.

വികാരി വേഗം സ്മിത്തിന്റെ രക്ഷയ്ക്കെത്തി.

"ഓ...... അതിലൊരു അതിശയവുമില്ല. അങ്ങനെ സവാരി അറിയാത്ത എത്രയോ പേർ ഉണ്ട്. സ്മിത്തിന് സവാരിക്കു പകരം മറ്റുപലതും അറിയാമല്ലോ..... ഒരു കാര്യം ചെയ്യ് എൽഫ്രഡ് കുതിരപ്പുറത്തു വരട്ടെ. സ്മിത്ത് കൂടെ നടന്നാൽ മതി."

വികാരിയുടെ ഉപദേശം കേട്ട് സ്മിത്ത് ഉള്ളുകൊണ്ട് സന്തോഷിച്ചു. ഒരു ശല്യവും കൂടാതെ എൽഫ്രഡിനൊപ്പം തനിച്ചൊരു യാത്ര.... മറ്റാരും ഉണ്ടാവില്ല ശല്യത്തിന്..... അവൾ ഒരു സങ്കോചവുംകൂടാതെ സംസാരിക്കും.....

"സ്മിത്ത്....." എൽഫ്രഡ് ധൃതിയിൽ വിളിച്ചു. അവൾ സവാരിക്കു പോരുന്നവിധം വസ്ത്രങ്ങൾ മാറിയിരിക്കുന്നു. അല്ലെങ്കിലും ഇടയ്ക്കിടെ വസ്ത്രം മാറുക എൽഫ്രഡിന്റെ ശീലമാണ്. ഒരേ പുസ്തകത്തിന്റെ പുതിയ പുതിയ എഡിഷൻ ഇറങ്ങുംപോലെ.

"നിങ്ങൾക്ക് ഇന്നൊരു ജോലിയുണ്ട് സ്മിത്ത്..... എന്റെ പ്രിയപ്പെട്ട കമ്മലാണ് ഞാനിന്ന് അണിഞ്ഞിരിക്കുന്നത്, നോക്കൂ. പക്ഷേ തീരെ ചെറിയ കൊളുത്താണിതിന്. അതുകൊണ്ട് തലയൊന്നു ചെറുതായിട്ട് അനക്കുമ്പഴേക്കും ഇത് ഊരി താഴെപ്പോകും. സവാരിക്കിടെ എനിക്കതു ശ്രദ്ധിക്കാൻ നേരം കിട്ടില്ല. ഈ കമ്മലുകൾ ഊരിപ്പോകുന്നുണ്ടോ എന്നു നോക്കൽ ഇന്ന് നിങ്ങളുടെ ജോലിയാണ്. ശരിക്കും

ശ്രദ്ധിക്കണം, കണ്ണ് കമ്മലുകളിൽ തന്നെയാവണം. അഥവാ അതു വീണാൽ അപ്പോൾത്തന്നെ എന്നോടു പറയണം. ഒന്ന് ചെറുതായി അനങ്ങിയാൽപ്പോലും അത് വീഴും..... അതുകൊണ്ടാ...... അല്ലേ?"

അവസാനത്തെ ചോദ്യം വാതിൽക്കൽ നിന്ന അവളുടെ വേലക്കാരിയോടായിട്ടായിരുന്നു.

"അതെ..... പെട്ടെന്ന് വീണു പോകും." തന്റെ ഉണ്ടക്കണ്ണുകളിൽ സഹതാപം നിറച്ച് വേലക്കാരി പറഞ്ഞു.

"ഒരിക്കലതു വഴിയിൽ കളഞ്ഞുപോയി. പിന്നെ ഞാനെത്ര കഷ്ടപ്പെട്ടാണെന്നോ തിരഞ്ഞു കണ്ടുപിടിച്ചത്?"

"ഒരിക്കൽ ഗേറ്റിനരികെ വീണ്ടും പോയി" വേലക്കാരി.

"ആ ..... പിന്നെയൊരിക്കൽ എന്റെ റൂമിൽത്തന്നെ കാർപ്പറ്റിൽ വീണുപോയി" എൽഫ്രെഡ്.

ഇതിനിടെ കുതിരപ്പുറത്തു കയറാൻ തുടങ്ങിയ എൽഫ്രെഡിനെ അവളുടെ മെലിഞ്ഞ കാലുകൾ പൊക്കിവെയ്ക്കാൻ സ്മിത്ത് സഹായിച്ചു.

"ഒന്ന്, രണ്ട്, മൂന്ന്,.......... അഞ്ച്" എൽഫ്രെഡ് പ്രോത്സാഹിപ്പിച്ചു.

നിർഭാഗ്യവശാൽ നേരെ തിരിച്ചാണ് സംഭവിച്ചത്. അവളെ സഹായിക്കുന്നതിനിടെ അയാൾ വേച്ചുവീഴാൻപോയി. കുതിര ഒന്നു വട്ടം ചുറ്റി. എൽഫ്രെഡ് തെറിച്ച് നിലത്തേക്കു വീണു. സ്മിത്ത് അബദ്ധം പിണഞ്ഞമട്ടിൽ ചുറ്റുംനോക്കിക്കൊണ്ട് പരുങ്ങിനിന്നു.

"സാരമില്ല." വികാരി ആശ്വസിപ്പിച്ചു. "പരിചയക്കുറവുകൊണ്ട് പറ്റിപ്പോയതല്ലെ...... ഒന്നുകൂടെ കുതിരയുടെ തലയോട് ചേർന്നുനിന്ന് ശ്രമിച്ചു നോക്കൂ. കഴിയും."

"വേണ്ടാ വേണ്ട. ഇനി എന്നെ സ്മിത്ത് സഹായിക്കണ്ട" എൽഫ്രെഡ് ദേഷ്യത്തോടെ പറഞ്ഞു. "വില്യം വേർമം, ഒന്ന് വന്ന് എന്നെ പിടിച്ചേ..." വേർമം ഇറങ്ങിവന്നു കാലു പൊക്കിക്കൊടുത്തു. അവൾ ഉടനെ കുതിരപ്പുറത്ത് ഇരിപ്പുറപ്പിച്ചു.

അവർ പതിയെ യാത്ര ആരംഭിച്ചു. കുറെദൂരം അവരിരുവരും നിശ്ശബ്ദരായിരുന്നു. താഴ്‌വാരത്തിലെ ചൂടുകാറ്റും കടലിൽനിന്നും തണുത്ത നീരാവിയും വഹിച്ചുകൊണ്ടുള്ള കുളിർത്തെന്നലും ഇടവിട്ട് അവരെ വന്ന് തഴുകിക്കൊണ്ട് കടന്നുപോയി.

"എനിക്കറിയാം" സ്മിത്ത് പറഞ്ഞുതുടങ്ങി. "കുതിരപ്പുറത്ത് കയറാൻ ഒരാളെ സഹായിക്കാൻപോലും അറിയില്ലാത്ത ഒരാൾ വിവരദോഷിതന്നെയാണ്. പക്ഷേ നോക്കിക്കോ എൽഫ്രെഡ്, നിനക്കുവേണ്ടി ഞാനതെല്ലാം പഠിക്കും. എനിക്കത് പഠിക്കണം."

"ഏയ്, എന്താ ഇങ്ങനെ ഒക്കെ പറയുന്നത്? ഒരു മരമണ്ടനെ ആശ്വസിപ്പിക്കുന്ന വിദുഷിയെപ്പോലെതന്നെയായിരുന്നു എൽഫ്രെഡിന്റെ സംസാരം. "നിങ്ങൾക്ക് അറിയാവുന്ന മറ്റനേകം കാര്യങ്ങളുണ്ട

ല്ലോ? അതിന്റെ ഒപ്പം കണക്കാക്കുമ്പോൾ ഈ അറിവില്ലായ്മ ഒരു കുറവൊന്നും അല്ല."

സ്മിത്ത് ബഹുമാനത്തോടെതന്നെ എൽഫ്രഡിനെ നോക്കി.

"എനിക്കു മറ്റനേകം കാര്യങ്ങളറിയാം; ശരിതന്നെ.... പക്ഷേ, അതൊന്നും ഈ അറിവില്ലായ്മയ്ക്ക് പകരമാവില്ല. ഇതൊന്നും അറിയേണ്ട കാര്യം എനിക്കില്ലെന്നാണ് ഞാൻ കരുതിയിരുന്നത്. ഇനിയിപ്പോൾ അങ്ങനെയല്ല.. ഞാൻ സവാരി ചെയ്യാൻ പഠിക്കും. പഠിക്കണം. എല്ലാം നിനക്കുവേണ്ടിയാണ്. സവാരികൂടി പഠിച്ചാൽ നീയെന്നെ കൂടുതൽ ഇഷ്ടപ്പെടും. ഇപ്പോ, നിനക്ക് എന്നോടു തോന്നിയ ഇഷ്ടം കുറഞ്ഞുപോയിക്കാണും അല്ലേ, എൽഫ്രഡ്?"

എൽഫ്രഡ് സ്നേഹപൂർവം സ്മിത്തിനെ പാളിനോക്കി.

അതിന് പ്രത്യേകിച്ച് ഉത്തരമൊന്നും കൊടുക്കാതെ എൽഫ്രഡ് തുടർന്നു.

"നോക്കൂ...... ഞാനെന്റെ പാൻസി എന്ന ഈ പ്രിയപ്പെട്ട കുതിരയെ അതിവേഗം ഓടിക്കുന്നത് നിങ്ങൾക്ക് കാണണോ..... കാണിക്കാം. പാൻസീ, നീ റെഡിയല്ലേ?" എൽഫ്രഡ് പറഞ്ഞ പ്രകാരംതന്നെ ചെയ്തു. തന്റെ മെലിഞ്ഞ ശരീരംകൊണ്ട് ഒരു പക്ഷിയെപ്പോലെ, വായുവിൽ പൊങ്ങിത്താണ്, മുടി പിറകിലോട്ട് പറത്തി, എൽഫ്രഡ് വായുവിൽ കുതിക്കുന്നത് സ്മിത്ത് മിന്നായംപോലെ കണ്ടു. അയാൾ അവൾ പോയ വഴിയെ നടന്നു. കുറെദൂരം ചെന്നിട്ടും എൽഫ്രഡ് മടങ്ങിവരുന്നില്ല. സൂര്യവെളിച്ചം തട്ടാത്ത പൂവിനെപ്പോലെ മ്ലാനവദനനായി സ്മിത്ത് ഒരു പാറക്കല്ലിന്മേൽ ഇരിപ്പായി. പതിനഞ്ചു മിനിട്ടോളം കഴിഞ്ഞപ്പോൾ എൽഫ്രഡും അവളുടെ പ്രിയപ്പെട്ട പാൻസിയും ദൂരെ, കുന്നിൻ മുകളിൽ പ്രത്യക്ഷപ്പെട്ടു.

"എന്ത് രസമായിരുന്നെന്നോ....." അവളുടെ മുഖം ചുവന്നിരുന്നു. കണ്ണുകൾക്ക് നല്ല തിളക്കം. എൽഫ്രഡ് കുതിരയെ തിരിച്ചു. സ്മിത്ത് എഴുന്നേറ്റു. അവർ യാത്ര തുടർന്നു.

"ഞാൻ പോയപ്പോൾ നിങ്ങൾക്ക് എന്തുതോന്നി സ്മിത്ത്?"

"നീ ഞാനിന്നലെ ചോദിച്ചതിനുത്തരം പറയൂ. ഓർമയുണ്ടോ മറുപടി പറയാതെ നീ വിട്ടുകളഞ്ഞ ആ ചോദ്യം? എന്നേക്കാളും പ്രിയപ്പെട്ടതായിട്ട് നിനക്കാരെങ്കിലും ഉണ്ടോ?"

"കൃത്യമായൊരുത്തരം എനിക്കിപ്പോൾ പറയാനാവില്ല."

"എന്തുകൊണ്ട്?"

"വേറാരെക്കാളും നിനക്ക് ഞാൻ പ്രിയപ്പെട്ടതാണോ? അത് എനിക്കറിയില്ലല്ലോ....."

"ആണ്. നീതന്നെയാണ് എനിക്കേറ്റവും പ്രിയപ്പെട്ടത്. നിന്നെക്കാളും വലുതായിട്ട് എനിക്കാരുമില്ല." സ്മിത്ത് ഉത്സാഹത്തിലായിരുന്നു. ശബ്ദത്തിൽത്തന്നെ ആഹ്ലാദം. പറയുന്ന കൂട്ടത്തിൽ അവൻ അവളുടെ മുഖത്തേക്കു പാളിനോക്കി.

"എന്റെ കണ്ണിലേക്ക് നോക്ക്....." തമാശയോടെ സ്മിത്ത് ആവശ്യപ്പെട്ടു. എൽഫ്രഡ് തന്റെ തുടുത്ത മുഖം ചെരിച്ച്, അനുസരണയോടെ അവന്റെ കണ്ണുകളിലേക്കുതന്നെ നോക്കി.....

"ആ, കണ്ണിൽ കണ്ണു ചേർക്കാമെങ്കിൽ പിന്നെന്താ ചുണ്ടിൽ ചുണ്ട് ചേർക്കുന്നതിന്?" സ്മിത്ത് ധൈര്യം സംഭരിച്ച് ചോദിച്ചു.

"വേണ്ട.... വല്ലവരും കണ്ടാൽ തീർന്നു എന്റെ കാര്യം. അത്രയ്ക്ക് നിർബന്ധമാണെങ്കി, ഉം .... എന്റെ കൈയിൽ ചുംബിച്ചോളൂ."

ഈ ഗ്ലൗസിന് മീതെക്കൂടിയോ എന്ന ഭാവത്തിൽ സ്മിത്ത് എൽഫ്രഡിനെ നോക്കി. അവൾ കൈയുറ ധരിച്ചിരുന്നു.

"ഓ......ഇതൊ. ഇതു ഞാനൂരിമാറ്റിത്തരാം." അവൾ കൈയുറയൂരി. "നോക്ക്. നല്ല കൈ അല്ലേ എന്റേത്? എന്തേ? ഇപ്പോ കണ്ടപ്പോ ചുംബിക്കണ്ടായോ?"

"ഇല്ലേ... ഇല്ല. ഇപ്പോൾ ചുംബിച്ചില്ലെങ്കിൽ പിന്നെ ഒരിക്കലും അതുണ്ടാവില്ല. നിനക്കറിയാമോ എൽഫ്രഡ്, ഞാൻ എത്രയാ നിന്നെക്കുറിച്ച് സങ്കൽപ്പിക്കുന്നത് എന്ന്? എന്റെ ഹൃദയത്തിലെ രാജ്ഞിയാണ് നീ. നിനക്കുവേണ്ടി മരിക്കാനും ഞാൻ ഒരുക്കമാണ് എൽഫ്രഡ്."

എൽഫ്രഡിന്റെ മുഖം ചുവന്നു. ധ്യാനത്തിലെന്നപോലെ അവൾ അവനെത്തന്നെ നോക്കി. അവളുടെ ഹൃദയം ആദ്യമായാണ് ഇത്തരമൊരു പ്രണയപാരവശ്യം അനുഭവിക്കുന്നത്.

സ്മിത്ത് പതുക്കെ അവളുടെ കരം കവർന്നു..... "വേണ്ട......വേണ്ട എനിക്ക് .... വേണ്ട."എൽഫ്രഡ് ബഹളം വെച്ചു.

പിന്നെയവിടെ ഒരു ചെറിയ പിടിവലിതന്നെ നടന്നു..... സ്മിത്തിന് അവളുടെ പകുതിയും മറച്ച കൈമുഴുവൻ സ്പർശിക്കണം എന്നായിരുന്നു ആഗ്രഹം. മാന്യതയുടെയും സങ്കോചത്തിന്റെയും അതിരുകൾ ലംഘിച്ച് ആ യുവതിയും യുവാവും ആനന്ദിച്ചു. അപ്പോഴേക്കും പാൻസി അസ്വസ്ഥത പ്രകടിപ്പിച്ചു. ചാഞ്ഞും ചരിഞ്ഞും പോയ എൽഫ്രഡ് വേഗം ശരിക്കു നിവർന്നിരുന്നു.

"എന്താ സ്മിത്ത് ഇതൊക്കെ......?" എൽഫ്രഡിന് ദേഷ്യവും സന്തോഷവും കലർന്ന ശബ്ദത്തിൽ ചോദിച്ചു. "നമ്മൾ മുതിർന്നില്ലേ.... ഈ കുട്ടിക്കളിയൊന്നും ഇനി വേണ്ട. എനിക്കിഷ്ടമല്ല."

"അയ്യോ..... ഒരു പഴുതു കിട്ടിയാൽ നുഴഞ്ഞുകയറുന്ന ആളാണ് ഞാനെന്നൊന്നും കരുതല്ലേ എൽഫ്രഡ്. ഞാനത്തരക്കാരനൊന്നും അല്ലാട്ടോ." സ്മിത്ത് കുറ്റബോധത്തോടെ പറഞ്ഞു.

താൻ ചെയ്തത് കുറച്ച് കടന്നുപോയി എന്ന് സ്മിത്തിന് മനസിലായി.

"ഇതൊക്കെ നിങ്ങൾക്ക് നല്ല പരിചയമുള്ള കാര്യങ്ങളാവും. എനിക്ക് പക്ഷേ അങ്ങനെയല്ല. നമ്മൾ പരിചയപ്പെട്ടിട്ടുപോലും അത്രയ്ക്ക് കാലം ആയില്ലല്ലോ. ഗ്രാമത്തിലെ ഒരു പൊട്ടിപ്പെണ്ണല്ലേ ഞാൻ..... എന്നോട് എന്തും ആകാമെന്നായിരിക്കും നിങ്ങളുടെ വിചാരം."

"അയ്യോ..... എൽഫ്രഡ്, ഞാൻ അങ്ങനെ ഒന്നും ചിന്തിച്ചിട്ടു പോലും ഇല്ല. ഒരു ചുംബനംകൊണ്ട് നിന്റെ കൈവെള്ളയിൽ എന്റെ സ്നേഹം അടയാളപ്പെടുത്തുക...... അത്രയേ കരുതിയിട്ടുള്ളൂ......"

അവർ കുറെദൂരംകൂടി സഞ്ചരിച്ചു. പുൽമേടുകളും താഴ്വാരങ്ങളും കടന്ന്....... കുന്നിൻമുകളിലുള്ള വഴിയാണ് അവരുടെ ലക്ഷ്യം. കടൽത്തീരത്താണ് പുൽത്തകിടികൾ ചെന്ന് അവസാനിക്കുന്നത്. അവിടെ എത്തിയപ്പോൾ എൽഫ്രഡ് താഴെയിറങ്ങി കുതിരയെ ഒരു കുറ്റിയിൽ കെട്ടിയിട്ടു. വളഞ്ഞുപുളഞ്ഞുപോകുന്ന നടപ്പാതവഴി അവരിരുവരും ഭീമാകാരനായ ആ പാറക്കൂട്ടത്തിനുമുകളിലേക്ക് നടന്നുതുടങ്ങി. പാറക്കൂട്ടത്തെ വലംവെച്ചുകൊണ്ട് കയറിപ്പോകുന്നതാണ് ആ പാത. അവർക്കുമുൻപിലും താഴേയുമായി ഹൂങ്കാരത്തോടെ കടൽ അനന്തവിശാലമായി കിടക്കുന്നു..... കടലിനോട് ചേർന്നാണ് ആ പാറക്കൂട്ടം നിലകൊള്ളുന്നത്. അടർന്നുകിടക്കുന്ന പാറക്കഷ്ണങ്ങളിൽ വന്നിരിക്കുകയും പറന്നുപോകുകയും ചെയ്യുന്ന അനേകം കടൽപ്പക്ഷികൾ.... അവ ഒരിക്കലും യാത്ര അവസാനിപ്പിക്കാനാഗ്രഹിക്കാത്തതുപോലെ പറന്നുകൊണ്ടിരുന്നു.

രണ്ടുമൂന്നു പേർക്ക് ഇരിക്കാനിടമുള്ള പായലുപിടിച്ച ഒരു പരന്ന പാറക്കല്ലും അവർ ചെന്നുനിന്നിടത്തുണ്ടായിരുന്നു. എൽഫ്രഡും സ്മിത്തും അടുത്തടുത്തായി ഇരുന്നു.

"ഇവിടെ നമ്മൾ തനിച്ച്.......... എനിക്ക് പേടിയാവുന്നു. ഇത്രയ്ക്ക് സ്വാതന്ത്ര്യമെടുക്കാൻ മാത്രം നമ്മുടെ പരിചയം വളർന്നിട്ടുണ്ടോ....."

"ഉണ്ടല്ലോ...... ഒരുപാടു പരിചയമുണ്ട്."

"എന്താ ഉറപ്പ്?"

"തമ്മിൽ കണ്ടിട്ട് എത്രകാലമായി എന്നതുനോക്കിയല്ല പരിചയത്തിന്റെ ആഴം കണക്കാക്കുന്നത്. മറിച്ച് ഉള്ള കാലം എങ്ങനെ ചെലവിട്ടു എന്നു നോക്കിയാണ്."

"ആവാം. അത് എനിക്കുമറിയാം. പക്ഷേ പപ്പ. പപ്പയറിഞ്ഞാൽ എന്നെ സംശയിക്കും. ഞാനിങ്ങനെ ഒക്കെ ചെയ്യുമെന്ന് പപ്പ ഒരിക്കലും കരുതിക്കാണില്ല."

"എന്റെ പൊന്ന് എൽഫ്രഡ്, നിന്നെ വിവാഹം കഴിക്കാനായെങ്കിൽ. പറയാനെനിക്ക് സങ്കോചമുണ്ട്. എന്നാലും എനിക്കറിയാം, നീയുമെന്നെ ഗാഢമായി സ്നേഹിക്കുന്നുണ്ട് എന്ന കാര്യം."

"ഇല്ല" എൽഫ്രഡ് പെട്ടെന്ന് പറഞ്ഞു.

ആ പറഞ്ഞത് നുണയാണ് എന്ന് അറിയാമായിരുന്നിട്ടും ദൂരെ വായുവിൽ വട്ടം ചുറ്റുന്ന മൂന്ന് നാല് കടൽക്കാക്കകളിൽ ദൃഷ്ടിയുറപ്പിച്ച് സ്മിത്ത് നിശ്ശബ്ദനായി ഇരുന്നു.

"എയ്........ ഞാനങ്ങനെ തീർത്തും ഇഷ്ടമല്ല എന്നൊന്നും പറഞ്ഞില്ലാട്ടോ.." സ്മിത്തിന്റെ ഇരിപ്പു കണ്ടപ്പോൾ എൽഫ്രഡ് പറഞ്ഞു.

എങ്കിലും അവനൊന്നും മിണ്ടാഞ്ഞപ്പോൾ എൽഫ്രഡിന് ചെറിയ വിഷമമായി.... അവൾ തുടർന്നു.

"ഒരിക്കൽക്കൂടി നിങ്ങൾ എന്നെ ഇഷ്ടമാണ് എന്നുപറഞ്ഞാൽ... എതിർക്കാനുള്ള ശക്തി എനിക്കില്ല. എന്നാലും, നിങ്ങൾക്കെന്നെ ശരിക്കും ഇഷ്ടമാവുമോ.......എന്നൊക്കെ......ഞാൻ......"

"എന്റെ എൽഫ്രഡ്." അവൻ അവളെ വാരി അണച്ചു.

അതായിരുന്നു എൽഫ്രഡിന്റെ ആദ്യത്തെ ചുംബനം. അവൾ തരളിതയായി... കുതറിമാറാനുള്ള ഓരോ ശ്രമവും അവരെ കൂടുതൽ കൂടുതൽ അടുപ്പിച്ചു. കേവലം തോളുകളും കൈകളും മുഖങ്ങളും പരസ്പരം ചേർത്തു വെക്കലല്ല...... നാണംമറന്ന്, ചുണ്ടുകൾപോലും പരസ്പരം ബന്ധിക്കപ്പെട്ടു..... എങ്കിലും, ഹൃദയത്തെയും ശരീരത്തെയും ഒരുപോലെ പുളകം കൊള്ളിക്കുംവിധം ഒരവസാനിപ്പിക്കൽ ആ ചുംബനരംഗത്തിന് ഉണ്ടായില്ല. പരിചയക്കുറവുതന്നെയാവണം കാരണം. ശരിയായി ചുംബിക്കും മുൻപ് ഒരു സ്ത്രീ പലതവണ ചുംബിക്കപ്പെട്ടിരിക്കും.

ചെറിയ ഭയമുണ്ടായിരുന്നു സ്മിത്തിന്..... അവളുടെ തണുപ്പൻ പ്രതികരണം തന്റെ ചുംബനം മോശമായതുകൊണ്ടാവുമോ എന്ന്. പിന്നെ ഈ നാണം അവളുടെ സൗന്ദര്യത്തിന്റെ ഭാഗമാണെന്നയാൾ തിരിച്ചറിഞ്ഞു.

"സത്യമായും നിയെന്നെ പ്രണയിക്കുന്നുണ്ടോ എൽഫ്രഡ്?" സ്മിത്ത് ചോദിച്ചു.

"അതെ."

"ഒരുപാട്."

"ഒരുപാട്......"

"എനിക്കുവേണ്ടി നീ കാത്തിരിക്കുമോ, എന്നെങ്കിലും ഒരിക്കൽ നീ എന്റെ ഭാര്യയാവുമോ എന്നൊന്നും ഞാൻ ചോദിക്കുന്നില്ല."

"എന്തുകൊണ്ടില്ല? എന്താ സംശയം?" അവൾ നിഷ്കളങ്കതയോടെ ചോദിച്ചു.

"കാരണമുണ്ട്....... ഒരു കാരണമുണ്ട് എൽഫ്രഡ്."

"എനിക്കൊന്നും അറിയില്ല."

"ഉണ്ട്. നിനക്ക് എന്റെ ഭാര്യയാവാൻ കഴിയാത്ത വിധത്തിലുള്ള ചില കാര്യങ്ങൾ എന്റെ വ്യക്തിജീവിതത്തിലുണ്ട് എന്നു കരുതിക്കോളൂ. ഇക്കാര്യത്തിന് നിന്റേതാവാൻ ഒരിക്കലും അനുവാദം തരില്ലാത്തവിധം ചിലതടസങ്ങൾ."

"അതൊന്നും എന്റെ സ്നേഹത്തിനുമുന്നിൽ ഒരു തടസമാവില്ല. നിങ്ങൾ നിഷ്കളങ്കനാണ്..... എനിക്കറിയാം സ്മിത്ത്, നീ നല്ലവനാണ്. പിന്നെ എന്തിനാണ് ഞാൻ നിന്നെ വേണ്ടെന്ന് വെക്കുന്നത്?"

"എങ്കിൽ കുഴപ്പമില്ല...... എന്റെ സ്വഭാവമല്ലാതെ മറ്റൊന്നും നീ കാര്യമാക്കിയില്ല അല്ലെ, എൽഫ്രഡ്?"

"ഇല്ല. എന്തൊക്കെയാണെങ്കിലും എനിക്കൊരു കുഴപ്പവുമില്ല സ്മിത്ത്... നീയുമായി ബന്ധമില്ലാത്ത, പുറമെയുള്ള എന്തൊക്കെയോ വിഷമങ്ങളല്ലേ തടസ്സം? അതൊക്കെ ഞാനെന്തിന് ശ്രദ്ധിക്കണം?"

നീ നന്നായി വിലയിരുത്തുന്നു; കാര്യങ്ങളെ എങ്ങനെയാണ് കാണേണ്ടത് എന്ന് നിനക്കറിയാം..... ശരി. നമുക്കിനി വീട്ടിലെത്തും വരെ ആ വിഷയം വിടാം. ഞാൻ നിന്നെ വിശ്വസിക്കുന്നു എൽഫ്രഡ്... എങ്കിലും എനിക്കൊരു തൃപ്തി തോന്നുന്നില്ല."

"ഒരു മഞ്ഞുകണംപോലെ എന്നും പുതുമ നിലനിൽക്കും പ്രണയത്തിന്...... നമ്മളെന്നും ഒന്നായിരിക്കണം. പ്രണയിക്കുന്നവരുടെ ലോകം എന്ത് അത്ഭുതമാണ്.... നമ്മുടെതന്നെ സ്വഭാവം നോക്കൂ എത്ര വിഭിന്നമാണ്. പൊതുവിൽ സ്ത്രീ-പുരുഷമനസുകളുടെ വ്യത്യാസം നമ്മളിലും അതേപ്പോലെ പ്രകടമാണ്. ഞാൻ, എനിക്ക് പ്രാപ്യമായ, എനിക്കുകിട്ടിയ ഒന്നിൽനിന്നും സന്തോഷം കണ്ടെത്തുന്നു. നീ നിനക്ക് യോജിച്ചു, സന്തോഷമുള്ള ഒരിടം സ്വയം നിർമിക്കുന്നു."

"ചിലപ്പോൾ നീ ഒരു അഞ്ചു വയസുകൂടി മുതിർന്ന ഒരാളെപ്പോലെ പക്വമതിയായി സംസാരിക്കും...... ചിന്തിക്കും. നീ പറയുന്നതൊക്കെ ശരി തന്നെ. പക്ഷേ മുൻപൊരിക്കലും നീ പ്രണയിച്ചിട്ടില്ലെന്നും...... ഒരിക്കലും ചുംബിക്കപ്പെട്ടിട്ടില്ലെന്നും ഒക്കെ പറഞ്ഞാൽ വിശ്വസിക്കാൻ പ്രയാസമുണ്ട്."

"സത്യമാണ്."

"ആവാം. നിനക്ക് കുതിരസവാരിവരെ അറിയാം. പക്ഷേ, ഒരിക്കലും ചുംബിക്കപ്പെട്ടിട്ടില്ല..... എന്റെ സുഹൃത്ത് നൈറ്റ് ഒരിക്കൽ പറഞ്ഞിട്ടുണ്ട്. ചുംബിക്കപ്പെടാതിരിക്കുക എന്നത് ഒരു സ്ത്രീയെ സംബന്ധിച്ച് ഒരു കുറവുതന്നെയാണ്."

"ഓ..... ശരി. ഇനി നമുക്ക് പോവാം. ഇപ്പോ പോയില്ലെങ്കിൽ അത്താഴസമയത്തേക്ക് നമ്മൾ വീട്ടിലെത്തില്ല."

അവർ പാൻസിയെ കെട്ടിയിട്ട സ്ഥലത്തേക്കു നടന്നു.

"തീരെ ശക്തിയില്ലാത്ത ഒരുത്തനെ ഞാൻ സഹായത്തിനു വിളിക്കുന്നില്ല..... ഞാനീ പാറയിൽ ചവിട്ടി കേറിക്കോളാം..... നോക്കൂ, ഞാൻ കേറിക്കഴിഞ്ഞു."

അവർ വന്നവഴിയെതന്നെ വീട്ടിലേക്കു മടങ്ങി.... ആ യാത്രയുടെ ഓരോ നിമിഷവും അവരിരുവരും ആസ്വദിച്ചു.....

"സ്മിത്ത്, നിങ്ങൾ എന്തുകൊണ്ടാണ് എന്നെ സ്നേഹിക്കുന്നത്?" പറന്നുപോകുന്ന ഒരു പക്ഷിയെ കുറെനേരമായി നോക്കിക്കൊണ്ടിരുന്ന എൽഫ്രഡ് പെട്ടെന്നുതന്നെ ചോദിച്ചു.

"എനിക്കറിയില്ല." സ്മിത്ത് അലസമായിപ്പറഞ്ഞു.

"എന്നാലും?"

"ഒരുപക്ഷേ,.......നിന്റെ കണ്ണുകൾ!"

"കണ്ണുകളോ?..... അവയ്ക്കെന്ത് പ്രത്യേകത? ഇങ്ങനെ തോന്നിയ ഉത്തരം പറഞ്ഞ് എന്നെ കുഴയ്ക്കാതെ."

"പ്രത്യേകിച്ച്........ ഒന്നുമില്ല. എന്തോ കുറച്ച് വ്യത്യസ്തത തോന്നുന്നു."

"പറയൂ സ്മിത്ത്. എന്നെ ഇഷ്ടപ്പെടാൻ എന്താ കാരണം?"

"നിന്റെ വായയാണ് കാരണം."

"ഉം...... വായയ്ക്ക് എന്ത് പ്രത്യേകത ഉണ്ട്?"

"നല്ല വായും ചിരിയും ഒക്കെയാണെന്ന് ഞാൻ കരുതുന്നു."

"അത്രയ്ക്ക് നല്ലതൊന്നുമല്ല."

"ആ..... വശ്യമായ ചിരി, മധുരമുള്ള ചുണ്ടുകൾ..... അതിനപ്പുറം പ്രത്യേകത ഒന്നുമില്ല."

"തോന്നിയതുപോലെ ഓരോന്ന് പറയല്ലേ.... എന്തു കാരണത്താലാണ് എന്നെ പ്രേമിക്കുന്നത്? വ്യക്തമായി ഒരുത്തരം താ....."

"നിന്റെ കഴുത്ത്..... മുടി...... എനിക്കുറപ്പില്ല. നിന്റെ കുടുംബം.... അല്ലെങ്കിൽ കവിളുകൾ...... എനിക്കൊന്നും തീർച്ചയില്ല. കൈകൾ..... കൈവെള്ള. അവ മറ്റാരുടെ കൈകളേയും നിഷ്പ്രഭമാക്കും. അല്ലെങ്കിൽ, നിന്റെ കാൽപ്പാദങ്ങൾ, ഉടുപ്പിനകത്തുനിന്നും അവ ചുണ്ടെലിപോലെ ഒളിച്ചുനോക്കും. അല്ലെങ്കിൽ നിന്റെ മാന്യമായ സംസാരം..... എല്ലാം കൂടി..... എനിക്കൊന്നും ഉറപ്പിച്ച് പറയാനാവുന്നില്ല."

"ആത്മാർഥമായി, നിങ്ങളുടെ ഹൃദയത്തിൽ എന്നോടുള്ള പ്രണയം ആരംഭിക്കാൻ കാരണമായതെന്ത് എന്നാണ് എനിക്കറിയേണ്ടത്."

"എന്തിനാ കുട്ടി നീയിങ്ങനെ ധൃതി കാട്ടുന്നത്? നീയിതറിഞ്ഞിട്ട് എന്തു കാര്യമാണ്? നിന്നോടുള്ള പ്രണയം എനിക്ക് പെട്ടെന്നു തോന്നിയതാണ്...... ഞാൻ നിന്നെ മുൻപ് കണ്ടിട്ടില്ല, പ്രേമിച്ചിട്ടും ഇല്ല. പിന്നെ ഒരിക്കൽ കണ്ടു, ഇഷ്ടപ്പെട്ടു. അത്രതന്നെ."

"ശരി..... അങ്ങനെയായിക്കോട്ടെ. ഞാനെന്തുകൊണ്ടാ നിങ്ങളെ പ്രണയിച്ചതെന്ന് എനിക്കറിയാം. കാണാൻ ഭംഗിയുണ്ട്, ശരിതന്നെ. പക്ഷേ, നിങ്ങളുടെ മാന്യത, പെരുമാറ്റം, നിഷ്കളങ്കത...... അതൊക്കെയാ എനിക്കിഷ്ടം തോന്നിച്ചത്."

"ഓ....അതൊന്നും ഒരു പുരുഷനെ പ്രേമിക്കാൻ മതിയായ ഗുണങ്ങളല്ല." സ്വയം വിമർശനമെന്ന മട്ടിൽ സ്മിത്ത് പറഞ്ഞു. "ശരി. അതൊക്കെപ്പോട്ടെ. ഞാൻ ഇന്നുതന്നെ നിന്റെ പപ്പയോട് നമ്മുടെ കാര്യം പറയും. നിശ്ചയമെങ്കിലും നടത്തിത്തരാൻ ഞാൻ പറഞ്ഞുനോക്കട്ടെ... ആ നമ്മളെത്താറായല്ലോ?"

"നാളെപ്പറയാം സ്മിത്ത്. എനിക്കങ്ങനെ തോന്നുന്നു — അതാ നല്ലത്."

"എന്തേ?"

"അഥവാ പപ്പ എതിർത്താലോ."

‘‘എതിർക്കും എന്നു തോന്നുന്നില്ല. ഇനി എതിർത്താലും ഇന്നൊരുരു ദിവസം നമുക്ക് ഈ സന്തോഷം ആസ്വദിക്കാമല്ലോ. സന്തോഷമായിട്ടിരിക്കാല്ലോ.... എന്താ ആലോചിക്കുന്നത്?’’

“എന്റെ സുഹൃത്ത് നൈറ്റിന് ഇക്കാര്യം അറിയുമ്പോൾ എന്തു സന്തോഷമാകും? അവൻകൂടി ഇപ്പോൾ കൂടെ ഉണ്ടായിരുന്നെങ്കിൽ....”

“നിങ്ങൾ അയാളിലങ്ങ് ലയിച്ചിരിക്കുകയാണല്ലോ...... അത്രയ്ക്ക് മിടുക്കനാണോ ഈ നൈറ്റ്?” എൽഫ്രഡ് അസൂയപ്പെട്ടു.

“മിടുക്കനാണെന്നോ.......” സ്മിത്തിന്റെ മുഖം തിളങ്ങി.

“ആവട്ടെ. ഞാൻ വിട്ടു. ഇംഗ്ലണ്ടിലെ ഏറ്റവും മാന്യൻ എന്നല്ലേ ഇന്നലെ രാത്രി നിങ്ങൾ അയാളെ വിശേഷിപ്പിച്ചത്?” എൽഫ്രഡ് പരിഹാസത്തോടെ ചോദിച്ചു.

“അത്രയ്ക്ക് മിടുക്കനാണവൻ.”

“ഓ..... അയാളാണ് നിങ്ങളുടെ ഹീറോ...... എന്താ അയാൾക്കു ജോലി. ജോലി വല്ലതും ഉണ്ടോ?”

“എഴുതുന്നു.”

“എന്തെഴുതുന്നു? ഞാനിങ്ങനെ ഒരു എഴുത്തുകാരനെ കേട്ടിട്ടില്ലല്ലോ.”

“അതാണദ്ദേഹത്തിന്റെ പ്രത്യേകത. അദ്ദേഹത്തിനെപ്പോലെ തന്നെ പലരും ചേർന്നാണ് പ്രസന്റ് എന്ന മാഗസിൻ ഇറക്കുന്നത്. സാഹിത്യമാസികയാണ്.”

“അയാളൊരു വെറും നിരൂപകനാണോ?”

“വെറും നിരൂപകൻ എന്നോ?” പ്രസന്റ് സ്റ്റാഫാവുക എന്നതു തന്നെ ചില്ലറക്കാര്യമല്ല എൽഫ്രഡ്. ഒരു നോവലിസ്റ്റാവുന്നതിനെക്കാളും എത്രയോ മഹത്തരമാണത്.”

“ഓ...... അതെനിക്കിട്ടൊരു താങ്ങാണല്ലൊ? എന്റെ കോർട്ട് ഓഫ് കെല്യോൺ കാസിലിനിട്ട് ഒരു താങ്ങ് അല്ലേ?”

“അല്ല. ഞാനങ്ങനെയൊന്നും ഉദ്ദേശിച്ചില്ല. അദ്ദേഹം സാഹിത്യരംഗത്ത് പ്രശസ്തനാണ്. ഒരു വെറും നിരൂപകനല്ല. അതിപ്രശസ്തൻ- പ്രതിഭാശാലി. നിരൂപണത്തേക്കാളും മികച്ച പലതും അദ്ദേഹം എഴുതുന്നുണ്ട്. അദ്ദേഹത്തിന്റെ ഒരു ശരാശരി ലേഖനംപോലും വലിയ സാമൂഹികപ്രസക്തിയുള്ള വിഷയങ്ങളാണ് കൈകാര്യം ചെയ്യുന്നത്. എല്ലാം പ്രസന്റിൽ പ്രസിദ്ധീകരിക്കും.”

“പ്രസന്റിൽ എഴുതുന്ന ഒരാൾ വലിയ പ്രതിഭാശാലിയാകും എന്ന് എനിക്കറിയാം. ഞങ്ങളും ചിലപ്പോഴൊക്കെ ആ മാസിക വാങ്ങാറുണ്ട്. ഒരു സ്ഥിരം വരിക്കാരനാകാൻ ഞാനെപ്പോഴും പപ്പയോട് പറയും. പപ്പ കേൾക്കില്ല. വലിയ യാഥാസ്ഥിതികനാണ് പപ്പ. നൈറ്റ് നല്ല മനുഷ്യനാണോ?”

“തികഞ്ഞ മാന്യൻ.... ഞാൻ അദ്ദേഹത്തിന്റെ ഏറ്റവും അടുത്ത സുഹൃത്താവാനുള്ള ശ്രമത്തിലാണ്.”

"ഇപ്പോഴങ്ങനെയല്ലെ?"

"അത്രയ്ക്ക് അടുത്ത സുഹൃത്തൊന്നുമായിട്ടില്ല...." സ്മിത്ത് പറഞ്ഞു. "എന്റെ നാട്ടുകാരനാണ്..., എന്നെ പഠിപ്പിച്ചിട്ടുണ്ട്. എങ്കിലും അത്ര അടുത്ത ആളൊന്നുമല്ല. കുറെക്കൂടി പണവും വിവരവും ഒക്കെ ഉണ്ടായാൽ കുറെക്കൂടി അടുപ്പമുണ്ടാക്കാനാവും......"

"എപ്പോഴും അയാളെപ്പറ്റിത്തന്നെ പറഞ്ഞോണ്ടിരിക്കാതെ... അയാളെ എന്നെക്കാളും ഇഷ്ടമാണോ?"

"അല്ല എൽഫ്രഡ്. എനിക്കയാളെ ഇഷ്ടമാണ്. അതു നിന്നോടുള്ളതുപോലെയല്ല. പിന്നെ ഞാൻ കൊടുക്കുന്നതിലും അധികം സ്നേഹവും ആദരവും ഒക്കെ അയാൾ അർഹിക്കുന്നുണ്ട്."

"നിങ്ങൾ എന്നെ ഒരു അസൂയാലു ആക്കിയേ അടങ്ങൂ... അയാളെക്കുറിച്ച് എന്നോടുതന്നെ ഇങ്ങനെ ആവേശത്തോടെ പറയുന്നതെന്തിന്? വേറെ ആരെക്കുറിച്ചും ഇങ്ങനെ പറയാറില്ലല്ലോ?"

"വെറുതെ തെറ്റിദ്ധരിക്കുകയാണ് നീ. ഒരിക്കൽ അദ്ദേഹത്തെ പരിചയപ്പെടും. ഒരു പണ്ഡിതൻ അല്ലെങ്കിൽ..... ചിന്തകൻ എന്നൊക്കെ പറയാം. ഒന്ന് സംസാരിച്ചുനോക്കണം. ആരും ആ സൗഹൃദം കൊതിച്ചുപോകും. ഞാൻ പറഞ്ഞത് പകുതിയെ ആവുന്നുള്ളൂ."

"എത്ര മഹാനാണെങ്കിലും വേണ്ടില്ല. എനിക്ക് കേൾക്കണ്ട അയാളുടെ കാര്യം. എപ്പോഴും നിങ്ങളുടെ ചിന്തയിൽ അയാളാണ്. എപ്പോഴും അയാളെപ്പറ്റിത്തന്നെ സംസാരം...... ആ സമയത്തൊക്കെ ഞാൻ നിങ്ങളുടെ മനസിനുപുറത്താണ്.

"അല്ല എൽഫ്രഡ്..... നീതന്നെയാണ് എന്റെ പ്രിയപ്പെട്ടവൾ....."

"നമ്മൾ തമ്മിൽ സംസാരിച്ചുകൊണ്ടിരിക്കുന്നതിനിടയ്ക്ക് ഇങ്ങനെ അയാളെപ്പറ്റി സ്നേഹത്തോടെ പറയുന്നത് എനിക്ക് സഹിക്കാനാവില്ല. ഞാനും, ഈ പറഞ്ഞ നൈറ്റും മുങ്ങിമരിക്കുവാൻ പോകുകയാണെന്ന് സങ്കൽപ്പിക്ക്. ഒരാളെയേ നിങ്ങൾക്ക് രക്ഷിക്കാനാവൂ..."

"ഓ; കേട്ടു കേട്ടു പഴകിയ ആ ചോദ്യം—നിങ്ങൾ ആരെ രക്ഷിക്കും?" സ്മിത്ത് അവൾ പറഞ്ഞുവന്നത് പൂരിപ്പിച്ചു.

"അതുതന്നെ. പറ. ആരെ രക്ഷിക്കും. എന്നെയല്ലേ?"

"രണ്ടുപേരെയും." അവളുടെ മൃദുലമായ കൈകളിൽ കൈയമർത്തിക്കൊണ്ട് സ്മിത്ത് പറഞ്ഞു.

"അതു പറ്റില്ല. ഒരാളെയേ രക്ഷിക്കാനവസരമുള്ളൂ."

"എനിക്കറിയില്ല. ഇന്നെന്താണ്.... ഉത്തരം പറയാൻ പറ്റാത്ത ചോദ്യങ്ങളും ചോദിച്ച്, എനിക്കറിയില്ല ഇതിനൊന്നും മറുപടി പറയാൻ."

"ആ...... എനിക്കറിയാം. നീ അയാളെ രക്ഷിക്കും. എന്നെ മുങ്ങിച്ചാവാൻ വിടും...... ഞാൻ മുങ്ങി..... മുങ്ങി..... എന്നോടുള്ള പ്രേമമൊക്കെ അപ്പോൾ നീ മറക്കും." കടുപ്പിച്ച് പറയാൻ ശ്രമിച്ച എൽഫ്രഡ് പക്ഷേ വേണ്ടത്ര വിജയിച്ചില്ല.

തന്റെ അസംതൃപ്തി അറിയിക്കാനായി എൽഫ്രഡ് മൗനം പാലിച്ചു. ഇത്തവണ സ്മിത്ത് പെട്ടെന്നുതന്നെ പരാജയം സമ്മതിച്ചു. അവൻ അവളുടെ ദൃഷ്ടിയിൽ പെടത്തക്കവിധം മുൻപിലേക്ക് കയറിനിന്നു.

"എന്താ എൽഫ്രഡ്, നീ ഒന്നും മിണ്ടാത്തത്?"

"എന്നെ രക്ഷിക്കും, ആ വലിയ ബുദ്ധിരാക്ഷസനെ മുങ്ങിച്ചാവാൻ വിടും—അങ്ങനെ സമ്മതിക്ക്. എനിക്കയാളെ വെറുപ്പാണ്. പറ, നീ എന്തു ചെയ്യും?"

"പ്ലീസ്, എന്നെയിങ്ങനെ കുഴയ്ക്കല്ലെ? .....ഇത് കഷ്ടമാണ് എൽഫ്രഡ്."

"എങ്കിൽ ഞാൻ കൂട്ടിനില്ല. ദയയില്ലാത്ത ദുഷ്ടൻ.....എന്നെ വേദനിപ്പിക്കുന്നു." ഉള്ളാലെ ചിരിവരുന്നെങ്കിലും എൽഫ്രഡ് പിടിച്ചുനിന്നു.

"പ്ലീസ്, നമുക്ക് ഈ വിഷയം മറക്കാം. എന്നിട്ട് നല്ല കൂട്ടുകാരാവാം."

"എന്നെ രക്ഷിക്കാം എന്നു സമ്മതിക്ക്. അയാൾ മുങ്ങിമരിച്ചോട്ടെ."

"ഞാൻ നിന്നെ രക്ഷിക്കും. അദ്ദേഹത്തെയും."

"അയാളെ മുങ്ങിച്ചാവാൻ വിടും എന്നു പറയൂ. അല്ലെങ്കിൽ എന്നെ സ്നേഹിക്കണ്ടാ." അവൾ അയാളെ കുരങ്ങുകളിപ്പിക്കുന്നത് തുടർന്നു.

"ശരി. അദ്ദേഹത്തെ രക്ഷിക്കില്ല." ക്ഷമ നശിച്ച് ഒടുവിൽ സ്മിത്ത് സമ്മതിച്ചു.

"ശരി.....ശരി. ഇപ്പോൾ ഞാൻ നിങ്ങളുടേതായി." ഒരു പെണ്ണു വിചാരിച്ചാലിത്രയേ ഉള്ളൂ കാര്യങ്ങൾ എന്നൊരു ഭാവം എൽഫ്രഡിന്റെ കണ്ണുകളിൽ കാണാമായിരുന്നു.

അവർ വീടിനകത്ത് എത്തിയതും, വേലക്കാരി യൂനിറ്റി എൽഫ്രഡിന്റെ കമ്മലുകൾ നഷ്ടപ്പെട്ട കാര്യം അവളുടെ ശ്രദ്ധയിൽപ്പെടുത്തി.

തന്റെ ഒഴിഞ്ഞ ചെവികളിൽ വിരലോടിച്ചുകൊണ്ട് ഉടൻ എൽഫ്രഡ് സ്മിത്തിനുനേരെ തിരിഞ്ഞു.

"അയ്യോ...... ഞാനാ കാര്യം മറന്നുപോയല്ലോ എൽഫ്രഡ്." സ്മിത്ത് സങ്കടപ്പെട്ടു.

അവൾ മുറ്റത്തേക്കുതന്നെ തിരിച്ചുനടന്നു. സ്മിത്ത് പുറകേ ചെന്നു.

"നിങ്ങളാണ് എന്നെ വല്ലതും നോക്കാനേൽപ്പിച്ചിരുന്നതെങ്കിൽ, ഞാനത് കൃത്യമായി ചെയ്തേനെ." എൽഫ്രഡ് അകത്തേക്കു കയറിപ്പോയി. പോകുംവഴി സ്മിത്ത് ഇങ്ങനെ വിളിച്ചുപറഞ്ഞു:

"മറവി മാപ്പർഹിക്കുന്ന തെറ്റാണേ."

"എങ്കിൽ അതു പോയി തിരഞ്ഞ് കണ്ടുപിടിക്ക്. എനിക്ക് നിങ്ങളോട് ബഹുമാനം തോന്നണമെങ്കിൽ. പപ്പയോട് ചോദിക്കുമ്പോൾ ഞാൻ നിങ്ങളുടേതാവണമെങ്കിൽ അത് പോയി തിരഞ്ഞ് കണ്ടു

പിടിക്ക്. ആ പാറപ്പുറത്തെവിടെയൊ ആവും അതു വീണത്. അന്നേരം എന്റെ ചെവിക്കെന്തോ മാറ്റംവന്നതുപോലെ ഒരു തോന്നൽ ഉണ്ടായിരുന്നു. ഞാനത് ശ്രദ്ധിച്ചില്ല. അതവിടെത്തന്നെ ഉണ്ടാവും. പോയി നോക്കിയിട്ടു വാ."

"ഞാനിപ്പോത്തന്നെ പോകാം."

ആ ഉച്ച മയങ്ങുന്ന നേരത്ത്, നിശ്ശബ്ദവും വിജനവുമായ താഴ്വാരത്തിലൂടെ മധ്യാഹ്നസൂര്യന്റെ ചൂടേറ്റുകൊണ്ട് അയാൾ തിരിച്ച് ആ പാറക്കൂട്ടത്തിലേക്കുതന്നെ നടന്നുകയറിച്ചെന്നു. അവിടെയെല്ലാം ആ കമ്മലയാൾ പരതി, പക്ഷേ കണ്ടില്ല. പതുക്കെ അയാൾ മടങ്ങിപ്പോന്നു. വന്ന വഴിവിട്ട് അയാൾ പുൽത്തകിടിക്കിടയിലൂടെ എൽഡസ്റ്റൗ ഭവനത്തിനുനേരെ നടത്തമാരംഭിച്ചു.

പുഴയോരത്തുകൂടെയുള്ള ആ വഴി അയാൾക്ക് ചിരപരിചിതമാണെന്നു തോന്നി..... ബംഗ്ലാവിന്റെ വലിയ ഗേറ്റിനുമുൻപിലയാൾ എത്തുമ്പോൾ നിഴലുകൾക്ക് നീളംവെച്ചുതുടങ്ങിയിരുന്നു. സൂര്യപ്രകാശം മങ്ങിത്തുടങ്ങി.

പുഴ വളഞ്ഞ് ഒഴുകുന്ന ഒരിടത്ത് പുഴയ്ക്കും ബംഗ്ലാവിന്റെ മതിലിനും ഇടയ്ക്കായി കുറച്ച് സ്ഥലമുണ്ട്. അവിടെ ഒരു കുടിൽ കണ്ടു. ഉയർന്നുനിൽക്കുന്ന ചിമ്മിനിയാണ് ആ ചെറിയ കെട്ടിടത്തിന്റെ ഒരു പ്രത്യേകത. വീടിന്റെ പിറകുവശത്ത് മതിൽക്കെട്ടിനകത്ത് പാർക്കിൽ ധാരാളം മരങ്ങളുണ്ട്. അവ അന്തരീക്ഷത്തെ ഉന്മേഷഭരിതമാക്കുന്നു.

പുഴയ്ക്ക് കുറുകെയായി ഇട്ടിരിക്കുന്ന മരപ്പാലംകടന്ന് സ്മിത്ത് ആ കുടിലിനകത്തേക്ക് കയറിപ്പോയി. വാതിൽ മുട്ടുകയോ ആരെയെങ്കിലും വിളിക്കുകയോ ഒന്നും ചെയ്തില്ല, അയാൾ.

അകത്തുനിന്നും അയാളെ ഒന്നോ രണ്ടോ പേർ ആശ്ചര്യപൂർവം സ്വാഗതം ചെയ്യുന്ന ശബ്ദം കേട്ടു. കസേരകൾ നിരങ്ങുന്നതിന്റെ ശബ്ദം കേൾക്കുന്നുണ്ട്. വാതിൽ അടഞ്ഞു. ഇപ്പോൾ പാത്രങ്ങളുടെ കലമ്പൽ കേൾക്കാം.

8

ചുംബനസ്വരം

സ്മിത്ത് വികാരിയുടെ വീട്ടിൽ തിരിച്ചെത്തുമ്പോൾ മഞ്ഞുകണങ്ങൾ തടാകങ്ങളിൽനിന്നും രാത്രിസഞ്ചാരത്തിനായി ഒരുങ്ങിത്തുടങ്ങിയിരുന്നു. ....അസ്തമയത്തിനുശേഷവും അന്തരീക്ഷത്തിൽ തങ്ങിനിന്ന അരണ്ട വെളിച്ചത്തിൽ കുളിച്ച് എൽഫ്രഡ് വാതിൽക്കൽത്തന്നെ അവനെ കാത്തുനിൽപ്പുണ്ട്.

"ഇത്രയും നേരം എന്തായാലും നിങ്ങൾ എന്റെ കമ്മലുകൾ തിരയുകയുണ്ടായിരുന്നില്ല." കണ്ടപാടെ എൽഫ്രഡ് പറഞ്ഞു.

"ഓ, അതെനിക്ക് കിട്ടിയില്ല."

"സാരമില്ല. അതെന്റെ പ്രിയപ്പെട്ട കമ്മലായിരുന്നെന്നതു ശരിതന്നെ. പോട്ടെ. പക്ഷേ എന്നിട്ടിത്രനേരം അവിടെ എന്തുചെയ്യുകയായിരുന്നു? എവിടെപ്പോയി? ഞാനെന്തുമാത്രം വിഷമിച്ചെന്നൊ? ഈ സ്ഥലമൊന്നും പരിചയമില്ലാത്ത ആൾ.... ആ പാറപ്പുറത്തുനിന്നും വീഴുകയോ മറ്റോ ചെയ്തോന്നുവരെ ഞാൻ ഭയന്നു. എന്നെ പേടിപ്പിച്ചതിന് നല്ല വഴക്കു പറയാനാ എനിക്കിപ്പോൾ തോന്നുന്നത്."

"ഇപ്പോൾത്തന്നെ എനിക്ക് നിന്റെ പപ്പയോട് സംസാരിക്കണം. നിന്നോട് പറയാനുണ്ട് എനിക്ക് ചില പ്രധാനപ്പെട്ട കാര്യങ്ങൾ."

"എന്ത് ഭയങ്കര സംഗതിയാണ് നിങ്ങൾക്ക് പറയാനുള്ളത്? പറയാനുള്ളത് ആ രഹസ്യമാവും അല്ലേ? അത് അത്രയ്ക്ക് വിഷമിപ്പിക്കുന്ന കാര്യമാണോ?"

"ചിലപ്പോൾ വിഷമിപ്പിച്ചേക്കും."

"നാളെ സംസാരിച്ചാൽ പോരേ?" ഒരു ദീർഘനിശ്വാസമുതിർത്തുകൊണ്ട് അവൾ ചോദിച്ചു. അയാളിൽനിന്നും അറിയാതെ ഒരു ദീർഘ നിശ്വാസമുതിർന്നു. "പോര. ഇന്നു രാത്രിതന്നെ പറയണം. പപ്പയെവിടെ?"

"അടുക്കളവശത്ത് നിൽപ്പുണ്ട്. വൈകുന്നേരം പപ്പ മിക്കപ്പോഴും അടുക്കളത്തോട്ടത്തിലാണ് ചിലവിടുക. ഞാൻ മാറിത്തരാം... നിങ്ങൾ തമ്മിൽ പറയാനുള്ളത് പറയ്. എന്തായി എന്നറിയാൻ വിഷമത്തോടെ ഞാൻ കാത്തിരിപ്പുണ്ട് എന്നത് മറക്കണ്ട."

എൽഫ്രഡ് വീടിനകത്തും പുറത്തേക്കും നോക്കി കുറെനേരം ഇരുന്നു... അരണ്ട വെളിച്ചമിപ്പോൾ നിഴലുപോലെയായി മാറിയിരുന്നു. പതിയെ നിഴലും മങ്ങി ഇരുട്ട് പരന്നുതുടങ്ങി..... കുറേനേരം കഴിഞ്ഞപ്പോൾ പൂന്തോട്ടത്തിൽ എന്താണ് നടക്കുന്നത് എന്നറിയാനുള്ള ആകാംക്ഷ അവൾക്ക് അടക്കാൻ കഴിയാതെയായി. മുറ്റത്തിറങ്ങി അവൾ പതിയെ പൂന്തോട്ടത്തിലേക്കുള്ള വാതിൽ തുറന്നു. അവിടെയൊന്നും ആരും ഇല്ലായിരുന്നു...... പഴങ്ങൾ പറിച്ചെടുക്കാനുപയോഗിക്കുന്ന ഒരു കൊച്ചു ഗോവണിയിൽ പിടിച്ചുകയറി എൽഫ്രഡ് മതിൽക്കെട്ടിനുപുറത്തേക്ക് എത്തിവലിഞ്ഞുനോക്കി. അപ്പുറത്ത് പരന്നുകിടക്കുന്ന പുൽത്തകിടിയാണ്. അതിന്റെ അതിരായിട്ട് ഒരു ചെറിയ മതിലുണ്ട്. ആ മതിലിനരികിൽ നിന്നുകൊണ്ട് സ്വാൻക്രോർട്ട് സംസാരിക്കുന്നു. ആദ്യം അയാൾ ഒറ്റയ്ക്ക് സംസാരിക്കുകയാണ് എന്ന് എൽഫ്രഡിനു തോന്നി. അല്ല. അവിടെ മതിലിനപ്പുറത്തുനിന്നും ആരോ മറുപടി പറയുന്നുണ്ട്. ഉച്ചത്തിലാണ് സംസാരം. മറുപടി പറയുന്ന ആളുടെ സ്വരം മൃദുലമാണ്. അതുപക്ഷേ സ്മിത്ത് അല്ല.

മതിലിനപ്പുറത്തുള്ള ആൾ ആ കളപ്പുരയുടെ അടുത്തെവിടെയോ നിന്നാണ് സംസാരിക്കുന്നത് എന്ന് എൽഫ്രഡിനു തോന്നി. അവിടെ ഒരു ചെറിയ എസ്റ്റേറ്റുണ്ട്. അടുത്തിടെ അത് ട്രോയ്ട്ടൺ എന്ന ഒരാൾ വാങ്ങിയതായി കേട്ടിരുന്നു. എൽഫ്രഡ് അയാളെ കണ്ടിട്ടില്ല. ആ കുടുംബത്തിലെ ആരുമായോ അച്ഛന് പരിചയമുള്ളതായിട്ട് എൽഫ്രെഡിന് അറിയാം.

പപ്പയെ ശല്യം ചെയ്തിട്ട് ഫലമൊന്നുമില്ല. സ്മിത്ത് ഇപ്പോഴും ആ രഹസ്യം അച്ഛനോട് പറഞ്ഞിട്ടില്ലെന്ന് വേണം ഊഹിക്കാൻ. അവൾ അകത്തേക്കുതന്നെ കയറിപ്പോയി. സ്മിത്ത് എവിടെയാണോ എന്തോ എന്നാലോചിച്ചുകൊണ്ട് അവൾ സ്വന്തം മുറിക്കകത്തേക്ക് നടന്നു. മുറിക്കകത്ത് ജാലകം തുറന്നിട്ട് കൈമുട്ടുകൾ മേശയിലൂന്നി, കൈവെള്ളയിൽ മുഖമമർത്തി അവൾ ഇരുന്നു.... ധ്യാനത്തിലെന്നപോലെ.

ആ രാത്രി നിശ്ശബ്ദമായിരുന്നു, മൂകവും. ഒരു ചെറിയ ശബ്ദം പോലും നിശ്ശബ്ദത ഭേദിച്ചുകൊണ്ട് എത്ര ദൂരെവേണമെങ്കിലും കേൾക്കാം.... സ്മിത്തിനെക്കുറിച്ചുതന്നെ ചിന്തിച്ചുകൊണ്ട്..... ഒരിക്കലും ഒരു കാരണവശാലും അവനെ പിരിയാൻ ഇടവരരുതേ എന്നാഗ്രഹിച്ചുകൊണ്ട് എൽഫ്രഡ് ഏറെനേരം അങ്ങനെയിരുന്നു. എത്ര മാന്യനാണയാൾ...... തന്നോട് അതിയായ സ്നേഹവുമുണ്ട്. പിന്നെ, എന്തോ വലിയ രഹസ്യമുണ്ട് എന്നൊക്കെ പറയുന്നു. അതെന്തോ ആവട്ടെ. അതും എൽഫ്രഡിന്റെ മനസിൽ അയാൾക്കുള്ള സ്ഥാനം ഉറപ്പിച്ച

തേയുള്ളൂ. അങ്ങനെ ഓരോന്നോർത്തിരുന്ന് എൽഫ്രഡിന്റെ മനസു പിടിവിട്ടുപോയി.

എൽഫ്രഡിന്റെ ഓർമയിൽ തനിക്ക് രാവിലെ കിട്ടിയ ആ ചുംബനം തന്നെയായിരുന്നു. ഒരിക്കൽക്കൂടി അതോർത്തുകൊണ്ട് അവൾ സ്വയം ചുണ്ടുകൾ കൂർപ്പിച്ചു പിടിച്ചു. ആ രംഗം ഒരിക്കൽക്കൂടെ ആവർത്തിച്ചിരുന്നെങ്കിൽ എന്നവൾ ആഗ്രഹിച്ചു. അതേസമയംതന്നെ, താഴെ പുൽത്തകിടിയിൽ അവളുടെ ജനലിനു തൊട്ടടുത്തുനിന്നും സമാനമായ ഒരു ശബ്ദം അവൾ കേട്ടു.

ആരോ ചുംബിക്കുന്ന ശബ്ദം... ചെറുതായിട്ട്, ഒരിക്കലല്ല. ഉറക്കെ, അമർത്തി ഒരുപാടുതവണ ആരോ പരസ്പരം ചുംബിക്കുന്ന ശബ്ദം.... എൽഫ്രഡിന്റെ മുഖം തുടുത്തു. അവൾ വേഗംതന്നെ താഴേക്ക് എത്തിനോക്കി. ഒന്നും കാണാനായില്ല. ആകാശത്തിന് അതിരിട്ടെന്നതുപോലെ ദൂരെ മലനിരകൾ ഉയർന്നുനിൽക്കുന്നു.

പുൽത്തകിടിയിലെ കുറ്റിച്ചെടികൾക്കിടയ്ക്ക് ഒരാൾക്ക് മറഞ്ഞിരിക്കാം—ഒരാൾകൂടി നിന്നാലും ചെറിയ നിഴലുപോലെയേ കാണാനാവൂ. അവിടെയാവണം പരസ്പരം ചുംബിച്ച ആ രണ്ടുപേർ നിന്നിട്ടുണ്ടാവുക. എന്തുതന്നെയായാലും ഇപ്പോൾ അവിടെ ആരേയും കാണാനില്ല.

സ്മിത്ത് ഇടയ്ക്ക് അപ്രത്യക്ഷനാവുന്നതോ, അയാൾ വെളിപ്പെടുത്താതെ വെച്ചിരിക്കുന്ന രഹസ്യമോ ഒന്നും എൽഫ്രഡിന് ഒരിക്കലും ഒരു സംശയവും ഉണ്ടാക്കിയിട്ടില്ല. തൊട്ടുമുൻപുകേട്ട ചുംബനസ്വരത്തിൽ അയാളാവുമോ ഒരു പങ്കാളി എന്ന് എൽഫ്രഡ് ചിന്തിക്കാൻ പോലും ആഗ്രഹിക്കുന്നില്ല.

എൽഫ്രഡ് ശബ്ദമുണ്ടാക്കാതെ നേരത്തേ സ്മിത്തിനെ അച്ഛന്റെ അടുത്തേക്ക് പറഞ്ഞയച്ച അതേ സ്ഥലത്തേക്ക് ഇറങ്ങിച്ചെന്നു. മുറ്റത്തിന്റെ അരികും മൂലയും വരെ അവൾ പരിശോധിച്ചു. വലിയ വലിയ മരങ്ങൾക്കിടയിൽ, കുറ്റിച്ചെടികൾക്കിടയിൽ എല്ലാം നോക്കി...... അവിടെ ഒന്നും ആരുംതന്നെ ഉണ്ടായിരുന്നില്ല. തിരിച്ച് അകത്തേക്കുതന്നെ കയറിവന്ന് എൽഫ്രഡ് നീട്ടിവിളിച്ചു.

"യൂണിറ്റീ"..........

"അവൾ അവളുടെ ആന്റിയുടെ വീട്ടിൽ പോയിരിക്കുകയാണ്. എൽഫ്രഡ്!" മുറിയിൽനിന്നും തലപുറത്തേക്കു നീട്ടിക്കൊണ്ട് സ്വാൻക്രോർട്ട് പറഞ്ഞു. അയാളുടെ കൈവശം എരിയുന്ന മെഴുകുതിരിവെളിച്ചത്തിൽ അവളുടെ മുഖത്തെ അസ്വസ്ഥത വ്യക്തമായി കാണാം.

"പപ്പ അകത്തുണ്ടായിരുന്നോ?" അവൾ അത്ഭുതപ്പെട്ടു. "ഞാൻ മുറ്റത്തിറങ്ങി നോക്കിയപ്പോൾ ഈ വെട്ടം കണ്ടില്ലല്ലോ....."

"ഞാനിപ്പോ ഇങ്ങോട്ടു വന്നതേയുള്ളൂ. നീ അകത്തുണ്ടായിരുന്നോ? ഞാൻ കരുതി സ്മിത്തിന്റെ കൂടെ പുറത്തെവിടെയോ പോയിക്കാണും എന്ന്."

എൽഫ്രഡ് അച്ഛന്റെ വാക്കുകൾതന്നെ വീണ്ടും പറഞ്ഞുനോക്കി..

താനും സ്മിത്തും അസമയത്തുപോലും ഒരുമിച്ച് പുറത്തുപോകുന്നതിന് അച്ഛന് ഒരു തടസവുമില്ലെ? ശ്രദ്ധക്കുറവുകൊണ്ടാണോ? അച്ഛനെല്ലാം ഊഹിക്കുന്നുണ്ട്. മൗനസമ്മതം നൽകുകയാണ് എന്നുതന്നെ എൽഫ്രെഡിന് മനസിലായി. പെട്ടെന്ന് മുറ്റംകടന്ന് സ്മിത്ത് കയറിവന്നു. മരങ്ങൾക്കിടയിലൂടെ നടന്നു കയറിവന്ന അയാൾ നിലാവിൽ കുളിച്ചു നിന്നു.

"പുൽത്തകിടിക്കരികെ വെച്ച് ചുംബിച്ചിട്ട് വല്ലതും പറ്റിയോ?" എൽഫ്രെഡ് പെട്ടെന്നു ചോദിച്ചു.

"ചുംബിക്കയോ?"

"അതെ."

"എനിക്കൊന്നും മനസിലാവുന്നില്ല. ഞാൻ ആർക്കും ചുംബനമൊന്നും കൊടുത്തിട്ടില്ല."

"അങ്ങനെ ഒരു സംഭവമേ അറിയില്ല?"

"അറിയില്ല..... എന്താ ഉണ്ടായത്?"

"പ്രത്യേകിച്ചൊന്നും ഇല്ല. അതു പോട്ടെ, നിങ്ങളെന്തേ ഇതുവരെ പപ്പയോട് നമ്മുടെ കാര്യം പറയാത്തത്?"

"എനിക്ക് അദ്ദേഹത്തെ നേരിട്ട് കാണാൻ പറ്റിയില്ല. പിന്നെ നീ പറഞ്ഞതുപോലെ, അഥവാ എതിർത്താൽ നമ്മുടെ ഇപ്പോഴത്തെ സന്തോഷമെല്ലാം തീരുമല്ലോ എന്ന് ഓർത്തപ്പോൾ....... നാളെ പറയാം എന്നു കരുതി. ഒരു ദിവസംകൂടി ആശ്വസിക്കാമല്ലോ. ഈ ആനന്ദം അനുഭവിക്കാമല്ലോ......"

"ശരിതന്നെ. എന്നാലും കുറെക്കാലം രഹസ്യമായി വയ്ക്കുന്നതും ശരിയല്ല. നമ്മൾ ഇഷ്ടത്തിലാണെന്ന കാര്യം പപ്പ അറിഞ്ഞല്ലേ പറ്റൂ. ആ പിന്നെ എന്റെ ഉപദേശം അവസാനമെങ്കിലും സ്വീകരിക്കാൻ തോന്നിയല്ലോ."

"ഉം......... ഞാനാക്കാര്യം ആദ്യം നിന്നോടു പറയാം. ഇപ്പോൾത്തന്നെ പറയാം. ഉറങ്ങാനിനിയും നേരമുണ്ടല്ലോ? നമുക്ക് ആ പള്ളിമേട വരെ നടന്നിട്ടു വരാം."

എൽഫ്രെഡ് എഴുന്നേറ്റു. അകലെ, നിലാവിൽ കുളിച്ചുനിൽക്കുന്ന ദേവാലയത്തിന്റെ ഗോപുരം കാണാം. അവർ അതു ലക്ഷ്യമാക്കി കുന്നുകയറി നടത്തമാരംഭിച്ചു.

ദേവാലയത്തിന്റെ വാതിൽ അടഞ്ഞുകിടക്കുന്നു. ഇരിക്കാനൊരിടം തിരഞ്ഞ്, കൈകോർത്തുപിടിച്ചുകൊണ്ട് അവർ ശ്മശാനത്തിലേക്കു കടന്നു. കാഴ്ചയ്ക്ക് പുതിയത് എന്ന് തോന്നിച്ച ഒരു കല്ലറയ്ക്കുമീതെ സ്മിത്ത് ഇരുന്നു, അയാൾ എൽഫ്രെഡിനുനേരെ കൈനീട്ടി.

"വേണ്ട, അവിടെവേണ്ട." അവൾ പറഞ്ഞു.

"എന്തേ?"

"ഒന്നൂല്ല.....പോട്ടെ." അവൾ അവനരികിലായി ഇരുന്നു.

"എൽഫ്രെഡ്, ഞാനെത്ര മോശക്കാരനായാലും നീ എന്നെ സ്നേഹിക്കുമോ?"

"എന്റെ സ്മിത്ത്.. ഇങ്ങനെ സങ്കടപ്പെട്ട് ഇതാവർത്തിച്ചു ചോദിക്കുന്നതെന്തിന്? നിനക്കറിഞ്ഞുകൂടെ എന്നെ.....?" അവനോട് ഒന്നുകൂടി ചേർന്നിരുന്നുകൊണ്ടാണ് എൽഫ്രഡ് പറഞ്ഞവസാനിപ്പിച്ചത്.

"നിന്നെക്കുറിച്ച് എന്തു വേണമെങ്കിലും പറയട്ടെ. മോശമായിട്ട് ഒന്നും പറയാനില്ല. അതെനിക്കറിയാം.... ഇനിപ്പറഞ്ഞാലും ഞാൻ കാര്യാക്കില്ല. നിന്റെ വഴിയാണ് ഇനി എന്റെയും വഴികൾ... മരിക്കുവോളം."

"എന്റെ അച്ഛൻ, അമ്മ, കുടുംബം. അതൊക്കെ നിനക്ക് വിഷയമാവുമോ?"

"ഒരു പ്രശ്നവുമില്ല. നിന്റെ സ്വഭാവം വെച്ച് കുറച്ച് പരിഷ്കാരി കുടുംബത്തിലേതാണ്. വലിയ പരിഷ്കാരികളൊന്നുമല്ല. കുറെ ജോലിക്കാരൊക്കെയായി ഒരു സാധാരണ തറവാട്. അതാണ് എന്റെ ഊഹം."

"എന്റെ കുടുംബത്തിൽ ജോലിയുള്ള ഏകവ്യക്തി ഞാനാണ്!"

"അതിനെന്ത് കുഴപ്പം?"

"ഞാനേത് സ്കൂളിലാ പഠിച്ചിട്ടുള്ളത് എന്നാ നീ കരുതുന്നത്? എങ്ങനത്തെ സ്കൂളിൽ പഠിച്ച കുട്ടിയാ ഞാനെന്നറിയാമോ?"

"ഏതെങ്കിലും ഒരു സ്കൂളിൽ പോയിക്കാണും."

"ആദ്യം വീടിനടുത്തുള്ള ഒരു സ്ത്രീ നടത്തുന്ന സ്കൂളിൽ പോയി. പിന്നെ നാഷണൽ സ്കൂളിൽ."

"അതിനെന്താ? ഞാൻ നിങ്ങളെ സ്നേഹിക്കുന്നു. ഒരുപാടു സ്നേഹിക്കുന്നു. അത്രമാത്രം." എൽഫ്രഡ് മന്ത്രിച്ചു.

"നിങ്ങൾക്ക് എന്നെയും ഒരുപാട് ഇഷ്ടമാണ്,...... പിന്നെ ഇതിലൊക്കെ എന്ത് കാര്യം?"

സ്മിത്ത് അവളെ ചേർത്തുപിടിച്ചു.

"എന്റെ അച്ഛനെക്കുറിച്ച് അറിയണ്ടേ? എന്തു ചെയ്യുന്നു, എങ്ങനെ ജീവിക്കുന്നു എന്നൊക്കെ?"

"എന്തെങ്കിലും ജോലി കാണും."

"അല്ല. കൽപ്പണിക്കാരനാണ്."

"മേൽനോട്ടക്കാരൻ?"

"അല്ല. സാധാരണ കൂലിപ്പണിക്കാരൻ."

കുറച്ചു നേരത്തേക്ക് എൽഫ്രഡ് ഒന്നും മിണ്ടിയില്ല; പിന്നെ പറഞ്ഞു:

"അതൊരു പുതിയ അറിവാണല്ലോ....... ആ അതിനിപ്പോൾ എന്താ?"

"നേരത്തെ ഇക്കാര്യം പറയാത്തതിൽ ദേഷ്യമുണ്ടോ?"

"ഏയ് ഇല്ല. അമ്മയോ? ജീവിച്ചിരിപ്പില്ലേ?"

"ഉണ്ട്."

"നല്ല അമ്മയാവും അല്ലേ?"

"ആണ്. ഈ ലോകത്തിലെ ഏറ്റവും നല്ല അമ്മ. കന്നുകാലികളെ മേയ്ക്കലാണ് അമ്മയ്ക്കു ജോലി."

"സ്മിത്ത്?!" എൽഫ്രെഡ് ആശ്ചര്യപ്പെട്ടു.

"എന്റെ അച്ഛൻ അമ്മയെ കല്യാണം കഴിക്കുംമുൻപെ അമ്മയ്ക്കതായിരുന്നു ജോലി." ശ്വാസത്തള്ളിച്ചകൊണ്ട് സ്മിത്ത് ഒന്നുനിർത്തി. "പണ്ടത്തെ കാര്യങ്ങളൊക്കെ എനിക്ക് നല്ല ഓർമയുണ്ട്. ഞാനന്ന് തീരെ ചെറുതാണ്. പാലു കറക്കാനൊക്കെ ഞാൻ കൂടെ പോകുമായിരുന്നു. പാലു കറക്കുന്നതിനിടെ അറിയാതെ ഉറങ്ങിപ്പോകും. എന്നാലും അമ്മയെ സഹായിക്കുകയാണ് എന്നാണ് ഭാവം. ഓ..... അതൊക്കെ എന്തു രസമുള്ള കാലമായിരുന്നു."

"എന്തു രസം? ഒട്ടും രസം കാണില്ല."

"ഉണ്ട്..... നല്ലകാലംതന്നെയായിരുന്നു."

"പിന്നെ? കൈയൊക്കെ വിണ്ടുകീറി, ചെരിപ്പൊക്കെ ചാണകം പുതഞ്ഞ്, ഡയറിഫാമിനകത്തെ കഠിനാധ്വാനത്തിനിടെയല്ലേ സന്തോഷവും രസവും ഒക്കെ? നിങ്ങളുടെ ബാല്യം എന്തുമാത്രം കഷ്ടപ്പാടു നിറഞ്ഞതായിരുന്നുവെന്ന് എനിക്ക് ഊഹിക്കാനാവും. അത്തരം ജോലിയൊക്കെ എന്ത് ബോറടിയാവും അല്ലേ? (സ്മിത്ത് അവളുടെ അടുത്തു നിന്നും സ്വൽപ്പം മാറിയിരുന്നു.) എനിക്കു പക്ഷേ നിങ്ങളെ ഇഷ്ടം തന്നെയാണ്. അവൾ അവന്റെ ചുമലിനോട് ചേർന്നിരുന്നു. "നിങ്ങളുടെ പഴയ കാലമൊന്നും ഞാൻ കാര്യമാക്കുന്നില്ല..... മാത്രവുമല്ല, ആ കാഴ്ചപ്പാടൊക്കെ കടന്ന് ഇപ്പോൾ നല്ല നിലയിലായില്ലേ? അതുതന്നെ എത്രഭാഗ്യമാണ്......"

"അതെന്റെ ഗുണമല്ല........ നൈറ്റിന്റെ ശ്രമത്തിന്റെ ഫലമാണ്. അദ്ദേഹമാണ് എന്നെ ഞാനാക്കിയത്."

"ഓ..... അയാൾ. അയാൾതന്നെ എപ്പോഴും."

"അതെ. അദ്ദേഹംതന്നെ കാരണം. കത്തുകളിലൂടെ എന്നെ അദ്ദേഹം പഠിപ്പിച്ചു. ഓക്സ്ഫോർഡിൽ എത്തുംമുൻപെ എനിക്കദ്ദേഹത്തെ അറിയാം. ഗ്രാമം വിട്ടുവന്നതിൽപ്പിന്നെ കാണൽ കുറഞ്ഞു. എന്നിട്ടും കത്തുകളിലൂടെ അദ്ദേഹം എന്നെ പഠിപ്പിച്ചുകൊണ്ടിരുന്നു. എല്ലാം ഒരിക്കൽ ഞാൻ വിശദമായിപ്പറയാം. ഇപ്പോൾ ഇത്രയൊക്കെയേ പറയാനാവൂ....." അയാളുടെ ശബ്ദം നേർത്തുനേർത്തു വന്നു.

"മതി. കൂടുതൽ സംസാരിച്ച് വിഷമിക്കണ്ട. നിങ്ങൾ എത്ര മാന്യനാണെന്ന് എനിക്കറിയാം. എല്ലാ ലക്ഷപ്രഭുക്കളും അവരുടെ പണിയായുധങ്ങൾ സഞ്ചിയിൽ തൂക്കി, ഒരു കിരീടം പോക്കറ്റിൽ ഒളിപ്പിച്ചുവെച്ച് ലണ്ടൻ നഗരത്തിൽ എത്തിയവരാണ് എന്നൊരു ചൊല്ലുണ്ട്. അങ്ങനെ സ്വന്തം അധ്വാനംകൊണ്ട് നന്നായവർ. പക്ഷേ, അതു പറയാൻകൂടി അഭിമാനം കാട്ടണം. ആ, അതുപോട്ടെ. ഇതാണോ നിങ്ങൾ പറയാനുണ്ടെന്നു പറഞ്ഞ രഹസ്യം?"

"പറയാം. എന്റെ കഥകൾ മുഴുവനും പറയാതെ നിന്നെ പ്രണയി

ച്ചത് ശരിയായില്ല എന്നെനിക്കറിയാം...... പക്ഷേ, ഇപ്പോഴും അതൊക്കെ പറയാൻ എനിക്ക് ഭയമാണ് എൽഫ്രഡ്..... നിന്നെ നഷ്ടപ്പെട്ടേക്കും എന്ന ഭയം...... എന്റെ കള്ളത്തരം എന്നു വേണമെങ്കിൽ പറയാം."

"ആ രഹസ്യവും ഞാൻ ലുക്സല്ലെൻ ബംഗ്ലാവിൽ വെച്ച് കണ്ട കാഴ്ചയും തമ്മിൽ വല്ല ബന്ധവും ഉണ്ടോ?"

"എന്തു കണ്ടു?"

"നിങ്ങൾ ഒരു സ്ത്രീക്ക് എന്തോ അണിയിച്ചുകൊടുക്കുന്നതിന്റെ നിഴൽ. നിങ്ങൾ നിന്ന മുറിയുടെ ചില്ലുവാതിലിനപ്പുറം ഞാനുണ്ടായിരുന്നു. ജനലിനപ്പുറത്തെ കാഴ്ചകൾ നിഴലുപോലെ എനിക്ക് കാണാമായിരുന്നു. കുറച്ചു കഴിഞ്ഞപ്പോൾ നിങ്ങൾ എന്റെ അടുത്ത് എത്തുകയും ചെയ്തു."

"ഓ....... അതോ? അതെന്റെ അമ്മയായിരുന്നു."

"അമ്മയോ?, അവിടെ എങ്ങനെ?"

"നാളെപ്പറയാമെന്നു കരുതിയ ആ കാര്യം ഇപ്പോത്തന്നെ പറഞ്ഞേക്കാം. ഇനി നീട്ടണ്ട. അത് എന്റെ അച്ഛനമ്മമാരെക്കുറിച്ചുള്ളതാണ്. അവരെവിടെയാ ജീവിക്കുന്നത് എന്നറിയാമോ..... ഇവിടെത്തന്നെ! നീയും അവരെ കണ്ടിട്ടുണ്ട്. കാണാതിരിക്കാൻ വഴിയില്ല."

"ഞാനും കണ്ടുകാണുമെന്നോ."

"അതെ. എന്റെ അച്ഛൻ ലുക്സെല്ലെൻ പ്രഭുവിന്റെ പ്രധാന കൽവെട്ടുകാരൻ ജോൺ സ്മിത്ത്. പുഴയ്ക്കരികിലുള്ള പാർക്കിന്റെ ചുവട്ടിൽ ഒരു കുടിലിലാണ് താമസം."

"അതെ. നിങ്ങളിപ്പോൾ താമസിക്കുന്ന വീടുപണിക്ക് എന്റെ അച്ഛൻ കൂടിയിട്ടുണ്ട്. ലുക്സെല്ലെൻ പ്രഭുവിന്റെ ഗേറ്റുപണിക്കും അച്ഛൻ കൂടിയിട്ടുണ്ട്. നിങ്ങളുടെ പുൽത്തകിടിക്കരുകിലെ ആ മരങ്ങളൊക്കെ പണ്ട് എന്റെ മുത്തച്ഛനും മുത്തശ്ശിയുംകൂടി നട്ടതാണ്.... ഞാൻ കുട്ടിയായിരിക്കുമ്പോളതൊക്കെ പറഞ്ഞുതന്നിട്ടുണ്ട്. മുത്തശ്ശൻ ഇവിടത്തെ പള്ളിയിലെ സഹായിയായിരുന്നു. ഈ ശ്മശാനത്തിലെ പല കല്ലറകളും മുത്തച്ഛൻ കുഴിച്ചതാണ്."

"ഓ..... അപ്പോൾ നിങ്ങൾ ഇടയ്ക്ക് മുങ്ങുന്നത് അച്ഛനെയും അമ്മയെയും കാണാനാണല്ലെ? ഇവിടത്തെ വഴിയൊക്കെ ഇത്ര നിശ്ചയമുള്ളതിലും ഒരു അതിശയവും ഇല്ല."

"അതിശയപ്പെടാനൊന്നും ഇല്ല. പക്ഷേ, ഒമ്പതാം ക്ലാസുമുതൽ ഞാനിവിടെയല്ല താമസം ഒമ്പതു വയസുമുതൽ കാസ്റ്റർബ്രിഡ്ജിൽ എന്റെ അമ്മാവനൊപ്പമാണ് ഞാൻ താമസിച്ചതും പഠിച്ചതും എല്ലാം. ഇവിടവുമായി പിന്നെ വലിയ ബന്ധമില്ല. അവിടെവെച്ചാണ് ഞാൻ നൈറ്റിനെ കാണുന്നത്. നന്നായി വരയ്ക്കുന്നതുകൊണ്ട് നഗരത്തിൽ പോയി ആർക്കിടെക്ച്ചർ പഠിക്കുവാൻ അവസരം കിട്ടി. ഇതൊക്കെ ശ്രദ്ധിച്ചതും പഠിപ്പിച്ചതും എല്ലാം അമ്മയാണ്."

"ഓ.....ഞാൻ കരുതിയത് നിങ്ങൾ ശരിക്കും ലണ്ടൻകാരനാണ്

എന്നാണ്. ഒരു നഗരവാസി, പക്ഷേ നിങ്ങൾ തനി ഗ്രാമീണൻ. എനിക്കുംമുൻപെ ഈ ഗ്രാമത്തെ അടുത്തറിയാവുന്നവൻ. എന്ത് വിചിത്രം, അല്ലേ? എനിക്കതിശയം തോന്നുന്നു."

"നിന്നെയും പപ്പയെയും കഴിഞ്ഞാഴ്ച പള്ളിയിൽ അഭിവാദ്യം ചെയ്തത് എന്റെ അമ്മയാണ്." അയാൾ വൈക്ലബ്യത്തോടെ തുടർന്നു. "എന്നും പള്ളിയിൽ വന്നുകാണുന്നതിൽ സന്തോഷമുണ്ട്" എന്ന് നിന്റെ പപ്പ എന്റെ അമ്മയോട് പറയുകയും ചെയ്തു.

"എനിക്കോർമയുണ്ട്. പക്ഷേ ഞാനൊരിക്കലും അവരോട് സംസാരിച്ചിട്ടേ ഇല്ല. ഞങ്ങൾ ഈ പാരീഷിൽ വന്നിട്ട് പതിനെട്ട് മാസമേ ആയിട്ടുള്ളൂ... ഇതാണെങ്കിൽ ഒരു വലിയ പാരീഷാണ്. അതാണ് ഇത്രകാലം അവരെ ഒന്നും പരിചയപ്പെടാതെ പോയത്."

"കഷ്ടം. നിന്റെ അച്ഛൻ ഞാനേതോ വലിയ കുടുംബത്തിലെ ആളാണെന്നാ കരുതിവെച്ചിരിക്കുന്നത്. ഞാൻ വന്ന അന്നു രാത്രി തന്നെ കിഴക്കെവിടെയോ ഉള്ള ഒരു വലിയ തറവാട്ടിലെ അംഗമാണ് ഞാൻ എന്ന് അദ്ദേഹം സ്വയം അങ്ങ് സ്ഥിരീകരിച്ചു. എന്റെ പേരിലെ സ്മിത്ത് എന്ന ഭാഗം കേട്ട് അതൊക്കെ അദ്ദേഹം സ്വയം ഊഹിക്കുകയായിരുന്നു. എന്റെ മുത്തച്ഛൻ മുപ്പതുവർഷത്തോളംകാലം "ഫിറ്റ്സ് മോറൈസ് സ്മിത്ത്" എന്ന കുടുംബക്കാരുടെ പരിചാരകനായിരുന്നു. അങ്ങനെ കിട്ടിയതാ ഞങ്ങൾക്കീ സ്മിത്ത് എന്ന രണ്ടാംപേര്. നിന്റെ മുഖം കണ്ടപ്പോൾ സത്യമായിട്ടും നിന്നെ നഷ്ടമാവരുതേ എന്നോർത്തിട്ടാ എൽഫ്രഡ്, ഞാൻ നിന്റെ അച്ഛൻ പറഞ്ഞതൊന്നും നിഷേധിക്കാതിരുന്നത്..... വേണമെന്നു കരുതി നുണ പറഞ്ഞതല്ല......"

എൽഫ്രഡ് ഒരു ദീർഘനിശ്വാസമുതിർത്തു.

"ഈ കുടുംബപശ്ചാത്തലം നമുക്ക് വലിയ കുഴപ്പമാകും സ്മിത്ത്... ഉറപ്പാണ്....." അവളുടെ ശബ്ദം നേർത്തുനേർത്തുവന്നു. അതൊരു മന്ത്രണംപോലെയായി. "അവരൊക്കെ കുറേ ദൂരെയാണ് താമസിച്ചിരുന്നതെങ്കിൽ....... വലിയ കുഴപ്പം വരില്ലായിരുന്നു. പപ്പ വലിയ എതിർപ്പൊന്നും പറയുമായിരുന്നില്ല. കുറേ ദൂരത്തേക്ക് വിവാഹം നടത്തുമ്പോൾ ചെറുക്കന്റെ കുടുംബമേതാണെന്നൊന്നും ആരും അറിയില്ലല്ലോ... പക്ഷേ, ഇതിപ്പോൾ അച്ഛൻ എതിർക്കും. ഇഷ്ടപ്പെടാൻ ഒരു വഴിയും ഇല്ല. നമ്മളെന്ത് ചെയ്യും?"

"എന്തു ചെയ്യുമെന്ന് ചോദിച്ചാൽ......" അയാൾ ഹൃദയഭാരത്തോടെയാണ് ബാക്കി പറഞ്ഞത്..... "എന്നെ മറക്കുക. ഞാൻ ലണ്ടനിലേക്കു മടങ്ങിക്കൊള്ളാം. പിന്നെ നീ എന്നെക്കുറിച്ച് ഓർക്കാതിരിക്കുക, ഒരിക്കലും. ഞാൻ ആലോചിച്ചിട്ട് അതേ മാർഗമുള്ളൂ."

"ഇല്ല. എനിക്ക് മറക്കാൻ കഴിയില്ല...... ഈ പ്രശ്നങ്ങളൊക്കെ എനിക്ക് നിങ്ങളോടുള്ള സ്നേഹം കൂട്ടിയിട്ടേ ഉള്ളൂ. നമ്മളെന്തിനു വിഷമിക്കണം? അല്ലെങ്കിലും പപ്പ എന്തിനാ എതിർക്കുന്നത്? ലണ്ടനിൽ നിന്നുള്ള ഒരു കലാകാരൻ 'കലാകാരൻ....' അത്രമാത്രം! ആരാണ്

അന്വേഷിക്കാൻ പോകുന്നത്? ആരും അന്വേഷിക്കില്ല. നമ്മളങ്ങ് ജീവിക്കും. പിന്നെന്തിനാ വിഷമിക്കുന്നത്, അല്ലേ?"

സ്മിത്തിന് അവളുടെ വാക്കുകൾ പ്രതീക്ഷ നൽകി. "ശരിയാണ് എൽഫ്രെഡ്....... നൈറ്റ് പറയാറുണ്ട്. ഞാനൊരു പ്രഭുവിന്റെ മകനാണെങ്കിലും അവന്റെ സൗഹൃദം ഇങ്ങനെ ഒക്കെത്തന്നെയാവുമായിരുന്നു എന്ന്. അത്ര മഹാനായ ഒരാളുടെ സൗഹൃദം ഈ കൂലിവേലക്കാരന്റെ മകന് കിട്ടാമെങ്കിൽ, എന്തുകൊണ്ട് നിന്റെ പ്രണയം ആയിക്കൂടാ, അല്ലേ?"

"നിങ്ങളുടെ നൈറ്റിനെപ്പോലെ ഒരു സുഹൃത്ത് എനിക്കില്ല. അതുകൊണ്ട് നിങ്ങൾക്കും വേണ്ട ആ കൂട്ട്. അയാൾ എന്റെ സ്ഥാനം കവർന്നെടുക്കുന്നു......."

"നിനക്ക് ഒരിക്കലും ഒരു പ്രണയവും തോന്നിയിട്ടില്ലേ ആരോടും?"

"ഇല്ല."

"ഒരാളോടും?"

"ഇല്ല."

"നിന്നെയാരെങ്കിലും പ്രണയിച്ചിട്ടുണ്ടോ?"

"ഉം..... ഒരിക്കൽ, ഒരുപാടിഷ്ടമാണ് എന്ന് ഒരാൾ പറഞ്ഞിരുന്നു."

"എത്ര കാലം?"

"കുറേക്കാലമായി......"

"എന്നാലും എത്ര കാലംമുൻപ്?"

"ഒരു....... ഒരു വർഷം മുൻപ്."

"അത് അത്രയ്ക്ക് പണ്ടൊന്നുമല്ലല്ലോ...." (സ്മിത്തിന്റെ സ്വരത്തിൽ ചെറിയ നിരാശയുണ്ടായിരുന്നു.)

"അത്രയ്ക്ക് പണ്ടാണ് എന്നൊന്നും ഞാൻ പറഞ്ഞില്ലല്ലോ.....?"

"അയാൾ നിന്നെ കല്യാണം കഴിക്കാനാഗ്രഹിച്ചിരുന്നോ?"

"അങ്ങനെ തോന്നുന്നു. പക്ഷേ, ഞാനങ്ങനെ ഒന്നും ചിന്തിച്ചിട്ടേ ഇല്ല."

"അയാൾക്കെന്തായിരുന്നു ജോലി?"

"കൃഷി."

"ഒരു കൃഷിക്കാരൻ അത്ര മോശമൊന്നുമല്ലായിരുന്നു.... എന്റെ കുടുംബവുമായി താരതമ്യം ചെയ്യുമ്പോൾ നല്ല ആലോചനയായിരുന്നു." സ്മിത്ത് ശബ്ദം താഴ്ത്തി പറഞ്ഞു. "അയാൾ എവിടെയുണ്ട്?"

"ഇവിടെ."

"ഇവിടെയോ? നീയെന്താ പറയുന്നത്?"

"അതുതന്നെ..... അയാൾ ഇവിടെയുണ്ട്."

"എന്നിട്ടെവിടെ?"

"നമുക്ക് അടിയിൽ........ ഈ കല്ലറയ്ക്കകത്ത്...... അദ്ദേഹം മരിച്ചു

പോയി..... നമ്മളിപ്പോൾ ഇരിക്കുന്ന ഈ കല്ലറ അയാളുടേതാണ്."

"എൽഫ്രഡ്" ആ കല്ലറയ്ക്കുമുകളിൽനിന്നും ചാടി എഴുന്നേറ്റു കൊണ്ട് സ്മിത്ത് തുടർന്നു: "ഇതെന്ത് പണിയാണ് എൽഫ്രഡ്? ഞാൻ ഞെട്ടിപ്പോയി......"

"ഞാനിവിടെ ഇരിക്കണമെന്നു കരുതിയതല്ല. പക്ഷേ, നീ ഇരുന്ന് എന്നെ നിർബന്ധിച്ചപ്പോൾ......"

"നീ ഒരിക്കലും അയാളെ പ്രേമിച്ചിട്ടേ ഇല്ല."

"ഇല്ല. നോട്ടംകൊണ്ടോ വാക്കുകൊണ്ടോ ഒന്നും ഞാനയാളെ പ്രോത്സാഹിപ്പിച്ചിട്ടുമില്ല. നിങ്ങൾ ആദ്യം വന്നില്ലേ. അന്നാണയാൾ മരിച്ചത്. റ്റി ബി ആയിരുന്നു."

"നമുക്ക് പോകാം.... എനിക്കിവിടെ നിൽക്കാൻ വയ്യ. നീ അയാളെ പ്രേമിച്ചിരുന്നില്ലെങ്കിലും..... അയാൾ മുൻപിൽ വന്നു നിൽക്കുംപോലെ"

"പരിഭ്രമിക്കണ്ട സ്മിത്ത്....." വശ്യമായ ചിരിയോടെ എൽഫ്രഡ് പറഞ്ഞു. അവന്റെ പിറകെ കുറച്ചു ദൂരം നടന്നശേഷം അവൾ കൂട്ടിച്ചേർത്തു. "ഇവിടെ ഇരിക്കുംമുൻപേ ഞാനിക്കാര്യം പറയേണ്ടതായിരുന്നു അല്ലേ? ആ അത് പോട്ടെ. നമുക്ക് പോവാം....."

9

അജ്ഞാതം

അഭിമുഖീകരിക്കാൻ പോകുന്ന ബുദ്ധിമുട്ടുകളും വിഷമങ്ങളും മുൻപിൽ കണ്ടെന്നപോലെ അവരിരുവരും തിരിച്ച് കുന്നിറങ്ങുമ്പോൾ മൂകരായിരുന്നു. നേരം വൈകി സ്കൂളിലെത്തിയ കുട്ടികളുടെ പരുങ്ങലോടെ അവർ വീടിനുനേരെ നടന്നു.

വിധിയുടെ വിളയാട്ടങ്ങൾ വേഗം അംഗീകരിക്കുക സ്ത്രീകളാണ്. തന്റെ കാമുകന്റെ കുടുംബത്തെക്കുറിച്ചുണ്ടായിരുന്ന എല്ലാവിഷമങ്ങളിൽനിന്നും എൽഫ്രഡ് വേഗംതന്നെ മോചിതയായി...... സ്മിത്തിന്റെ മനസിൽ അവൾക്ക് മുൻപൊരു പ്രണയാനുഭവം—നേരിട്ടല്ലെങ്കിലും—ഉണ്ടായിട്ടുണ്ട് എന്നതിന്റെ നീരസം ബാക്കി കിടന്നു.

"അയാളുടെ പേരെന്ത്?"

"ഫെലിക്സ് ജെത്‌വേ. അച്ഛൻ നേരത്തെ മരിച്ചു. അമ്മ മാത്രമേ ഉണ്ടായിരുന്നുള്ളൂ."

"ഓ....... എനിക്കോർമയുണ്ട് ആ കുടുംബത്തെ."

"ആ അമ്മയ്ക്കിപ്പോ എന്നോട് ഭയങ്കര വെറുപ്പാണ്. ഞാനാണ് അവരുടെ മകനെ കൊന്നത് എന്നാ പറയുന്നത്."

അവർ മുറ്റത്തെത്തി. "സ്മിത്ത്, ഞാൻ നിങ്ങളെ മാത്രമേ പ്രണയിച്ചിട്ടുള്ളൂ." അവൾ മന്ത്രിച്ചു.

അയാൾ അവളുടെ വിരലുകൾ ഒന്നുകൂടി അമർത്തിപ്പിടിച്ചു.......... കൂടുതൽ വൈഷമ്യങ്ങളെ നേരിടാൻ മനസാകെ തയാറാക്കിക്കൊണ്ട് നിഴലുപോലെ അവർ രണ്ടുപേരും അകത്തേക്ക് കയറിപ്പോയി.

അകത്ത്, മാർട്ടിൻ കാനിസ്റ്റർ എന്ന ആളോട് സംസാരിച്ചുകൊണ്ട് ഇരിക്കുകയായിരുന്നു വികാരി. സ്മിത്തും എൽഫ്രഡും അങ്ങോട്ടു കയറിച്ചെന്നു. മാർട്ടിൻ കനിസ്റ്ററുടെ വാചകമടി കേൾക്കാൻ അവരും

വികാരിക്കൊപ്പം ഇരുന്നു. അയാൾ പറഞ്ഞ കഥയിൽ പക്ഷേ, സ്മിത്തിന്റെ അച്ഛൻ ജോൺ സ്മിത്തായിരുന്നു പ്രധാന കഥാപാത്രം. അയാൾക്ക് ജോലിക്കിടെ അപകടം പറ്റിയ കാര്യമാണ് കാനിസ്റ്റർ വിവരിച്ചുകൊണ്ടിരുന്നത്. സ്മിത്ത് കരഞ്ഞുകൊണ്ട് താൻ ജോൺ സ്മിത്ത് എന്ന കൽപ്പണിക്കാരന്റെ മകനാണെന്നും, താൻ അച്ഛനെ കാണാൻ പോവുകയാണെന്നും പറഞ്ഞിട്ട്, വേഗംതന്നെ അവിടംവിട്ട് പോകാനൊരുങ്ങി.

സ്വാൻക്രോർട്ടിന്റെ മുഖം ചുവന്നു. വിശദീകരണങ്ങളൊന്നും കൂടാതെ വികാരിക്ക് കാര്യങ്ങളുടെ കിടപ്പ് പിടികിട്ടി...... "മതിയായി....." വികാരി അത്രമാത്രമേ പറഞ്ഞുള്ളൂ. അയാളുടെ ശബ്ദം വരണ്ടിരുന്നു. ആ ഒറ്റ വാക്കിൽ എല്ലാം ഉണ്ടായിരുന്നു. സ്മിത്തിനുള്ള എല്ലാ മറുപടിയും അതിലടങ്ങിയിട്ടുണ്ട്.

"ഞാൻ പുറപ്പെടുകയാണ്." സ്മിത്ത് പറഞ്ഞൊപ്പിച്ചു. "മടങ്ങിവന്നിട്ട് എനിക്ക് കുറച്ചു കാര്യങ്ങളൊക്കെ സംസാരിക്കാൻ കുറച്ചു സമയം തരണേ സാർ."

"ആവാം. നമുക്കിടയിൽ ഇനിയൊരു സംസാരത്തിന്റെ ആവശ്യമുണ്ട് എന്നെനിക്ക് തോന്നുന്നില്ല."

സ്വാൻക്രോർട്ട് പതുക്കെ വീടിനു പുറത്തേക്കിറങ്ങി. അയാൾക്ക് സ്മിത്തിനെക്കുറിച്ച് നല്ല മതിപ്പായിരുന്നു. നല്ല തറവാടി; മിടുക്കൻ. തന്റെ സുഹൃത്തിനെപ്പോലെയാണ് സ്വാൻക്രോർട്ട് കണക്കാക്കിയത്.

എൽഫ്രഡും സ്മിത്തും വാതിൽ കടന്ന് പുറത്തെത്തിയപ്പോഴേക്കും വേലക്കാരി യൂണിറ്റി അവളുടെ ഗ്രാമത്തിൽനിന്നും മടങ്ങിവരുന്നതു കണ്ടു.

"നീ ജോൺ സ്മിത്തിന് അപകടം പറ്റിയതിനെപ്പറ്റി വല്ലതും കേട്ടോ.......? വലിയ മുറിവൊന്നുമില്ലല്ലോ? നീ അറിഞ്ഞോ."

"ആ കുറച്ച് ആഴത്തിലുള്ള മുറിവുണ്ടെന്നാ കേട്ടത്. പക്ഷേ, പൊട്ടലോ ചതവോ ഒന്നും ഇല്ല."

"ഞാൻ അപ്പോഴേ കരുതി." എൽഫ്രഡ് സന്തോഷത്തോടെ പറഞ്ഞു.

"നീ എന്നോട് ക്ഷമിക്കില്ലേ എൽഫ്രഡ്?.... പ്രണയത്തിന്റെ കാര്യത്തിൽ ഒരു പുരുഷനും അത്രയ്ക്കു സത്യസന്ധനൊന്നും ആവില്ല." അവളുടെ വിരലുകൾ തന്റെ കൈക്കുള്ളിലാക്കിക്കൊണ്ട് സ്മിത്ത് മന്ത്രിച്ചു.

ഉറപ്പു നൽകാനെന്നവണ്ണം എൽഫ്രഡ് അവന്റെ കൈകൾ അമർത്തിപ്പിടിച്ചു......... പതുക്കെ തന്റെ കൈകൾവിടുവിച്ചുകൊണ്ട് അയാൾ പുറത്തിറങ്ങി, തന്റെ അച്ഛന്റെ കുടിലിനുനേരെ നടന്നു.

സ്മിത്ത് പോയ ഉടൻ വികാരി എൽഫ്രഡിന്റെ അടുത്തെത്തി.

"നീ ഇതേപ്പറ്റി എന്തു പറയുന്നു, എൽഫ്രഡ്?

സ്മിത്തിനെ ന്യായീകരിക്കാനുള്ള ആവേശത്തിലാണ് എൽഫ്രഡ് സംസാരിച്ചത്.

"എന്നോട് അയാളിക്കാര്യം നേരത്തെ പറഞ്ഞതാ...... പപ്പയോടും ഇത് പറയാനിരിക്കുകയായിരുന്നു. ഇപ്പോൾ അബദ്ധത്തിൽ പറഞ്ഞതൊന്നുമല്ല. പറയണം എന്നു കരുതിത്തന്നെ വന്നതാ...."

"പറയാൻ വന്നുപോലും! എന്തുകൊണ്ട് പറഞ്ഞില്ല? നേരത്തേ തന്നെ എന്നോട് പറഞ്ഞിരുന്നെങ്കിൽ..... ഇതിപ്പോൾ എന്നെ പൊട്ടനാക്കാൻ......... പറയാൻ വന്നുപോലും. നീയും ഇതിനൊക്കെ കൂട്ടുനിന്നു. നിങ്ങൾ ഒന്ന്. ഞാൻ സമ്മതിക്കില്ല. ഒരു ചേർച്ചയുമില്ല നിങ്ങളുടെ ഈ ബന്ധത്തിന്. ഇതൊക്കെ മോശം സ്വഭാവമാണ്. നിനക്കറിയില്ലേ? പെൺകുട്ടികൾ നല്ലോണം സൂക്ഷിക്കണം. ഏതു നേരവും അയാളോടൊപ്പം..... ആരാ, ഏതാ എന്നൊന്നും അറിയാത്ത ഒരുത്തനോടൊപ്പം...... ഛെ!"

"പപ്പാ........ പപ്പ കണ്ടതല്ലെ എല്ലാം? അപ്പോഴൊന്നും ഒരു എതിരും പറഞ്ഞില്ലല്ലോ."

"അത് എന്റെ തെറ്റ്. സമ്മതിക്കുന്നു. ഞാനൊന്നും ഓർത്തില്ല....... ഛെ...... അതൊരു ഗ്രാമീണൻ. കൽപ്പണിക്കാരന്റെ മകൻ..... നമ്മളോ? നമ്മൾ സ്വാൻക്രോർട്ട്സ്......! എന്തിനാ അയാളെ രണ്ടാമതും ക്ഷണിച്ചു വരുത്തിയത്?..... ഞാനെന്തൊര് മണ്ടനാണ്......"

അവരുടെ ബന്ധത്തിന്റെ ആഴത്തെക്കുറിച്ചൊക്കെ പറഞ്ഞുകൊണ്ട് എൽഫ്രഡ് കരയാനാരംഭിച്ചു.

"പപ്പാ...... പ്ലീസ്, ക്ഷമിക്ക്. ഞങ്ങളത്രയ്ക്ക് അടുത്തുപോയി. ഒരുപാടടുത്തുപോയി. പപ്പയ്ക്ക് സമ്മതമെങ്കിൽ വിവാഹനിശ്ചയം നടത്തിത്തരണം എന്ന് പറയാൻവേണ്ടി വന്നതാ. വിവാഹം അദ്ദേഹം ഒരു നല്ല നിലയിലെത്തിയിട്ട് നടത്തിയാൽ മതി. ഞങ്ങൾ ധൃതി കാണിക്കില്ല, സ്മിത്ത് കുറെ പണമൊക്കെ ഉണ്ടാക്കട്ടെ എന്നിട്ടു മതി. അത്രയ്ക്ക് സ്മിത്തിനെ സ്നേഹിച്ചുപോയി പപ്പാ. സ്മിത്ത് എന്നെയും. ഇനി പിരിയാൻ മാത്രം പറയല്ലേ......"

എൽഫ്രഡിന്റെ വാക്കുകൾ സ്വാൻക്രോർട്ടിനെ തെല്ല് തണുപ്പിച്ചു. കാര്യങ്ങൾ ഇത്രത്തോളം ആയി എന്നദ്ദേഹം അതിശയിക്കുകയും ചെയ്തു. പക്ഷേ അതൊന്നും വികാരിയുടെ തീരുമാനത്തെ ഇളക്കിയില്ല.

"ഒരിക്കലും പറ്റില്ല." തറപ്പിച്ചാണ് വികാരി പറയുന്നത്.

"അയ്യോ..... അങ്ങനെ പറയല്ലേ പപ്പ......."

"ഫൂ....... നല്ല കഥ. ഇത്രനാൾ അയാളെ സൽക്കരിച്ച് വിഡ്ഢിയായതൊന്നും പോര. ഇനി ആ കൂലിപ്പണിക്കാരന്റെ മകനെ എന്റെ മരുമകനാക്കണം.... അല്ലേ? നിനക്ക് വട്ടാണോ എൽഫ്രഡ്?"

"അദ്ദേഹം ആദ്യം ഇവിടെ വന്നുപോയതിന് പിറകെതന്നെ എനിക്ക് അദ്ദേഹത്തിന്റെ കത്തുകൾ വരുന്നത് പപ്പ കണ്ടതല്ലേ? അതൊക്കെ പ്രണയലേഖനങ്ങളാണ് എന്ന് പപ്പ ഊഹിച്ചിട്ടുണ്ടാവും. എന്നിട്ടെന്താ എതിർക്കാതിരുന്നത്? എത്രയോ നേരം ഞങ്ങൾ തനിച്ച് അകത്തും

പുറത്തും ഇരുന്നിട്ടുണ്ട്. അപ്പോഴൊക്കെ എന്തൊക്കെയാവും സംസാരിക്കുക, ചെയ്യുക എന്നൊക്കെ പപ്പയ്ക്ക് ഊഹിക്കാവുന്നതേ ഉള്ളൂ. എല്ലാം മനസിലായിട്ടും ഒരു തടസവും പറഞ്ഞില്ല. ഞാൻ സ്നേഹിച്ചു. സ്നേഹിച്ചതു സ്വന്തമാക്കുക എന്നതാണ് അതിന്റെ ഒരു രീതി..... പപ്പയ്ക്കറിയാമല്ലോ?"

എൽഫ്രഡിന്റെ ന്യായങ്ങളെ വികാരി എങ്ങനെയൊക്കെയോ ചെറുക്കാൻ നോക്കി.

"നിങ്ങൾക്കിടയിൽ എന്തോ സംഭവിക്കുന്നുണ്ട് എന്നൊരു ഊഹം എനിക്കു കിട്ടിയിരുന്നു. അത്രയ്ക്ക് ധൃതിപ്പെട്ട് തടസ്സംപിടിക്കണ്ട എന്നേ കരുതിയുള്ളൂ. അല്ലാതെ അങ്ങു സമ്മതം തന്നതൊന്നുമല്ല. അതൊക്കെ നിന്റെ തോന്നലാണ്. പിന്നെന്ത് ബലത്തിലാ ഇപ്പോൾ സമ്മതിക്കാത്തത്? പണ്ട് അനുവാദം തന്നതല്ലേ എന്നൊക്കെ നീ ന്യായം പറയുന്നത്? ഇതൊന്നും നടക്കാൻ പോകുന്നില്ല എൽഫ്രഡ്."

"സ്മിത്ത് ഇവിടെ വന്നപ്പോഴത്തെ അതേ ആളല്ലേ? അതേ വ്യക്തി. ഇപ്പോൾ പ്രത്യേകിച്ച് എന്ത് പോരായ്മയാണ് അയാൾക്ക് ഉണ്ടായത്?"

"കുറച്ചു വസ്തുക്കളൊക്കെ ഉള്ള ഒരുത്തൻ എന്നാ കരുതിയത്.... ഇതിപ്പോൾ ഒന്നും ഇല്ല. ഒരു വെറും സാധാരണ പയ്യൻ."

"പപ്പ അയാളെക്കുറിച്ച് അന്വേഷിച്ചിരുന്നില്ലേ?"

"ഹ്യൂബി പറഞ്ഞ അറിവേ എനിക്കുള്ളൂ. അയാളെന്നോടിതൊന്നും പറഞ്ഞില്ല. സ്മിത്ത് പറയേണ്ടതായിരുന്നു. തീർച്ചയായും പറയേണ്ടതായിരുന്നു. ഒരാളുടെ വീട്ടിൽ കയറി താമസിച്ച്..... ചതി. വലിയ കഷ്ടം തന്നെ. എനിക്കറിയില്ല ഇനി എന്തൊക്കെയാ ഉണ്ടാവുന്നത് എന്ന്....."

"സ്മിത്തിന് പറയാൻ ഭയമായിരുന്നു. എനിക്കും പേടിയായിരുന്നു പപ്പാ. സുഹൃത്തുക്കളെപ്പറ്റിയൊക്കെ ആദ്യം വന്ന അന്നുതന്നെ പറഞ്ഞു. ഇതെന്താ പറയാത്തത് എന്നെനിക്കറിയില്ല. അയാളിവിടെ ജോലി ആവശ്യാർഥം വന്നു. ആരാണ് അച്ഛൻ, അമ്മ എന്നൊക്കെ നമ്മളെന്തിന് നോക്കണം? പിന്നെ, അതൊക്കെ പറഞ്ഞാൽ ഇവിടെ താമസിക്കാനോ എന്നെക്കാണാനോ ഒന്നും കഴിയില്ല. ആ പേടിയും ഉണ്ടായിരുന്നു, സ്മിത്തിന്. അയാൾക്ക് എന്റെ സാമീപ്യം വേണമായിരുന്നു. പ്രേമിക്കുന്ന പെണ്ണ് അടുത്തുണ്ടാവണം എന്നാഗ്രഹിക്കാത്തവരുണ്ടോ? അതിന് അയാളെ കുറ്റം പറയാനൊക്കുമോ? പ്രണയത്തിൽ എല്ലാം ശരിയാണെന്നല്ലെ ചൊല്ല്. പപ്പതന്നെയല്ലെ ഇതൊക്കെ പറയാറ്? ഇങ്ങനെ ഒക്കെ പപ്പയും ചെയ്തിട്ടില്ലെ? ആരാണേലും ചെയ്യും. ചെറിയ നുണയൊക്കെ ഏതു കാമുകനും പറയും."

"ആ. അതുപോലെ, ഇത്തരം കാര്യങ്ങളൊക്കെ അറിയുമ്പോ ഏതൊരുവനും ചെയ്യുന്നതേ ഞാനും ചെയ്തിട്ടുള്ളൂ. എന്റെ തെറ്റ് ഞാൻ മനസിലാക്കുന്നു. ഇനി അയാൾ വരട്ടെ. ആതിഥ്യമര്യാദയുടെ

പേരിൽ അതൊക്കെ അനുവദിക്കാം. എനിക്കയാളെ ഇറക്കിവിടാനൊന്നും കഴിയില്ല. പക്ഷേ, ഇനിയും ഇവിടെ താമസിക്കുന്നത് മര്യാദയല്ല എന്ന് അയാൾ മനസിലാക്കേണ്ടതാണ്."

"അദ്ദേഹം മനസിലാക്കും. അദ്ദേഹം മാന്യനാണ്. എത്ര നന്നായിട്ടാ പെരുമാറുന്നത്? പപ്പ കാണുന്നതല്ലെ?"

"ആ, നഗരത്തിലൊക്കെ കുറച്ചുകാലം ജീവിച്ചാൽ എല്ലാരും മര്യാദകളൊക്കെ പഠിക്കും. കണ്ടും കേട്ടും എല്ലാം അറിയും. അത്രയേ ഉള്ളൂ."

"അയാളുടെ രക്ഷിതാക്കൾ ദൂരെ എവിടെയെങ്കിലുമാ താമസിച്ചിരുന്നതെങ്കിൽ......" എൽഫ്രെഡിന്റെ വാക്കുകൾ തേങ്ങലുകൾകൊണ്ട് മുറിഞ്ഞുപോയി. ഇവിടെ അല്ലാതെ ഒരിടത്തും കാണില്ല പപ്പാ.... അയാളെ മാത്രം പരിഗണിച്ചാൽ പോരേ? എല്ലാവരെയും എന്തിനാ നമ്മൾ നോക്കുന്നത്. വീട്-ജോലി-ഒക്കെ എന്തോ ആവട്ടെ. അവരോടൊപ്പമല്ലല്ലോ കഴിയുന്നത്. ബുദ്ധിമാനല്ലെ, സ്മിത്ത് നല്ലയാളല്ലേ?"

"ഇപ്പോൾ എന്താ സ്മിത്തിന്റെ സ്ഥിതി? സ്വന്തം ജോലിയിൽപ്പോലും കഴിവ് തെളിയിക്കുന്നതേ ഉള്ളൂ..... എന്റെ പാരിഷിൽപ്പെട്ട ഒരു കൂലിവേലക്കാരന്റെ മകൻ — എത്ര വലിയവനായാലും സ്വന്തം നാട്ടിൽ അവന്റെ പേരിലേ അറിയപ്പെടൂ. ഇവിടെ ഈ നാട്ടിൽ താമസിക്കുന്ന ഒരാളുടെ മകൻ കല്യാണം കഴിച്ചാൽ നീ അയാളുടെ മരുമകളായി മാത്രമേ അറിയപ്പെടൂ........ ഈ ഗ്രാമം മുഴുവൻ—ഗ്രാമമാണ് നമ്മുടെ ലോകം—നീ ജോൺ സ്മിത്ത് എന്ന കൽപ്പണിക്കാരന്റെ മരുമകളാണ് എന്നു തന്നെ പറയും. ലണ്ടൻകാരൻ, കലാകാരന്റെ ഭാര്യയാണെന്നും ആരും പറയില്ല. അതാണ് കുഴപ്പം. അതില്ലാതാക്കാൻ ഒരു പോംവഴിയുമില്ല. അതുകൊണ്ട് കൂടുതലൊന്നും പറയണ്ട. നീ ഈ രാത്രി മുഴുവൻ വാദിച്ചാലും എന്റെ തീരുമാനത്തിന് മാറ്റമൊന്നും ഉണ്ടാവില്ല..... ഒരിക്കലും."

കരഞ്ഞു ചീർത്ത കണ്ണുകളോടെ, നനഞ്ഞുകുതിർന്ന കവിളുകളിൽ കൈ ചേർത്ത് ആശയറ്റ ഭാവത്തിൽ പുറത്തേക്കു നോക്കിക്കൊണ്ട് എൽഫ്രെഡ് ഇരുന്നു.

"ഹൊ. ആ ഹ്യൂബി ചെയ്ത ഒരു പണി. ഇങ്ങനെയാണോ ഒരാളെ പരിചയപ്പെടുത്തുക? നമ്മളെ പറ്റിച്ചതാണ് മോളേ. നീയും ഞാനും അതിൽ പെട്ടുപോയി. അയാൾ എന്റെ അസിസ്റ്റന്റിനെ അങ്ങോട്ടയയ്ക്കുന്നു, എന്നാണ് എഴുതിയത്. അപ്പോൾ ഞാൻ കരുതി, പങ്കുകച്ചവടക്കാരൻ തന്നെയാവും എന്ന്."

"അവർ അങ്ങനെയാണ് പറയുക. എഴുത്തുജോലി ഒന്നും ഇല്ലാത്തതുകൊണ്ട് ക്ലാർക്ക് എന്ന വാക്കുതന്നെ അവർ ഉപയോഗിക്കാറില്ലത്രേ. സ്മിത്ത് എന്നോട് അക്കാര്യം പറഞ്ഞിട്ടുണ്ട്."

പിന്നെയും പലതും സംസാരിച്ച് മകളുടെ മനസുമാറ്റാൻ വികാരി ആവതും ശ്രമിച്ചുനോക്കി.......

"എനിക്ക് സ്മിത്തിനോട് ദേഷ്യമൊന്നുമില്ല മോളേ. ഒരു സുഹൃത്തായിത്തന്നെ അങ്ങ് പോട്ടെ. എല്ലാം നിന്നെക്കരുതിയാണ്..... പക്ഷേ അതിലധികം നമുക്ക് അയാളുമായൊരു ബന്ധം വേണ്ട.... കുറച്ചു നാളുകൾ കഴിയുമ്പോൾ എല്ലാം ശരിയാവും. ചെല്ല്, യൂണിറ്റി അത്താഴം വിളമ്പിത്തരും. പോയിക്കഴിച്ച് കിടന്നുറങ്ങൂ. അയാൾ മടങ്ങിവരുമ്പോൾ നിന്നെ കാണണ്ട."

10

വൃദ്ധവൃക്ഷത്തിന്റെ ചിറകിനുള്ളിൽ

പച്ചവിരിച്ച് നിൽക്കുന്ന മരങ്ങൾക്കിടയിലൂടെ താൻ അൽപ്പം മുൻപ് വന്നു മടങ്ങിയ അതേ കുടിലിനെ ലക്ഷ്യമാക്കി അവൻ നടന്നു. മരശിഖരങ്ങൾക്കിടയിലൂടെ ഇറങ്ങിവരുന്ന നിലാവ് അയാളുടെ തലയിലും ചുമലിലുമെല്ലാം നടത്തത്തിനൊത്ത് ഇളകിക്കളിച്ചു. മരപ്പാലവും കടന്ന് പൂന്തോട്ടത്തിന്റെ കമാനം കടന്നുചെന്നപ്പോഴേ കുടിലിൽ നിന്നും പുറത്തോട്ടിറങ്ങിയ അച്ഛനെ അയാൾ കണ്ടു. കൈകൾ ചുമലിലൂടെ കെട്ടിത്തൂക്കിയിട്ടിരിക്കുന്നു. എമ്പാടും ബീറ്റ്റൂട്ട് തൈകൾ വളർന്നുനിൽക്കുന്നതിന് നടുവിൽ നിലാവിൽ കുളിച്ചുകൊണ്ട് ഒരു ചെറിയ കുടിലും അതിനുമുൻപിൽ നിൽക്കുന്ന അച്ഛനും.........

"ഓ....... മോനോ? പത്ത് മിനിറ്റു കഴിഞ്ഞെങ്കിൽ ഞങ്ങളുറങ്ങിയേനെ. എനിക്ക് എന്തു പറ്റിയെന്നറിയാൻ ഓടിവന്നതാണ് അല്ലേ?" അച്ഛൻ സ്മിത്തിനെ കണ്ടപാടേ പറഞ്ഞു. "കുഴപ്പമില്ല. ഡോക്ടർ വന്നിട്ടുപോയി. ചെറിയ ഒരു മുറിവേ ഉള്ളൂ. പണക്കാരന്റെ കൈയാണെങ്കിൽ മുറിവ് കുറച്ചുകൂടി വലുതായേനെ.....!"

പിന്നീട് ജോൺ സ്മിത്ത് പറഞ്ഞതത്രയും തനിക്ക് രണ്ടുമൂന്ന് ദിവസം ജോലിക്കു പോകാനാവില്ലല്ലോ എന്ന വിഷമമായിരുന്നു. വേദനയൊന്നും അയാൾക്ക് പ്രശ്നമല്ല എന്നു തോന്നി. അവർ രണ്ടുപേരും കൂടി അകത്തേക്ക് കയറിപ്പോയി.

കഠിനാധ്വാനിയാണ് ജോൺ സ്മിത്ത്. അത് അദ്ദേഹത്തിനെ കണ്ടാൽത്തന്നെ അറിയാം. ചുടുകട്ടയും ടൈൽസുമൊക്കെ ഉണ്ടാക്കുന്നവരെപ്പോലെതന്നെയാണ് ജോൺ സ്മിത്തിന്റെ കൽപ്പണിയും. എന്തു ജോലിയും അയാൾ തനിയെ ചെയ്യും. ഉദാഹരണത്തിന് അയാളുടെ വീടിന്റെ മേൽക്കൂര ഒന്നു മാറ്റണം എന്നു കരുതുക അയാൾ തനി

യെ അതങ്ങ് ചെയ്തുതീർക്കും. ഒന്നുരണ്ട് തവണ അയാൾ സിമന്റ് പൂശാനുള്ള കരണ്ടിപോലും ഇല്ലാതെ സിമന്റ് തേച്ചിട്ടുണ്ട്. കല്ലു പാകാനും മതിൽ കെട്ടാനും ഒക്കെ കരണ്ടി കൂടിയേ തീരൂ. കരണ്ടി കിട്ടാൻ വഴിയില്ലാതെ വന്നപ്പോൾ ജോൺ സ്മിത്ത് വീതികൂടിയ ഇനം ഇലകൾകൊണ്ട് ആ ജോലി ഭംഗിയാക്കിത്തീർത്തു. എല്ലാറ്റിനും പുറമെ അയാളൊരു നല്ല പൂന്തോട്ടക്കാരനാണ് കുറേക്കാലമായി അയാൾ കുടിലിനു മുൻപിൽ മനോഹരമായ പൂന്തോട്ടം ഉണ്ടാക്കുന്നുണ്ട്. എന്ത് സാഹചര്യത്തിലും എങ്ങനെ വേണമെങ്കിലും ജീവിച്ചുപോകാൻ ജോൺ സ്മിത്തിനു കഴിയും.

പൊതുവെ അവിടെയുള്ള കൽപ്പണിക്കാരൊക്കെ മടിയന്മാരാണ്. അതിനൊരു അപവാദമാണ് ജോൺ സ്മിത്ത്. അകത്തെ മെഴുകുതിരി വെട്ടത്തിൽ കടുത്ത ദാരിദ്ര്യത്തിനിടയിലും അതൊന്നും ഏശാത്ത ജോൺ സ്മിത്തിന്റെ ശരീരഭംഗി വ്യക്തമായിക്കാണാം. വെട്ടി ഒതുക്കിയ താടി, കറുത്തിരുണ്ട ശരീരം, പകുതി മടക്കിവെച്ച ഷർട്ടിന്റെ കൈകൾ... കോട്ടിന്റെ മുകൾഭാഗത്തെ ബട്ടണുകൾ തുറന്നിട്ടിരിക്കുന്നു. അവൻ വരുന്ന അനക്കം കേട്ട് സ്മിത്തിന്റെ അമ്മ അകത്തെ മുറിയിൽ നിന്നും ഇറങ്ങി വന്നു.

നടന്ന അപകടത്തിന്റെ ഒരു പുനരാഖ്യാനംതന്നെ ജോൺ സ്മിത്ത് നടത്തി. അത് മാർട്ടിൻ കാനിസ്റ്റർ അടക്കമുള്ള നാട്ടുകാർക്കു വേണ്ടി ഇതിനകം പല വട്ടം വിവരിച്ചുകഴിഞ്ഞതാണ്. ജോൺ സ്മിത്ത് വിട്ടുപോവുന്ന ഭാഗങ്ങൾ അമ്മ പൂരിപ്പിച്ചുകൊണ്ടിരുന്നു. ആ കഥപറച്ചിൽ ഒന്നവസാനിച്ചതും സ്മിത്ത് തന്റെ വിഷയം എടുത്തിട്ടു.

"അമ്മേ....... വികാരിക്കിപ്പോൾ എന്നെക്കുറിച്ച് എല്ലാം അറിയാം." അയാൾ ശാന്തമായി പറഞ്ഞു.

"അതു നന്നായി. ഇപ്പോഴാ എനിക്ക് സമാധാനമായത്." ജോൺ സ്മിത്ത്.

"കഷ്ടമായിപ്പോയി. എല്ലാം നേരത്തേതന്നെ പറയേണ്ടതായിരുന്നു. *ഞാൻ* എന്തു പണിയാ ചെയ്തത്!" സ്മിത്ത് സങ്കടപ്പെട്ടു.

"അതിനെന്തിത്ര വിഷമിക്കാൻ? എനിക്കൊന്നും തോന്നുന്നില്ല." അമ്മ സമാധാനിപ്പിച്ചു.

"കണ്ട ഉടനെതന്നെ ആരും സ്വന്തം കുടുംബചരിത്രമൊന്നും പറയാറില്ല......."

"നീ തെറ്റൊന്നും ചെയ്തിട്ടില്ല സ്മിത്ത്." അച്ഛനും പറഞ്ഞു.

"ഇല്ലായിരിക്കും. എനിക്ക് ചില കാര്യങ്ങൾകൂടി പറയാനുണ്ട്. ഇപ്പോൾ ഓടിവന്നതുതന്നെ അതു പറയാനുംകൂടിയാണ്."

"ഞാനൂഹിക്കുന്നതിനപ്പുറമൊന്നും പറയാൻ കാണില്ല, നിനക്ക്.." അമ്മ ഗൂഢമായ ചിരിയോടെ, വിജയഭാവത്തിൽ പറഞ്ഞു. സ്മിത്തിന്റെ മുഖം ചുവന്നു. അച്ഛൻ ഒന്നും പിടികിട്ടാതെ രണ്ടുപേരേയും മാറിമാറി നോക്കി.....

"അവൾ സുന്ദരിയാണ്. നല്ല ബുദ്ധിശാലിയാണ്. പക്ഷേ, അതുകൊണ്ടൊന്നും നിനക്കിണങ്ങിയ പെണ്ണാവില്ലല്ലോ.... നീ എന്നോട് ക്ഷമിക്ക്. വേറൊരു പെണ്ണും നിനക്ക് വേണ്ടെന്നാണോ?"

"അമ്മേ...... അവളെ കല്യാണം കഴിക്കാൻ പറ്റിയാൽ അതൊരു ഭാഗ്യമല്ലെ? സമൂഹത്തിലെ സ്ഥാനംപോലും ഒന്നുയരും. ജീവിതത്തിലും നേട്ടംതന്നെ. അത്ര ഭാഗ്യം വേറെയില്ല. പക്ഷേ, അവൾ എന്നെക്കാളും എത്രയോ ഉയരത്തിലാണ്. ആ കുടുംബത്തിന് എന്നെപ്പോലൊരു ഗ്രാമീണനെ വേണ്ടിവരില്ല. അതാ കുഴപ്പം."

"നിന്നെ ആവശ്യമുള്ള കുടുംബങ്ങൾതന്നെ നിരവധി ഉണ്ട്. അവർക്ക് വേണ്ടെങ്കിൽ വേണ്ട."

"വേറെ കുടുംബങ്ങൾ ഉണ്ടാവും. പക്ഷേ അത്തരം വലിയ കുടുംബത്തിലൊക്കെ എന്നും നമ്മൾ രണ്ടാംകിടക്കാരായിരിക്കും. ആർക്കും ഒരു വിലയും ഉണ്ടാവില്ല."

"നിനക്കെന്ത് ഭ്രാന്താ സ്മിത്ത്? അവർ നിന്നെക്കാളും അത്ര വലിയ ആളൊന്നും അല്ല. നീ അത്രയ്ക്ക് താഴ്ന്നവനും അല്ല."

"ഇപ്പോഴത്തെ പെൺകുട്ടികളെല്ലാം തന്റെ കുടുംബത്തിലും താഴ്ന്ന നിലവാരത്തിലുള്ള കുടുംബത്തിൽനിന്നും വിവാഹം ചെയ്യാനേ നോക്കൂ. അതുകൊണ്ട് ആണുങ്ങൾക്ക് തന്നിലും വലിയ കുടുംബങ്ങളിൽനിന്നും ബന്ധം കിട്ടും. സ്ത്രീകൾക്ക് സ്വന്തം നിലവാരത്തിൽ തുടരുകയും ചെയ്യാം. നിന്റെ പരിചയത്തിലുള്ളവരുടെ കാര്യംതന്നെ ഒന്നോർത്തു നോക്ക്."

"എൽഫ്രെഡിന് കുഴപ്പമൊന്നുമില്ല. അവൾ എന്നെ തരംതാഴ്ന്ന ആളായൊന്നുമല്ല കാണുന്നത്."

"ആ, അതവൾക്ക് വിവരമുള്ളതുകൊണ്ടാ. എനിക്കു തോന്നുന്നു, ഒന്നാലോചിച്ചാൽ അവൾ നിനക്കു താഴെയായിട്ടേ വരൂ."

"എനിക്കു താഴെ! ദൈവമേ.......!"

"നീ ധൃതിപിടിക്കാതെ കാത്തിരിക്ക്..... കുറച്ചു വർഷങ്ങൾ കഴിഞ്ഞോട്ടെ. അപ്പോൾ നീ അവളെക്കാളും എത്രയോ ഉയരത്തിലെത്തും. ഉറപ്പാണ്."

"അമ്മേ......" സ്മിത്ത് ക്ഷമ നശിച്ച് വിളിച്ചു.

"നിങ്ങൾക്ക് അറിയാഞ്ഞിട്ടാണ്. ഞാൻ അത്ര വലിയ പണക്കാരനൊന്നും ആവാൻ പോകുന്നില്ല. അതൊന്നും നടക്കുകയുമില്ല. അമ്മ എന്തിനാ എൽഫ്രെഡ് എന്നെക്കാളും താഴെയാണ് എന്നൊക്കെ പറയുന്നത്? അത്തരം പറച്ചിലൊന്നും എനിക്കിഷ്ടമല്ല. ഒരുതരം ഗൂഢാലോചനപോലെ...... മാത്രവുമല്ല, തനി വിഡ്ഢിത്തമാണ് അമ്മയീ പറയുന്നത്. അല്ലേ അച്ഛാ?"

"എനിക്ക് പേടി തോന്നുന്നു. വല്ലതും പറയാമെന്നുവച്ചാൽ ഇതൊന്നും എനിക്ക് അത്രകണ്ട് മനസിലാവുന്നില്ല."

"നിനക്കിനിയും സമയമുണ്ടല്ലോ സ്മിത്ത്" അമ്മ തുടർന്നു.

''ഇത്തരം കാര്യങ്ങളൊക്കെ ചിന്തിക്കാൻ ഇനിയും ധാരാളം സമയമുണ്ട്. അവളാണെങ്കിൽ കാത്തിരിക്കാനും തയാറാണ്. ഇവിടെ ഈ ഗ്രാമത്തിൽ ജീവിച്ച അവൾ നിന്നെ കല്യാണം കഴിക്കുന്നതിൽ സന്തോഷിക്കുകയേ ഉള്ളൂ....... നീയല്ലാതെ ആരെയെങ്കിലുമാണ് കെട്ടുന്നതെങ്കിൽ അവൾ ഒരു വീട്ടമ്മയായി ഒതുങ്ങുകയേ ഉണ്ടാവൂ."

"വിഡ്ഢിത്തം." പതുക്കെയെങ്കിലും സ്മിത്ത് തറപ്പിച്ചുപറഞ്ഞു. "ഇനി ഒരു വാക്കുപോലും എൽഫ്രഡിനെക്കുറിച്ച് പറയരുത്. അവൾ അണിഞ്ഞൊരുങ്ങി കുതിരപ്പുറത്ത് പോവുന്നതു കാണാൻ എന്ത് ഭംഗിയാ..... കണ്ടാൽ ആരാധന തോന്നും."

"നീയെന്റെ മകനല്ലെ? ഞാൻ പറയും. ഇനിയും ഞാൻ പറയുന്നതിലെ തെറ്റു കണ്ടുപിടിച്ച് തർക്കിക്കാനാണ് നിന്റെ ഭാവമെങ്കിൽ ആയിക്കൊ. അക്കാര്യത്തിൽ നിന്റെ അച്ഛനും ഒട്ടും മോശമല്ല. ഞാനീ പറയുന്നതൊക്കെ നിന്റെ നന്മയ്ക്ക് വേണ്ടിയാണെന്ന് ഓർക്കാത്തതെന്താ? നീ അവളുടെ അത്ര കുലീനൻതന്നെയാണ്. പക്ഷേ, അതൊന്നും വേറാരും—അവളുടെ അച്ഛൻ, ബന്ധുക്കൾ—ഒന്നും മനസിലാക്കില്ലല്ലോ. അതാണ് ഞാൻ പറഞ്ഞത്. വെറുതെ എന്നോട് വഴക്കിനു വരല്ലേ സ്മിത്ത്...."

സ്മിത്ത് പിന്നെ ഒന്നും മിണ്ടിയില്ല. കുറെനേരത്തേക്ക് അവിടെ ചുവർഘടികാരത്തിന്റെ 'ക്ലിക്ക്' 'ക്ലിക്ക്' ശബ്ദം മാത്രമേ കേൾക്കാനുണ്ടായിരുന്നുള്ളൂ.

ആ സംഭാഷണം അവിടെ അവസാനിച്ചു. നേരം ഒരുപാടു വൈകിപ്പോയിരുന്നു. സ്മിത്ത് അച്ഛനോടും അമ്മയോടും യാത്രചോദിച്ചു. അമ്മ മകനുമായി ഇത്തരം ദ്വന്ദ്വയുദ്ധം പതിവാണ്. അച്ഛൻ പക്ഷേ എല്ലാം ക്ഷമിക്കും. അവർ തമ്മിലൊട്ട് തർക്കവുമില്ല.

''ചിലപ്പോൾ ഞാൻ നാളെത്തന്നെ ലണ്ടനിലേക്ക് മടങ്ങും. പോകും മുൻപ് ഇനി വരാനിടയില്ല. കാണാതെ പരിഭ്രമിക്കല്ലേ.." സ്മിത്ത് പറഞ്ഞു.

"രണ്ടാഴ്ച കഴിയുമ്പോൾ എന്തായാലും വരില്ലേ? അവർ നിന്നെ പുറത്താക്കുന്നതൊന്നും അല്ലല്ലോ? ആണോ?"

"ഏയ്. ചിലപ്പോൾ കുറച്ചു ദിവസംകൂടി നിന്നിട്ടേ പോകൂ..... ആരോടും ഈ കാര്യങ്ങളൊന്നും പറയല്ലേ അമ്മേ. പ്ലീസ്. അവളെ ഓർത്ത്. എൽഡൽസ്റ്റൗ വഴി എപ്പോഴാ ബസ് ഉള്ളത്?"

"ഏഴു മണിക്ക്."

സ്മിത്ത് അവരോട് യാത്രചോദിച്ച് ഇറങ്ങി നടന്നുതുടങ്ങി. അയാളുടെ മനസുമുഴുവൻ എൽഫ്രഡിന്റെ അച്ഛൻ എന്തു പറയും എന്ന ചിന്തയായിരുന്നു..... നിശ്ചയമെങ്കിലും നടത്താനാവണേ എന്ന് അയാൾ അത്യധികം ആഗ്രഹിച്ചു. മനസു മുഴുവൻ എൽഫ്രഡിന്റെ മനോഹര രൂപമായിരുന്നു. അവിടെ എന്താവും സ്ഥിതി എന്നറിയാത്തതുകൊണ്ട്

അങ്ങോട്ട് പോകണ്ട എന്നാണ് അയാൾക്ക് ആദ്യം തോന്നിയത്. ഉടനെ തന്നെ മറിച്ചും ചിന്തിച്ചു.

പുൽത്തകിടികൾ നടന്നുകയറിയ അയാൾ താഴ്‌വാരത്തിലൂടെ എൽഫ്രഡിന്റെ വീട് ലക്ഷ്യമാക്കി നടന്നു. അരുവികളിലൂടെ ഒഴുകിപ്പോകുന്ന വെള്ളം നേർത്ത സംഗീതമുതിർക്കുന്നുണ്ട്. അന്തരീക്ഷം നിലാവിൽ കുളിച്ചുകിടക്കുന്നു. മഞ്ഞുകണങ്ങൾ പേറിവരുന്ന ചെറിയ കാറ്റ്.... സർവചരാചരങ്ങളും ധ്യാനത്തിലെന്നപോലെ നിശ്ചലമായി കിടക്കുന്നു. ശാന്തഗംഭീരമായ ധ്യാനം. നയനാനന്ദകരം. പ്രകൃതിയുടെ ധ്യാനത്തിനൊപ്പിച്ച് വലിയ വലിയ കാര്യങ്ങൾ ചിന്തിക്കാൻമാത്രം വലിയ മനസൊന്നുമല്ല സ്മിത്തിന്റേത്. ലളിതമായ ചിന്തകളേ അയാൾക്കു വഴങ്ങൂ. പുതുമകളെ സ്വീകരിക്കാനാവും അയാൾക്ക്; എന്നുവെച്ച് അത്രയ്ക്ക് വലിയ വിശാലതയുമില്ല. ഒട്ടും സൃഷ്ടിപരതയുള്ള വ്യക്തിത്വമല്ല സ്മിത്തിന്റേത്. പക്ഷേ, ജീവിക്കുന്ന ചുറ്റുപാട് അയാൾ പെട്ടെന്ന് ഉൾക്കൊള്ളും. അതിൽനിന്നും പാഠങ്ങൾ പഠിക്കും. അതിനൊത്ത് സ്വയം മാറും. ഓന്തിനെപ്പോലെ നിറം മാറാൻ പൊതുവെ സ്ത്രീകളാണ് മിടുക്കു കാട്ടാറ്. സ്മിത്തിന് പക്ഷേ, അത് നന്നായി വഴങ്ങും.

ഏകദേശം പതിനൊന്നു മണിയായിക്കാണും സ്മിത്ത് വികാരിയുടെ വീട്ടിൽ മടങ്ങി എത്തുമ്പോൾ.... സ്മിത്ത് പോയതുമുതൽ അയാളെ കാത്ത് ഒരേ ഇരിപ്പിരിക്കുകയായിരുന്നു എൽഫ്രഡ്. സ്മിത്ത് അച്ഛന്റെ അടുത്തേക്ക് ചെല്ലുന്നത് എൽഫ്രഡ് കണ്ടു. തന്നോട് സംസാരിക്കും മുൻപുതന്നെ അച്ഛനോട് എല്ലാം—പ്രണയവും മറ്റും—തുറന്നുപറയാനാവും അയാളുടെ ഉദ്ദേശ്യം എന്ന് എൽഫ്രഡ് ഊഹിച്ചു.

അവൻ പോയപ്പോൾ മുതലുള്ള കാത്തിരിപ്പ് എൽഫ്രഡിന് തലവേദന ഉണ്ടാക്കി. ഇപ്പോൾ അവസാനം അയാൾ ഒന്ന് വന്നപ്പോഴാകട്ടെ, ഒരുവാക്കും മിണ്ടാനാവാതെ തന്റെ മുറിയിലേക്ക് മടങ്ങിപ്പോവാനേ എൽഫ്രഡിന് കഴിഞ്ഞുള്ളൂ. കിടന്നുറങ്ങുന്നതിനുപകരം, താഴെനിന്നും കേൾക്കുന്ന ഓരോ ശബ്ദത്തിനും ചെവിയോർത്ത് ഹൃദയഭാരത്തോടെ എൽഫ്രഡ് അവളുടെ മുറിയിൽ ഇരുന്നു. കുറെനേരം കഴിഞ്ഞപ്പോൾ അവർ ഇരുവരും ഊൺമുറിയിലെത്തി അത്താഴം കഴിക്കുന്നതിന്റെ ശബ്ദം കേട്ടു. വാതിൽ തുറന്നുകിടക്കുകയായിരുന്നു. തന്റെ കാമുകനും അച്ഛനും പരസ്പരം ഒന്നും ഉരിയാടാതെയാണ് ഭക്ഷണം കഴിക്കുന്നത് എന്ന് എൽഫ്രഡ് വേദനയോടെ മനസിലാക്കി.... വരാനിരിക്കുന്ന ദുരനുഭവങ്ങളുടെ ദുസ്സൂചനയാണ് ഈ മൗനം എന്ന് എൽഫ്രഡിന് അറിയാം.

കുറച്ചുനേരം കഴിഞ്ഞപ്പോൾ സ്മിത്ത് ഉറങ്ങാനായി മുകളിലെ മുറിയിലേക്ക് എത്തി. തൊട്ടുപുറകെ വികാരിയും ഉറങ്ങാനായി വന്നു. ലൈറ്റുപോലും ഇടാതെ എൽഫ്രഡ് കിടക്കയിൽ ഇരുന്നു. നീറുന്ന ചിന്തകളുമായി ഏകദേശം ഒരു മണിക്കൂറോളം അവൾ ആ ഇരിപ്പ്

തുടർന്നു. പിന്നെ, തുറന്നിട്ട വാതിൽ അടയ്ക്കാനായി എഴുന്നേറ്റപ്പോൾ സ്മിത്തിന്റെ മുറിയിൽ വെളിച്ചം അണച്ചിട്ടില്ല എന്ന് എൽഫ്രഡ് ശ്രദ്ധിച്ചു. അച്ഛന്റെ മുറിയുടെ വാതിൽ അടഞ്ഞുകിടക്കുന്നു. അദ്ദേഹത്തിന്റെ കൂർക്കംവലി താളത്തിൽ കേൾക്കാം.... സ്മിത്തിന്റെ മുറിയിൽനിന്നും ശബ്ദം കേൾക്കുന്നുണ്ട്. അയാളവിടെ എന്തൊക്കെയോ ചെയ്യുന്നുണ്ട് എന്നു വ്യക്തം. പെട്ടി അടയ്ക്കുകയും തുറക്കുകയും ഒക്കെ ചെയ്യുന്നതിന്റെ ശബ്ദമാണ് കേൾക്കുന്നത്. അവൾ പതിയെ വാതിൽ തുറന്ന്..... സ്മിത്തിനടുത്തേക്ക് ചെന്നു. അവൾ അസ്വസ്ഥയായിരുന്നു. സ്മിത്ത് തന്റെ പ്രിയപ്പെട്ടവൻ—പോകാനിറങ്ങുകയാണ് എന്ന് എൽഫ്രഡിനു മനസിലായി. ഇനി രഹസ്യമായിട്ടല്ലാതെ അവൾക്ക് അവനെ കാണാനാവില്ല. അച്ഛൻ എന്തു പറഞ്ഞു എന്നറിയാൻ നാളെ പുലരുംവരെ കാക്കാൻ അവൾക്ക് ക്ഷമയില്ലായിരുന്നു. ഗൗൺ എടുത്ത് പുതച്ച് അവൾ പതിയെ സ്മിത്തിന്റെ വാതിലിൽ മുട്ടിവിളിച്ചു. അവൻ വാതിൽ തുറന്നു. മന്ത്രിക്കുന്ന ഒച്ചയിലാണ് അവൾ സംസാരിച്ചത്.

"പറയ്.... നമുക്ക് എന്തെങ്കിലും പ്രതീക്ഷയ്ക്കു വകയുണ്ടോ?" കണ്ണുനീർ തൊണ്ടയിൽ തടയുന്നുണ്ടായിരുന്നു എൽഫ്രഡിന്.

"ഒരു പ്രതീക്ഷയും ഇല്ല. അച്ഛന്റെ സംസാരം...... ഞാൻ രാവിലെ തന്നെ പോകും. യാത്രപറയാൻ നിന്നെ വിളിച്ചുണർത്താം എന്നു കരുതി ഇരിക്കുകയായിരുന്നു."

"നിങ്ങൾ ഇവിടന്ന് പോകണം എന്ന് അച്ഛൻ പറഞ്ഞോ, ഇല്ലല്ലോ...."

"അങ്ങനെ നേരിട്ട് പറഞ്ഞില്ലെന്നേ ഉള്ളൂ. ഇനിയിവിടെ നിൽക്കാൻ എനിക്കാവില്ല."

"അയ്യോ..... പോകരുത്. നമുക്കു താഴെപ്പോയിരുന്ന് സംസാരിക്കാം. അവിടെയാവുമ്പോ അച്ഛൻ കേൾക്കില്ല."

കൈയിലൊരു ചെറിയ വെട്ടവുമായി എൽഫ്രഡ് ആദ്യമിറങ്ങി. ധരിച്ചിരിക്കുന്ന ഗൗണിന്റെ പ്രത്യേകതകൊണ്ട് എൽഫ്രഡിന് ഉള്ളതിനേക്കാൾ അധികം ഉയരം തോന്നിച്ചു. അർധരാത്രിക്ക് ഒരു പുരുഷനൊപ്പം സംസാരിച്ചിരിക്കുന്നതിലെ മര്യാദയൊന്നും എൽഫ്രഡ് ഓർത്തില്ല. കാരണം സാഹചര്യം അത്രയ്ക്ക് അടിയന്തിരമായിരുന്നു. തന്റെ ജീവിതത്തിലെ നല്ല കാലം കഴിഞ്ഞു എന്ന് എൽഫ്രഡിനു തോന്നി. ഇനിയുള്ള ജീവിതം മരണതുല്യമായിരിക്കും. അവർ രണ്ടുപേരും സ്വീകരണമുറിയിലേക്കു കയറി. എൽഫ്രഡ് മെഴുകുതിരി മേശപ്പുറത്തു വെച്ചു. സ്മിത്ത് അവളെ ചേർത്തുപിടിച്ചു. തൂവാലയെടുത്ത് അവളുടെ കണ്ണിലെ നനവ് ഒപ്പി. പിന്നെ കൺപോളകളിൽ മൃദുവായി ചുണ്ടു ചേർത്തു.

"സ്മിത്ത്.... നമ്മുടെ പ്രണയത്തിന്റെ സന്തോഷകരമായ നാളുകൾ കഴിഞ്ഞു..... ഇനിയിവിടന്നങ്ങോട്ട് ദുഃഖങ്ങളേ കൂട്ടിനുണ്ടാവൂ...."

“ഞാൻ ഒരുപാട് പണമൊക്കെ ഉണ്ടാക്കാം എൽഫ്രഡ്.... എന്നിട്ട് വരാം നിന്നെ സ്വന്തമാക്കാൻ.”

“അതൊന്നും പപ്പ സമ്മതിക്കില്ല. ഒരിക്കലും പപ്പ സമ്മതിക്കില്ല. നിനക്ക് പപ്പയെ അറിയാഞ്ഞിട്ടാ... എനിക്കറിയാം. പപ്പയെ അത്ര പെട്ടെന്നൊന്നും സ്വാധീനിക്കാനാവില്ല. സമ്മതിക്കില്ല എന്നു പറഞ്ഞാൽ പിന്നെ അതിൽനിന്ന് ഇളകില്ല.... ഒരു ന്യായവും പപ്പയുടെ അടുത്ത് വിലപ്പോവില്ല.”

“അതൊക്കെ നിന്റെ തോന്നലാണ്. എല്ലാം ശരിയാവും.... ഞാൻ നല്ല പേരുകേട്ട ഒരാളായിട്ടാവും മടങ്ങിവരുക. അങ്ങനെ വന്ന് പപ്പയുടെ മുൻപിൽവന്നു നിന്നെ പെണ്ണു ചോദിച്ചാൽ അദ്ദേഹം സമ്മതിക്കും. എനിക്കുറപ്പാണ്. അദ്ദേഹം അത്രയ്ക്ക് വലിയ മുരടനൊന്നുമല്ല.”

“മുരടനാണെന്നൊന്നും ഞാനും പറഞ്ഞില്ല..... മടങ്ങിവരും, പെണ്ണു ചോദിക്കും, അപ്പോൾ സമ്മതിക്കും എന്നൊക്കെ പറഞ്ഞല്ലോ? അതൊന്നും നടക്കില്ല. ലണ്ടനിലെ ജോലിത്തിരക്കിനിടയിൽ നിനക്ക് ദിവസങ്ങൾ പെട്ടെന്ന് കഴിഞ്ഞുപോവും...... പക്ഷേ, ജീവിച്ചാലും ജീവിച്ചാലും തീരാത്ത വിരസമായ ദിവസങ്ങളാണ് എനിക്ക് വരാൻ പോകുന്നത്. വേനൽ, വസന്തം, ശിശിരം, ശീതം..... എല്ലാം എല്ലാം ഓരോരോ വർഷങ്ങളായിത്തന്നെ തോന്നും. ഓ..... എനിക്കിത് സഹിക്കാൻ വയ്യ.... സ്മിത്ത്, നീ എന്നെ മറക്കും.”

മറവി...... എല്ലാ സ്ത്രീകളുടെയും, എന്നത്തേയും ഭയമാണ് അത്. എൽഫ്രഡിന്റെ ആ വാക്കുകൾ സ്മിത്തിനെ വേദനിപ്പിച്ചു....

“ഇല്ല എൽഫ്രഡ്...... നീ ആയിരിക്കും എന്നെ മറക്കുക..... കാലം ചെല്ലുമ്പോൾ നിന്റെ മനസിലെ എന്റെ ചിത്രം മങ്ങിപ്പോവും..... ഞാൻ നിന്നെ മറക്കില്ല. രഹസ്യമായി ഞാൻ നിന്റെ ഓർമകൾ മനസിൽ സൂക്ഷിക്കും. ഒരുപാടു തവണ നിന്നെ വന്നുകാണാൻ എനിക്ക് കഴിഞ്ഞെന്നു വരില്ല.... സാഹചര്യങ്ങൾ നിനക്കറിയാമല്ലോ.....”

സ്വന്തം സങ്കടങ്ങൾക്കിടയിൽ എൽഫ്രഡ്, സ്മിത്ത് പറയുന്നതു മുഴുവനും കേട്ടില്ല..... അവൾ പറഞ്ഞു:

“നീ ജീവിക്കുന്ന സ്ഥലത്ത് ഒരുപാടു സുന്ദരിപ്പെണ്ണുങ്ങളുണ്ടാവും. തീർച്ചയായും കാണും.... എനിക്കറിയാം.... അവരൊക്കെക്കൂടി നിന്റെ മനസിളക്കും...... നീ എന്നെ മറക്കും....” എൽഫ്രഡിന്റെ കവിളിലൂടെ കണ്ണുനീർ ഒഴുകി...... “ഒന്നും നിന്റെ തെറ്റല്ല. അതൊക്കെ സ്വാഭാവികമാണ്.” തേങ്ങലിനിടയിൽ എൽഫ്രഡ് തുടർന്നു. “എന്നെ കിട്ടില്ലെന്നാവുമ്പോ നിന്റെ ഹൃദയത്തിൽ ഒരു സ്ഥാനം ഒഴിഞ്ഞുകിടക്കും....... അവിടെ മറ്റു പലരും കയറിവരും, സ്വാഭാവികം.”

“എന്റെ പൊന്ന് എൽഫ്രഡ്..... ഒരിക്കലും അങ്ങനെ ഒന്നും ഉണ്ടാവില്ല. വെറുതെ ഭയപ്പെടുത്താതെ....”

“ഉണ്ടാവും. അങ്ങനെ എല്ലാം സംഭവിക്കും. ആദ്യം ആ സുന്ദരികളെ ഒക്കെ കാണുമ്പോൾ നിങ്ങൾ ശ്രദ്ധിക്കില്ലായിരിക്കും. പിന്നെ

കണ്ട് കണ്ട് താൽപ്പര്യമാവും. കുറേക്കഴിയുമ്പോ നിങ്ങളോർക്കും- ഇവർക്കാണെങ്കിൽ നഗരത്തിലെ ജീവിതമറിയാം, രീതികളറിയാം, മര്യാദകളറിയാം. ആ പൊട്ടിപ്പെണ്ണ് എൽഫ്രഡിന് ഒന്നും അറിഞ്ഞുകൂട. ഇനി കെട്ടാമെന്ന് വെച്ചാൽ എല്ലാവരെയും പിണക്കണം. ആകെ കൂട്ടിന് ഒരു കൊച്ചു വീടും, കുറെയുയർന്ന മലകളുമാണ് ഉള്ളത്. അത് ഒരു കുടിലോരത്ത്..? അങ്ങനെ ഒക്കെ ചിന്തിക്കുമ്പോൾ അവരോട് കൂടുതൽ താൽപ്പര്യം തോന്നും. അങ്ങനെ എന്റെ സ്ഥാനത്ത് അവർ കയറിവരും.... അത് തെറ്റാണ് എന്നൊന്നും ആരും പറയുകയില്ല. ഞാനൊരു പൊട്ടിപ്പെണ്ണ്..... അവർ ബുദ്ധിശാലികൾ.... അങ്ങനെ, അങ്ങ നെ നിങ്ങളെന്നെ മറക്കും. ഉറപ്പ്."

അവർ ഏറെനേരം, പരസ്പരം ആശ്വാസവാക്കുകൾ കൈമാറി.... ഒടുവിൽ മന്ത്രിക്കുന്ന ശബ്ദത്തിൽ, നടക്കാനിടയില്ലാ എങ്കിലും പ്രതീ ക്ഷയോടെ സ്മിത്ത് പറഞ്ഞു:

"നമുക്കിപ്പോത്തന്നെ വിവാഹം കഴിച്ചാലെന്താന്നാ ഞാൻ ചിന്തി ക്കുന്നത്....."

"ഞാനും അതുതന്നെയാണ് ആലോചിക്കുന്നത്." ഒരു സ്വപ്ന ത്തിലെന്നപോലെ എൽഫ്രഡും പറഞ്ഞു. എല്ലാ കമിതാക്കളും ചിന്തി ക്കുന്ന കാര്യമാണത്.

"രഹസ്യമായിട്ട്..... നടത്താം. നടത്തിക്കൂടെ എൽഫ്രഡ്?"

"അതെ. രഹസ്യമായി നടത്താം. അതാണേറ്റവും നല്ലത്." അവൾ പറഞ്ഞു. "ഭാവിയിൽ നമുക്ക് മുമ്പിൽ ഒന്നും തടസമാവരുത്. അതിനു വേണ്ടി ഒരുറപ്പിന്. അല്ലാതെ ഇപ്പോൾത്തന്നെ ജീവിച്ചുതുടങ്ങാന ല്ലല്ലോ.."

"അതെ. രഹസ്യമായി വിവാഹം കഴിക്കുക, പിരിയുക. എന്നിട്ട് ഇപ്പോൾ നമ്മൾ ജീവിക്കുന്ന അതേപോലെതന്നെ തുടരുക. നിന്നെ എന്നിൽനിന്നും ആരും തട്ടിയെടുക്കാതിരിക്കാൻ വേണ്ടിയാ എൽഫ്രഡ്. മറ്റൊന്നിനുമല്ല...."

"നിങ്ങളെ എന്നിൽനിന്നും തട്ടിയെടുക്കാതിരിക്കാനും.."

"ഒരു സ്ത്രീയെ അവളുടെ ആഗ്രഹത്തിനെതിരായിട്ട് വിവാഹം നടത്തിക്കാൻ കുറെ വഴികളുണ്ട്. ഭീഷണിപ്പെടുത്തിയും പീഡിപ്പിച്ചും പട്ടിണിക്കിട്ടും ഒക്കെ വേറെ കല്യാണം കഴിക്കാൻ നിർബന്ധിക്കാം... പക്ഷേ, ഒരിക്കൽ ഒരാളുടെ ഭാര്യയായ ഒരുവളെ പിന്നെ അവനിൽ നിന്നും ആർക്കും അടർത്തിമാറ്റാൻ കഴിയില്ല."

ഇത്രയും ആയപ്പോഴേക്ക് ആ വിഷയം അവർക്കിടയിൽത്തന്നെ അവസാനിച്ചു. വിഷമങ്ങളിൽ സ്വയം ആശ്വാസം കണ്ടെത്താൻ അവർ സ്വയം കണ്ടുപിടിച്ച ഒരു ഉപാധി. അത് അത്രയേ ഉണ്ടായിരുന്നുള്ളൂ. സ്മിത്ത് പറഞ്ഞുനിർത്തിയതിൽപ്പിന്നെ രണ്ടുപേരും കുറേ നേര ത്തേക്ക് ഒന്നും മിണ്ടിയില്ല..... ആ നിശ്ശബ്ദമായ ഇടവേളയിൽ അവരി രുവരും മുമ്പിൽ കണ്ടു; അവർ കണക്കുകൂട്ടുമ്പോലെയുള്ള ഒരു വിവാ

ഹംമൂലം ഉണ്ടാകാവുന്ന പ്രശ്നങ്ങൾ..... പ്രത്യാഘാതങ്ങൾ...., ഇപ്പോൾ ഉള്ള സാഹചര്യത്തിൽത്തന്നെ എങ്ങനെയെങ്കിലും പിടിച്ച് നിൽക്കുകയാണ് നല്ലത് എന്ന് അവർക്കു തോന്നി.

സ്മിത്താണ്, പിന്നീട് ആദ്യം ശബ്ദിച്ചത്. വികാരവിക്ഷുബ്ധത കൊണ്ട് അവന്റെ സ്വരം വിറയ്ക്കുന്നുണ്ടായിരുന്നു. "എൽഫ്രഡ്.... നമ്മൾ എത്ര ഗാഢമായാണ് പ്രണയിക്കുന്നത്.... പിന്നെന്തിന് ഭയപ്പെടണം? നമ്മളെ ആർക്കും പിരിക്കാനാവില്ല. നമുക്ക് ഇങ്ങനെതന്നെ തുടരാം... ഒരു കുഴപ്പവും വരില്ല."

"നമുക്ക് ഉടൻതന്നെ പപ്പയോട് പറയാം സ്മിത്ത്." അവൾ സങ്കോചത്തോടെ പറഞ്ഞു: "വേറാരുടെയും അഭിപ്രായം അറിയേണ്ട ആവശ്യമില്ല. സ്നേഹിക്കുന്ന ഹൃദയങ്ങൾക്ക് പരസ്പരം കബളിപ്പിക്കാനാവില്ല എന്നത് പപ്പയ്ക്കറിയാമല്ലോ. പ്രണയം അനുകൂലസാഹചര്യത്തിൽ വളരും. അല്ലാ എങ്കിൽ അത് മരണത്തിലേക്കാവും നീളുക. അതും അച്ഛന് അറിയാവുന്ന കാര്യമല്ലെ? രക്ഷിതാക്കളുടെ സമ്മതമില്ലാതെ വിവാഹങ്ങൾക്ക് നിയമസാധുത ഇല്ലേ സ്മിത്ത്? അത് ഏതു സമയത്ത് നടത്തിയാലും ഉണ്ടല്ലോ? അപ്പോൾപ്പിന്നെ........ നമ്മൾ ധൃതി കൂട്ടി ഒന്നും ചെയ്യണ്ട. അല്ലേ?"

"അതെ..... നിന്റെ അച്ഛനെ പിണക്കണമെന്ന് എനിക്കൊട്ടും ആഗ്രഹമില്ല...... ഒരു ആറ് മണിക്കൂർ മുമ്പത്തെ കാര്യങ്ങൾ ഒന്നോർത്തു നോക്ക് ....അദ്ദേഹത്തിന് എന്ത് സന്തോഷമായിരുന്നു. എന്നെ എന്തിഷ്ടമായിരുന്നു...... നമ്മൾ ഒരുമിച്ചിരിക്കുന്നതിന് ഒരു എതിർപ്പും പറഞ്ഞിരുന്ന ആളല്ല......."

"ഇപ്പോഴും പപ്പയ്ക്ക് സ്മിത്തിനെ ഇഷ്ടമാണെന്നാണ് എനിക്കു തോന്നുന്നത്..... നമ്മൾ പിരിയാനാവാത്തവിധം അടുപ്പത്തിലാണ് എന്ന് പപ്പയ്ക്ക് മനസിലായിക്കഴിയുമ്പോൾ, സമ്മതിക്കും....സമ്മതിക്കും സ്മിത്ത്....." അവൻ യാത്ര പറയുകയാണല്ലോ ഇനിയവനെക്കാണാൻ പ്രയാസമായിരിക്കുമല്ലോ.... എന്നൊക്കെയുള്ള ചിന്തകൾ എൽഫ്രഡിന്റെ കണ്ണുകളെ വീണ്ടും ഇളക്കി. അവൾ കരച്ചിലോടെ പറഞ്ഞു: "നീ യാത്ര ചോദിക്കുന്നത് കേൾക്കാൻ എനിക്ക് വയ്യ സ്മിത്ത്. നീ പോകുന്നത് കാണാനെനിക്ക് കരുത്തില്ല. മരണമാണ് അതിനേക്കാളും എനിക്ക് സഹിക്കാൻ എളുപ്പം."

സ്മിത്തും ആകെ തളർന്നു.....

"നമ്മൾ പിരിയുന്നതിനു എത്രയോ മുമ്പ് നമ്മൾ ഒന്നായിത്തീർന്നതല്ലെ എൽഫ്രഡ്....."

അവൾ അവന്റെ ചുമലുകൾക്കിടയിൽ മുഖം ഒളിപ്പിച്ചു.... "വയ്യ സ്മിത്ത്. ഓരോന്നോർത്തിട്ട് എനിക്ക് ഒരു സമാധാനവും ഇല്ല...." എൽഫ്രഡ് തേങ്ങി.

"ഇപ്പോ പെട്ടെന്ന് ഒന്നും നടക്കില്ല...... ഞാൻ ആഗ്രഹിച്ച പെൺകുട്ടി എന്നെക്കാളും ഒരുപാടു ഉയരത്തിലായിപ്പോയി....."

“അങ്ങനെ ഒന്നും കരുതണ്ട. ഞാൻ വലിയ ഉയരങ്ങളിൽ ഇരുന്നതുകൊണ്ട് എന്ത് ഗുണം. ഇപ്പോ നമ്മൾ ആരുമല്ലായിരിക്കാം..... പക്ഷേ, ഒരു ദിവസം നമ്മൾ ഒന്നാവും.”

ആ സ്വകാര്യംപറച്ചിൽ ഏറെനേരം തുടർന്നു. പല പദ്ധതികളും ആലോചിച്ചു, പിന്നെ വേണ്ടെന്നു വെച്ചു...... കിതപ്പും നെടുവീർപ്പും തേങ്ങലുകളും സ്നേഹംതുളുമ്പുന്ന രണ്ടു ജോഡി കണ്ണുകളും.... ഏകദേശം രണ്ട് മണിക്കൂർ കഴിഞ്ഞപ്പോൾ അവരുടെ പദ്ധതികൾ രൂപീകരിക്കപ്പെട്ടു.

തൽക്കാലത്തേക്ക് തന്നെ വിട്ടുപോകാൻ എൽഫ്രെഡ് സ്മിത്തിന് അനുവാദം നൽകി. രാവിലെ യാത്രപറയുമ്പോൾ തമ്മിൽ കാണണ്ട എന്നും ആ കമിതാക്കൾ തീരുമാനിച്ചു. തന്റെ കൈയിലിരുന്ന വെളിച്ചം സ്മിത്തിനു നൽകി, എൽഫ്രെഡ് സ്വന്തം മുറിയിലേക്കു മടങ്ങി. എൽഫ്രെഡ് അവളുടെ മുറിയിൽ കയറി കതകടയ്ക്കുന്ന ശബ്ദം കേട്ടതിനു ശേഷമാണ് സ്മിത്ത് തന്റെ മുറിയുടെ വാതിൽ അടച്ചത്.

11

പ്രണയികളുടെ സംഗമം

തന്റെ മുറിയിൽ, ദൂരെ ആകാശത്ത് കണ്ണുചിമ്മുന്ന നക്ഷത്രങ്ങളെയും നോക്കിക്കൊണ്ട് സ്മിത്ത് ഇരുന്നു. എൽഫ്രഡും അവളുടെ മുറിക്കകത്ത് ജനൽപ്പടിയിൽ ചലനമറ്റ് ഇരിക്കുകയായിരുന്നു. രണ്ടു പേരും ആ രാത്രി ഉറങ്ങിയില്ല.

അടുത്ത ദിവസം രാവിലെ—അവരുടെ രഹസ്യ കൂടിക്കാഴ്ച കഴിഞ്ഞ് ഏകദേശം 2-3 മണിക്കൂർ കഴിഞ്ഞപ്പോൾ, താഴത്തെ നിലയിൽ വേലക്കാരികളിലാരോ വാതിൽ തുറക്കുന്ന ശബ്ദം സ്മിത്ത് കേട്ടു. ഉടനെ തന്നെ അയാൾ യാത്രയ്ക്കുള്ള പെട്ടിയും എടുത്തുകൊണ്ട് താഴെ ഇറങ്ങി വന്നു. പോകുംമുമ്പ് ഒരിക്കൽക്കൂടി സ്വാൻക്രോർട്ടിനെ കാണണോ എന്ന് സ്മിത്ത് രാത്രി മുഴുവനും ആലോചിച്ചതാണ്. തലേന്നത്തെ അയാളുടെ മട്ടും ഭാവവും ഓർത്തപ്പോൾ കാണണം എന്ന് സ്മിത്തിന് ഒട്ടും തോന്നിയില്ല. പകരം തന്റെ മുറിയിൽ സ്മിത്ത് ഇപ്രകാരം ഒരു കുറിപ്പ് എഴുതിവച്ചിരുന്നു. സ്വാൻക്രോർട്ടിന്റെ വീട്ടിലെ ജീവിതം കഴിഞ്ഞ ഏതാനും മണിക്കൂറുകളായി ഒട്ടും സന്തോഷകരമല്ല. പക്ഷേ, ഒരുദിവസം വരാനിരിക്കുന്നു. അന്ന് ഞാൻ സ്വാൻക്രോർട്ടിന്റെ അതിഥിയായിരുന്നതിന്റെ സന്തോഷം തിരിച്ചുകിട്ടും എന്നാണ് പ്രതീക്ഷ.

പ്രകൃതി നരച്ച നിറത്തിൽ മ്ലാനമായി കാണപ്പെട്ടു. പ്രഭാതം എല്ലാവർക്കും എല്ലാം നൽകുന്നു—സൂര്യവെളിച്ചമൊഴിച്ച്. ആരോ അപ്പോൾ കഴിച്ചിട്ടെണീറ്റു പോയതുപോലെ അൽപ്പം പ്രാതൽ ഊൺമേശപ്പുറത്തിരിക്കുന്നത് സ്മിത്ത് കണ്ടു. വേലക്കാരിയോട് യാത്രചോദിച്ചപ്പോഴാണ് സ്വാൻക്രോർട്ട് എഴുന്നേറ്റ് നേരത്തേ പ്രാതലെല്ലാം കഴിച്ചു എന്ന കാര്യം സ്മിത്ത് അറിഞ്ഞത്. അദ്ദേഹം പുറത്തുപോയോ ഇല്ലയോ എന്നവന് അറിയില്ലായിരുന്നു.

ഒരു കപ്പു കാപ്പി കുടിച്ചുകൊണ്ട് സ്മിത്ത് തന്റെ പ്രിയപ്പെട്ടവളുടെ വീടുവിട്ടിറങ്ങി. നേരം വെളുത്തുതുടങ്ങുന്നതേ ഉള്ളൂ.... വഴികളിൽ രാത്രിയുടെ നിഴലും സുഗന്ധവും തങ്ങിനിൽപ്പുണ്ട്. സൂര്യവെളിച്ചം പരന്നുതുടങ്ങുന്നതേ ഉള്ളൂ.

വികാരിയുടെ വീട്ടിൽനിന്നും 100വാരയപ്പുറത്ത് റോഡ് ചെന്ന് കയറുന്നിടത്തെ കവലയിൽ സ്മിത്ത് എത്തി. അവിടെ നിന്നുകൊണ്ട് ഏതെങ്കിലും വാഹനം വരുന്നുണ്ടോ എന്ന് അയാൾ ചെവിയോർത്തു. കടലിന്റെ ഇരമ്പലല്ലാതെ മറ്റൊന്നും കേൾക്കാനായില്ല. വാച്ചിലേക്ക് ഒന്നു നോക്കിയശേഷം, അടുത്തുള്ള മതിലിൽ പിടിച്ചുകയറി അതിന്റെ മുകളിൽ വാഹനവും കാത്തിരുന്നു. കുറച്ചുസമയം കഴിഞ്ഞപ്പോൾ റോഡിന്റെ ഇരുവശങ്ങളിൽനിന്നും വാഹനം വരുന്നതിന്റെ ഇരമ്പൽ കേട്ടു.

വാഹനം ഓടിക്കുന്ന ആൾ കുതിരയെ ചാട്ടവാറുകൊണ്ട് അടിക്കുന്നതിന്റെ ശബ്ദം പ്രഭാതത്തിന്റെ നിശ്ശബ്ദതയെ ഭേദിച്ചുകൊണ്ട് മുഴങ്ങിക്കേൾക്കാം. അയാൾ കുതിരയെ കയറ്റം കയറാൻ പ്രേരിപ്പിക്കുകയാണ്. മറുവശത്തുനിന്നും അതായത്, സ്മിത്ത് നടന്നുവന്ന ഭാഗത്തുനിന്നും വരുന്നത് ഒരു യാത്രാവണ്ടിതന്നെ. സൂക്ഷ്മമായി നോക്കിയപ്പോൾ വികാരിയുടെ വീടിനോടു ചേർന്നുള്ള എസ്റ്റേറ്റിൽനിന്നുമാണ് ആ വാഹനം വരുന്നത് എന്ന് സ്മിത്തിന് മനസിലായി. ഇപ്പോൾ ആ വാഹനം കുറെക്കൂടി വ്യക്തമായിക്കാണാം. കുറെ ലഗേജുമായി ഒരു സ്ത്രീ അതിനകത്ത് ഇരിപ്പുണ്ട്. സ്മിത്തിനു പോകാനുള്ള വണ്ടി വരും മുമ്പെ ആ വാഹനം സ്മിത്തിനു മുമ്പിലൂടെ കടന്നുപോയി.

വാഹനത്തിനകത്ത് ആ സ്ത്രീക്കൊപ്പം വേലക്കാരി എന്നു തോന്നിച്ച ഒരു സ്ത്രീകൂടിയുണ്ട് എന്ന് ഒരു മിന്നായംപോലെ അയാൾ കണ്ടു. ആ എസ്റ്റേറ്റ് ബംഗ്ലാവിന്റെ ഗേയ്റ്റ് അടയ്ക്കുന്ന ശബ്ദംകേട്ടു സ്മിത്ത് തിരിഞ്ഞുനോക്കി. ഗേയ്റ്റ് അടച്ച ആൾ വികാരിയുടെ വീടിനു നേരെ നടന്നുപോകുന്നു..... "ഹൊ, ആ പോകുന്നത് ഞാനായിരുന്നെങ്കിൽ......" സ്മിത്ത് അറിയാതെ സ്വയം പറഞ്ഞു. ഉയരംകൊണ്ടും രൂപംകൊണ്ടും പോകുന്ന ആൾ വികാരിതന്നെ ആണ് എന്ന് സ്മിത്ത് തിരിച്ചറിഞ്ഞു. അപ്പോൾ, നേരത്തേ എഴുന്നേറ്റു പ്രാതലുംകഴിച്ചു വികാരി തന്റെ അയൽക്കാരിയെ യാത്ര അയയ്ക്കാനാണ് പോയത് എന്ന് സ്മിത്തിനു വ്യക്തമായി.

സ്മിത്തിനു പോകാനുള്ള വണ്ടി വന്നുനിന്നു. പെട്ടി കയറ്റിവെച്ചതിനുശേഷം അയാളും കയറി ഇരുന്നു. കുതിര കിതച്ചുകൊണ്ട് അതിന്റെ പ്രയാണം തുടർന്നു. സ്മിത്ത് വണ്ടിയിൽ ചാരിയിരുന്നുകൊണ്ട് ദിവാസ്വപ്നങ്ങളിൽ മുഴുകി.

മൂന്നര മണിക്കൂർ നേരത്തെ യാത്രയ്ക്കുശേഷം അവൻ സെന്റ് കിർസ് എന്ന പട്ടണത്തിൽ എത്തിച്ചേർന്നു. എൽഡൽസ്റ്റൗവിന് തൊട്ടടുത്ത പട്ടണവും റെയിൽവേ സ്റ്റേഷനും എല്ലാം അവിടെ ആണ്. അവി

ടെനിന്നാണ് സ്മിത്ത്, അയാളുടെ പ്രണയത്തിലേക്കുള്ള യാത്ര ആരംഭിച്ചത്. ഇതേ വർഷത്തിന്റെ ആരംഭത്തിലായിരുന്നു ഒരിക്കലും മറക്കാനാവാത്ത ആ യാത്ര. സ്മിത്തിന് പുറപ്പെടാനുള്ള വണ്ടി വന്നുനിന്നു. 2-3 മണിക്കൂർ നേരത്തെ തീവണ്ടിയാത്രയ്ക്കുശേഷം നിറയെ ഓക്കുമരങ്ങൾ വളർന്നുനിൽക്കുന്ന,. പച്ചപ്പു നിറഞ്ഞ താഴ്വാരങ്ങളും വെള്ളം നിറഞ്ഞ നീർച്ചാലുകളും ഉള്ള 1500 ഓളം ജനങ്ങൾ തിങ്ങിപ്പാർക്കുന്ന പ്ലെമൗത്ത് പട്ടണത്തിൽ അയാൾ എത്തിച്ചേർന്നു.

കൈയിലുള്ള ലഗേജ് അടുത്തുള്ള ക്ലോക്ക്റൂമിൽ വെച്ച് സ്മിത്ത് ബെഡ്ഫോർഡ് തെരുവിലൂടെ അവിടത്തെ ദേവാലയം ലക്ഷ്യമാക്കി നടന്നു. ശ്മശാനത്തിലെ കല്ലറകൾക്കിടയിലൂടെ അയാൾ അലഞ്ഞുനടന്നു. അയാൾ ദേവാലയത്തിനടുത്തുള്ള കുന്നിൻനെറുകയിലേക്കു കയറിപ്പോയി. അവിടെ നിന്നാൽ ദൂരെ കടൽപ്പരപ്പ് കാണാം.... അതിനിടയ്ക്ക് അവിടെയും ഇവിടെയുമായി ചില ചെറുദ്വീപുകൾ. ഒരു കാഴ്ചയും അയാൾ പൂർണമായും കാണുന്നുണ്ടായിരുന്നില്ല. അയാളുടെ ഉള്ളുനിറയെ ആ പള്ളിയിൽവെച്ച് നടക്കണം എന്ന് അയാൾ ആഗ്രഹിക്കുന്ന ആ സുന്ദരമുഹൂർത്തമായിരുന്നു—എൽഫ്രഡുമായുള്ള വിവാഹം.... ചെറിയ കപ്പലുകൾ, തോണികൾ, വലിയ വലിയ വഞ്ചികൾ..... എല്ലാറ്റിന്റെയും ശബ്ദകോലാഹലം...... എല്ലാം ചലിക്കുന്നുണ്ടോ? അതൊ, നിശ്ചലമായി നിൽക്കുകയാണോ? അയാൾക്ക് എല്ലാം ഒരു കിനാവുപോലെ തോന്നി.. പച്ചയായ യാഥാർഥ്യങ്ങൾ! ഒരു സ്വപ്നം പോലെ!

സ്മിത്ത് തിരിച്ചിറങ്ങി. വന്ന വഴിയെതന്നെ നഗരത്തിലേക്കു മടങ്ങി.

എൽഡൽസ്റ്റൗ വികാരിയുടെ വീട്ടിൽ അതൊരു ചീത്ത ദിവസമായിരുന്നു. അച്ഛനും മകളും സ്മിത്ത് പോയതിന്റെ വിഷമത്തിൽനിന്നും കരകയറിയിരുന്നില്ല...... മകളോട് ചെയ്തത് കുറച്ചു ക്രൂരമായിപ്പോയി എന്ന് സ്വാൻക്രോർട്ട് തിരിച്ചറിഞ്ഞു.

സ്വതവെ സഹനശക്തി കൂടുതലാണ് സ്ത്രീകൾക്ക്. അതുകൊണ്ടുതന്നെ വിഷമസന്ധികളിൽ അവർ വേഗം സമനില വീണ്ടെടുക്കും. എൽഫ്രഡും അതെ. ഭാവിയിൽ തന്നെ കാത്തിരിക്കുന്ന ദുരന്തങ്ങളെപ്പറ്റി തികച്ചും അജ്ഞയായ അവൾ—ഒരു ഒഴിവുദിവസത്തിൽ താൻ സെന്റ് ക്രിസ് വരെ ഒന്ന് പൊയ്ക്കോട്ടെ എന്ന് അച്ഛനോട് അനുവാദം ചോദിച്ചു.

അതിനുമുമ്പ് ഒരിക്കൽ മാത്രമേ അവൾ തനിച്ച് പ്ലെമൗത്തിൽ പോയിട്ടുള്ളൂ. അത് ഒരു അടിയന്തിരസാഹചര്യത്തിലായിരുന്നു. ഒരു ഗ്രാമീണ യുവതിയാണ് എൽഫ്രഡ്. നന്നായിട്ടറിയാം എങ്കിലും—ആരും കൂട്ടിനില്ലാതെ തനിച്ച് പ്ലെമൗത്ത് വരെ ഒന്നു പോയിവരണം എന്നത് അവളുടെ ഒരാഗ്രഹമാണ്. പന്ത്രണ്ടോ പതിനാലോ മൈൽ ദൂരമുണ്ട് സെന്റ് കിർസിലേക്കുതന്നെ. അവിടെ

കുതിരയെ നിർത്തിയിട്ട് ബാക്കി ദൂരം തീവണ്ടിയിൽ സഞ്ചരിച്ചു വേണം പ്ലെമൗത്തിലെത്താൻ. രാത്രി ഇരുട്ടുംമുമ്പ് അതേവഴിതന്നെ മടങ്ങിവരുകയും വേണം. അവസാനം; ഒരിക്കൽ തനിയെ പോയിട്ടുണ്ടെങ്കിലും ഏതെങ്കിലും ഒരു വേലക്കാരിയെയും കൂടെ കൂട്ടി പോയാൽ മതി എന്ന് വികാരി തീർത്തുപറഞ്ഞു.

"എനിക്ക് നീ പ്ലെമൗത്തിലേക്ക് തനിച്ചു പോകുന്നത് ഒട്ടും ഇഷ്ടമല്ല. അതും കുതിരപ്പുറത്ത്...... എന്തിന് ഒറ്റയ്ക്ക് ഓടിക്കണം? വോമിനെക്കൂടി കൂടെ കൂട്ടിക്കൂടെ?"

"അത്രയ്ക്ക് കരുതലൊന്നും വേണ്ട." എൽഫ്രഡിന്റെ പദ്ധതിക്ക് വോം വരുന്നതുകൊണ്ട് വലിയ തടസമൊന്നും നേരിടില്ല. പക്ഷേ, എൽഫ്രഡ് അതിഷ്ടപ്പെട്ടില്ല.

"എന്നാ പോകണ്ടത്?" വികാരി ചോദിച്ചു.

"ഉടനെതന്നെ".........

"ആ. നോക്കട്ടെ. ഞാനാലോചിക്കട്ടെ." വികാരിപറഞ്ഞു.

കുറച്ച് ദിവസം കഴിഞ്ഞപ്പോൾ സ്മിത്തിന്റെ എഴുത്ത് അവൾക്ക് കിട്ടി. തമ്മിൽ കാണേണ്ടതിന്റെ യുക്തി സ്മിത്ത് ആ കത്തിൽ എഴുതിയിട്ടുണ്ട്. അന്ന് വികാരി പതിവില്ലാത്തവിധം സന്തോഷവാനായാണ് മടങ്ങിവന്നത്. അത് ഒരു നല്ല അവസരമാണെന്നുകണ്ട് അപ്പോൾത്തന്നെ അവൾ അദ്ദേഹത്തോട് പ്ലെമൗത്തിൽ പോകാനുള്ള അനുവാദം ചോദിച്ചു.

"അടുത്ത വ്യാഴാഴ്ച ഞാൻ ഒരു യാത്രപോകുന്നുണ്ട്. ഞാൻ രാത്രിയാവും മുമ്പ് പോകും. നീ അന്നുതന്നെ പൊയ്ക്കോ എൽഫ്രഡ്.. എന്നാൽ വേലക്കാർക്ക് കാർപ്പെറ്റ് വൃത്തിയാക്കുകയോ മറ്റൊ ഒക്കെ സൗകര്യമായി നടത്താമല്ലോ. ആ, പിന്നെ നീ കുതിരയുമായി തനിച്ചു പോകുന്നതിനോട് എനിക്കൊരു യോജിപ്പും ഇല്ല. ഇനി എല്ലാം നിന്റെ ആഗ്രഹംപോലെ ആവട്ടെ."

വ്യാഴാഴ്ച! സ്മിത്ത് കാണാം എന്നു പറഞ്ഞ അതേ തീയതി......... അവൾ ഉള്ളിലെ സന്തോഷംകൊണ്ട് പൊടുന്നനെതന്നെ അച്ഛനെ നോക്കി....... പരിഭ്രമത്തോടെ കണ്ണ് പിൻവലിക്കുകയും ചെയ്തു. അച്ഛനും ലേശം പരിഭ്രമമുള്ളതുപോലെ. അദ്ദേഹം എന്താവും ചിന്തിക്കുന്നത്?

പോകാനാഗ്രഹിച്ച അതേ ദിവസം രാത്രിതന്നെ അച്ഛനും ദൂരെ യാത്ര പോകണം! അതെ, സാഹചര്യം കരുതിക്കൂട്ടി ഒരുക്കിക്കൊടുത്തതുപോലെ തോന്നി എൽഫ്രഡിന്. ഔദ്യോഗികമായ ആവശ്യങ്ങൾക്കല്ലാതെ വികാരി ദൂരയാത്രയോ, വീടുവിട്ട് എവിടെയെങ്കിലും തങ്ങുകയോ ഒന്നും പതിവില്ല..... എന്തായാലും അച്ഛൻ എവിടേക്കാണ് പോകുന്നത് എന്ന് അന്വേഷിക്കാനൊന്നും എൽഫ്രഡ് മെനക്കെട്ടില്ല. തിരിച്ച് വികാരിയും അവളോടൊന്നും ചോദിച്ചില്ല.

അച്ഛന്റെ ശ്രദ്ധ മറ്റു പല കാര്യങ്ങളിലുമായത് എൽഫ്രഡിനു

അനുഗ്രഹമായി. അവൾക്ക് അവളുടെ രഹസ്യങ്ങൾ സൂക്ഷിക്കാൻ വലിയ ബുദ്ധിമുട്ടുണ്ടാവില്ല. പറഞ്ഞുവെച്ച സമയത്തിന് ഇനിയും രണ്ടാഴ്ച സമയമുണ്ട്.

ആ രണ്ടാഴ്ചക്കാലം വെറുതെ മരങ്ങൾക്കിടയിലൂടെ ചുറ്റിനടന്നു കൊണ്ട് എൽഫ്രഡ് കഴിച്ചുകൂട്ടി. ചിലപ്പോൾ അവളുടെ ഹൃദയം പ്രതീക്ഷാനിർഭരമായി. ഇടയ്ക്ക് സങ്കടപ്പെട്ടു. അവളുടെ പ്രിയപ്പെട്ട ചെടികളും പൂവുകളുമെല്ലാം ശോകാർദ്രരായതുപോലെ തോന്നി. പണ്ടത്തെ അത്ര സന്തോഷത്തോടെ ഇനിയും ഏറെക്കാലം തങ്ങൾക്കൊപ്പം എൽഫ്രഡ് ഉണ്ടാവില്ല എന്നത് അവ മനസിലാക്കിയതുപോലെ തോന്നി. നിറംമങ്ങിയ വസ്ത്രങ്ങൾ, ആഭരണങ്ങൾ...... മ്ലാനമായ മുഖം...... എൽഫ്രഡ് എങ്ങനെയൊക്കെയോ ആ ദിവസങ്ങൾ തള്ളിനീക്കി. അസ്തമയസൂര്യനെപ്പോലും അപരിചിതമായ കണ്ണുകളോടെ അവൾ തുറിച്ചു നോക്കി. എൽഫ്രഡിനെ സംബന്ധിച്ച് പപ്പയറിയാത്ത ഒരു സ്വകാര്യ ലോകം ഉണ്ടാവുന്നത് ഇത് ആദ്യമാണ്. ഇങ്ങനെ അവഗണിക്കുന്നതിനുപകരം പപ്പ എന്തെങ്കിലും ഒരു വാക്ക് പഴയതുപോലെ തന്നോട് മിണ്ടിയിരുന്നെങ്കിൽ എന്ന് അവൾ കൊതിച്ചു. എങ്കിൽ, സ്മിത്തിന്റെ അഭാവം തന്നെ എത്രമാത്രം വേദനിപ്പിക്കുന്നു എന്ന് പപ്പയോട് പറയാമായിരുന്നു. അങ്ങനെ അവളുടെ ചിന്തകൾ വീണ്ടും സ്മിത്തിലേക്കു തന്നെ എത്തി. സങ്കടം തുളുമ്പുന്ന കണ്ണുകളുമായി അവൻ അടുത്തു വരുന്നതും, തന്നെ തൊടുന്നതും എല്ലാം എൽഫ്രഡ് സങ്കൽപ്പിച്ചു.

അടുത്ത ബുധനാഴ്ച വീണ്ടും എൽഫ്രഡിന് ഒരു കത്തു കിട്ടി. തന്റെ കാമുകനോടുള്ള ഈ ബന്ധമെങ്കിലും നിലയ്ക്കാതിരിക്കാൻ, ആരും കാണാതെ പാത്തും പതുങ്ങിയും അവൾ പോസ്റ്റ്മാൻ വരുന്നതും കാത്ത് വഴിയിൽ പോയിനിന്നു. ഒരു വളവിനപ്പുറത്തു നിൽക്കുന്ന എൽഫ്രഡ് പോസ്റ്റുമാനെ കണ്ടു. അയാൾ ചിരിച്ചുകൊണ്ട് കത്ത് അവൾക്കുനേരെ നീട്ടി. കൂടെ ഏതോ ബിസിനസുകാരുടെ ഒരു സർക്കുലറും കൊടുത്തു.

"വേണ്ട." എൽഫ്രഡ് പറഞ്ഞു. "അതു വീട്ടിൽ കൊടുത്താൽ മതി."

"നീ എന്താ എൽഫ്രഡ് രണ്ടാഴ്ചമുമ്പ് നിന്റെ അച്ഛൻ ചെയ്തതു പോലെത്തന്നെ ചെയ്യുന്നത്?"

അവൾക്ക് ഒന്നും മനസിലായില്ല.

"വികാരി ഇവിടെ, ഈ വളവിൽ വന്നു നിൽക്കും. എന്നിട്ട് എന്റെ അടുത്തുനിന്നും കത്തു വാങ്ങിനോക്കും. എന്നിട്ട് വീട്ടിൽ ആരെങ്കിലും വാങ്ങിക്കോളും എന്നു പറഞ്ഞ് എഴുത്ത് തിരിച്ച് തന്നിട്ട് കയറിപ്പോകും."

അതും പറഞ്ഞുകൊണ്ട് പോസ്റ്റുമാൻ പോയി.

കുറച്ചു ദൂരം ചെന്നതും അയാളെ പിറകിൽനിന്നും അച്ഛൻ വിളിക്കുന്നത് എൽഫ്രഡ് കേട്ടു. രണ്ട് മിനിട്ടിന്റെ വ്യത്യാസംകൊണ്ടാണ്

അവളുടെ കത്ത് അവൾക്ക് കിട്ടിയത്...... അച്ഛൻ എല്ലാം കണക്കുകൂട്ടിക്കൊണ്ടാണ് പെരുമാറുന്നത്. എന്ത് നിഗൂഢമായ സ്വഭാവമാണ് അച്ഛന്റെത്? തികച്ചും വിചിത്രം.

വലിയ മുൻപിൻചിന്ത ഒന്നുമില്ലാത്ത ഒരു പെൺകുട്ടിക്ക്, അവൾക്കാകെയുള്ള അച്ഛൻ അവളെ അവഗണിക്കുകകൂടി ചെയ്താൽ............ പിന്നെ തന്റെ പ്രണയം സ്വന്തമാക്കണമെങ്കിൽ കുറെ അധികം മാനസിക പിരിമുറുക്കങ്ങൾ അനുഭവിക്കേണ്ടിവരും.

ആദ്യപ്രണയം കൈവിട്ടുപോകുമ്പോൾ മരണവേദനപോലെയാണ് പ്രണയിനികൾക്ക് അനുഭവപ്പെടുക. ഒരുതരം ഭ്രാന്തമായ ആവേശമാണ് അപ്പോൾ അനുഭവപ്പെടുക. എല്ലാറ്റിൽനിന്നും വിടുതൽ നേടാൻ അതിയായ ആഗ്രഹം കാണും. രക്ഷിതാക്കളുടെ എതിർപ്പുകൾ ആദ്യം വാശികൂട്ടും. പിന്നെ ഒരുപക്ഷേ തിരിച്ച് ചിന്തിക്കാനുള്ള പ്രേരണ ആയേക്കും. എല്ലാ എതിർപ്പുകളും ഒരിക്കൽ തിരുത്തി വായിക്കപ്പെടും എന്നുതന്നെ കാമുകഹൃദയങ്ങൾ ഉറച്ച് വിശ്വസിക്കും...... അങ്ങനെ കാര്യങ്ങളെല്ലാം ശുഭപര്യവസായിയായിത്തീരും എന്ന് അവർ സ്വയം ധൈര്യം കൊള്ളും.

ഒരു പ്രഭാതഭക്ഷണവേളയിൽ എൽഫ്രഡും അച്ഛനും തമ്മിൽ താഴെ പറയുംപ്രകാരം ചില സംഭാഷണങ്ങൾ നടന്നു.

എന്തൊക്കെയോ വഷളൻ തമാശകൾ പറഞ്ഞ് സ്വയം ആസ്വദിച്ച് ചിരിക്കുകയായിരുന്നു വികാരി. താൻ പറയുന്നത് ശ്രദ്ധിക്കാതെ പൂച്ചക്കുഞ്ഞുങ്ങൾക്ക് ഭക്ഷണം നൽകിക്കൊണ്ടിരിക്കുന്നതിന് വികാരി അവളെ വഴക്കു പറഞ്ഞു.

"സ്മിത്ത് ഈ കുടുംബത്തിലെ അംഗമായാൽ പിന്നെ അവന്റെ കുടുംബപശ്ചാത്തലമൊക്കെ പറഞ്ഞ് പപ്പ അദ്ദേഹത്തെ അധിക്ഷേപിക്കുമോ?"

"നീ അവനെ കല്യാണം കഴിച്ചുകൊണ്ടാണോ ഈ കുടുംബത്തിലെ അംഗമാക്കാൻ പോകുന്നത്?" വികാരി തന്റെ കോഴിമുട്ടയുടെ തൊലി അടർത്തുന്നതിൽ ശ്രദ്ധിച്ചുകൊണ്ട് അലസമായി ചോദിച്ചു.

എൽഫ്രഡിന്റെ ചുവന്നുതുടുത്ത മുഖം ഉത്തരം പറഞ്ഞു. അത് തറപ്പിച്ചുപറയുന്ന വാക്കുകളെക്കാളും സ്ഫുടമായിരുന്നു.

"ഞാനാ വിഷയം നേരത്തെ പറഞ്ഞിട്ടുള്ളതല്ലെ എൽഫ്രഡ്?"

എൽഫ്രഡ് ഇങ്ങനെ തീരെ പക്വതയില്ലാത്ത ഓരോന്ന് കുത്തിക്കുത്തി ചോദിച്ചുകൊണ്ടിരിക്കും...... മിക്കപ്പോഴും തനി അസംബന്ധങ്ങളാവും ചോദിക്കുന്നത്.... അച്ഛനെ വലയ്ക്കണം എന്ന് നിർബന്ധമുള്ളതുപോലെ തോന്നും.

"നേരായ മാർഗത്തിലൂടെയല്ലാതെ സ്മിത്ത് നമ്മുടെ കുടുംബവുമായി ചേരുകയാണെങ്കിൽ..... തീർച്ചയായും ഞാൻ..... ഞാനല്ല ഏത് ബുദ്ധിയുള്ള രക്ഷിതാക്കളും—അതങ്ങ് അംഗീകരിക്കും. അതോർത്ത് സങ്കടപ്പെട്ടുകൊണ്ടിരിക്കാനൊന്നും എന്നെ കിട്ടില്ല. ഭൂമിയിൽ എന്തെങ്കി

ലും കാര്യങ്ങൾ എന്നെ അങ്ങനെ അങ്ങ് ദുഃഖിതനാക്കും എന്ന് ഞാൻ കരുതുന്നില്ല. അതുപോലെ ഓർത്ത് ദുഃഖിക്കാനുള്ള അവസരം ഉണ്ടാക്കാതെ ജീവിക്കണം എൽഫ്രഡ്. നീ നിന്നെ സൂക്ഷിക്കണം."

"ഇല്ല പപ്പാ......." എൽഫ്രഡ് കരഞ്ഞു. അവളുടെ മുഖത്തെ പ്രകാശം വികാരിയെ സന്തോഷിപ്പിച്ചു.

പക്ഷേ, മകളുടെ മുഖത്തെ പ്രകാശത്തിന് അവളുടെ മനസു മാറ്റാനാവില്ല എന്ന് വികാരി മനസിലാക്കിയില്ല.

വൈകുന്നേരമായപ്പോൾ വികാരി യാത്രയ്ക്കൊരുങ്ങി..... തനിച്ച്! അതും പതിവില്ലാത്ത കാര്യമാണ്......! വാതിൽക്കലോളം വന്ന എൽഫ്രഡ് എല്ലാ ക്ഷമയും നശിച്ചമട്ടിൽ ചോദിച്ചു:

"പപ്പ എന്തിനാ പോവുന്നത്?"

"പറയാം. ഞാൻ വന്നിട്ട് നാളെപ്പറയാം." വികാരി സന്തോഷത്തോടെയാണു സംസാരിച്ചത്. "ക്ഷമിക്ക്. അറിയാത്ത കാര്യങ്ങൾ അന്വേഷിക്കാൻ മിനക്കെടേണ്ട. ആ പിന്നെ ഞാൻ മടങ്ങി വരുംവരെ നീ നല്ല കുട്ടിയായിരിക്കും എന്നങ്ങ് വിശ്വസിക്കുകയാണ് എൽഫ്രഡ്...."

ആ വാക്കുകൾ എൽഫ്രഡിന് വേദനയായി.

"ഞാനെന്തിനാണ് പ്ലിമൗത്തിൽ പോവുന്നത് എന്നതും മടങ്ങിവന്നിട്ട് പറയാം...." അവൾ പിറുപിറുത്തു.

വികാരി പോയി. അച്ഛന്റെ ഭാവമാറ്റം എൽഫ്രഡിനെ വല്ലാതെ സ്വാധീനിക്കും. അദ്ദേഹം ദേഷ്യത്തിലാണെങ്കിൽ അവൾ തന്നിഷ്ടക്കാരിയാവും. അതല്ല, വികാരി കുറച്ച് സരസമായാണ് സംസാരിക്കുന്നതെങ്കിൽ എൽഫ്രഡ് എല്ലാ പിടിവാശിയും കളഞ്ഞ് നല്ല കുട്ടിയാവും.

അത് സെപ്റ്റംബർ മാസമാണ്. അസ്തമയസൂര്യന്റെ ചെഞ്ചായം പൂശിയ ആകാശത്ത് അങ്ങിങ്ങായി കറുത്തിരുണ്ട മേഘത്തുണ്ടുകൾ ചിതറിക്കിടക്കുന്നു. എല്ലാ മനോഹാരിതയും തന്നിലേക്ക് വലിച്ചടുപ്പിക്കും എന്ന് തോന്നുമാറ് ആ അസ്തമയം അത്യാകർഷകമായിരുന്നു. എൽഫ്രഡിന് ചക്രവാളത്തിന്റെ അറ്റംവരെ നടന്നു കയറിച്ചെല്ലാനുള്ള ആവേശം തോന്നി. അവൾ വയൽ കടന്ന് വേലിക്കരികിലേക്ക് ചെന്നു. മരങ്ങളും കുറ്റിച്ചെടികളുമാണ് പറമ്പിന് അതിരിട്ടിരിക്കുന്നത്. അവിടെയുള്ള ഒരു വൃക്ഷത്തിന്റെ കനമുള്ള ഒരു ശിഖരത്തിലേക്ക് എൽഫ്രഡ് വലിഞ്ഞു കയറി. അവൾ കിഴക്കോട്ടും പടിഞ്ഞാറോട്ടും മാറിമാറി ദൃഷ്ടി പായിച്ചു. അതു വഴിയാണ് സ്മിത്ത് നടന്നുമറഞ്ഞത്. അവളുടെ നോട്ടം അയാൾ നടന്നുപോയ മൈതാനത്തിൽ ചെന്ന് അവസാനിച്ചു.

അവൾക്കും താഴെ വളരെ വിചിത്രമായ ഒരു കാഴ്ച ഉണ്ടായിരുന്നു. മതിലിന്റെ ഇരുവശത്തും പുൽത്തകിടികൾ പരന്നുകിടക്കുന്നു. ഒരു പുൽത്തകിടി അടുത്തുള്ള എസ്റ്റേറ്റിലാണ് അവസാനിക്കുന്നത്. അവിടെ, വികാരിയുടെ വീടിനോട് ചേർന്ന് ഒരു ചവിട്ടടിപ്പാത എൽഫ്രഡിന്റെ കണ്ണിൽപ്പെട്ടു. അതിന്റെ അസാധാരണത്വം എന്തെന്നുവച്ചാൽ അതിന് 10 അടിയോളമേ ആകെ നീളമുള്ളൂ...... രണ്ട് അറ്റവും പെട്ടെന്ന്

എവിടെയും എത്താതെ അവസാനിക്കുന്നു. എവിടെനിന്നും തുടങ്ങുന്ന തല്ല; പ്രത്യേകിച്ച് എവിടേക്കും ചെന്നവസാനിക്കുന്നുമില്ല. എൽഫ്രഡ് ഇങ്ങനെ ഒരു വഴി മുമ്പ് എവിടെയും കണ്ടിട്ടില്ല.

ഉണ്ട്..... കണ്ടിട്ടുണ്ട്. ഒന്നുകൂടി ചിന്തിച്ചപ്പോൾ എൽഫ്രഡ് ഓർത്തെടുത്തു. വലിയ ബംഗ്ലാവിന്റെ മുറ്റത്ത് കാവൽക്കാർ ചവുട്ടിമെതിച്ച ഒരു വഴി ഇതുപോലെ കിടക്കുന്നുണ്ട്.

ആ ഓർമവന്നതും, ഈ വഴി ഇവിടെ ഇങ്ങനെ എങ്ങനെയാണ് ഉണ്ടായത് എന്ന് എൽഫ്രഡിന് പിടികിട്ടി. അച്ഛൻ ഉലാത്തുന്ന വഴിയാണിത്. അദ്ദേഹം ഇതുവഴി ഉലാത്തുന്നത് എൽഫ്രഡ് കണ്ടിട്ടുണ്ട്.

ആ മരക്കൊമ്പിലിരുന്നാൽ രണ്ടു ഭാഗത്തേക്കും നന്നായിക്കാണാം. കുറച്ചുനേരം കഴിഞ്ഞപ്പോൾ എൽഫ്രഡിന്റെ നോട്ടം ആ എസ്റ്റേറ്റ് ബംഗ്ലാവിന്റെ നേരെയായി.

അവിടെയും ഒരു ചവിട്ടടിപ്പാത കാണാനുണ്ട്. അതുപക്ഷേ വീതി കുറവാണ്. നീളം ഇപ്പുറത്തേതിന്റെതുപോലെതന്നെ. അതിന് ഒരു കാരണമുണ്ട്.

ഒന്നുകിൽ അതുവഴി നല്ല തടിയുള്ള ആരോ വല്ലപ്പോഴും നടക്കാറുണ്ട്. അല്ലെങ്കിൽ തീരെ മെലിഞ്ഞ ഒരു നടത്തക്കാരൻ എപ്പോഴും നടക്കുന്നുണ്ടാവും.

ഉടനെതന്നെ അതുവഴി ആരോ നടന്നുവരുന്നത് എൽഫ്രഡിന്റെ കണ്ണിൽപ്പെട്ടു. എൽഫ്രഡിനെ സംബന്ധിച്ച് ഒരു 'മഹത്തായ നാളെ' ആണ് വരാനിരിക്കുന്നത്. ആ മാനസിക പിരിമുറുക്കത്തിൽനിന്നും രക്ഷപ്പെടാൻ വേണ്ടിയാണ് അവളിങ്ങനെ ചെറിയചെറിയ കാര്യങ്ങളിൽ ശ്രദ്ധ ഊന്നുന്നത്. അപ്രകാരം അവൾ അവളുടെ ചിന്തകളെ സ്വയം നിയന്ത്രിക്കുകയാണ്.

നാളത്തെ പരിപാടികൾ മനസിലിട്ട് ഒരിക്കൽക്കൂടി ആസൂത്രണം ചെയ്യണം എന്ന് എൽഫ്രഡിനു തോന്നി. അതുവരെ പ്ലാൻ ചെയ്ത പരിപാടികൾ ഇപ്രകാരമായിരുന്നു. സെന്റ് കിർസിലേക്ക് ഒന്നേമുക്കാൽ മണിക്കൂർ യാത്ര ഉണ്ടെന്നു പറയപ്പെടുന്നു.

ഫാൽക്കണിൽ വെച്ച് വസ്ത്രം മാറാൻ അരമണിക്കൂർ നേരം വേണം.

പ്ലെമൗത്തിലേക്കുള്ള തീവണ്ടി കേറാനും യാത്രയ്ക്കുംകൂടി രണ്ട് മണിക്കൂറെടുക്കും. അവിടെ ഒരു മണിക്കൂറോളം ചെലവിടണം.

എൽഡൽസ്റ്റൗ വിട്ട് തിരിച്ചെത്തുംവരെയുള്ള മൊത്തം സമയം അഞ്ചു മണിക്കൂറാണ്. അതുകൊണ്ട് ഏഴു മണിക്കു പുറപ്പെടണം.

അതിരാവിലെതന്നെ എൽഫ്രഡ് യാത്രയ്ക്കൊരുങ്ങുന്നതു കണ്ടിട്ട് പരിചാരകരൊന്നും ഒരു അതിശയവും പ്രകടിപ്പിച്ചില്ല. നഗരത്തിരക്കിൽ ജീവിക്കുന്നവരിൽനിന്നും ആ ഗ്രാമീണരെ വ്യത്യസ്തമാക്കുന്ന ഒരു കാര്യം ഇതാണ്—യാത്ര! ഒരു തീവണ്ടിയുടെ കൂവൽപോലും കേൾക്കാത്ത ചെറിയ വരുമാനംകൊണ്ടു ജീവിച്ചുപോരുന്ന ആ ഗ്രാമീ

ണരെല്ലാം തന്നെ സഞ്ചാരപ്രിയരാണ്. സാഹസികമോ, അല്ലാത്തതോ ആയ യാത്രയും അവർക്കിടയിൽ പതിവാണ്. ഏതായാലും എൽഫ്രഡ് അതിരാവിലെതന്നെ പുറപ്പെട്ടു.

എൽഫ്രഡ് എപ്പോൾ പുറത്തുപോയാലും എന്തെങ്കിലുമൊക്കെ വാങ്ങിക്കൊണ്ടാണ് തിരിച്ചുവരാറ്. അല്ലെങ്കിൽ പെറുതിമുട്ടിയതും ആവാം കൊണ്ടുവരുക. മലമുകളിലേക്കാണ് യാത്രയെങ്കിൽ—മരക്കഷ ണങ്ങൾ..... കടൽത്തീരത്തേക്കാണെങ്കിൽ പലയിനം പായലുകൾ, തൂവലുകൾ, ചിപ്പികൾ, കക്ക.... തുടങ്ങി.... എന്തെങ്കിലും.

ഒരു അന്തരീക്ഷം മുഴുവൻ പൊടിപടലങ്ങൾ മൂടിക്കിടക്കുന്ന ഒരു ദിവസം, എൽഫ്രഡ് തന്റെ പാൻസിയുമൊത്ത് ഗ്രാമത്തിലെ വഴികളിലൂടെ യാത്ര ചെയ്യുകയായിരുന്നു. കൈകളിൽ രണ്ട് പാക്കറ്റ് തൂക്കിപ്പിടിച്ചിട്ടുണ്ട് അവൾ. തട്ടിത്തടഞ്ഞു വീഴാൻ പോയ എൽഫ്രഡിന്റെ കൈയിൽനിന്നും ആ പാക്കറ്റുകൾ താഴെ വീണുപോയി. ഒരു വശത്ത് മൂന്നു നോവലുകൾ മണ്ണിൽ പുതഞ്ഞുകിടക്കുന്നു. അസൂയാലുക്കളായ സ്ത്രീകൾ ജാലകത്തിലൂടെ ആ കാഴ്ച കണ്ട് എൽഫ്രഡിനെ പരിഹസിച്ചു ചിരിച്ചു. ചുറ്റും കൂടിയ പുരുഷന്മാർ—ഒരാൾ ഒരു കച്ചവടക്കാരൻ പയ്യൻ, അവൻ ലേശം മദ്യപിച്ചിട്ടുണ്ടെന്നു തോന്നി—ഉറക്കെ ചിരിച്ചു...... ആ നീല കണ്ണുകൾ നിറഞ്ഞു, കവിളുകൾ ചുവന്നു.

ആ സംഭവത്തിനുശേഷം എൽഫ്രഡ് നന്നായി ശ്രദ്ധിച്ചേ യാത്ര ചെയ്യാറുള്ളൂ. സീറ്റിനു മീതെക്കൂടി കയർവലിച്ചുകെട്ടി സാധനങ്ങൾ ഒതുക്കിവെക്കാൻ ഒരു സംവിധാനവും അവൾ ഉണ്ടാക്കി. ഒരു കറുത്ത വാക്കിങ്ഡ്രസ് അണിഞ്ഞ് അവൾ പെട്ടെന്ന് ഒരുങ്ങി. വില്യം വോം തുറന്നുകൊടുത്ത ഗെയ്റ്റ് കടന്ന് എൽഫ്രഡ് പോയിമറഞ്ഞു.

വേനലൊടുവിലെ തിളക്കമുള്ള ആ പ്രഭാതത്തിൽ എൽഫ്രഡ് വേഗത്തിൽ കുതിരയെ പായിച്ചു. പുൽച്ചാടികളുടെ ചിലപ്പ്,... പാൻസിയുടെ പുറത്തെ ഇരിപ്പ് ഏറെ സൗകര്യപ്രദം..... എൽഫ്രഡ് നല്ല ഉത്സാഹത്തിലായിരുന്നു. കുറച്ചുനേരം കഴിഞ്ഞപ്പോൾ അവളുടെ ഉത്സാഹം ആറിത്തണുത്തു. മുഖം ശോകമൂകമായി. അവൾക്കൊപ്പം പ്രകൃതിയും ഇരുണ്ടു. കിഴക്കേ ചക്രവാളത്തിൽ രൂപംകൊണ്ട മേഘമാല സൂര്യനെ മറച്ചു. മേഘങ്ങൾ വലിയ കമ്പിളിക്കെട്ടുകൾപോലെ സൂര്യവെളിച്ചത്തിന് തടയിട്ടു—അന്തരീക്ഷം കറുത്തിരുണ്ടു.

ഇരുന്ന ഇരിപ്പിൽ എൽഫ്രഡ് തിരിഞ്ഞ് പിറകിലേക്കു നോക്കി. അവൾ കുതിരയെ പായിച്ചുകൊണ്ടിരിക്കുന്ന ആ വിശാലമായ മൈതാനത്തിനപ്പുറത്ത് നേർത്ത വരപോലെ എൽഡൽസ്റ്റൗ ഓരത്തെ കടൽ കാണാം. അവൾ വേദനയോടെ അങ്ങോട്ടുതന്നെ നോക്കി....

എൽഫ്രഡിന്റെ ഉള്ളിൽ വികാരങ്ങളുടെ ഒരു വേലിയേറ്റം നടക്കുമ്പോഴും പാൻസി മുന്നോട്ടുതന്നെ കുതിച്ചു. ഓടുന്ന കുതിരയുടെ തല ഏറെ നേരം പിറകോട്ട് വലിച്ചുപിടിക്കുന്നത് അപകടമാണെന്ന് എൽഫ്രഡിന് അറിയാം...... അവൾ നേരെ ഇരുന്ന് യാത്ര തുടർന്നു. എങ്കി

ലും, തന്റെ അമ്മ ജീവിച്ചിരിപ്പുണ്ടായിരുന്നെങ്കിൽ..., വീട്ടിൽ സ്നേഹ നിധിയായ ഒരമ്മ ഉണ്ടായിരുന്നെങ്കിൽ.... തീർച്ചയായും താൻ തിരികെ പോയേനേ...... എൽഫ്രെഡ് വിചാരിച്ചു.

രഹസ്യമായി എന്തു പ്രവൃത്തി ചെയ്യുമ്പോഴും സ്ത്രീഹൃദയങ്ങൾ ഇങ്ങനെ വികാരവിക്ഷോഭങ്ങൾക്ക് അടിപ്പെടും. തനിക്ക് വീടിനു പകരം കിട്ടാനുള്ളത് എന്താണ്? എൽഫ്രെഡ് ചിന്തിച്ചു. സ്മിത്തിന്റെ മുഖം മനസിൽ തെളിഞ്ഞു. അവളുടെ യാത്രയ്ക്ക് വേഗം കൂടി.

ഉത്തരം കിട്ടാത്ത ഒരുപാട് സമസ്യകൾ വീണ്ടും എൽഫ്രെഡിന്റെ ഹൃദയത്തെ മഥിച്ചു. ഹൃദയം ഭയാനകമായി ഇടിച്ചു. വിറയ്ക്കുന്ന കൈകളോടെ അവൾ പാൻസിയുടെ പുറത്ത് ചാട്ടവാറുകൊണ്ട് അടിച്ചു. കുതിര, അതിനിഷ്ടമുള്ളിടത്തേക്ക് തന്നെ കൊണ്ടു പോയ്ക്കോട്ടെ എന്ന് ആ പെൺകുട്ടി വിചാരിച്ചു.

എൽഫ്രെഡിന്റെ ഭാരം താങ്ങാനാവാത്തതുപോലെ പാൻസി വേച്ചുവേച്ച് നീങ്ങി. പോകുന്ന വഴിയിൽ ഒരു തടാകം കണ്ടതും കുതിര അതിന്റെ തീരത്തേക്ക് പാഞ്ഞു. കുറച്ച് സമയം തടാകത്തിലേക്ക് നോക്കിനിന്നശേഷം, വെള്ളം കുടിക്കാനായി അതിലേക്കു തലതാഴ്ത്തി. എൽഫ്രെഡ് സമയം നോക്കി. ഇനി കുറേക്കൂടി വേഗം കൂട്ടിയാലെ സെന്റ് ക്രിസിലേക്കുള്ള തീവണ്ടി കിട്ടുകയുള്ളൂ. ആകെ രണ്ടു വണ്ടികളേ ഉള്ളൂ.

എൽഫ്രെഡിന്റെ ക്ഷമ നശിച്ചു. പാൻസിയുടെ വെള്ളം കുടി ഒരിക്കലും തീരാത്തതുപോലെ എൽഫ്രെഡിനു തോന്നി. തടാകം ശാന്തമാണ്. കുറെ പ്രാണികളും പക്ഷികളും അതിനുചുറ്റും പറക്കുന്നുണ്ട്. തെളിഞ്ഞ വെള്ളത്തിനടിയിൽ, ഇലകളുടെ അസ്ഥികൂടങ്ങൾ നിശ്ചലമായി ഉറങ്ങുന്നത് വ്യക്തമായി കാണാം. അവളുടെ മനസിനെ നേർപ്പിച്ച രീതിയെന്നപോലെ അതെല്ലാം പക്ഷേ എൽഫ്രെഡിനെ അക്ഷമയാക്കിയതേ ഉള്ളൂ.

പാൻസി വെള്ളം കുടിച്ചുതീർന്നശേഷം അവളുടെ യാത്ര വേഗത്തിലായി. ഏറെ വെപ്രാളപ്പെട്ട് അവൾ പഴമയുടെ പ്രൗഢിവിളിച്ചോതുന്ന ദേവാലയഗോപുരങ്ങൾ എമ്പാടും ഉയർന്നുനിൽക്കുന്ന ആ പട്ടണത്തിലെത്തിച്ചേർന്നു. വസ്ത്രം മാറാൻ സൗകര്യമുള്ള ഒരിടത്ത് അവൾ കുതിരയെ കൊണ്ടുചെന്നു നിർത്തി. സ്വാൻക്രോർട്ട്സ് അവിടെ സുപരിചിതരാണ്. ഇങ്ങനെ സവാരിക്കാരുടെ വേഷം മാറ്റി, തീവണ്ടി യാത്രയ്ക്കുതകുന്ന വേഷം ധരിക്കാൻ അച്ഛനോടൊപ്പം ഒന്നിലധികം തവണ അവൾ അവിടെ ചെന്നിട്ടുണ്ട്. കാൽമണിക്കൂറിനകം വേഷം മാറി എൽഫ്രെഡ് റെയിൽവേ സ്റ്റേഷനിലേക്ക് നടന്നു.

ഒന്നേ മുക്കാൽ മണിക്കൂർ കഴിഞ്ഞപ്പോൾ എൽഫ്രെഡിനെ പ്ലെമൗത്ത് റെയിൽവേസ്റ്റേഷന്റെ വിശ്രമമുറിയുടെ ആളൊഴിഞ്ഞ ഒരു കോണിൽ തന്റെ പ്രിയപ്പെട്ടവന്റെ കൈയിൽ തൂങ്ങിക്കൊണ്ട് കാണപ്പെട്ടു!

സ്മിത്തിന്റെ മുഖം ഒരു രോഗിയുടേതുപോലെ ക്ഷീണിച്ചിരുന്നു.

"എന്താ പ്രശ്നം?......" അവൾ ചോദിച്ചു.

"നമുക്ക് ഇവിടെവെച്ച് വിവാഹിതരാവാൻ കഴിയില്ല എൽഫ്രഡ്. ഇവിടെ ഇത്തരം ഒരു നിയമം ഉണ്ടെന്ന് എനിക്ക് അറിയില്ലായിരുന്നു. എന്റെ കൈവശം ഒരു ലൈസൻസ് ഉണ്ട്. പക്ഷേ അതുവച്ച് ഇവിടെ വിവാഹം നടത്താനാവില്ല. അതിന് ലണ്ടൻ ഇടവകയിൽ മാത്രമേ വിലയുള്ളൂ. ഞാനിന്നലെ രാത്രി ഇവിടെ എത്തിയശേഷമാണ് ഇക്കാര്യമൊക്കെ അറിയുന്നത്. നിനക്ക് അറിയാമല്ലോ എൽഫ്രഡ്, ഞാനിന്നലെ രാത്രിയാണ് ഇവിടെ എത്തിയത്."

"നമ്മളിനി എന്ത് ചെയ്യും?" എൽഫ്രഡ് നിരാശയോടെ ചോദിച്ചു.

"ഒറ്റക്കാര്യമേ ചെയ്യാനുള്ളൂ."

"എന്താ അത്?"

"ഇപ്പോൾ പുറപ്പെടുന്ന ഒരു തീവണ്ടിയുണ്ട്, അതിൽ കയറി ലണ്ടനിൽ ചെല്ലുക. അവിടെവെച്ച് നാളെ വിവാഹിതരാവുക!"

"11.5ന് പുറപ്പെടുന്ന തീവണ്ടിയിലെ യാത്രക്കാർ ദയവായി തങ്ങളുടെ ഇരിപ്പിടങ്ങളിലേക്ക് മടങ്ങേണ്ടതാണ്." പ്ലാറ്റ്ഫോമിൽ റെയിൽവേ ഗാർഡിന്റെ ശബ്ദം മുഴങ്ങി.

"നമുക്ക് പോവാം എൽഫ്രഡ്?"

"ഞാൻ റെഡി."

സ്മിത്തിനെയും എൽഫ്രഡിനെയും വഹിച്ചുകൊണ്ട് ആ തീവണ്ടി മൂന്ന് മിനിട്ടിനകം, ലണ്ടൻ ലക്ഷ്യമാക്കി യാത്ര പുറപ്പെട്ടു!

12

നീലരശ്മികൾ

എൽഫ്രഡ് യാത്ര ആരംഭിക്കുമ്പോൾ അവിടെയും ഇവിടെയും ആയി കണ്ട മേഘത്തുണ്ടുകൾ ഇപ്പോൾ ആകാശത്ത് കറുത്തിരുണ്ട് ഒരുമിച്ചുകൂടി...... അന്നേ ദിവസം അവ സൂര്യനെ മുഴുവനായും മറച്ചു. വൈകുന്നേരമായപ്പോഴേക്കും മഴ ചാറിത്തുടങ്ങി. എൽഫ്രഡും സ്മിത്തും യാത്ര ചെയ്യുന്ന ബോഗിയുടെ ജനലിൽ മഴത്തുള്ളികൾ ശക്തിയോടെ വന്ന് പതിച്ച്, ചിതറി......

പ്ലിമൗത്തിൽനിന്നും പാഗ്നിങ്ടൺ വരെയുള്ള യാത്ര ആനന്ദകരമാണ്. ഏതു മാനസിക പിരിമുറുക്കത്തെയും അയവു വരുത്തുവാൻ മാത്രം മനോഹരമായ കാഴ്ചകൾ. എൽഫ്രഡിന്റെ അവസ്ഥ പക്ഷേ നേരെ തിരിച്ചായിരുന്നു. പുറപ്പെടുമ്പോഴത്തെ ആവേശമെല്ലാം ആറിത്തണുത്തു. അവസാനത്തെ അര മണിക്കൂർ ആയപ്പോഴേക്കും അവൾ ഒരുതരം മയക്കത്തിലായിക്കഴിഞ്ഞിരുന്നു. പാളത്തിൽ തീവണ്ടി കുലുങ്ങുന്ന ശബ്ദം കേട്ടപ്പോൾ സ്റ്റേഷൻ എത്തി എന്ന് എൽഫ്രഡിന് മനസിലായി. അവൾ എഴുന്നേറ്റു.

"ഇതാണോ ലണ്ടൻ?" അവൾ ചോദിച്ചു.

"അതെ എൽഫ്രഡ്." സ്മിത്ത് പറഞ്ഞു. അവന്റെ സ്വരത്തിന് ഒരു ആശ്വസിപ്പിക്കലിന്റെ ചുവ ഉണ്ടായിരുന്നു. വരാനിരിക്കുന്ന യാഥാർഥ്യങ്ങളെക്കുറിച്ച് അവളോളംതന്നെ ആശങ്കയും ഭയവും അയാൾക്കും ഉണ്ടായിരുന്നു.

മഴത്തുള്ളികൾ വീണുനനഞ്ഞ ജനലഴികളിലൂടെ എൽഫ്രഡ് പുറത്തേക്കു നോക്കി. അപ്പോൾ മാത്രം എരിഞ്ഞുതുടങ്ങിയ വെളിച്ചം മാത്രമേ അവൾക്ക് കാണാൻ കഴിഞ്ഞുള്ളൂ. നനഞ്ഞുകുതിർന്ന അന്തരീക്ഷം. ആകാശത്തേക്ക് ഉയർന്നുനിൽക്കുന്ന ഭീമാകാരങ്ങളായ ചിമ്മി

നിക്കുഴലുകൾ. അവളുടെ മനസ്സ് എരിഞ്ഞു. ശരീരം വേദനകൊണ്ട് പുളഞ്ഞു. വാക്കുകളായി അത് പുറത്തെത്തിയാൽ അതിലും വലിയ വേദനയാണുണ്ടാവുക.

തീവണ്ടി നിന്നു. ഇന്നേ ദിവസം മുഴുവൻ ചേർത്തുപിടിച്ച എൽഫ്രഡിന്റെ കൈകളെ സ്മിത്ത് വിട്ടു. പിന്നെ അവളെ ഇറങ്ങാൻ സഹായിച്ചു.

അപരിചിതമായ ആ സ്ഥലത്തെ ആദ്യകാൽവെപ്പിൽത്തന്നെ എൽഫ്രഡ് തളർന്നു.

അവൾ പ്രതീക്ഷയറ്റ മുഖത്തോടെ അവളുടെ ഭാവിവരന്റെ കണ്ണുകളിലേക്ക് നോക്കി.

"സ്മിത്ത്......" എൽഫ്രഡ് കരച്ചിൽ തുടങ്ങി. ".... എനിക്ക് സഹിക്കാൻ വയ്യ. എനിക്ക് .... എനിക്ക് വീട്ടിൽ പോണം. പോണം. പോണം.... എന്റെ ഈ നശിച്ച സ്വഭാവത്തിന് മാപ്പുതരൂ....... എനിക്കിവിടം ഇഷ്ടമല്ല. എന്നെ ഇഷ്ടമല്ല...... നിന്നെയും ഇഷ്ടമല്ല."

സ്മിത്ത് ആകെ വിഷണ്ണനായി അവളെ നോക്കി. ഒന്നും മിണ്ടിയില്ല.

"എന്നെ വീട്ടിൽ പോകാൻ സമ്മതിക്കൂ സ്മിത്ത്." എൽഫ്രഡ് യാചിച്ചു. "എന്റെകൂടെ വരാൻ ഞാൻ ഇനി നിന്നെ ബുദ്ധിമുട്ടിക്കില്ല. ഞാനിനി ഒരിക്കലും നിനക്ക് ഭാരമാവില്ല. എന്നെ മടങ്ങാൻ അനുവദിച്ചാൽ മാത്രം മതി. ഇതിന്റേപേരിൽ എന്നെ വെറുതേ..... പ്ലീസ് .....ഞാൻ മടങ്ങിപ്പോവുന്നതാ നല്ലത്."

"പക്ഷേ, നമുക്കിപ്പോ മടങ്ങാനാവില്ലല്ലോ എൽഫ്രഡ്." അയാൾ എതിർത്തുനോക്കി.

"പറ്റില്ല. എനിക്ക് പോണം. പോണം."

"എങ്ങനെ? എപ്പോഴാ പോവേണ്ടത്?"

"ഇപ്പോ. ഇപ്പോത്തന്നെ പോണം."

"പോകണമെന്നാണ് ഇഷ്ടം എങ്കിൽ പിന്നെ...... താമസിക്കണ്ട." സ്മിത്ത് ദുഃഖത്തോടെ പറഞ്ഞു. "പൊയ്ക്കോളൂ. നിനക്ക് ഇഷ്ടമുള്ളതുപോലെ ചെയ്യാം എൽഫ്രഡ്. എന്നാലും... ഇപ്പോത്തന്നെ പോണോ? നാളെ, എന്റെ ഭാര്യയായിക്കഴിഞ്ഞിട്ട് ഉടനെ മടങ്ങിയാ പോരെ?"

"പോരാ....... എനിക്കിപ്പോൾത്തന്നെ പോകണം. പോകണം...."

"നമുക്കുമുമ്പിൽ രണ്ടു വഴികളുണ്ട്." സ്മിത്ത് മ്ലാനതയോടെ തുടർന്നു. "ഇനി മടങ്ങുകയേ വേണ്ട..... അല്ലെങ്കിൽ എന്റെ ഭാര്യയായ ശേഷം മടങ്ങുക. എനിക്ക് പറയാൻ ഇഷ്ടമല്ല..... ഞാനല്ല പറയേണ്ടത്. പക്ഷേ നീ.... നീ പറയണം—ഒരുപക്ഷേ വിവാഹം നടത്താതെ തിരികെച്ചെന്നാൽ ആളുകൾക്കു മുമ്പിൽ പേരുദോഷം ഒഴിവായിക്കിട്ടാൻ സഹായിക്കും."

"അങ്ങനെ ഒന്നും അവർ കരുതില്ല. എനിക്ക് പോണം."

"നിന്നെ ഇത്ര ദൂരത്തേക്ക് കൊണ്ടുവരരുതായിരുന്നു.... ഞാൻ കൊണ്ടുവന്നുപോയല്ലോ എന്നോർത്ത് എനിക്ക് ദുഃഖം തോന്നുന്നു."

“അതിന്റെ ആവശ്യമില്ല. ഞാനാണല്ലോ പ്രായത്തിൽ മുതിർന്നത്.”

“ഒരു മാസത്തിനല്ലെ? അതുകൊണ്ടെന്ത് ഫലം?” അയാൾ ചുറ്റും നോക്കി. “പ്ലെമൗത്തിലേക്ക് ഇപ്പോൾ വണ്ടിയുണ്ടോ?” അവിടെ കണ്ട ഒരു ഗാർഡിനോട് അയാൾ അന്വേഷിച്ചു. അയാൾ ഒന്നും മിണ്ടാതെ കടന്നുപോയി.

“പ്ലെമൗത്തിലേക്ക് വണ്ടിയുണ്ടോ?” എൽഫ്രഡ് മറ്റൊരാളോടു ചോദിച്ചു.

“ഉണ്ടല്ലോ....... 8.10ന്, വണ്ടി വിടാൻ ഇനി 10 മിനിട്ടേ ഉള്ളൂ. നിങ്ങൾക്ക് പ്ലാറ്റ്ഫോം തെറ്റിപ്പോയല്ലോ......... പ്ലെമൗത്തിലേക്കുള്ള വണ്ടി മറ്റേ വശത്താണ് വരിക...... ആ കോണിപ്പടി കേറിച്ചെന്നാൽ മതി.”

അവർ രണ്ടുപേരും ഗോവണി കയറി, ഇറങ്ങി, ഓടി..... എൽഫ്രഡ് ആദ്യം ബുക്കിങ് ഓഫീസിനു മുമ്പിൽ. പിന്നെ തീവണ്ടിയിലേക്ക്. വാതിലിനരികിൽ നിൽക്കുന്ന ഉദ്യോഗസ്ഥൻ അകത്തേക്ക് കയറ്റിവിട്ടു. പ്ലാറ്റ് ഫോമിൽനിന്നും തീവണ്ടിയിലേക്ക് എടുത്ത് എറിയപ്പെട്ടതുപോലെ വേഗത്തിൽ-ഒരു ചൂളംവിളി-കൊടി വീശുന്നു. കരച്ചിൽ-അലർച്ച-അവർ പ്ലെമൗത്തിലേക്കുള്ള വഴിയിലായിരിക്കുന്നു. വീണ്ടും!- കേറിപ്പറ്റുന്നതിനിടയ്ക്ക് അവരിത്രയുംകൂടി കേട്ടു- “ആ യുവതിയും യുവാവും ഓടിക്കയറിയതാണ്.... പക്ഷേ അപകടമൊന്നും പിണഞ്ഞില്ല!”

എൽഫ്രഡിന് ശ്വാസം തിരികെ കിട്ടി.

“നീയും വന്നോ സ്മിത്ത്? നീ എന്തിന് വന്നു?”

“കുഴപ്പമില്ല. നീ സെന്റ് കിർസിൽ സുരക്ഷിതമായി എത്തുംവരെ ഞാൻ കൂടെ ഉണ്ടാവണം....... എന്നെപ്പറ്റിമോശമായിട്ടൊന്നും കരുതല്ലെ എൽഫ്രഡ്......”

രാത്രി മുഴുവനും അവർ ഭയപ്പെട്ടു. അന്തരീക്ഷം ശാന്തമായിരുന്നു. ആകാശത്ത് നക്ഷത്രങ്ങൾ തിളങ്ങുന്നു. രണ്ടുമൂന്ന് സഹയാത്രികർ ഉണ്ടായിരുന്നത് അധികനേരവും ഉറക്കമായിരുന്നു. സ്മിത്ത് ഇടയ്ക്ക് കണ്ണടച്ചു... എൽഫ്രഡ്, ഓരോ മണിക്കൂറും ഭയപ്പാടോടെ തള്ളിനീക്കി.

നേരം പുലർന്നുതുടങ്ങി. വണ്ടി ഒരു കടൽത്തീരത്തുകൂടിയാണ് പൊയ്ക്കൊണ്ടിരിക്കുന്നത്. ചെങ്കൽപ്പാറകൾ തീവണ്ടിയുടെ മീതേക്ക് തൂങ്ങി നിൽക്കുന്നു. വണ്ടി മുന്നോട്ടു കുതിക്കുന്നതിനനുസരിച്ച് അവ പിറകിലോട്ട് മാഞ്ഞുമാഞ്ഞ്, അന്തരീക്ഷത്തിൽ നീലനിറത്തിൽ ലയിക്കുന്നു. ഉദയസൂര്യന്റെ ചെങ്കിരണങ്ങൾ ആ തീവണ്ടിയിലെ യാത്രക്കാരുടെ മുഖത്തേക്ക് പാളിവീഴുന്നുണ്ട്. ഒരു മണിക്കൂർകൂടി കടന്നുപോയി. ലോകം തിരക്കു പിടിച്ചുതുടങ്ങി....... തീവണ്ടി സെന്റ്കിർസ് സ്റ്റേഷന്റെ പ്ലാറ്റ്ഫോമിലേക്ക് വേഗം കുറച്ച് ചെന്നുനിന്നിട്ടും അവൾ കുറച്ചുനേരംകൂടി അതേ ഇരിപ്പിരുന്നു....

എൽഫ്രെഡ് വിറയ്ക്കുന്നുണ്ടായിരുന്നു. ദുഃഖത്തോടെ അവൾ പറഞ്ഞു.

"എന്തൊക്കെ സംഭവിക്കും എന്ന് എനിക്ക് അറിഞ്ഞുകൂടാ. എല്ലാം എനിക്കെതിരാണ്. ആരെങ്കിലും എന്നെ തിരിച്ചറിഞ്ഞാൽ....... എനിക്ക് ഓർക്കാൻകൂടി വയ്യ. എല്ലാം തകരും."

"ആരും കാണട്ടേ. ആളുകൾ പറയുന്നതിലെന്താ കാര്യം? ഞാൻ ഇന്നല്ലെങ്കിൽ നാളെ നിന്റെ ഭർത്താവാകും, പിന്നെന്താ? അപ്പോൾ നിന്റെ നിഷ്കളങ്കത തെളിയിക്കാമല്ലോ?"

"അതെ. ഒരിക്കൽ ലണ്ടനിൽ വെച്ചുതന്നെ ഞാൻ നിന്റെ ഭാര്യയാവും." എൽഫ്രെഡ് തറപ്പിച്ചുപറഞ്ഞു. "ഇന്നലെത്തേതിലും വ്യക്തമായി എനിക്ക് കാര്യങ്ങൾ കാണാനാവുന്നുണ്ട്. ഇനി ഒറ്റക്കാര്യമേ ശ്രദ്ധിക്കേണ്ടൂ. ആരും കാണാനിടവരുത്താതിരിക്കുക. അഥവാ കണ്ടുപോയാൽ കാര്യങ്ങൾ കൂടുതൽ കുഴയും."

അവർ പുറത്തേക്ക് നടന്നു. എൽഫ്രെഡ് ഒരു കട്ടിയുള്ള ഷാളുകൊണ്ട് മുഖം മറച്ചു.

ചുവന്ന്, പാടുകൾ വീണ കൺപോളകളും തിളക്കമുള്ള കണ്ണുകളും ഉള്ള ഒരു സ്ത്രീ ഓഫീസ് വാതിലിനരികിലുള്ള ബഞ്ചിൽ ഇരിപ്പുണ്ട്. ആ സ്ത്രീ എൽഫ്രെഡിനെത്തന്നെ സൂക്ഷിച്ചുനോക്കി. സംശയത്തോടെയുള്ള നോട്ടമല്ല..... എന്നാലും എന്തോ ആശയക്കുഴപ്പമുള്ള നോട്ടംതന്നെ. വണ്ടിയിൽ കയറിപ്പോകുവോളം എൽഫ്രെഡിനെത്തന്നെയാണ് ആ സ്ത്രീ നോക്കിയത്.

എൽഫ്രെഡ് പിറകിലേക്കു വലിഞ്ഞ്, വേറൊരു വഴിയേ തിരിഞ്ഞു.

"ഏതാ ആ സ്ത്രീ?" സ്മിത്ത് ചോദിച്ചു. "അവർ നിന്നെത്തന്നെ സൂക്ഷിച്ചുനോക്കുന്നല്ലോ?"

"ആ..... അത് ജെത്വെയാണ്. വിധവയാണവർ. നമ്മളൊരു ദിവസം ഒരു യുവാവിന്റെ ശവക്കല്ലറയ്ക്ക് മീതെ ഇരുന്ന് സംസാരിച്ചില്ലെ? എന്നെ സ്നേഹിച്ചിരുന്ന ഒരാൾ? അയാളുടെ അമ്മയാണ് അത്. അവർ എന്റെ ശത്രുവാണ് സ്മിത്ത്. ഓ.... അവർ കാണാതെ രക്ഷപ്പെട്ടത് ദൈവകൃപ തന്നെ."

"ഇത്രയ്ക്ക് നിരാശപ്പെടാതെ...... അവർ നമ്മളെ തിരിച്ചറിഞ്ഞിട്ടൊന്നും ഇല്ലല്ലോ......"

"അങ്ങനെയാവട്ടെ എന്നാ എന്റെ പ്രാർഥന." സ്മിത്ത് കുറച്ച് ഉന്മേഷവാനായി.

"നമ്മൾ പോയി പ്രാതൽ കഴിക്കുന്നു......?"

"വേണ്ട..... വേണ്ട." എൽഫ്രെഡ് യാചിച്ചു. "എനിക്ക് ഒന്നും കഴിക്കണ്ട. എൽഡൽസ്റ്റൗവിലേക്ക് മടങ്ങിയാ മാത്രം മതി."

ഇപ്പോൾ എൽഫ്രെഡ് സ്മിത്തിനെക്കാളും ഒരുപാട് മുതിർന്ന ഒരു വ്യക്തിയെപ്പോലെയാണ് സംസാരിക്കുന്നത്.

"ബ്രിസ്റ്റളിൽ വെച്ച് ഒരു കാപ്പി കുടിച്ചതല്ലാതെ, നീ ഇന്നലെ രാത്രി മുതൽ ഒന്നും കഴിച്ചില്ലല്ലോ എൽഫ്രഡ്.....?"

"ഒന്നും വേണ്ട സ്മിത്ത്."

"വെറും ബിസ്ക്കറ്റ് വാങ്ങിത്തരട്ടെ?"

"വേണ്ട."

"ഒരു കപ്പ് ചായ, അല്ലെങ്കിൽ കാപ്പി?"

"വേണ്ട."

"ഒരു ഗ്ലാസ് വെള്ളം?"

"വേണ്ട. ആളുകളെ ഉഷാറാക്കുന്ന, മിടുക്കനാക്കി നിർത്തുന്ന ആ സാധനമാണ് എനിക്ക് വേണ്ടത്. എനിക്ക് ഇപ്പോൾ വീട്ടിലേക്ക് പോകണമെങ്കിൽ അത് കിട്ടിയേ തീരൂ. ബ്രാണ്ടി! അതാണ് എനിക്ക് വേണ്ടത്. ആ സ്ത്രീയുടെ കണ്ണുകൾ എന്റെ ഹൃദയംപോലും കരണ്ടുതിന്നു."

"ഒക്കെ നിന്റെ തോന്നലാണ്...... നീ എന്നെക്കൂടി വിഷമിപ്പിക്കുകയാണല്ലോ എന്റെ മോളേ.... ബ്രാണ്ടിതന്നെയാണൊ നിനക്ക് വേണ്ടത്?"

"അതെ. സ്മിത്തിന് എതിർപ്പില്ലെങ്കി......."

"എത്ര വേണം?"

"എനിക്കറിയില്ല. ഒരു ടീസ്പൂണിലധികം ഞാനിതുവരെ കഴിച്ചിട്ടില്ല. ഇപ്പോൾ എനിക്കത് കൂടിയേ തീരൂ. അത്രയേ എനിക്കറിയൂ. ഫാൾക്കത്തിൽ അതു കിട്ടില്ല."

അവൻ അവളെ അവിടെ നിർത്തിയിട്ട് അടുത്തുകണ്ട സത്രത്തിനു നേരെ നടന്നു. മടങ്ങിവന്നപ്പോൾ ഒരു ഫ്ളാസ്ക്ക് നിറയെ അവളാവശ്യപ്പെട്ട സാധനം അയാളുടെ കൈവശമുണ്ടായിരുന്നു. തീരെ കട്ടി കുറഞ്ഞ ബ്രെഡും ബട്ടറും ഒരു പേപ്പർ ബാഗിൽ തൂക്കിപ്പിടിച്ചിരുന്നു. എൽഫ്രഡ് കിട്ടിയപാടെ ഒന്നുരണ്ട് കവിൾ കുടിച്ചു!

"ഹോ...... അതെന്റെ കണ്ണിനുള്ളിലേക്ക് കേറിപ്പോയി!" അവൾ തളർച്ചയോടെ പറഞ്ഞു. "എനിക്കു മതി. ഞാൻ..... ഞാനൊന്ന് കണ്ണടയ്ക്കട്ടെ... ഓ..... അത് ഇറങ്ങിപ്പോകുന്ന വഴി എനിക്ക് അറിയാൻ പറ്റുന്നുണ്ട്. എനിക്കിനി വേണ്ട. വലിച്ചെറിഞ്ഞേക്ക്. അത് കളയ്....."

എങ്ങനെ ഫാൾക്കനിൽനിന്നും ആർക്കും സംശയം തോന്നാതെ കുതിരയെ തിരിച്ച് എടുക്കും എന്നതായിരുന്നു പ്രശ്നം. സ്മിത്തിനെ അവിടേക്ക് കൂടെച്ചെല്ലാൻ അവൾ അനുവദിച്ചില്ല. അവന്റെ ഒരു സഹായവും വേണ്ട എന്ന മട്ടിലായിരുന്നു അവളുടെ പെരുമാറ്റം. അവന് അവളുടെമേലുള്ള അവകാശങ്ങളെല്ലാം തീർന്നതുപോലെ തോന്നി.

"നിന്നെ എന്റെകൂടെ കാണാതിരിക്കുന്നതാണ് നല്ലത്. അവിടെ എന്നെ പലർക്കും അറിയാം. നമ്മൾ കള്ളന്മാരെപ്പോലെ രഹസ്യമായിട്ട് തുടങ്ങിയ ഏർപ്പാട് അങ്ങനെതന്നെ അവസാനിപ്പിക്കുന്നതല്ലെ നല്ലത്? പപ്പയോട് ഞാൻതന്നെ എല്ലാം പറയാം; അതിനുമുമ്പ് പപ്പ കാര്യങ്ങൾ അറിഞ്ഞാൽ ബുദ്ധിമുട്ടാണ്."

നടന്നും അസുഖകരമായ പലതും ചർച്ചചെയ്തുകൊണ്ടും അവർ ഒൻപതു മണിവരെ സമയം കൊന്നു. ഇനി ഫാൾക്കനിൽ ചെന്നാലും വലിയ കുഴപ്പമില്ലെന്ന് എൽഫ്രഡിനു തോന്നി. നേരം പുലരുംമുമ്പേ ചെല്ലുമ്പോഴാണ് വലിയ കുഴപ്പമാവുക. സ്മിത്ത് വഴിയിൽ എൽഫ്രഡിനെ കാത്തുനിന്നു.

ഒരു ഛായാചിത്രംപോലെ ചലനമറ്റ് ആ യുവാവ് ഒരേ നിൽപ്പു നിന്നു, മരശിഖരങ്ങളിലൂടെ വെളിച്ചം വീഴുന്നതും നിഴലുകൾ നീണ്ടു തുടങ്ങുന്നതും എല്ലാം നോക്കിക്കൊണ്ട്. എതിർവശത്തെ സ്കൂൾമുറ്റത്ത് ആദ്യത്തെ പിരീഡ് തുടങ്ങുംമുമ്പത്തെ ഒഴിവുനേരം നോക്കി കുട്ടികൾ കളിക്കുന്നുണ്ട്. ദൂരെ വയലിൽ കൊയ്ത്തുകാർ ഒരേ താളത്തിൽ കൊയ്ത്തു തുടങ്ങിയിരിക്കുന്നു. ഒന്നും അയാൾ കാണുന്നില്ല. അതൊന്നും അയാളുടെ മനസിനെ ശമിപ്പിക്കുകയും ഇല്ല. തന്റെ പ്രിയപ്പെട്ടവളോട് യാത്ര പറയാനുള്ള നേരം അടുത്തടുത്ത് വരുന്നു എന്ന ചിന്ത ആ യുവാവിനെ തളർത്തി.

എൽഫ്രഡ് കുതിരയുമായി ഉടനെതന്നെ സ്മിത്തിന്റെ അടുത്തെത്തി. അവർ പാറക്കൂട്ടങ്ങളുടെ മുകളിലേക്ക് കയറിപ്പോയ, പ്രണയം തുളുമ്പിനിന്ന ആ പ്രഭാതത്തിലേതുപോലെതന്നെ എൽഫ്രഡ് ഈ നേരത്തും അതിസുന്ദരിയായിരുന്നു. വിഷമവും പരിഭ്രമവും ഒക്കെ അവൾ സ്വയം നിയന്ത്രിച്ചതുപോല തോന്നി. വേദനകളിൽനിന്നും സഹനശക്തികൊണ്ടും ക്ഷമകൊണ്ടും സ്വയം മോചനം നേടുക എൽഫ്രഡിന്റെ ശീലമാണ്.

"നീ അവിടെ എന്തു പറഞ്ഞു എൽഫ്രഡ്?"

"ഒന്നും പറഞ്ഞില്ല. ആരും എന്നെ ശ്രദ്ധിച്ചതുമില്ല. ഞാൻ പ്ലെമൗത്തിലേക്കാണ് പോയത് എന്നവർക്ക് അറിയാം. മിസ്. ബിക്നെല്ലിനൊപ്പം ഞാൻ ഇന്നലെ അവിടെ തങ്ങിക്കാണും എന്നാവും അവർ കരുതിയിരിക്കുക."

പിരിയുക എന്നത് അവർക്കിരുവർക്കും മരണംപോലെ വേദനാജനകമായിരുന്നു...... പക്ഷേ എൽഫ്രഡിന് മടങ്ങിയേ മതിയാവൂ.... സ്മിത്ത് അവൾക്കൊപ്പം ഒരു മൈലോളം കൂടെ നടന്നു—നടത്തത്തിനിടയ്ക്ക് അവൻ സങ്കടത്തോടെ പറഞ്ഞു.

"ഇരുപത്തിനാല് മണിക്കൂർ കഴിഞ്ഞുപോയി. നമ്മൾ ഉദ്ദേശിച്ച കാര്യം നടന്നതും ഇല്ല."

"നടക്കും ഉറപ്പാണ്."

"എങ്ങനെ?"

"എന്താ ഇങ്ങനെ ചോദിക്കുന്നത്? സ്മിത്ത്, നിങ്ങൾക്കൊപ്പം ഇത്രയുംവരെ വന്ന ഞാൻ ഈ ഭൂമിയിൽ വേറൊരാളെ കല്യാണം കഴിക്കും എന്ന് തോന്നുന്നുണ്ടോ? എനിക്ക് വേറാരും ഇല്ലെന്ന് ഞാൻ പറഞ്ഞിട്ടുള്ളതല്ലേ? പിന്നെ, ഞാൻ ധൃതിപിടിച്ച് മടങ്ങിയതുകൊണ്ടാണ് തെറ്റിദ്ധാരണയെങ്കിൽ........ എനിക്ക് ഒന്നും വിശദീകരിക്കാനുമില്ല.

ഒന്ന് ഉറപ്പിച്ചോളൂ, എന്നാണോ എന്നെ വിളിച്ചുകേറ്റി താമസിപ്പിക്കാൻ നിങ്ങൾക്ക് സ്വന്തമായിട്ടൊരു വീടുണ്ടാവുന്നത്; അത് ചെറുതോ വലുതോ ആവട്ടെ—അന്ന് വന്നോളൂ, എന്നെ വിളിച്ചോളൂ. ഞാൻ തയാറായി കാത്തിരിക്കും!" അവൾ വിഷമത്തോടെ തുടർന്നു. "ഇന്നത്തെ ഈ സംഭവം അറിയുമ്പോൾ എന്റെ അച്ഛനും സന്തോഷത്തോടെതന്നെ എല്ലാം സമ്മതിക്കും."

"ഒരുപക്ഷേ നമ്മുടെ വിവാഹവും അദ്ദേഹംതന്നെ നടത്തിത്തരുമായിരിക്കും, അല്ലേ?" സ്മിത്ത് അവളുടെ വാക്കുകൾ കേട്ട് പ്രതീക്ഷയോടെ പറഞ്ഞു. "ഞാനും അങ്ങനെ ആഗ്രഹിക്കുന്നു; എന്തായാലും ഇപ്പോൾ നമ്മൾ പിരിയുകയാണ്. നമ്മളുദ്ദേശിക്കുന്ന രീതിയിൽ ഇനി നമ്മൾ പരസ്പരം കണ്ടുമുട്ടുംവരെ."

എൽഫ്രഡ് മറുപടി ഒന്നും പറഞ്ഞില്ല.

"നീ ഇന്നലെവരെ കണ്ട ആളേ അല്ല എൽഫ്രഡ്."

"അല്ലായിരിക്കും. ഗുഡ്ബൈ,... തിരിച്ചുപൊയ്ക്കോള്ളൂ സ്മിത്ത്" അവൾ കുതിരയുടെ പുറത്ത് ചാട്ടവാറുകൊണ്ട് അടിച്ച് പോകാൻ തയാറാക്കിക്കൊണ്ട് തുടർന്നു..... "സ്മിത്ത്..... എനിക്കാകെ തളരുന്നതുപോലെ തോന്നുന്നു. അച്ഛനെ കാണുംവരെ നിനക്കുകൂടി എന്റൊപ്പം വന്നുകൂടെ?"

"വരണോ?"

എൽഫ്രഡ് ഒരു നിമിഷം ചിന്തിച്ചു: "വേണ്ട.....വേണ്ട. ഓ ഞാനെന്തൊക്കെ വിഡ്ഢിത്തമാ പറയുന്നത്?"

"നമ്മൾ ഒരുപാട് സങ്കടത്തോടെയാണ് ഇതൊക്കെ ചെയ്തതെന്ന് അച്ഛനോട് പറയണം. അച്ഛൻ നമ്മളെ അനുകൂലിക്കണം എന്നൊന്നും ആഗ്രഹമില്ല. എന്നാലും നമ്മളോട് നീതി പുലർത്തുകയെങ്കിലും വേണം എന്ന് അച്ഛനോട് പറയണം. ഇപ്പോൾത്തന്നെ വിവാഹത്തിന് സമ്മതം തന്നാൽ അത്രയും സന്തോഷം. ഇല്ലെങ്കിൽ ഞാൻ നിനക്ക് ചേരുന്ന ഒരാളാവുന്ന അന്നെങ്കിലും അനുവാദം തരണമെന്നു പറയണം. എനിക്ക് നീയെന്ന ഭാഗ്യം തരുമ്പോൾ തിരിച്ച് എന്തെങ്കിലും കൊടുക്കാൻ എന്റെ കൈവശം ഒന്നും കാണുമെന്നുവരില്ല...... അക്കാര്യവും അച്ഛനെ അറിയിക്കണം. പറയാൻ വിഷമമുണ്ട്. എന്റെ സ്നേഹം, എന്റെ അധ്വാനം, എന്റെ ജീവിതം. ഇതല്ലാതെ മറ്റൊന്നും നിനക്കുവേണ്ടി എന്റെ കൈവശം കാണില്ല....."

അവർ പിന്നെയും പിന്നെയും പറഞ്ഞുപറഞ്ഞ് പിരിയില്ല എന്ന വാക്കുകൊണ്ട് പറഞ്ഞുറപ്പിച്ചു.

"എന്റെ പ്രിയപ്പെട്ടവളേ....... വീണ്ടും കാണുംവരെ ദൈവം നിന്നെ അനുഗ്രഹിക്കട്ടെ."

"നമ്മൾ കാണുംവരെ ഗുഡ്ബൈ....!"

അവൾ പിന്നെ ഒന്നും മിണ്ടിയില്ല. കുതിരയെ ദൂരേക്ക് പായിച്ചു. അവളുടെ രൂപം മങ്ങിമങ്ങി.... അവളുടെ ശിരോവസ്ത്രത്തിന്റെ നീല

നിറം മാത്രമാവുന്നതും, പിന്നെ ദൂരെ അതു മായുന്നതും നോക്കി അയാൾ നിന്നു. പതുക്കെ വന്നെത്തുന്ന മരണത്തെപ്പോലെ ആ കാഴ്ച അയാളെ വേദനിപ്പിച്ചു.

തനിക്ക് ഏറ്റവും പ്രിയപ്പെട്ട ആ മനുഷ്യനുമായി യാത്ര പറഞ്ഞ ശേഷം, എൽഫ്രഡ് വേഗത്തിൽ കുതിരയെ പായിച്ചു. ഇടയ്ക്കെപ്പോഴോ അവളുടെ കണ്ണിൽനിന്നും കണ്ണനീരുതിർന്ന് നെഞ്ചിലേക്ക് തെറിച്ചു വീണു. ഇന്നലത്തെ ആഗ്രഹങ്ങൾ, സന്തോഷങ്ങൾ, തമാശകൾ എല്ലാം ഇന്ന് ഒരു ദുരന്തംപോലെ ആയിത്തീർന്നിരിക്കുന്നു.

ദൂരെ എൽഡൽസ്റ്റൗ പരിസരവും കടലും പാറക്കൂട്ടങ്ങളും ഒക്കെ കണ്ടുതുടങ്ങിയപ്പോൾ എൽഫ്രഡിൽനിന്നും ആശ്വാസത്തിന്റേതായ ഒരു നിശ്വാസം ഉയർന്നു.

വികാരിഭവനത്തിന്റെ പിറകിലെ വയൽ കടന്ന് വീട്ടിനടുത്തേക്ക് എത്തുമ്പോൾത്തന്നെ അകത്തുനിന്നും യൂണിറ്റിയും വോമും സംസാരിക്കുന്ന ശബ്ദം അവൾ കേട്ടു. യൂണിറ്റി ഇങ്ങനെ പറഞ്ഞുനിർത്തുന്നു-

"എൽഫ്രഡ് തിരിച്ചുവരുമ്പോ....."

"അവൾ എപ്പോ എത്തും?"

"വൈകുന്നേരമാകുമ്പോൾ എത്തുമായിരിക്കും. ബ്രക്ക്നെല്ലിന്റെ കൂടെ അവൾ സുരക്ഷിതയായിരുന്നാൽ മതിയായിരുന്നു."

എൽഫ്രഡ് വിടിനകത്തേക്ക് കയറിച്ചെന്നു. താഴത്തെ നിലകളിലെല്ലാം തിരഞ്ഞിട്ടും അവളുടെ അച്ഛനെ അവിടെയെങ്ങും കണ്ടില്ല. മറ്റ് ആരെയും കാണാൻ കാത്തുനിന്നതും ഇല്ല.

സ്വീകരണമുറിയിലെ മേശപ്പുറത്ത് സ്മിത്തിന്റെ കൈപ്പടയിലുള്ള ഒരു എഴുത്ത് അവളുടെ പേരിൽ വന്നുകിടപ്പുണ്ട്. അതെടുത്ത് വായിച്ചുകൊണ്ട് വസ്ത്രം മാറാനായി മുകളിലേക്കു കയറിപ്പോയി.

വ്യാഴം.

പ്രിയപ്പെട്ട എൽഫ്രഡ്, രണ്ടാമതാലോചിച്ചപ്പോൾ ഇന്ന് മടങ്ങണ്ട എന്ന് ഞാൻ തീരുമാനിച്ചു. നാളെ ഉച്ചകഴിഞ്ഞ് ഞാൻ വീട്ടിലെത്തും. എന്റെകൂടെ ഒരു സുഹൃത്തും ഉണ്ടാവും. നിന്റെ സ്വന്തം.

സ്മിത്ത്."

വസ്ത്രം മാറി ഒരുങ്ങിയപ്പോൾ ആ തലവേദന ശല്യംചെയ്യുന്നുണ്ടെങ്കിലും എൽഫ്രഡിന് കുറച്ച് സുഖം തോന്നി. പുറത്തിറങ്ങുമ്പോൾ മുകൾ വരാന്തയിൽനിന്ന് അവൾ താഴെ നിൽക്കുന്ന യൂണിറ്റിയെ കണ്ടു.

"ഓ.... എൽഫ്രഡ്, നീയോ? ഞാൻ നിന്റെ പ്രേതമെങ്ങാനും ആണെന്നോർത്തുപോയി! നീ ഇന്നലെ രാത്രി വന്നില്ല! തങ്ങുന്ന കാര്യം ഒട്ടു പറഞ്ഞുമില്ല?"

"ഇന്നലെ വൈകിത്തന്നെ മടങ്ങാനിരുന്നതാണ്. പിന്നെ തീരുമാനം മാറ്റി. വേണ്ടിയിരുന്നില്ലാ എന്ന് ഇപ്പോൾ തോന്നുന്നു. പപ്പയ്ക്ക് ദേഷ്യം വന്നിട്ടുണ്ടാവും എന്നാ തോന്നുന്നത്."

"ഇക്കാര്യം പറയാതിരിക്കുന്നതാ എൽഫ്രഡ് നല്ലത്."

"എനിക്കും പേടിയുണ്ട്." എൽഫ്രഡ് പിറുപിറുത്തു. "വരുമ്പോ നീ പറഞ്ഞുതുടങ്ങിക്കോളുമോ യൂണിറ്റി?"

"എന്ത്? എല്ലാം പറഞ്ഞ് സ്വയം കുഴപ്പത്തിൽ ചാടണോ?"

"വേണം. ഞാനത് അർഹിക്കുന്നു."

"വേണ്ട എൽഫ്രഡ്, പറയണ്ട. അത്ര വലിയ കുഴപ്പമൊന്നും അല്ലല്ലോ...... കേട്ടാൽ വികാരി വലിയ ഒച്ചപ്പാടുണ്ടാക്കും. പേടിക്കണ്ട എൽഫ്രഡ്."

"ശരി. നിന്റെ ഇഷ്ടംപോലെയാവട്ടെ. എനിക്കിത്തിരി ഭക്ഷണം താ യൂണിറ്റി."

ഭക്ഷണം കഴിച്ച് വിശപ്പടങ്ങിയപ്പോൾ നല്ല കടൽക്കാറ്റേറ്റ് മനസിനെ തണുപ്പിക്കാനായി തൊപ്പിയും എടുത്ത് അണിഞ്ഞുകൊണ്ട് അവൾ വേനൽക്കാലവസതിയിലെ പൂന്തോട്ടത്തിലേക്ക് പോയി. നിലത്തിരുന്നു. പിന്നെ പതിയെ ഒരു മൂലയിലേക്ക് തല ചായ്ച്ചു...... ആ കിടപ്പിൽ എൽഫ്രഡ് ഉറങ്ങിപ്പോയി.

ഉണർന്നതും, എൽഫ്രഡ് ധൃതിയോടെ നേരം നോക്കി—മൂന്ന് മണിക്കൂർ കഴിഞ്ഞിരിക്കുന്നു! ആ സമയത്ത് പുറത്തുനിന്നുള്ള ഗേറ്റ് തുറക്കുന്ന ശബ്ദം അവൾ കേട്ടു. ഈ ശബ്ദമാവണം അവളുടെ ഉറക്കം മുറിച്ചത്. ഒരു വാഹനം അകത്തേക്ക് കയറുന്ന ശബ്ദം കേൾക്കാം, പുറകേ അവളുടെ അച്ഛൻ വോമിനെ വിളിക്കുന്നതു കേട്ടു.

കുറ്റിച്ചെടികൾക്ക് അരികിലൂടെ അവൾ വീടിനുനേരെ നടന്നു. ആരോ അച്ഛനോട് സംസാരിക്കുന്ന ശബ്ദം എൽഫ്രഡ് കേട്ടു. ശബ്ദം അപരിചിതമാണ്. ആ അപരിചിതനും അച്ഛനുംകൂടി ചിരിക്കുന്നതിന്റെ ശബ്ദം എൽഫ്രഡ് കേട്ടു. സാൻക്രോർട്ടും അയാളുടെ കൂടെയുള്ളയാളും, അതോ ആളുകളോ? വാതിൽ കടന്ന് വീട്ടിനകത്തേക്ക് കയറിപ്പോയി. ഇപ്പോൾ ശബ്ദമൊന്നും കേൾക്കാനില്ല. ഇതേത് സുഹൃത്താവും എന്ന് എൽഫ്രഡ് ആലോചിച്ചു. കാലടി ശബ്ദം കേട്ട് തിരിഞ്ഞുനോക്കിയപ്പോൾ അവൾക്ക് പിറകിൽ വികാരി ആശ്ചര്യപ്പെട്ടുകൊണ്ട് നിൽക്കുന്നു.

"ആ, നീയിവിടെ ഉണ്ടായിരുന്നു? യാത്ര സുഖമായിരുന്നല്ലോ അല്ലേ?"

എൽഫ്രഡിന്റെ ഹൃദയം കുറ്റബോധംകൊണ്ട് വിങ്ങി; അവൾ ഒന്നും മിണ്ടിയില്ല.

"ഒരു മിനിട്ട് വേനൽക്കാലവസതിക്കകത്തേക്ക് ഒന്നു വരൂ എൽഫ്രഡ്. യാത്രകഴിഞ്ഞ് വന്നിട്ട് പറയാം എന്ന് ഞാൻ ഏറ്റ കാര്യം പറയാം....." വികാരി മകളെ ക്ഷണിച്ചു.

"ഞാൻ പറയാൻ പോകുന്ന കാര്യം എന്താണെന്ന് ഊഹിക്കാമോ?" വികാരി ആഹ്ലാദത്തോടെ ചോദിച്ചു. അയാൾ വലിയ സന്തോഷത്തിലായിരുന്നു. അതുകൊണ്ടുതന്നെ എൽഫ്രഡിന്റെ മുഖത്തെ വിഷമങ്ങൾ ഒന്നും ശ്രദ്ധയിൽപ്പെട്ടില്ല.

"എനിക്ക് അറിയില്ല പപ്പാ."

"ഒന്നു ഊഹിക്കാൻ ശ്രമിച്ചുനോക്കൂ...."

"കഴിയുന്നില്ലല്ലോ...... ഒരൂഹവും കിട്ടുന്നില്ല.....!"

"നീ ക്ഷീണിച്ചിരിക്കുന്നല്ലോ മോളേ. ഒറ്റയ്ക്കുള്ള യാത്ര നിന്നെ തളർത്തി, അല്ലേ? ശരി...... ഞാനിതിന് വേണ്ടിയാണ് യാത്രപോയത്- വിവാഹിതനാവാൻ!"

"വിവാഹം?" എൽഫ്രഡ് ഒരു ഞെട്ടലോടെ സ്വയമറിയാതെ പറഞ്ഞു- "എന്നെപ്പോലെതന്നെ?" അവൾ പറഞ്ഞുപോയ അബദ്ധം മനസിലായി.

"അതെ. ആരെയാണു വിവാഹം കഴിച്ചതെന്നറിയാമോ? മിസിസ് ട്രെയ്റ്റണെ! നമ്മുടെ വീടിനടുത്തുള്ള എസ്റ്റേറ്റിന്റെ പുതിയ ഉടമസ്ഥയെ." അയാൾ ഗൂഢമായ ഒരു ആനന്ദത്തോടെ തുടർന്നു. "ഞാൻ കുറച്ച് ദിവസം മുമ്പ് സ്റ്റാർട്ട് ലെഗ്ന്തിലേക്ക് പോയില്ലേ? അന്നാണ് ഞങ്ങൾ അത് തീരുമാനിച്ചത്. ഇപ്പോൾ നിനക്കൊരു രണ്ടാനമ്മയെ കിട്ടിയല്ലോ.... അവർക്ക് എന്നെക്കാളും ഇരുപത് വയസ്സ് കൂടുതലാണ്."

"എനിക്കവരെ അറിയാം എന്ന കാര്യം അച്ഛൻ മറന്നുപോയോ? ഞാനവരെ കണ്ടിട്ടുണ്ട്......"

"ശരിയാണ്. അവർ ആളു മിടുക്കിയാണ്—കാണാൻ എങ്ങനെയുണ്ട് എന്നത് നോക്കണ്ട. ഈ എസ്റ്റേറ്റു കൂടാതെ വേറെയും കുറെ സ്വത്തുവകകൾ ഉണ്ട് അവർക്ക്. നഗരത്തിൽ വലിയ ഒരു ബംഗ്ലാവ്...., എന്റെ ഈ ഊന്നുവടിയോളം പഴക്കമുള്ള കുടുംബചരിത്രം... അതും സമ്പന്നമായ കുടുംബം."

എൽഫ്രഡ് നിശ്ശബ്ദയായി കേട്ടിരുന്നു—സ്വാൻക്രോർട്ട് കൂടുതൽ ഉത്സാഹത്തോടെ തുടർന്നു; "നമ്മളോട് താരതമ്യം ചെയ്യുമ്പോൾ അവർ വലിയ പണക്കാരിയാണ്, എൽഫ്രഡ്. അവർ വഴി നിനക്ക് നല്ല സുഹൃത്തുക്കളെയും പരിചയക്കാരെയും ഒക്കെ കിട്ടും. നിന്റെ നന്മയ്ക്കുവേണ്ടി നമ്മൾ ബക്കാർ തെരുവിലെ നമ്മുടെ വീട് സൗത്ത് കെൻസിങ്ടണിലുള്ള ഒരു വീടുമായി കൈമാറ്റം ചെയ്യുകയാണ്. ആളുകളൊക്കെ ഇപ്പോൾ അങ്ങോട്ടാണ് പോകുന്നത് എന്നാണ് അവൾ പറയുന്നത്. ഈസ്റ്ററിന് നമ്മൾ പതിവുപോലെ നഗരത്തിലേക്ക് പറക്കും. മൂന്ന് മാസം അവിടെ ആയിരിക്കും. എനിക്കാണെങ്കിൽ ആ സമയത്ത് ഒരു വികാരികോഴ്സുമുണ്ട്. എൽഫ്രഡ്, സത്യമായിട്ടും ഞാൻ നിന്നെ ഓർത്താണ് ഈ വിവാഹം കഴിക്കുന്നത്. വരൂ, അവൾ അകത്തുണ്ട്. നമ്മളെ കാത്തിരിക്കുകയാവും!" അവർ വീടിനുനേരെ നടക്കുന്നതിനിടയിൽ വികാരി തുടർന്നു... 'ഇതാ ഇവിടെ വെച്ചാണ് ഞാൻ അവളോട് വിവാഹാഭ്യർഥന നടത്തിയത്. ഞങ്ങൾ സന്ധ്യക്ക് ഇവിടെവെച്ച് സന്ധിക്കുമായിരുന്നു. അവസാനമായപ്പോൾ എല്ലാ സന്ധ്യയ്ക്കും....! പിന്നെ സ്റ്റോർട്ട് ലെഗ്ന്തിൽ വെച്ച് കണ്ടെത്തുന്ന ദിവസം ഞങ്ങൾ ഒന്നിക്കാൻ തീരുമാനിച്ചു. പിന്നെ വേറൊന്നും ആലോചിച്ചില്ല."

"എന്നിട്ടും എന്നോടൊരു വാക്കുപോലും പറഞ്ഞില്ല....." അങ്ങനെ പറഞ്ഞെങ്കിലും എൽഫ്രഡിന്റെ മനസിൽ അച്ഛനോട് പരിഭവം ഒന്നും ഇല്ലായിരുന്നു. പോരാത്തതിന് സന്തോഷം ഉണ്ടായിരുന്നുതാനും. അവൾക്ക് ചെറിയ ആശ്വാസമാണ് അനുഭവപ്പെട്ടത്.

"എന്നെ കുറ്റപ്പെടുത്തരുത് എൽഫ്രഡ്." വികാരി പറഞ്ഞു.

"ഞാനിക്കാര്യം രഹസ്യമാക്കി വെച്ചതിന് രണ്ടുമൂന്നു കാരണങ്ങളുണ്ട്. ഒന്ന് അവളുടെ ഒരു ബന്ധു ഈ ഇടയ്ക്ക് മരിച്ചതേയുള്ളൂ. അത് നിന്നോടു പറയാതിരിക്കുന്നതിന് ഒരു കാരണവുമില്ല. പക്ഷേ ഒന്ന് നീ ഓർക്കണം എൽഫ്രഡ്. നീ ആ വകയ്ക്ക് കൊള്ളാത്ത സ്മിത്തുമായി ഒരു വിഡ്ഢിയെപ്പോലെ കൂട്ടുകൂടിത്തുടങ്ങിയ അതേ സമയത്താണ് ഞാനും മിസിസ് ട്രെയ്ട്ടണും തമ്മിൽ അടുക്കുന്നതും മനസിലാക്കുന്നതും എല്ലാം. അതുകൊണ്ടുതന്നെ നിന്നെ ഒന്നും അറിയിക്കണ്ട എന്നും ഞാൻ ഉറപ്പിച്ചു. നീ അവരുടെ മകനുമായി എത്ര അടുത്തെന്ന് ഞാനെങ്ങനെ അറിയും? എല്ലാ ദിവസവും അവനോടൊപ്പം ഒരു ചായ കുടിച്ചാലേ നിനക്ക് മതിയാവൂ എന്നുവരെ എത്തി കാര്യങ്ങൾ എന്നാണ് ഞാൻ അറിഞ്ഞത്."

ഇത്രയുമായപ്പോൾ ചെറിയ ജാള്യതയോടെയാണെങ്കിലും എൽഫ്രഡ് ഒരു കാര്യം തുറന്നുചോദിച്ചു.

"നിങ്ങൾ മൂന്നാഴ്ച മുമ്പ് മുറ്റത്തുവെച്ച് മിസിസ് ട്രെയ്ട്ടനെ ചുംബിച്ചിരുന്നോ? ഞാൻ മുറിക്കകത്തേക്ക് കയറിവന്നപ്പോൾ കൈയിലൊരു മെഴുകുതിരിയുമായി നിങ്ങളെ അതിനകത്ത് കണ്ട ആ വൈകുന്നേരം?"

സ്വാൻക്രോർട്ട് നാണംകൊണ്ട് ചുവന്ന് തുടുത്തുപോയി. ഏത് മധ്യവയസ്കരായ കമിതാക്കളിലും കാണുംപോലെതന്നെ....

"ശരിയാണ്. ഞാൻ..... ഞാൻതന്നെ." അയാൾ വിഷണ്ണനായി.

"വെറുതെ..... അവളെ സന്തോഷിപ്പിക്കാനായിട്ട്....."

അവർ വരാന്തയിൽനിന്നും സ്വീകരണമുറിയിൽ എത്തിയതും സ്വാൻക്രോർട്ടിന്റെ ഭാര്യ താഴേക്ക് ഇറങ്ങിവന്നു.

"പ്രിയപ്പെട്ടവളേ... ഇതാണ് എന്റെ പാവം എൽഫ്രഡ്." സ്വാൻക്രോർട്ട് പരിചയപ്പെടുത്തി. നവദമ്പതികളിൽ പൊതുവെ കാണാറുള്ള വികാരവായ്പ്പോടെത്തന്നെയായിരുന്നു സ്വാൻക്രോർട്ടിന്റെ സംസാരം. പാവം എൽഫ്രഡ്, എന്തുചെയ്യണം എന്നറിയാതെ വിഷണ്ണയായി നിന്നു.

മിസിസ് സ്വാൻക്രോർട്ട് മുമ്പോട്ടുവന്നു തന്റെ ഭർത്താവിന്റെ മകളുടെ കൈ കവർന്ന് ചുംബിച്ചു.

"മോളേ....." അവർ ആഹ്ലാദത്തോടെ വിളിച്ചു.

"രണ്ട് മൂന്ന് മാസം മുമ്പുകണ്ട, അന്യയായ സ്ത്രീ ഇപ്പോൾ പെട്ടെന്ന് പുതിയ ഭവനത്തിൽ വന്നതെന്താണ് എന്നു നീ ചിന്തിക്കു

മോ...? ഇല്ല, നീ അങ്ങനെ ഒന്നും ചിന്തിക്കുന്ന കൂട്ടത്തിലല്ല. എനിക്കുറപ്പാണ്."

അവളുടെ പുതിയ അമ്മ സ്വാൻക്രോർട്ട് പറഞ്ഞതുപോലെതന്നെ ആയിരുന്നു. ശരീരഭംഗിയൊന്നും വലുതായിട്ടില്ല. നിറം കറുപ്പാണ്. നല്ല കറുപ്പ്. തടിച്ച ശരീരം. പകുതി വെളുത്തതും പകുതി കറുത്തതുമായ മുടി. സൂക്ഷിച്ചുനോക്കുമ്പോൾ ആകർഷണീയമായി ഒന്നുംതന്നെ ഇല്ല. തന്റെ പ്രായം മറച്ചുപിടിക്കാൻവേണ്ടി അവർ ഒരു കൃത്രിമത്വവും കാണിച്ചിട്ടില്ല എന്നതും ശ്രദ്ധേയമാണ്. ഒറ്റക്കാഴ്ചയ്ക്ക് അറുപത് തോന്നിക്കും.

അവർ എൽഫ്രഡിന്റെ കൈകൾ വിട്ടു. അവരുടെ വിരലുകളിൽ മോതിരങ്ങളുണ്ട്. അതൊന്നും പൊങ്ങച്ചത്തിനുവേണ്ടി അണിഞ്ഞതല്ല എന്ന് കാണുമ്പോഴേ അറിയാം. പലതും പഴകിയതും പുരാതനവും ആണ്. ചിലതുമാത്രമേ പുത്തനായുള്ളൂ.

ഈ കല്ലും ലോഹങ്ങളുംകൊണ്ടുള്ള മോതിരങ്ങളല്ലാതെ മിസിസ് സ്വാൻക്രോർട്ടിന് വേറെ ആഭരണങ്ങൾ ഒന്നുംതന്നെ ഇല്ല.

രണ്ടുമാസം മുമ്പത്തെ ആ കൂടിക്കാഴ്ചയിൽത്തന്നെ എൽഫ്രഡിന് മിസിസ് സ്വാൻക്രോർട്ടിനെ ബോധിച്ചതാണ്. പക്ഷേ വെറുതെ ഒരു പരിചയപ്പെടലിലെ ഇഷ്ടമാവലും തന്റെ രണ്ടാനമ്മയായിട്ട് അംഗീകരിക്കലും രണ്ടും രണ്ടാണ്. എന്തൊക്കെയാണെങ്കിലും എൽഫ്രഡ് അവരെ ഇഷ്ടപ്പെടാൻ മനസുകൊണ്ട് തീരുമാനമെടുത്തു.

എൽഫ്രഡും മിസിസ് സ്വാൻക്രോർട്ടും വേഗംതന്നെ വർത്തമാനം തുടങ്ങി, മി. സ്വാൻക്രോർട്ട് അവരെ തനിയെ വിട്ടിട്ട് എഴുന്നേറ്റു പോയി.

വിവാഹത്തെക്കുറിച്ച് കുറച്ചു കാര്യങ്ങളൊക്കെ പറഞ്ഞുകഴിഞ്ഞിട്ട്, മിസിസ് സ്വാൻക്രോർട്ട് ചോദിച്ചു. "നീ തനിയെ വീട്ടിലിരുന്ന് എന്തു ചെയ്യും? സവാരിക്ക് പോകുന്നതൊക്കെ അറിയാം."

"അതെ. ഞാൻ സവാരി ചെയ്യും. പക്ഷേ, ഒരുപാട് ദൂരെ ഒന്നും പോകില്ല. കാരണം പപ്പയ്ക്ക് ഞാൻ തനിയെ യാത്ര ചെയ്യുന്നതിഷ്ടമേ അല്ല."

"കൂട്ടിനാരെയെങ്കിലും വിളിച്ചുകൂടെ?"

"ആ...... പിന്നെ ഞാൻ വായിക്കും. കുറച്ചൊക്കെ എഴുതും."

"ഒരു നോവൽ എഴുതണം നീ എൽഫ്രഡ്."

"ഞാനെഴുതുന്നുണ്ട്." പറഞ്ഞശേഷം എൽഫ്രഡിന് താനൊരു വിഡ്ഢിയാണ് എന്ന് അവർ വിചാരിക്കുമോ എന്ന് ഒരു ചിന്ത ഉണ്ടായി.

"ഓ...... അതു ശരി. എന്നിട്ട്, എന്തിനെക്കുറിച്ചാണ് എഴുതുന്നത്?"

"ഉം..... മധ്യകാലഘട്ടത്തെ ഒരു പ്രണയത്തെക്കുറിച്ചാണ്."

"ഇപ്പോഴത്തെ കാലത്തെക്കുറിച്ച് ഒന്നുമെഴുതാതെ രക്ഷപ്പെടുകയാണല്ലേ...... ഇതാവുമ്പോൾ ആർക്കും ഒന്നും അറിഞ്ഞുകൂടാത്ത കാലഘട്ടമാണല്ലോ...... ഏയ്, ഞാൻ നിന്നെ കളിയാക്കി പറഞ്ഞതല്ലട്ടൊ മോളേ."

"മധ്യകാലഘട്ടത്തെ കലയും ജീവിതവും ഒക്കെ പഠിക്കാൻ എൽഡൽസ്റ്റൗ ബംഗ്ലാവിലെ സ്വകാര്യ ലൈബ്രറിവഴി എനിക്ക് അവസരം കിട്ടിയിട്ടുണ്ട്. അപ്പോൾ ആ കാലഘട്ടത്തെക്കുറിച്ചുതന്നെ എഴുതി എന്റെ കഴിവു തെളിയിക്കാം എന്ന് ഞാൻ കരുതി. ഇക്കാലത്ത് ഇത്തരം കഥകൾക്കൊന്നും വലിയ പ്രസക്തിയില്ല എന്ന് എനിക്കറിയാം, പക്ഷേ എനിക്കിതാണ് താൽപ്പര്യം. വളരെ ഇഷ്ടമാണ് എനിക്ക് മധ്യകാലഘട്ടത്തിലെ ജീവിതരീതികൾ."

"എന്നാണ് നോവൽ പുറത്തിറങ്ങുക?"

"ഒരിക്കലും ഉണ്ടാവില്ല എന്നാ തോന്നുന്നത്."

"വിഡ്ഢിത്തം പറയാതെ കുട്ടീ. അത് പുറത്തെത്തിക്കണം. എല്ലാസ്ത്രീകളും ഇപ്പോൾ ഇങ്ങനെ എന്തെങ്കിലും ഒക്കെ ചെയ്യുന്നുണ്ട്. ലാഭത്തിനുവേണ്ടിയൊന്നുമല്ല. ഭാവിഭർത്താക്കന്മാരുടെ ബഹുമാനം നേടുന്നതിനുവേണ്ടി ചെയ്യുന്നതാണ്."

"സ്ത്രീകളുടെ ഒരു കൗശലം അല്ലെ? പപ്പ പറയുന്നത് എന്റെ പുസ്തകം ഒരു പ്രസാധകരും എടുക്കില്ല എന്നാണ്."

"അല്ലെന്ന് നീ തെളിയിക്കണം. ഞാൻ വാക്കുതരാം, അടുത്ത വർഷം ഈ കാലമാകുമ്പോഴേക്ക് നിന്റെ പുസ്തകം അച്ചടിച്ചിരിക്കും."

"ആണോ? ഉറപ്പാണോ. ഞാൻ കരുതി അക്ഷരങ്ങളുടെ ലോകത്തേക്ക് പ്രവേശനം കിട്ടാൻ തലച്ചോറാണ് അത്യാവശ്യം വേണ്ടതെന്ന്. ഒരേ ഒരു യോഗ്യത ബുദ്ധികൂർമതയായിരിക്കും എന്നു ഞാൻ കരുതി. എന്നെപ്പോലെ ഒരുവൾക്ക് പെട്ടെന്നൊന്നും അതു സാധിക്കില്ലെന്നാ ഞാൻ കരുതിയത്."

"ഏയ്, അങ്ങനെയൊന്നും അല്ല. ഒരിക്കൽ അതിനകത്ത് എത്തിപ്പെട്ടാൽ പിന്നെ ചുടുകട്ടയിൽ വെള്ളം വീണതുപോലെ അതിന്റെ ഭാഗമാകും."

"അതൊരു സന്തോഷംതന്നെ." എൽഫ്രഡ് മന്ത്രിച്ചു. പിന്നെ അവളുടെ ചിന്ത സ്മിത്തിനെക്കുറിച്ചായി. നോവൽ പുറത്തിറക്കാനായാൽ വലിയ ഭാഗ്യമാവും എന്നും. പിന്നെ സ്മിത്തിന്റെ ഭാര്യയായി സുഖമായി ജീവിക്കാമെന്നും ആ പെൺകുട്ടി ആഗ്രഹിച്ചു.

"നമുക്ക് ലണ്ടനിൽ പോകണം. പിന്നീട് പാരീസിലും." മിസിസ്. സ്വാൻക്രോർട്ട് തുടർന്നു; അതേക്കുറിച്ചൊക്കെ ഞാൻ നിന്റെ അച്ഛനോട് പറഞ്ഞിട്ടുണ്ട്. പക്ഷേ, ആദ്യം നമുക്ക് എസ്റ്റേറ്റ് ബംഗ്ലാവിലേക്ക് താമസം മാറണം. പിന്നെ ട്രോഗണിയിൽ തങ്ങുന്ന കാര്യവും ആലോചനയിൽ ഉണ്ട്. ഞങ്ങൾ തനിച്ച് ഒരു മധുവിധുയാത്ര പോകുന്നതിനുപകരം നിന്നെക്കൂടി കൂട്ടാനാണ് ഇങ്ങോട്ട് വന്നത്. നമുക്ക് മൂന്നുപേർക്കുംകൂടി ഒരുമിച്ച് രണ്ടോ മൂന്നോ ആഴ്ചയ്ക്ക് യാത്രപോകാം."

എൽഫ്രഡ് സന്തോഷത്തോടെ എഴുന്നേറ്റു. എങ്കിലും താനും തന്റെ അച്ഛനും മാത്രമായി ഉണ്ടായിരുന്ന ആ സന്തോഷകരമായ ലോകം ഇനി ഉണ്ടാവില്ല എന്ന് അവൾ വേദനയോടെയാണ് തിരിച്ച

റിഞ്ഞത്. സ്മിത്തിനോടൊപ്പം താൻ വീടുവിട്ട് ഓടിപ്പോകാനൊരുങ്ങിയ ആ കഥ ഇനി തനിക്ക് അച്ഛനോട് പറയാൻ കഴിയില്ല. ആ അടുപ്പം നഷ്ടപ്പെട്ടിരിക്കുന്നു.

സ്മിത്ത് ഇപ്പോഴും അവളുടെ ഹൃദയത്തോട് ചേർന്നിരിക്കുന്നു. സ്മിത്തുമായി ഉണ്ടായ അവസാനത്തെ കൂടിക്കാഴ്ച എൽഫ്രഡിനെ അവനോട് കൂടുതൽ അടുപ്പിക്കുകയാണ് ഉണ്ടായത്. എത്രയൊക്കെ അവസരങ്ങളുണ്ടായിട്ടും സ്മിത്ത് ലണ്ടനിൽത്തന്നെ അവളെ തടഞ്ഞു നിർത്തിയില്ല; മറിച്ച് അവൾക്കിഷ്ടമുള്ളതുപോലെ പ്രവർത്തിക്കാൻ സ്വാതന്ത്ര്യവും നൽകി. പുരുഷന്റെ അധികാരപ്രകടനത്തിന് മുതിരാതെ മാന്യമായാണ് സ്മിത്ത് ഇടപെട്ടത്.

13

പഴമൊഴി

ലണ്ടൻ-ഒക്ടോബർ മാസം—കഥയിൽ രണ്ട് മാസങ്ങൾ കടന്നു പോയി.

ബെദേ ഇൻന് ഒരു പ്രത്യേകതയുണ്ട്. അത് നഗരത്തിലെ തിരക്കേറിയ പ്രധാന വീഥിയിലേക്ക് തുറന്നിരിക്കുന്നു. ആ വഴിയിലൂടെ ആളുകൾ സമ്പത്തിനെക്കുറിച്ചും പ്രതാപത്തെക്കുറിച്ചും സംസാരിച്ചുകൊണ്ട് തിരക്കിട്ട് നടന്നുപോകും. പക്ഷേ ഇൻന്റെ പുറകുവശം എല്ലാ നഗരങ്ങളുടെയും പതിവുകാഴ്ചയായ ദാരിദ്ര്യം കഥപറയുന്ന, ചേരിയിലേക്കാണ് തുറക്കുന്നത്.

സുന്ദരമായ ഒക്ടോബർ മാസത്തെ ഒരു വൈകുന്നേരത്ത് സ്മിത്തിനെ പിന്തുടർന്നാണ് നമ്മളിവിടെ എത്തുന്നത്. സ്മിത്ത് ഒരു ഗോവണി വഴി മുകളിലേക്ക് കയറിപ്പോകുകയാണ്. മി. ഹെൻറി നൈറ്റ് ബാരിസ്റ്റർ-അറ്റ്-ലാ എന്ന് കറുത്ത ലിപികളിൽ അച്ചടിച്ചു പതിച്ച ഒരു മുറിക്കു മുമ്പിലാണ് അയാളുടെ യാത്ര അവസാനിച്ചത്.

"അകത്തേക്കു വരൂ" ദൂരെനിന്നും എന്നപോലെ ഒരു ശബ്ദം കേട്ടു.

സ്മിത്ത് വാതിലിന്റെ കർട്ടൻ വകഞ്ഞുമാറ്റി അകത്തേക്ക് കടന്നു. താനെഴുതിക്കൊണ്ടിരിക്കുന്നതാണ് തന്റെ ജീവിതത്തിന്റെ ഏക ആശ്രയം എന്നു തോന്നിക്കുമാറ് എഴുത്തിൽ ശ്രദ്ധയൂന്നിക്കൊണ്ട് ഒരാൾ അവിടെ ഇരിപ്പുണ്ട്.

പുള്ളികൾ നിറഞ്ഞ കോട്ടു ധരിച്ച്, കറുത്ത മുടിയും ചുരുളൻ കൃതാവും മീശയുമൊക്കെയായി ഒരു മുപ്പതുകാരൻ. അയാളുടെ മീശ കൃതാവിലേക്ക് ഇറങ്ങി വളർന്നിരിക്കുന്നു.

ചിരിയോടെ കൈയെടുത്തു സ്മിത്തിനുനേരെ നീട്ടിക്കൊണ്ട് നൈറ്റ് ചോദിച്ചു.

"ഹായ്, എന്റെ പ്രിയസുഹൃത്തേ, നീയാണോ.....?"

ഇപ്പോൾ നൈറ്റിന്റെ മുഖം വ്യക്തമായി കാണാം. കണ്ണുകൾ അങ്ങേയറ്റം തീക്ഷ്ണമാണെങ്കിലും തുളച്ചുകയറുംവിധമുള്ള നോട്ട മല്ല.

നൈറ്റ് എഴുന്നേറ്റില്ല. മറിച്ച്, ഷെൽഫിലെ ഘടികാരത്തിലേക്ക് ഒന്നു നോക്കിയശേഷം അയാൾ എഴുത്തിലേക്കുതന്നെ തിരിഞ്ഞു. കസേര ചൂണ്ടിക്കാണിച്ച് അയാൾ സ്മിത്തിനോട് ഇരിക്കാൻ പറഞ്ഞു.

"നീ വന്നതിൽ സന്തോഷമുണ്ട് സ്മിത്ത്. പക്ഷേ, പത്തു മിനിട്ടു കൂടി കാത്തിരിക്കണം. എനിക്ക് കുറച്ചുകൂടി എഴുതിത്തീർക്കാനുണ്ട്. ഇതുകൂടി എഴുതിയാലേ ഇത് ഇന്നുതന്നെ അയയ്ക്കാനാവൂ. പതിനൊ ന്നാമത്തെ മിനിട്ടുതൊട്ട് ഞാൻ നിന്റെ കൂട്ടുകാരനാവും സ്മിത്ത്....."

ഇത്തരം സ്വീകരണങ്ങൾ പുത്തരിയല്ലാ എന്ന് സ്മിത്തിന്റെ ഇരി പ്പു കണ്ടാലറിയാം.

ലൈബ്രറിയെ വീടിന്റെ ആത്മാവ് എന്നാണ് സിസറോ വിശേഷി പ്പിച്ചിട്ടുള്ളത്. അങ്ങനെ എങ്കിൽ ഈ വീടു മുഴുവനായും ഒരു ആത്മാ വാണ്. തറയിലും ചുമരിലും അലമാരകളിലും എല്ലാം പലതരത്തിലു ള്ള പുസ്തകങ്ങൾ കുമിഞ്ഞുകൂടിക്കിടക്കുന്നു. ചെറിയ പ്രതിമകൾ, പുരസ്കാരങ്ങൾ, മെഡലുകൾ എല്ലാം ഉണ്ട്. കൂടാതെ നൈറ്റ് തന്റെ ഫ്രാൻസ്, ഇറ്റലി സന്ദർശനങ്ങളിൽ ശേഖരിച്ച വിവിധതരം ലിഖിത ങ്ങൾ എന്നിവ.

പറഞ്ഞ പത്തു മിനിട്ടിനകം നൈറ്റ്, പേന താഴെവച്ചു. പിന്നെ ഒരു പയ്യനെ വിളിച്ചു കത്ത് പോസ്റ്റ് ചെയ്യാൻ പറഞ്ഞേൽപ്പിച്ചു. പയ്യൻ പോയി വാതിലടച്ച് തിരിയുമ്പോൾ അയാൾ ആശ്ചര്യപ്പെട്ടു.

"നന്ദി ദൈവമേ..... അങ്ങനെ അത് തീർന്നു. ഇനി പറയൂ സ്മിത്ത്, ആ, കസേര ഇങ്ങോട്ട് തിരിച്ചിട്ട് ഇരിക്കണേ. എന്തൊക്കെയായിരുന്നു നിന്റെ പരിപാടികൾ? ഗ്രീക്ക് പഠനം മുടക്കിയിട്ടില്ലല്ലോ?"

"ഇല്ല......."

"എന്തേ?"

"എനിക്ക് സമയം കിട്ടുന്നില്ല."

"അതു വെറുതെ."

"എനിക്ക് ഒരുപാടു ജോലിയുണ്ട്. ഇപ്പോഴാണെങ്കിൽ ഒരു പ്രത്യേക ജോലികൂടിയുണ്ട്!

നൈറ്റ് സ്മിത്തിനുനേരെ തിരിഞ്ഞു."ഹ..... ഹ്ഹാ.......... അപ്പോൾ അങ്ങനെയൊക്കെയാണല്ലേ കാര്യങ്ങൾ? എന്റെ മുഖത്തേക്കൊന്ന് നോക്കിക്കേ......... എനിക്ക് ഊഹിക്കാൻ പറ്റുമോന്നൊന്ന് നോക്കട്ടെ."

സ്മിത്ത് ചുവന്നു തുടുത്തു.

"സ്മിത്ത്......" നൈറ്റ് അയാളുടെ ചുമലുകളിൽ അമർത്തിപ്പിടിച്ചു കൊണ്ട് മുഖത്തേക്ക് ഉറ്റുനോക്കി പറഞ്ഞു.

"നിങ്ങൾ പ്രണയത്തിൽ വീണുപോയിരിക്കുന്നു. അല്ലേ?"

പറയാൻ തുടങ്ങുമ്പോഴേക്കും സ്മിത്തിന്റെ മുഖത്ത് വിഷാദം പടരുന്നത് നൈറ്റ് ശ്രദ്ധിച്ചു. ശബ്ദം മയപ്പെടുത്തിക്കൊണ്ടാണ് അയാൾ തുടർന്നത്.

"നോക്കൂ സ്മിത്ത്, ഇപ്പോൾ നിനക്ക് എന്നെ നന്നായിട്ടറിയാം. അല്ലെങ്കിൽ അറിയേണ്ടതാണ്. അതുകൊണ്ടുതന്നെ നിന്റെ ഉള്ളിലുണ്ടായിട്ടുള്ള ഈ പുതിയ പ്രതിഭാസത്തെപ്പറ്റി നീ എന്നോടു പറയേണ്ടതാണ്. കേൾക്കാൻ ഞാൻ തയാറാണ്. ഇനി അഥവാ നീയത് പറയുന്നില്ലെങ്കിൽ, ഈ ലോകത്ത് അത് ശ്രദ്ധിക്കുന്ന ഏറ്റവും അവസാനത്തെ മനുഷ്യനാവും ഞാൻ."

"ഞാൻ പ്രണയത്തിലകപ്പെട്ടുപോയി, എനിക്ക് വിവാഹിതനായേ പറ്റൂ—എനിക്കിത്രയേ പറയാൻ ശക്തിയുള്ളൂ." സ്മിത്ത് ഇത്രയും പറഞ്ഞു നിർത്തിയതും നൈറ്റിന്റെ മുഖം ഇരുണ്ടു.

"മുഴുവനും പറയുംമുമ്പ് എന്നെ തെറ്റിദ്ധരിക്കല്ലേ....." സുഹൃത്തിന്റെ മുഖം മാറുന്നതു കണ്ട സ്മിത്ത് കരഞ്ഞു.

"ഞാൻ തെറ്റായിട്ടൊന്നും കരുതിയിട്ടില്ല—നിന്റെ അമ്മയ്ക്ക് ഇതേപ്പറ്റി അറിയുമോ?"

"കൃത്യമായിട്ടൊന്നും അറിയില്ല."

"അച്ഛൻ?"

"ഇല്ല. പക്ഷേ ഞാൻ പറയും......"

"പറയണം. എനിക്ക് നിന്റെ മനസു കാണാനാവും. അതുകൊണ്ട് ബാക്കികൂടി പറയ്—നിന്റെ കാമുകി?"

"അവൾ എന്നെക്കാളും ഉന്നതകുലത്തിൽ പിറന്നവളാണ്."

"അതങ്ങനെ വേണമല്ലോ?"

"എന്റെ ഇപ്പോഴത്തെ നിലവെച്ച് അവളുടെ അച്ഛൻ ഈ വിവാഹത്തിന് സമ്മതിക്കില്ല."

"അത് ഒരു അസാധാരണമായ കാര്യമല്ല."

"ഇവിടെയാണ് എനിക്ക് നിങ്ങളുടെ ഉപദേശം വേണ്ടത്. അവളുടെ വീട്ടിൽ ചില സംഭവങ്ങൾ ഉണ്ടായി. ഇപ്പോൾ അവളുടെ അച്ഛനോട് ഒന്നും ചോദിക്കാൻ പറ്റാത്ത ഒരു അവസ്ഥയാണ്. അതുകൊണ്ട് ഞങ്ങൾ കാത്തിരിക്കുകയാണ്. അതേ സമയംതന്നെ മി. ഹ്യൂബിവിനോട് ഇന്ത്യയിൽ നിന്നും ഒരു ആർക്കിടെക്റ്റ് ബോംബെയിലേക്ക് ഒരു അസിസ്റ്റന്റിനെ അയച്ചുകൊടുക്കാമോ എന്നു ചോദിച്ചുകൊണ്ട് കത്തയച്ചിരിക്കുന്നു. ഹ്യൂബി എന്നോടിക്കാര്യം സൂചിപ്പിച്ചിരിക്കുന്നു. എനിക്കാണെങ്കിൽ അവിടത്തെ കാലാവസ്ഥയുമായി വേഗം പൊരുത്തപ്പെടാനാവും എന്നാണ് അവരുടെ അഭിപ്രായം."

"നീ പോകണം. കാരണം, ആ പെൺകുട്ടിയെ കിട്ടാനുള്ള എളുപ്പ വഴികൂടിയാണ് അത്."

"അതെ. ഞാനും അതാണ് ചിന്തിക്കുന്നത്. പോയി, കുറച്ച് പണ മുണ്ടാക്കി തിരിച്ചുവന്ന് അവളെ ചോദിക്കാം. ഒരു വർഷത്തിനുശേഷം സ്വന്തമായി പ്രാക്ടീസ് തുടങ്ങാനാണ് എന്റെ പ്ലാൻ."

"അവൾ കൂടെ നിൽക്കുമോ?"

"തീർച്ചയായും. അവളുടെ മരണംവരെ."

"അതെങ്ങനെ നിനക്ക് അറിയാം?"

"എന്തുകൊണ്ട് നിൽക്കില്ല? ആളുകളെ കണ്ടാലറിഞ്ഞുകൂടെ? തീർച്ചയായും അവൾ എന്റൊപ്പം നിൽക്കും."

നൈറ്റ് കസേരയിൽ പിറകോട്ട് ചാഞ്ഞിരുന്നു.

"നിന്റെ ഹൃദയം അവൾ കീഴടക്കിയിരിക്കുന്നു സ്മിത്ത്. ഞാൻ ചോദിക്കുന്നത് എന്താണെന്നുവെച്ചാൽ, ഇന്ത്യയിലേക്കു പോകുന്ന ഈ പരിപാടി അവൾക്കു വേണ്ടിയല്ലേ നീ നടത്തുന്നത്? അല്ലെങ്കിൽ നീ പോകുമായിരുന്നോ?"

"അതെ. അവൾക്കുവേണ്ടിയാണ് അത് ചെയ്യുന്നത്."

"ശരി സ്മിത്ത്. നീ എന്നെ ഒരു വല്ലാത്ത അവസ്ഥയിലെത്തിച്ചിരി ക്കുകയാണ്. ഞാനെന്റെ ശരിയായ വികാരം ഇപ്പോൾ പ്രകടിപ്പിച്ചാൽ അത് എന്നോടുതന്നെ ചെയ്യുന്ന വഞ്ചനയും ആവും. പിന്നെ, സ്ത്രീക ളുടെ കാര്യത്തിൽ എനിക്ക് അറിവ് കുറവാണ് എന്ന് അറിയാമല്ലൊ?"

"എന്നോടു പറഞ്ഞിട്ടില്ലെങ്കിലും നിനക്കും പ്രണയിനികൾ ഉണ്ടാ യിക്കാണുമല്ലോ?"

"എനിക്ക് ആരോടും ഒരു ഗാഢപ്രണയം ഉണ്ടായിട്ടില്ല. അതിനു പറ്റുന്ന ഒരു സ്ത്രീയെ ഞാൻ കണ്ടിട്ടും ഇല്ല. ഒരിക്കൽപ്പോലും വിവാഹ ക്കാര്യത്തിൽ തീരുമാനമെടുക്കാവുന്ന തരത്തിൽ ഒരു ബന്ധവും എനിക്ക് ഉണ്ടായിട്ടില്ല."

"പക്ഷേ ഒരു നൂറു തവണ പ്രണയിച്ചവനെപ്പോലെ നീ എഴുതിയി ട്ടുണ്ട്. പറയുന്നതുകൊണ്ട് വിരോധമില്ലല്ലോ?"

"എഴുതിയിട്ടുണ്ടാവാം. നിനക്കറിയാഞ്ഞിട്ടാണ് സ്മിത്ത്, പകുതി വിവരമുള്ള കാര്യങ്ങളെക്കുറിച്ചാണ് എഴുതാൻ എളുപ്പം. നന്നായിട്ടറി യുന്നതിനെക്കുറിച്ച് എഴുതാൻ പാടാണ്. സ്ത്രീ-പുരുഷന്മാരെക്കുറിച്ച് എനിക്കാകെ അറിയാവുന്നത് കുറെ പൊതുതത്വങ്ങൾ മാത്രമാണ്."

നൈറ്റ് ഏതോ ചിന്തകളിലമർന്നു എന്നപോലെ പെട്ടെന്ന് സംസാരം നിർത്തി. സ്മിത്ത് വേദനയും സ്നേഹവും കലർന്ന കണ്ണുക ളോടെ തന്റെ ഗുരുവിന്റെ മുഖത്തേക്ക് ഉറ്റുനോക്കിക്കൊണ്ടിരുന്നു.

നൈറ്റും സ്മിത്തും തമ്മിൽ സഹതാപത്തിൽനിന്നും ഉടലെടുത്ത ആത്മബന്ധമാണ്. അത് ഒട്ടും ധിഷണാപരമായ ഒരു അടുപ്പമല്ല. സ്മി ത്ത് കുട്ടിയായിരുന്നപ്പോഴേ നൈറ്റ് അയാളെ കണ്ടുതുടങ്ങിയതാണ്.

എന്തോ ഒരു താൽപ്പര്യം തോന്നി, ശ്രദ്ധിച്ചു, പുസ്തകങ്ങൾ വായിക്കാൻ കൊടുത്തു സഹായിച്ചു. പരിചയം വളർന്നു, നല്ല കൂട്ടുകാരായി.

"നീ അവളെക്കുറിച്ച് എന്താ ചിന്തിക്കുന്നത്?" കുറെ നേരത്തെ മൗനത്തിനൊടുവിൽ ഒട്ടും ആത്മവിശ്വാസം ഇല്ലാത്തവനെപ്പോലെ സ്മിത്ത് ചോദിച്ചു.

"എനിക്ക് നേരിട്ട് പരിചയമൊന്നും ഇല്ലെങ്കിലും റോമൻകവികൾ പറയുന്ന പ്രകാരം ചിന്തിച്ചാൽ..... നിന്റെ മൂന്നുവർഷത്തെ ഇന്ത്യാവാസം കഴിയുമ്പോഴേക്കും അവൾ നിന്നിൽനിന്നും അകലും എന്നാണ്."

"ഇല്ല. ഒരിക്കലുമില്ല." എല്ലാം തകർന്നവനെപ്പോലെ സ്മിത്ത് കരഞ്ഞു. "നന്മനിറഞ്ഞ ഒരു പാവം കുട്ടിയാണവൾ. അവളെപ്പോലെ എന്റെ കൈയിലേക്ക് സ്വയം സമർപ്പിതയായ ഒരു പെൺകുട്ടി ഒരിക്കലും മറ്റാരെയും കല്യാണം കഴിക്കാൻ തയാറാവില്ല."

"അവൾ എങ്ങനെ സമർപ്പിച്ചെന്നാ?" നൈറ്റ് ആകാംക്ഷയോടെ ചോദിച്ചു.

സ്മിത്ത് മറുപടി പറഞ്ഞില്ല. നൈറ്റ് സ്മിത്തിന്റെ പ്രണയത്തെക്കുറിച്ച് പലതും സംശയിച്ചു. പുറത്തു പറയാൻ തോന്നാവുന്നതല്ല നൈറ്റിന്റെ സംശയങ്ങൾ.

"ശരി പറയണ്ട." നൈറ്റ് പറഞ്ഞു. "പക്ഷേ, നീ അതിനുത്തരം പറയാൻ കടമപ്പെട്ടവനാണ്. ആ..... അതൊക്കെ പ്രണയത്തിന്റെ അവശ്യഘടകംതന്നെയാണ് എന്നാ ഞാൻ കരുതുന്നത്."

"ഞാൻ വേറൊരു കാര്യം പറയട്ടെ." സ്മിത്ത് ന്യായങ്ങൾ നിരത്തി. "സ്ത്രീകൾ ചുംബനം ഏറ്റുവാങ്ങുന്നതിനെക്കുറിച്ച് നിങ്ങൾ എന്താ എന്നോട് പറഞ്ഞിരുന്നത് എന്ന് ഓർമയുണ്ടോ? അവർ ഒരു എതിർപ്പും കൂടാതെ അത് സ്വീകരിച്ചാൽ നമുക്ക് അവരുടെ മാന്യതയിൽ സംശയം തോന്നും. മുൻ പരിചയംതന്നെയാവും ആ എതിർപ്പില്ലായ്മയ്ക്ക് കാരണം."

"ശരിയാണ്." നൈറ്റ് പറഞ്ഞു. ഇതും ഇടയ്ക്ക് അവർക്കിടയിൽ സംഭവിക്കാറുള്ളതാണ്—ഗുരു താൻ പഠിപ്പിച്ചുകൊടുത്തത് മറന്നുപോകും. അത് കുറെക്കാലത്തിനുശേഷം ശിഷ്യൻ ഓർമിപ്പിക്കും.

"എങ്കിൽ, അത് അവളുടെ കാര്യത്തിൽ ശരിയാണ്." സ്മിത്ത് വിജയിയെപ്പോലെ തുടർന്നു "അവൾ, വല്ലാത്ത ഒരു വെപ്രാളത്തിലായിരുന്നു ആ സമയത്ത്."

"മനോഹരം." നൈറ്റ് ശാന്തമായി തുടർന്നു.

"എനിക്ക് പറയാനുള്ളതെന്താണെന്നുവച്ചാൽ നിനക്ക് ബോംബെയിൽ ഒരു നല്ല തുടക്കം ഉണ്ടാക്കാൻ സാധിക്കുമെങ്കിൽ ആ അവസരം തട്ടിക്കളയരുത്."

"അതെ, ഞാൻ ബോംബെയിലേക്ക് പോകുന്നു."

"ശരി. എങ്കിൽ നിങ്ങൾ ജനലരികിലിരുന്ന് കാഴ്ചകാണൂ—ഞാൻ വൈകുന്നേരം പുറത്താണ് ചിലവിടുന്നത്."

സ്മിത്ത് ജനലരികിൽ ഇരിപ്പുറപ്പിച്ചു. സൂര്യവെളിച്ചം മുകളിലേക്ക് മുകളിലേക്ക് അരിച്ചുകയറി അപ്രത്യക്ഷമായി. അക്വേറിയത്തിലെ ജലജീവികൾ ഉറക്കമായി. മുറിക്കകത്ത് രാത്രിയുടെ ദുഃഖം കനത്തു.

ആ മുറിക്കു താഴെ ചുവരുകൾ ചേർന്ന്, ഇടുങ്ങിയ ഇടവഴികളാണ്. അവിടെക്കൂടി ആളുകൾ കൂടുതലും സ്ത്രീകൾ ഉലാത്തുന്നു, ബഹളംവെക്കുന്നു. കശാപ്പുശാലകളിൽ വെളിച്ചം മുറിഞ്ഞു കാണുന്നുണ്ട്. ഇറച്ചിക്കഷണങ്ങൾ കുറച്ചു ചുവപ്പുനിറത്തിൽ തിളങ്ങുന്നു.

"ബൽക്കിടി സ്ക്വയറിന്റെ ഭാഗത്തേക്ക് പോകാൻ ഞാനൊരു വണ്ടി വിളിക്കാം." കോട്ടിന്റെ ബട്ടൺസ് ഇട്ടുകൊണ്ട് നൈറ്റ് പറഞ്ഞു. ധരിച്ചിരുന്ന സ്യൂട്ട് അയാൾ ഒരു മൂലയിലേക്ക് തട്ടിത്തെറിപ്പിച്ചു. സ്മിത്ത് പോകാനായി എഴുന്നേറ്റു.

മുറിക്കകത്തേക്ക് ആകമാനം യാത്രചോദിക്കുമ്പോലെ ഒന്ന് നോക്കിയശേഷം സ്മിത്ത് ഇങ്ങനെ പറഞ്ഞു:

"സാഹിത്യത്തിന്റെ ഒരു കുന്നുതന്നെ!" ഇവിടെയായിരുന്നു അയാളുടെ ജീവിതത്തിലെ വലിയ സന്തോഷവേളകൾ.

സ്മിത്ത് ആ പുസ്തകങ്ങൾക്കിടയിൽ പരതിത്തുടങ്ങി.... അവയ്ക്കിടയിൽനിന്നും അയാൾക്ക് 'ദി കോർട്ട് ഓഫ് കെല്യോൺ കാസിൽ' എന്ന നോവൽ കിട്ടി!

"നീ ഇത് നിരൂപണം ചെയ്യുകയാണോ?" എൽഫ്രഡിനെക്കുറിച്ച് ഉള്ളിൽ തികട്ടിവന്ന വികാരങ്ങൾ അടക്കിപ്പിടിച്ചുകൊണ്ട് സ്മിത്ത് ചോദിച്ചു.

"ഏത്? അതൊ? ഞാനത്തരം നിരൂപണമൊന്നും ഇപ്പോൾ ചെയ്യാറില്ല. പക്ഷേ അത് നിരൂപണം അർഹിക്കുന്നുണ്ട്!"

"നീ ഏത് അർഥത്തിലാണ് പറയുന്നത്?"

പറയാൻ നൈറ്റ് ആഗ്രഹിക്കാത്ത കാര്യങ്ങളാണ് സ്മിത്ത് ചോദിച്ചിരിക്കുന്നത്. "അർഥം! പ്രസിദ്ധീകരിക്കപ്പെടുന്ന മിക്ക പുസ്തകങ്ങളും നിരൂപണം ചെയ്യാൻ മാത്രം മികച്ചതോ, മോശമോ അല്ല. ഇതു പക്ഷേ നമ്മളെ എഴുതാൻ പ്രേരിതരാക്കും!"

"ഗുണംകൊണ്ടോ ദോഷംകൊണ്ടോ?" എൽഫ്രഡിന്റെ നോവലിന്റെ നിലവാരമറിയാനുള്ള ആവേശത്തിൽ സ്മിത്ത് പെട്ടെന്നു ചോദിച്ചു.

"അതിന്റെ പാപ്പരത്തംകൊണ്ട് ഏതോ പെൺകുട്ടിയുടെ കൗമാരകാലത്തെ വികൃതിപോലെയുണ്ട്."

സ്മിത്ത് പിന്നെ ഒരു വാക്കുപോലും ഉച്ചരിച്ചില്ല.

നൈറ്റ് തയാറായി. വെളിച്ചം അണച്ച്, വാതിലുകളും അടച്ച് അവർ രണ്ടുപേരും താഴേക്കിറങ്ങി, നിരത്തിലൂടെ നടന്നുപോയി.

14

ഇടവേള

വെറും കണക്കുകൂട്ടലല്ല, ഒരു വർഷത്തിന്റെ നാലിൽ മൂന്നു ഭാഗവും കൃത്യം കഴിഞ്ഞുപോയിരിക്കുന്നു. കഴിഞ്ഞുപോയ സംഭവ വികാസങ്ങൾക്ക് വസന്തകാലമായിരുന്നു തുണയെങ്കിൽ ഇനി നിറഞ്ഞ വേനൽക്കാലത്തിന്റെ തുടിപ്പാണ് വരാൻ പോകുന്നത്.

സ്മിത്ത് ബോംബെയിലെ ഒരു ഓഫീസിൽ ജോലി നോക്കുന്നു. ഇടയ്ക്കിടെ തന്റെ രാജ്യത്തിലേക്ക് ഔദ്യോഗിക ആവശ്യത്തിനായി പോയിവരും, അപ്പോഴൊക്കെ ആളുകൾ തന്റെ രാജ്യത്തിലെ കാലാവസ്ഥ വ്യതിയാനങ്ങളെപ്പറ്റി ഇങ്ങനെ പരാതി പറയുന്ന കൂട്ടരാവുന്നതെന്തേ എന്ന് അയാൾ അതിശയപ്പെടും. സ്മിത്തിന് ഇപ്പോൾ കിട്ടിയതിലും മികച്ച ഒരു തുടക്കം ഒരു യുവാവിനും ഒരിക്കലും കിട്ടുകയില്ല. സ്മിത്ത് ബോംബെയിൽ എത്തുന്നതിന് പത്തു വർഷംമുൻപാണ് ബോംബെ നഗരം അതിന്റെ അസാധാരണമായ വിജയവും ഉയർച്ചയും കണ്ടത്. കെട്ടിടനിർമാണം ധൃതഗതിയിൽ വളർന്നു. ഊഹങ്ങൾക്കും അപ്പുറത്തെ വേഗത്തിലാണ് വിജയകരമായ ഓരോ ദിനങ്ങളും കടന്നുപോയത്. ഒരേ ഒരാശങ്ക നിലനിന്നത് അതിന്റെ ഉയർച്ചയെ സംബന്ധിച്ച് മാത്രമാണ്.

എൽഫ്രഡിന് ഇരുപത്തിനാലു മണിക്കൂർ നേരത്തേക്ക് സ്മിത്തിന്റെ കൂടെ ഒളിച്ചോടിയത് അച്ഛനോട് പറയാനായില്ല. അവളുടെ അറിവിൽ മറ്റാരുംവഴി അയാളതൊട്ട് അറിഞ്ഞതുമില്ല. അത് ആ പെൺകുട്ടിയുടെ ഹൃദയത്തിൽ രഹസ്യമായ വേദനയായി അവശേഷിച്ചു. സ്റ്റീഫൻ സ്മിത്തിന്റെ യാത്രയും അസാന്നിധ്യവും അവളുടെ വേദനയുടെ ആക്കം കൂട്ടുകയും ചെയ്തു. കുറച്ചുകാലത്തെ ഇടവേളയ്ക്കു

ശേഷം തന്റെ വേദനകളിൽനിന്നും മോചിതയാവാനുള്ള വഴി എൽഫ്രഡ് തന്നെ കണ്ടുപിടിച്ചു. പതുക്കെപ്പതുക്കെ തന്റെ നിർഭാഗ്യങ്ങളെ അംഗീകരിച്ചുകൊണ്ട്, എല്ലാ വേദനകളും വിഴുങ്ങിക്കൊണ്ട് അവൾ വീണ്ടും പ്രസന്നവദനയായി. കൊഴിഞ്ഞുപോയ വാലിനു പകരം പുതിയ വാല് വളർത്തിയെടുക്കുന്ന പല്ലിയെപ്പോലെ എൽഫ്രഡ് തന്റെ വേദനകളെ സ്വയം അടർത്തിമാറ്റി രക്ഷപ്പെട്ടു. വേദനകളിൽനിന്ന് ശ്രദ്ധ തിരിക്കാൻ രണ്ട് നല്ല കാര്യങ്ങൾ എൽഫ്രഡിന്റെ ജീവിതത്തിലുണ്ടായി. ഒന്ന്, നോവൽ പുറത്തെത്തിക്കുക. അതിനുവേണ്ടി അവൾ പത്രങ്ങൾ പരതി, അത് അവളുടെ ചിന്തകളുടെ ഗതിമാറ്റാൻ സഹായിച്ചു. രണ്ടാമത്തേത്, അതേ താഴ്‌വാരത്തിൽ മിസിസ് സ്വാൻക്രോർട്ട് നോക്കിയിരുന്ന പഴയ വിശാലമായ ഒരു വീട്ടിലേക്ക് അവർ താമസം മാറി. മി. സ്വാൻക്രോർട്ട് തന്റെ ആദ്യഭാര്യയുടെ കൈവശമുണ്ടായിരുന്ന ഒരു സ്ഥലത്ത് താമസിക്കുന്നതിന് ഇഷ്ടപ്പെട്ടിരുന്നില്ല. പക്ഷേ, അതുവഴി ഉണ്ടാകാവുന്ന നേട്ടങ്ങളും മാന്യതയും ഓർത്തപ്പോൾ അയാൾ തീരുമാനം മാറ്റി.

മിസിസ് സ്വാൻക്രോർട്ട് എൽഫ്രഡിന്റെ ചിന്തകളെ ഉന്നതകുലജാതരിലേക്ക് തിരിച്ചുവിട്ടു. അച്ഛന്റെ രണ്ടാം വിവാഹം പൊറുത്തുകൊടുക്കുകയും ചെയ്തു. കെൻസിങ്ടണിലെ പുതിയ വീട് തയാറായിരുന്നു; അവർ എല്ലാവരും ടൗണിലായിരുന്നു. ഹൈഡ്പാർക്കിലെ കുറ്റിച്ചെടികൾ പതിവുപോലെ മാറ്റി നട്ടിട്ടുണ്ട്, കസേരകൾ നിരയൊപ്പിച്ചുവെച്ചു; പുല്ല് അറ്റം ഒതുക്കി വെട്ടിനിർത്തുകയും ചെയ്തിരുന്നു. റോഡുകൾ വലിയ ഇടിയും മിന്നലുമുള്ള മഴയ്ക്കുശേഷം കിടക്കുന്നതുപോലെ തോന്നി; വാഹനയാത്ര ഏറ്റവും എളുപ്പത്തിലായി. കുതിരകൾക്ക് സവാരി സന്തോഷത്തിന്റെ തിരക്കേറിയ ഒരു മണിക്കൂർ സമ്മാനിച്ചു. വയലറ്റ് നിറത്തിലുള്ള ആകാശത്തിന്റെ കീഴിൽ തെളിഞ്ഞ അന്തരീക്ഷമുള്ള ഒരു മധ്യവേനൽ വൈകുന്നേരത്ത്—ആറു മണിക്ക്: ആ ഒഴുക്കിൽ സ്വാൻക്രോർട്ടിനെയും കാണാം.

"നോക്കൂ" മിസിസ് സ്വാൻക്രോർട്ട് എൽഫ്രഡിനോട് പറയാനാരംഭിച്ചു. എൽഫ്രഡ് ആ സന്ദർഭത്തിന് ചേരുംവിധം സുന്ദരിയായി അണിഞ്ഞൊരുങ്ങിയിരുന്നു. "കൂട്ടുകാരാരുമില്ലാത്ത നമ്മുടെ ഇവിടുത്തെ ഈ അവസ്ഥ; എല്ലാവർക്കും എന്നപോലെതന്നെ നമുക്കും നമ്മുടെകൂടെയുള്ളവരുടെ സ്വഭാവഗുണങ്ങളൊക്കെ അടുത്ത് മനസിലാക്കാനുള്ള ഒരവസരം നൽകും. ഇതുപോലത്തെ സ്ഥലത്തൊക്കെ ഞാനെന്നും നല്ല കേൾവിക്കാരിയായിരിക്കും. നമ്മുടെ അയൽക്കാർ വന്ന് വിവരിക്കുന്നത് കേൾക്കുകയല്ല. അവരുടെ മുഖങ്ങളിൽനിന്നു കേൾക്കുക, വ്യക്തികളെ പഠിക്കുക. അതിന്റെ ഗുണമെന്താണെന്ന് വെച്ചാൽ, റായിലോബുലോർക്കാഡിലോ, റെയ്ൽട്ടേയിലോ പ്രയിഡോയിലെ എവിടെയാണെങ്കിലും അവരെല്ലാം ഒരേ ഭാഷയാണ് സംസാരിക്കുന്നത്. ഞാനീ

കഴിവ് ഉണ്ടാക്കിയെടുത്തതെങ്ങനെയാണെന്നു വെച്ചാൽ ഒരുപാട് വർഷം ഒരു ഏകാന്തജീവിയായി ഒരുപാടിടങ്ങളിൽ ഞാൻ താമസിച്ചിട്ടുണ്ട്. ആരും ഒരു വിവരവും പറഞ്ഞുതരാനില്ലാതെ ഞാൻ ദിവസങ്ങൾ തള്ളിനീക്കി. എത്ര കൃത്യമായാണെന്നോ ഒരു ക്ലോക്കിന്റെയും സഹായം കൂടാതെ ആളുകൾ സമയം പറയുക."

"അതെ, അങ്ങനെ അവർക്കാവും." മിസിസ് സ്വാൻക്രോർട്ട് പിന്താങ്ങി. "എനിക്കറിയാം, എൽഡൽസ്റ്റൗവിലെ കൃഷിക്കാരും മറ്റ് തൊഴിലാളികളും ഒക്കെ കർഷകവൃത്തിക്ക് ഇത്തരം നിരീക്ഷണങ്ങളുടെ അടിസ്ഥാനത്തിലാണ് സമയം നിശ്ചയിക്കുന്നത്. നിഴലുകൾ, കാറ്റ്, മേഘം, ആടുകളുടെയും പശുക്കളുടെയും സംസാരം, കിളികളുടെ പാട്ട് അങ്ങനെ നൂറ് കണക്കിന് കാഴ്ചകൾക്കും ശബ്ദങ്ങൾക്കുമനുസരിച്ച് പോക്കറ്റിൽ വാച്ചുമായി നടക്കുന്നവരെപ്പോലെതന്നെ പത്തു മിനിറ്റിന്റെ മാറ്റം പോലും കൃത്യമായി അവർ പറയും. അത് എന്നെ ആ പഴയ കഥകൾ ഓർമിപ്പിക്കും. എനിക്ക് പറയാൻ ഭയമാണ്. അത്ര മോശം കഥയാണത്!" അത്രയും പറഞ്ഞ് എൽഫ്രഡ് ചിരിച്ചുകൊണ്ട് തലകുലുക്കി.

"അത് പറയ്." സ്ത്രീകൾ പറഞ്ഞു.

"ഞാനത് പറയില്ല."

"അത് പറയൂ എൽഫ്രഡ്." മിസിസ് സ്വാൻക്രോർട്ട്.

"അത് ഒരു മനുഷ്യനെക്കുറിച്ചാണ്, അയാൾ ശ്രദ്ധാപൂർവമുള്ള നിരീക്ഷണത്തിലൂടെ ഏകദേശം രണ്ടു വർഷത്തിലധികം ആളുകളെ പറ്റിച്ചിരുന്നത്രേ, അതായത് അയാൾ രഹസ്യമായി ഒരു ബാരോമീറ്റർ സൂക്ഷിക്കുന്നുണ്ടെന്ന് വരുത്തിത്തീർക്കുംവിധം കൃത്യമായി തന്റെ ഭാര്യയുടെ ചൂടും കഴുതയുടെ കരച്ചിലും ഒക്കെ നോക്കി അയാൾ കാലാവസ്ഥ പ്രവചിച്ചു." എൽഫ്രഡ് ചിരിച്ചു.

"തീർത്തും ശരിയാണ്." മിസിസ് സ്വാൻക്രോർട്ട് പറഞ്ഞു.

"അവർ പ്രകൃതിയുടെ സൂചനകൾ മനസിലാക്കിയതുപോലെ ഞാൻ പ്രകൃതിയുടെ അവിഹിതസഹോദരിയുടെ കൃത്രിമത്വത്തിന്റെ സൂചനകളും പഠിച്ചു; കണ്ണുകൾ നുണപറയുന്നത്, മുടിയുടെ സൂചനകൾ, വസ്ത്രത്തിന്റെ ചിരി, ചവിട്ടടിയുടെ രഹസ്യങ്ങൾ, ഊന്നുവടി ഊന്നുന്നതിന്റെയും തൊപ്പിയുയർത്തുന്നതിന്റെയും കുടചൂടുന്നതിന്റെയും പിറകിലുള്ള വിവിധവികാരങ്ങൾ...... എല്ലാം എനിക്ക് ഹൃദിസ്ഥമായി മാറി."

"ആ വണ്ടിയിൽ എതിർവശത്തിരുന്ന ആ പെൺകുട്ടിയുടെ മുതിർന്ന സഹോദരിയെ ഒന്ന് ശ്രദ്ധിക്ക്." കണ്ണൊന്ന് തിരിച്ചാൽ കാണാവുന്ന ഒരു വാഹനം ചൂണ്ടിക്കാണിച്ചുകൊണ്ട് മിസിസ് സ്വാൻക്രോർട്ട് എൽഫ്രഡിനോട് തുടർന്നു.

"അവളുടെ മുഖത്തു കാണുന്ന ആത്മവിശ്വാസം കാണിക്കുന്നത്

അവൾ അവളുടെ രാജ്യത്തിന്റെ കാമുകിതന്നെയാണെന്നാണ്. പക്ഷേ വിശ്വസിക്കാനാവില്ല. അതായത് ഫാഷനബിൾ ആവാൻ കഴിയുന്ന ആളുകൾ, വിഷയത്തിന്റെ ഏറ്റവും ഉയർന്ന തലത്തിലുള്ള അവസ്ഥ തന്നെ അവകാശപ്പെടുന്നു."

"എങ്ങനെ?"

"എന്തുകൊണ്ടില്ല? അവളുടെ മുഖത്ത് എഴുതിവെച്ചിരിക്കുന്നതു തന്നെ ഒരുപക്ഷേ ഇങ്ങനെയൊക്കെ ആകും. എന്റെ തല ഒന്ന് നോക്കൂ." അല്ലെങ്കിൽ "എന്റെ തലമുടി ഒതുക്കിവച്ചിരിക്കുന്നത് ഒന്ന് കാണൂ." അവർ പാവപ്പെട്ട ആളുകളോട് ഇങ്ങനെ പറയുന്നതുപോലെ തോന്നും.

"ഓ മിസിസ് സ്വാൻക്രോർട്ട്" എൽഫ്രഡ് വിളിച്ചു. എൽഫ്രഡ് അവളുടെ കൂടെയുള്ള ഗ്രാമീണസ്ത്രീകളുടെ ഭംഗി ആസ്വദിച്ചുകൊണ്ടിരുന്നു. അവളുടെയും അവളുടെ പരിചയത്തിലുള്ള ചിലരുടെയും കൈകളുടെ പിറകുവശം സൂര്യാഘാതമേറ്റ് ചെറുതായിട്ട് പൊള്ളിയിട്ടുണ്ട്, അതീ വർഷത്തിലെ ഈ സമയത്തെ പ്രത്യേകതയാണ്.

"എന്ത് ഭംഗിയുള്ള പൂക്കളും ഇലകളുമാണ് അവർ ചൂടിയിരിക്കുന്നത്." എൽഫ്രഡ് ആശ്ചര്യപ്പെട്ടു.

"ശരിയാണ്." മിസിസ് സ്വാൻക്രോട്ട് പറഞ്ഞു. "അതിൽ ചിലതിന്റെ നിറം ശരിക്കും ഉള്ളതിനേക്കാൾ ആകർഷണീയമാണ്. റാളിനകത്തുള്ള ആ സ്ത്രീയുടെ മനോഹരമായ റോസാപ്പൂ നോക്കൂ. മനോഹരമായ ഇതളുകൾ മുള്ളുകൾക്കിടയിലെ ഒരു വളർച്ചപോലെ തണ്ടിലിരിക്കുന്നു. എല്ലാം അവളുടെ ചെവിയുടെ പിറകിൽ വളരെ സ്വാഭാവികമായി ഇരിക്കുന്നു. ആ പൂവിതളിന്റെ നിറവും അവളുടെ മനോഹരമായ കവിളുകളുടെ നിറവും ഒരുപോലെ, രണ്ടും പ്രകൃതിയുടെ കൈപ്പത്തി തന്നെ എന്നു നോക്കുന്ന ഒരാൾക്കു തോന്നും."

"പക്ഷേ അവയ്ക്കിത്തിരി വിലകൊടുക്കാം, അവയത് അർഹിക്കുന്നുണ്ട്." എൽഫ്രഡ് മാന്യമായി പറഞ്ഞു.

"ഞാനത് ചെയ്യുന്നു. നോക്കൂ എങ്ങനെയാണ് പ്രഭ്വി-തന്റെ ഇരിപ്പിടത്തിലിരുന്ന് മുന്നോട്ടും പിറകോട്ടും ആടുന്നത്. അവളുടെ തല മുന്നോട്ടാവുമ്പോൾ മാത്രമാണ് അവൾ മുമ്പോട്ട് നോക്കുന്നത്. സാഹചര്യങ്ങളുടെ ശക്തിയെ തടുക്കാൻ ഒരുതരം അഭിമാനബോധം അവർക്കുണ്ട്. അവിടെയുള്ള ആ കുടുംബത്തിന്റെ മുഖത്ത് മനോഹരമായ ചിരിയേയുള്ളൂ. ആ കുടുംബമടങ്ങുന്ന ചെറിയ കൈയിന്റെ ഒരു ഭംഗി നോക്കിക്കേ! എത്ര ചെറിയ മനോഹരമായ തള്ളവിരൽ. കുടയുടെ അറ്റത്തെ ബട്ടൺ എത്ര നന്നായിട്ടാണ്. ആ കുടയുടെ നിറം അതിനടിയിലെ മുഖവുമായി നന്നായി ഇണങ്ങുന്നു. ഒരുപക്ഷേ യാദൃച്ഛികതയാകാം. ആ കാഴ്ച എത്ര മനോഹരമായിരുന്നു. ഒരുപാട് മക്കളുള്ള ആ എതിർവശത്തുനിൽക്കുന്ന സ്ത്രീയില്ലേ, അവരെ ഞാൻ ആരാധിക്കുന്നു.

അവരുടെ അബോധത്തിലെന്നപോലെയുള്ള നിൽപ്പ് നടന്നുപോകുമ്പോൾ അവർ, ആ പെൺകുട്ടികൾ തുറിച്ചുനോക്കുന്നുണ്ട്. എല്ലാത്തിനും പുറമെ പെൺകുട്ടികളുടെ നോട്ടം യുവാക്കളുടെ കണ്ണുകളിലേക്കു തന്നെയാണ്. അവർ മരണത്തിന്റെ ഇലകളാണോ? പൗരുഷമുള്ള ആണുങ്ങളെയാണോ നോക്കുന്നത് എന്നറിയാൻ വയ്യാത്തപോലെ. അവിടെ നിനക്കൊരു അഭിനന്ദനമുണ്ട്. ഞാൻ വെറുതെ നേരംപോക്ക് പറയുകയാണ് കുട്ടീ. നിനക്കറിയില്ല അത്?"

"ഫ്..........ഫ് അതിന് എന്താ ഉറപ്പ്." താൻ കാണുന്നതിലൊന്നുമല്ല. തന്റെ മനസ്സ്. കുറെ ദൂരെയാണ്. മി. സ്വാൻക്രോർട്ട് പറഞ്ഞു. "എന്റെ വാച്ച് ഭയങ്കരമായി ചൂടായിരുന്നു, അതുകൊണ്ട് അതിൽനിന്നു സമയമെന്താണെന്ന് അറിയാൻ പറ്റുന്നില്ല എന്ന് പറയാൻ ഞാനാഗ്രഹിക്കുന്നു. ലോകം മുഴുവനും ഒരു തൊപ്പിക്കുള്ളിലെന്നപോലെ."

"ആളുകളൊക്കെ നിന്നെ തുറിച്ചുനോക്കുന്നു എൽഫ്രഡ്." മിസിസ് സ്വാൻക്രോർട്ട് പറഞ്ഞു. "നീ എന്നെ കൊല്ലുമെന്ന് ഞാൻ ഭയപ്പെടുന്നു."

"നിങ്ങളെ കൊല്ലുകയോ?"

"അതെ. വജ്രം മുത്തിനെ കൊല്ലുംപോലെ?"

താൻ ശ്രദ്ധിക്കപ്പെടുന്നതിലെ ആഹ്ലാദം മറച്ചുവെക്കാതെതന്നെ എൽഫ്രഡ് പറഞ്ഞു. "എല്ലാ ഭവതികളും അഭിജാതന്മാരും എന്നെ നോക്കുന്നത് ഞാൻ അറിയുന്നുണ്ട്."

"എന്റെ കുട്ടി, അഭിജാതൻ എന്നൊന്നും ഇക്കാലത്ത് പറഞ്ഞുകൂടാ." അവളിൽ വളരെ ശ്രദ്ധയുള്ള ഒരാളെന്നപോലെ അവളുടെ രണ്ടാനമ്മ പറഞ്ഞു. "മധ്യവർഗത്തിനാണ് നമ്മൾ പൊതുവെ 'അഭിജാതൻ' എന്നു പറയുക. ചായക്കടകളിലും മറ്റുമാണ് ഇപ്പോഴും ആ പ്രയോഗം കേൾക്കാനാവുക എന്നെനിക്ക് തോന്നുന്നു."

"പിന്നെ എന്താ ഞാൻ പറയുക."

"വനിതകളും പുരുഷന്മാരും എന്ന് പറയണം."

ആ സമയത്ത് എതിർദിശയിൽ പോയിക്കൊണ്ടിരിക്കുന്ന വാഹനവ്യൂഹത്തിനിടയ്ക്ക് അർധരാത്രിയുടെ ആകാശത്തിലേതുപോലെ ഇൻഡിഗോ നിറമുള്ള ഒരു വാഹനം പ്രത്യക്ഷപ്പെട്ടു. ചക്രങ്ങളും മറ്റും നീല നിറമുള്ളതായിരുന്നു. വേലക്കാർ കടുംനീലനിറത്തിലുള്ള കോട്ടും ചുവന്ന നിറത്തിലുള്ള ട്രൗസറുകളും ധരിച്ചിരിക്കുന്നു. കാണാൻ ഒരുതരം പ്രത്യേക കൗതുകമുള്ള രണ്ട് കുതിരകളുടെ പിറകിലാണ് വാഹനം ഘടിപ്പിച്ചിരിക്കുന്നത്.

ഏതോ ഉയർന്ന കുലത്തിൽപ്പെട്ട ഒരു വ്യവസായി എന്നു തോന്നിക്കുന്ന ഒരാൾ ആണ് വാഹനത്തിലിരിക്കുന്നത്. അയാൾക്കടുത്ത് പാൽനിറമുള്ള കണ്ണുകളും സ്ത്രീകൾക്ക് പ്രിയപ്പെട്ട നിറവും ഒക്കെയുള്ള ഒരു സ്ത്രീ ഇരിപ്പുണ്ട്. ഒന്നും ആസ്വദിക്കാതിരിക്കലാണ് അവളുടെ

സന്തോഷം എന്നു തോന്നും ഇരിപ്പു കണ്ടാൽ. അവൾക്ക് എതിർവശത്തായി രണ്ട് ചെറിയ പെൺകുട്ടികൾ, അവർ നീലപ്പല്ലുകളുള്ള വെള്ളത്തൊപ്പി ധരിച്ചിരിക്കുന്നു.

ആ സ്ത്രീ എൽഫ്രഡിനെ കണ്ട് ചിരിച്ചുകൊണ്ട് അഭിവാദ്യം ചെയ്തു. പിന്നെയവർ തന്റെ ഭർത്താവിന്റെ കൈമുട്ടിൽ തൊട്ടു, അയാൾ തിരിഞ്ഞുനോക്കി എൽഫ്രഡിനെ പരിചയഭാവം പ്രകടിപ്പിച്ചുകൊണ്ട് തൊപ്പി സ്വൽപ്പം ഉയർത്തി. കുട്ടികൾ രണ്ടും കൈ എൽഫ്രഡിനുനേരെ ഉയർത്തിക്കൊണ്ട് സന്തോഷത്തോടെ ചിരിച്ചു.

"ആരാണത്."

"ലുക്സല്ലെൻ പ്രഭു, അല്ലേ?" മിസിസ് സ്വാൻക്രോർട്ട് പറഞ്ഞു. അവർ വികാരിക്കൊപ്പം അവരോട് പുറംതിരിഞ്ഞാണ് ഇരുന്നിരുന്നത്.

"അതെ." എൽഫ്രഡ് പറഞ്ഞു. "എന്റെ പപ്പയെക്കാളും മിടുക്കനായിട്ട് ഇവിടെ ഞാൻ കാണുന്ന ഒരേ ഒരാൾ അയാളാണ്."

"നന്ദി, പ്രിയപ്പെട്ടവളേ." മിസിസ് സ്വാൻക്രോർട്ട് പറഞ്ഞു.

"അതേ. നിന്റെ അച്ഛന് ഒരുപാട് പ്രായമുണ്ട്. പ്രഭുവിനെ കുറച്ചുകൂടി വർഷങ്ങൾ കഴിഞ്ഞാൽ നമ്മുടെ ഈ ആളുടെ പകുതിപോലും ഭംഗിയുണ്ടാവില്ല കാഴ്ചയ്ക്ക്."

"നിനക്കും നന്ദി പ്രിയപ്പെട്ടവളേ.' മി. സ്വാൻക്രോർട്ട് പറഞ്ഞു.

"നോക്കൂ...." എൽഫ്രഡ് അവരെത്തന്നെ നോക്കിക്കൊണ്ട് ആശ്ചര്യപ്പെട്ടു. "ആ കുഞ്ഞുമക്കൾക്ക് എന്നെ എന്തിഷ്ടമാണ്. അവരിലൊരാൾ ഇതാ എന്റെ അടുത്തുവരാൻ കരയുന്നു."

"നമ്മളിപ്പോൾ ബ്രേസിലെറ്റിനെക്കുറിച്ച് സംസാരിച്ചില്ലേ? നോക്കൂ ലേഡി ലുക്സെല്ലെന്റേത്" കുട്ടികളിലൊരാളിനെ എടുക്കുന്നതിനായി കൈയുയർത്തിയപ്പോൾ മിസിസ് സ്വാൻക്രോർട്ട് പറഞ്ഞു. "അത് അവരുടെ കൈയിൽനിന്നു ഊരിവീഴാറായിട്ടുണ്ട്. ഒരുപാട് വലുതായിപ്പോയി. ബ്രേസ്ലെറ്റിനും കൈത്തണ്ടയ്ക്കുമിടയിൽ വെളിച്ചം കാണുന്ന വിധത്തിൽ കെട്ടുന്നത് എനിക്കിഷ്ടമല്ല, ഈ സ്ത്രീകൾക്കൊന്നും ഒരു സൗന്ദര്യബോധവുമില്ല."

"അങ്ങനെയല്ല." എൽഫ്രഡ് വാദിച്ചു. "അവരുടെ കൈ ഒരുപാട് മെലിഞ്ഞതുകൊണ്ടാണ്. കഴിഞ്ഞ പന്ത്രണ്ടു മാസംകൊണ്ട് അവരെത്ര മെലിഞ്ഞെന്ന് നിങ്ങൾക്ക് ഊഹിക്കാനേ കഴിയില്ല."

രണ്ട് വാഹനങ്ങളും ഇപ്പോൾ അടുത്തെത്തി. രണ്ടു കുടുംബങ്ങളും പരസ്പരം അഭിവാദ്യം ചെയ്തു. സ്വാൻക്രോർട്ടിനെ കാണാൻ വേണ്ടി പ്രഭു ഒരു മരച്ചുവട്ടിൽ വണ്ടി നിർത്തി വാഹനത്തിൽനിന്നിറങ്ങി ഒരു ചിരിയോടെ അടുത്തുവന്നു.

ഒരു വ്യക്തി എന്ന നിലയ്ക്ക് പ്രഭുവിന്റെ ആകർഷണം ഒരു ചിരിയാണ്. അതിന്റെപേരിൽ ജനങ്ങൾ അയാളെ ഓർക്കുന്നു. ഒരു കഴിവും ഇല്ലാത്തിന്റെ പേരിൽ മറക്കുകയും ചെയ്യാം. പരിചയക്കാർ മി. സ്വാൻ

ക്രോർട്ടിനെ അയാളുടെ മര്യാദകളുടെ പേരിൽ ഓർമിക്കും, സ്മിത്തിനെ അയാളുടെ മുഖഭംഗിയുടെ പേരിൽ, ലുക്സല്ലൈൻ പ്രഭുവിനെ അയാളുടെ ചിരിയുടെ പേരിലും മി. സ്വാൻക്രോർട്ട് സൗഹാർദപൂർവം സംസാരിച്ചു.

"ഞങ്ങൾ ഈ വൈകുന്നേരം ഒരു യാത്രയ്ക്കിറങ്ങിയതാണ്. കണ്ണിൽ കാണുന്ന എല്ലാ കാഴ്ചകളും മടുപ്പിക്കുന്നത്, അതുകൊണ്ട് ഞങ്ങൾക്ക് ദൂരെ പോകുന്നതാണ് സന്തോഷം. ഹ ഹ!" പിന്നെ പ്രഭു എൽഫ്രഡിനുനേരെ തിരിഞ്ഞു. "എൽഫ്രഡ്. നിന്റെ സാഹിത്യസൃഷ്ടി പുറത്തെത്തുംവരെ ഞാൻ നിന്നെ വളരെ കുറച്ച് തവണ മാത്രമേ കണ്ടിട്ടും സംസാരിച്ചിട്ടും ഉള്ളൂ. എൽഡൽസ്റ്റൗവിൽ ഒരു കുട്ടി ഇതൊക്കെ ചെയ്യുന്നുണ്ടെന്ന് എനിക്കറിയില്ലായിരുന്നു. സ്വാൻക്രോർട്ട് എന്തേ എനിക്കൊരു സൂചനപോലും തരാഞ്ഞത്?"

എൽഫ്രഡ് സന്തോഷിച്ചു, ചുവന്നു, ചിരിച്ചു. അങ്ങനെ പറയാൻ വേണ്ടി ഒന്നുമില്ലല്ലോ എന്ന് വിനയം കാണിച്ചു.

"പക്ഷേ, പ്രസന്റിൽ നിങ്ങളെ ഇത്തിരി മോശമാക്കിയാണ് എഴുതിയത്. 'കോർട്ട് ഓഫ് കെല്യൻ കാസിൽ' പോലൊരു ഫലിതകഥയെക്കുറിച്ച് അത്ര കനപ്പെട്ട ഒരു നിരൂപണം. അത് ഒരസംബന്ധം തന്നെയായിപ്പോയി."

"എന്ത്?" എൽഫ്രഡ് കണ്ണ് മിഴിച്ചു "പ്രസന്റിൽ നിരൂപണം വന്നൊ?"

"അതെ. നീയത് കണ്ടില്ലേ? എന്തേ കാണാഞ്ഞത്? ഒരു നാലഞ്ചു മാസം മുമ്പായിരുന്നു."

"ഇല്ല, ഞാൻ കണ്ടതേയില്ല. എന്ത് കഷ്ടമായിപ്പോയി. എന്റെ പ്രസാധകരുടെ കുഴപ്പം. എന്ത് കുറിപ്പ് വന്നാലും അറിയിക്കാം എന്ന് അവർ ഏറ്റതായിരുന്നു."

"അയ്യോ, അപ്പൊ ഞാൻ നിങ്ങൾക്ക് ഒരു ചീത്ത വിവരം പറഞ്ഞ് തരലായിപ്പോയല്ലോ. നിങ്ങൾക്ക് അത് അയച്ചിട്ട് പ്രത്യേകിച്ച് ഗുണമൊന്നുമില്ലല്ലോ. അപ്പൊ നിങ്ങളെ ആവശ്യമില്ലാതെ വേദനിപ്പിക്കേണ്ട എന്നവർ കരുതിക്കാണും."

"ഇല്ല, നിങ്ങളത് പറഞ്ഞതിൽ എനിക്ക് സന്തോഷമേ ഉള്ളൂ. പ്രഭു, അവരുടെ ഭാഗത്തുനിന്നുവന്ന ഒരു പിഴവാകണം. ആ നിരൂപണം അത്ര മാത്രം എനിക്ക് എതിരായിരുന്നോ?" എൽഫ്രഡ്. ഗൗരവപൂർവം ചൊടിച്ചു.

"അല്ല, അല്ല. അത്രയ്ക്കൊന്നുമില്ല. ഞാൻ അത് അത്ര കാര്യമായി ഇപ്പൊ ഓർക്കുന്നില്ല. അത്....... അത് കുറച്ച് കടുപ്പത്തിലുള്ളതായിരുന്നു. ഇത്തിരി അപമാനിക്കുന്നതരത്തിൽ ആണെന്നു പറയാം. എന്റെ ഓർമക്കുറവ് കാരണം എനിക്ക് അത്രയ്ക്ക് കൃത്യമായി ഒന്നും പറയുവാനാവുന്നില്ല എൽഫ്രഡ്."

"ശരി, നമുക്ക് നേരെ പ്രസന്റിന്റെ ഓഫീസിൽ പോയി ഒന്ന്

നേരിട്ട് വാങ്ങാം. അല്ലേ പപ്പ?"

"നിനക്ക് അത്രയ്ക്ക് ആകാംക്ഷയാണെങ്കിൽ ശരി, പോകാം. പക്ഷേ നാളെ പോകാം."

"എങ്കിലെനിക്കിപ്പോ ഒരു ഉപകാരം ചെയ്യൂ എൽഫ്രഡ്." അവളുടെ മനസ്വാസ്ഥ്യം കെടുത്തിയ ഒരു വാർത്ത പറഞ്ഞതിലുള്ള ദുഃഖത്തോടെ എൽഫ്രഡിനെ നോക്കിക്കൊണ്ട് പ്രഭു പറഞ്ഞു.

"സത്യത്തിലെന്നെ പോളിയും കേയ്റ്റിയും അവരുടെ പ്രത്യേക ദൂതനായി അയച്ചതാണ്. കുറച്ച് നേരത്തേക്ക് ഞങ്ങളുടെ വണ്ടിയിൽ അവരുടെകൂടെ ചെല്ലുമോ എന്നു ചോദിക്കാൻ. ഞാൻ കുറച്ച് ദൂരം പിക്കാഡില്ലിയിലേക്ക് നടന്നുപോവുകയാണ്. എന്റെ ഭാര്യയും അവരും മാത്രമേ ഉള്ളൂ. അവർ കുറച്ച് മോശം കുട്ടികളാവുന്നുണ്ടോ എന്നെനിക്ക് ഭയമാണ്. ഏതായാലും എൽഫ്രഡ് വരും എന്ന് ഞാനവർക്ക് ഒരു വാക്ക് കൊടുത്തുപോയി."

എൽഫ്രഡ് പടികളിറങ്ങി താഴോട്ട് വന്ന് വണ്ടി മാറിക്കയറി. കുട്ടികൾക്ക് സന്തോഷമായി. നന്നായി വസ്ത്രമണിഞ്ഞ ചുവന്ന തൊലിയും നീണ്ട കഴുത്തുമുള്ള കാഴ്ചക്കാരായ അലസന്മാർക്കും താൽപ്പര്യമായി. അവർ കണ്ണുംമിഴിച്ച് ഊന്നുവടിയിൽ ചുണ്ടുംചേർത്ത് വെച്ച് ഇടയ്ക്ക് ചിരിച്ചുകൊണ്ട് എല്ലാം നോക്കിനിന്നു. പ്രഭു കുതിരവണ്ടിക്കാരനോട് വണ്ടി വിടാൻ പറഞ്ഞു. തൊപ്പി ഉയർത്തി, അസ്വാഭാവികത നിറഞ്ഞ ചിരിയോടെ, ആശയക്കുഴപ്പം നിറഞ്ഞ മട്ടിൽ അയാൾ അഭിവാദ്യം ചെയ്തു. പ്രഭു, എൽഫ്രഡിനെത്തന്നെ നോക്കിക്കൊണ്ടിരുന്നു.

ആ നോട്ടം തുറന്ന, മാന്യമായ ആരാധനയുടെ നോട്ടമായിരുന്നു. ഭർത്താവ്, കുടുംബനാഥൻ എന്നീ നിലകളിലുള്ള ഇംഗ്ലീഷുകാർക്ക് ഏതെങ്കിലും തരത്തിൽ തന്റെ വികാരങ്ങൾ പരിധികടക്കുന്നു എന്ന് നാണിക്കേണ്ടതില്ല. ലുക്സല്ലെൻപ്രഭു തിരിഞ്ഞ് ആ ഉല്ലാസകേന്ദ്രത്തിന്റെ മുകളറ്റത്തേക്ക് നടന്നു.

എൽഫ്രഡ് ഇറങ്ങിയപ്പോൾത്തന്നെ മി. സ്വാൻക്രോർട്ടും ഇറങ്ങി വഴിമുറിച്ചു കടന്ന് അവിടെ കണ്ട പരിചയക്കാരനോട് സംസാരിച്ചുനിൽപ്പായി. വാഹനത്തിന്റെ ഒരേ ഒരു വാടകക്കാരിയായി മിസിസ് സ്വാൻക്രോർട്ട് അവിടെ തനിച്ചുനിന്നു.

ഇതെല്ലാം നടക്കുന്നതിനിടയിൽ കാഴ്ചക്കാർക്കിടയിൽ വ്യത്യസ്ത രൂപഭാവങ്ങളോടെ ഒരാൾ നിൽപ്പുണ്ടായിരുന്നു. ആൾക്കൂട്ടത്തിനു പിറകിൽ ഒരു മരശിഖരത്തിൽ ചാരിനിന്നുകൊണ്ട് പ്രത്യേകതരം താൽപ്പര്യത്തോടെ അയാൾ എൽഫ്രഡിനെത്തന്നെ സൂക്ഷിച്ചുനോക്കി. ആ മനുഷ്യൻ മാന്യനല്ല എന്ന് തെളിയിക്കുന്നതിനു ചില കാരണങ്ങളുണ്ട്. അയാളുടെ കുടയുടെ ചെറിയ ചെരിവ്; അത്, അതിന്റെ ഉടമസ്ഥൻ അതിന്റെ പുറത്ത് വിശ്രമിക്കുന്നു, ചിലപ്പോൾ ഊന്നുവടിയായി ഉപയോഗിക്കുന്നു എന്നൊക്കെ വ്യക്തമാക്കുന്നു.

മിസിസ് സ്വാൻക്രോർട്ട് വണ്ടിക്കകത്ത് തനിച്ചാക്കപ്പെട്ട് ആ മരച്ചു

വട്ടിൽ നിന്നത് കണ്ടപ്പോഴാണ് ആ മനുഷ്യൻ തന്റെ ഏകാന്തതയെക്കുറിച്ച് ഓർത്തിട്ടുണ്ടാവുക. പക്ഷേ അവരെ കണ്ട് അയാൾ വാഹനത്തെ ചുറ്റി മുമ്പിൽ വന്ന് തലകുനിച്ച് എന്നിട്ട് വണ്ടിയുടെ വാതിലിനോട് ചേർന്നുനിന്നു.

മിസിസ് സ്വാൻക്രോർട്ട് ഒരു കാൽ മിനിറ്റോളം അയാളെ സൂക്ഷിച്ചുനോക്കി, പിന്നെ ചിരിയോടെ കൈനീട്ടി.

"എന്താ, ഹെൻറി നൈറ്റ്. എന്റെ പ്രിയപ്പെട്ട രണ്ടാമത്തെ—മൂന്നാമത്തെ നാലാമത്തെ കസിൻ! ഞാനെന്താ ഈ പറയുന്നത്—എന്തൊ ആവട്ടെ, എന്റെ ബന്ധു!"

"അതെ. മുറിവ് നന്നാവാത്ത ഒന്നല്ല! നിങ്ങളുതന്നെയല്ലെ എന്ന് എനിക്ക് വലിയ തീർച്ചയില്ലായിരുന്നു."

"ഓക്സ്ഫോർഡിലേക്ക് ആദ്യം വന്നതിനുശേഷം ഞാൻ നിന്നെ കണ്ടില്ല. എത്ര വർഷമായെന്നോർത്തുനോക്ക്. നീ എന്റെ വിവാഹത്തെപ്പറ്റി അറിഞ്ഞു എന്നു ഞാൻ കരുതുന്നു."

പിന്നെ അവിടെ കുടുംബവിഷയങ്ങളായി സംസാരം. ജനനം, മരണം, വിവാഹം, ഒരു വിവരണവും ആവശ്യവുമില്ലാത്തവ. നൈറ്റ് പിന്നെ അന്വേഷിച്ചു:

"ആ വാഹനത്തിലേക്ക് മാറിക്കയറിയത് നിങ്ങളുടെ സ്റ്റെപ്പ് പുത്രി ആണല്ലേ?"

"അതെ. എൽഫ്രഡ്. നിങ്ങൾ അവളെ അറിയുമായിരിക്കും."

"എൽഫ്രഡ് കയറിയ വാഹനത്തിലുണ്ടായിരുന്ന സ്ത്രീ ഏതാ? ഒരു സുഖമില്ലാത്ത, വിളർത്ത മുഖമുള്ള, ഒരു തടാകത്തിൽ അഭിനയിക്കുന്നതിന്റെ പ്രതിഫലനംപോലെ തോന്നുന്ന ആ സ്ത്രീയേ!"

"ലേഡി ലുക്സെല്ലൻ. നന്നെ ക്ഷീണിച്ചു അവർ എന്ന് എൽഫ്രഡ് പറഞ്ഞു. എവിടെയായാലും നൈറ്റ്, നിങ്ങൾ ഉറപ്പായും ഞങ്ങളെ കാണാൻ വരണം. ഈ ആഴ്ചതന്നെ വരൂ. ഞങ്ങൾ ഒന്നോ രണ്ടോ ആഴ്ചയേ ഈ നഗരത്തിൽ കാണൂ."

"എനിക്ക് നിർബന്ധമായും നാളെ ഓക്സ്ഫോർഡിലേക്ക് മടങ്ങണം. ഞാനവിടെയാണ് കുറേ വർഷമായി. ഈ വർഷം ലണ്ടനിൽവെച്ച് കാണുന്നതിന്റെ സന്തോഷം നഷ്ടമാവുമോ? എനിക്ക് ഭയമുണ്ട്."

"എന്നാൽ എൽഡൽസ്റ്റവിലേക്കു വരൂ; ഞങ്ങളുടെകൂടെ മടങ്ങിയാലെന്താ?"

"ഓഗസ്റ്റിനുമുൻപ് വന്നാൽ ഒന്നോ രണ്ടോ ദിവസത്തിനകം മടങ്ങേണ്ടിവരും. ആ മാസം ആദ്യം വരുന്നതാണെനിക്കും ഇഷ്ടം. എന്നാൽ ഒരുപാട് ദിവസങ്ങൾ കൂടെ താമസിക്കാം. വേനലിലെല്ലാം വെസ്റ്റ് വാർഡിൽ പോകുന്ന കാര്യം ഞാനാലോചിച്ചു."

"ശരി നല്ലത് തന്നെ. ഇതൊരു വാഗ്ദാനമാണെന്ന് മറക്കണ്ടേ!

പിന്നെ കുറച്ചു കാത്തുനിന്നാൽ മി. സ്വാൻക്രോർട്ടിനെ കാണാം. പത്ത് മിനിറ്റിലധികം എവിടെയും പോകില്ല."

"ഇല്ല. ക്ഷമിക്കണം. വീട്ടിലേക്ക് പോകുംമുമ്പ് എനിക്കെന്റെ സ്ഥലത്ത് ഒന്ന് കയറണം. ഞാനിപ്പൊ ശരിക്കും അവിടെ എന്തോ ഒന്നാണ്. നിങ്ങൾ അദ്ദേഹത്തോട് പറഞ്ഞാൽ മതി. ശരി. ഗുഡ്ബൈ."

"നിങ്ങൾ വരുന്ന ദിവസം കഴിയും വേഗം അറിയിക്കണം."

"ശരി, അറിയിക്കാം."

15

അലയുന്ന സ്വരം

നിസ്സാരമായതാണെങ്കിലും പരിചയത്തിലുള്ള വിശ്വസിക്കാവുന്ന ആരോടെങ്കിലും പറഞ്ഞു എന്നു കരുതി വിഷമങ്ങൾ മുഴുവനായും ഇല്ലാതാവില്ല; അങ്ങനെ പറയുന്നത് ഒരുപരിധിവരെ വേദനയെ ശമിപ്പിക്കും എന്നുമാത്രം. ചിലതരം വിഷമങ്ങൾ, അതൊരു അരുവിപോലെയായിരിക്കും. കുറേ വലുതാകുമ്പാൾ ആഴം കുറയുന്നതുപോലെ തോന്നും എന്നു മാത്രം. പരിഭ്രമമാണ് അതിലെ പ്രധാന ചേരുവ.

പാർക്കിൽ വച്ചുള്ള ആ കൂടിക്കാഴ്ചയുടെ പിറ്റേ ദിവസം എൽഫ്രഡും മിസിസ് സ്വാൻക്രോർട്ടും, സ്വീകരണമുറിയിൽ ഇരുന്ന് സംസാരിക്കുകയായിരുന്നു.

എൽഫ്രഡിന് സ്റ്റീഫൻ സ്മിത്തിന്റെ സ്നേഹമൂറുന്ന ഒരെഴുത്ത് അപ്പോൾ കിട്ടിയതേയുള്ളൂ, അത് എൽഡൽസ്റ്റൗവിൽനിന്നും അവൾക്ക് വിലാസം മാറ്റി അയച്ചുകൊടുത്തതാണ്. പക്ഷേ എടുത്തുപറയാനുള്ള കാര്യം അതല്ല. ആ കത്തിലെ മറ്റുവിവരങ്ങളിലേക്ക് ഒളിഞ്ഞു നോക്കേണ്ട കാര്യമില്ലെങ്കിലും, അയാൾ ആ കത്തിൽ അവളെ 'എന്റെ പ്രിയപ്പെട്ട ഭാവി വധു' എന്നാണ് സംബോധന ചെയ്തത്.

ഒരു പുരുഷന്റെ വികാരവിചാരങ്ങൾ ഗണിച്ചെടുക്കുവാൻ ഇതിനെക്കാളും കിറുകൃത്യമായ ഒരു പരീക്ഷണം ഇല്ല. അവൻ നന്നായിത്തന്നെ സ്നേഹിക്കുന്ന സ്ത്രീയെ അല്ലാതെ അവന് 'ഭാര്യ' എന്ന പദമുപയോഗിച്ച് സംബോധന ചെയ്യാനാകുമോ?/ചെയ്യുമോ?

അവൾ ആ എഴുത്ത് സ്വന്തം മുറിയിലേക്ക് കൊണ്ടുപോയി. കുറച്ച് വായിച്ച് ബാക്കി നാളെ വായിക്കാൻവേണ്ടി എടുത്തുവെച്ചു. എല്ലാ സന്തോഷവും ഒരുമിച്ച് വായിച്ചു തീർക്കാൻ മാത്രം വലിയ ഒരു

ധൂർത്തയല്ല അവൾ. പക്ഷേ അവൾക്ക് ആഗ്രഹം അടക്കിവെക്കാനായില്ല. അവളത് പുറത്തെടുത്തു. എല്ലാ നിയന്ത്രണങ്ങളും ഉപേക്ഷിച്ച് ആർത്തിയോടെ മുഴുവൻ വായിച്ചു തീർത്തു. ഒന്നുകൂടി മനസിരുത്തി വായിച്ചശേഷം എൽഫ്രഡ് അതു മടക്കി അവളുടെ പോക്കറ്റിൽത്തന്നെ വെച്ചു.

എൽഫ്രഡിന് ഒരു പത്രവുംകൂടെ കിട്ടിയിട്ടുണ്ട് അത് കത്തു വായിക്കാനുള്ള ധൃതിയിൽ ഒന്നോടിച്ച് വായിച്ചതേ ഉള്ളൂ. അത് പ്രസന്റിന്റെ ഒരു പഴയ പതിപ്പാണ്. അവളുടെ പുസ്തകത്തെപ്പറ്റിയുള്ള ലേഖനം വന്ന കോപ്പി അവൾ അപേക്ഷിച്ച പ്രകാരം അയച്ചുകൊടുത്തതാണ്, അത്.

എൽഫ്രഡ് അത് ധൃതിയിൽ വായിച്ചു. പിന്നെ ആ കടലാസ് ചെറുതായി മടക്കി അതുമായി അവൾ മിസിസ് സ്വാൻക്രോർട്ടിന്റെ സ്വീകരണമുറിയിലേക്ക് നടന്നു. അവളുടെ രണ്ടാനമ്മയുമായി സംസാരിച്ച് അവൾക്ക് അവളുടെ വിഷമം കുറയ്ക്കണം.

എൽഫ്രഡ് നിരാശയോടെ ജനൽവഴി പുറത്തേക്കു നോക്കി നിൽക്കുകയാണിപ്പോൾ. മിസിസ് സ്വാൻക്രോർട്ട് ലേഖനം വായിക്കുന്നു.

"സാരമില്ല കുട്ടീ.........ലേഖനം ശ്രദ്ധാപൂർവം ഒരാവർത്തി വായിച്ച ശേഷം മിസിസ് സ്വാൻക്രോർട്ട് പറഞ്ഞുതുടങ്ങി. "ഇത് അത്ര ഭയങ്കരമായ ലേഖനമാണെന്നൊന്നും എനിക്കു തോന്നുന്നില്ല. മാത്രവുമല്ല, ഇതേക്കുറിച്ച് എല്ലാവരും ഇപ്പൊ മറന്നിട്ടുമുണ്ടാകും. ഏത് പുസ്തകത്തിനെക്കാളും മികച്ചതാണ് ഇതെന്ന് എനിക്കുറപ്പുണ്ട്. ഒന്ന് കേട്ടു നോക്ക്-ശബ്ദമില്ലാതെ വായിക്കുന്നതിനേക്കാളും നല്ലതാണ് അത് വായിച്ചുകേൾക്കുന്നത് *ദി കാസിൽ ഓഫ് കെല്ലോൺ കാസിൽ*. മധ്യകാലഘട്ടത്തിലെ ഒരു റൊമാൻസ് നോവൽ ഏണസ്റ്റ് ഫീൽഡിന്റേത്. ആവർത്തനവിരസവും അരസികവുമായ ആധുനിക സാമൂഹിക ചുറ്റുപാടിൽനിന്നും, ഒട്ടും താൽപ്പര്യം തോന്നാത്ത കഥാപാത്രസൃഷ്ടിയിൽനിന്നും, സ്വഭാവികമായ കഥാസന്ദർഭത്തിൽനിന്നും ഒക്കെയുള്ള ഒരു രക്ഷപ്പെടലിന്റെ സന്തോഷമാണ് ഈ പുസ്തകം കൈയിലെടുക്കുമ്പോൾ വായനക്കാരന് തോന്നുന്നത്. കാലം മുറിവേൽപ്പിച്ച കവിളുകൾ, സ്നേഹനിർഭരരായ യുവതികൾ; എല്ലാം നിറഞ്ഞുകിടക്കുന്ന താളുകൾ. അവയൊന്നും ഒരുപാട് കാലമായി നമ്മൾ കേട്ടിട്ടില്ലതാനും-നമ്മളെ ഒരു മായികലോകത്ത് കൊണ്ടെത്തിക്കുകയും ആനന്ദിപ്പിക്കുകയും ചെയ്യുന്നു. ഇതൊരു നല്ല തുടക്കമാണെന്നാണ് എന്റെ അഭിപ്രായം. പിന്നെ നിന്നെ ഒരിക്കലും കണ്ടിട്ടില്ലാത്ത ഒരാളാണെഴുതിയത് എന്നോർത്തും നിനക്ക് അഭിമാനിക്കാം."

"ആ ശരിയാണ്." എൽഫ്രഡ് വേദനയോടെ മന്ത്രിച്ചു.

"ഇനിയൊരുപക്ഷേ കാണാനിരിക്കുന്ന ആൾ."

"പക്ഷേ, അടുത്ത ഭാഗം കുറച്ച് മോശമാണ്." മിസിസ് സ്വാൻ

ക്രോർട്ട് വായന തുടർന്നു.

എൽഫ്രഡ് ആത്മരോഷത്തോടുകൂടി പറഞ്ഞു: "അയാൾ എന്തിന് എന്നെക്കുറിച്ച് ഇങ്ങനെ ഒക്കെ എഴുതുന്നു. അതിന് അയാൾക്ക് എന്ത് അവകാശം?"

"നീയങ്ങനെ വിളിക്കേണ്ടവളല്ല, ശരിതന്നെ. ഒരു യുവതി എഴുതിയത്, അതിനെ അധികാരങ്ങളും വങ്കത്തരങ്ങളും മത്സരങ്ങളുംകൊണ്ട് കുത്തിനിറച്ചിരിക്കുന്നു. വായനയ്ക്ക് അത് മി ജി പി ആർ ജയിംസിന്റെ കഥകളെയും ഇവാൻഹോയുടെ ഏറ്റവും കൃത്രിമത്വം നിറഞ്ഞ ഭാഗങ്ങളെയും ഒക്കെ ഓർമിക്കുന്നു. ഏത് കെണിയിലും വീഴുന്ന കുഞ്ഞു മത്സ്യം പോലും രക്ഷപ്പെട്ട് വഴിമാറിപ്പോകുംവിധം വ്യക്തമാണ് ഇര."
"നോക്കൂ കുട്ടി, ഇതിൽ വലിയ പരാതി പറയത്തക്കതായൊന്നും കാണുന്നില്ല. അയാളെ സർ വാൾട്ടർ സ്കോട്ടിനെ ഒക്കെ ഓർമപ്പെടുത്താൻ മാത്രം നല്ലതാണ് നിന്റെ പുസ്തകമെന്ന് ഇത് തെളിയിക്കുന്നുണ്ട്."

"ഓ ശരി. റൊമാൻസ് എഴുതാനറിയില്ലെങ്കിലും എഴുതുന്നവരെ അയാൾക്ക് ഓർമപ്പെടുത്തിക്കൊടുക്കാനെങ്കിലും എനിക്ക് കഴിഞ്ഞല്ലോ." താൻ കണ്ടിട്ടില്ലാത്ത തന്റെ ശത്രുവിനെ കളിയാക്കിക്കൊണ്ടാണ് എൽഫ്രഡ് പറഞ്ഞത്, അവളുടെ പരിഹാസം ചുണ്ടുകളിൽ പിറുപിറുക്കലായി മാറി.

"ഉറപ്പായും, പിന്നെ അതിലും ചിലതുണ്ട്. ഒരു സാധാരണ സാഹിത്യമെന്നതിലുപരി പരിഗണിക്കപ്പെടാതിരിക്കാൻ മാത്രം നല്ലതല്ല നിന്റെ നോവൽ. എന്നാൽ ആക്രമിക്കപ്പെടാൻ മാത്രം മോശമായ സ്ഥാനത്തുമല്ല അതിന്റെ നിൽപ്പ്."

"പക്ഷേ, ഈ ലേഖനത്തിന് വിഷയമായ പുസ്തകത്തിലേക്ക് തിരിച്ചുവരേണ്ടതുണ്ട്. എഴുത്തുകാരിയുടെ ശക്തി നിസ്സാരവൽക്കരിക്കാൻ നമുക്കാവില്ല. തനതായ ഒരു ശൈലി എഴുത്തിൽ സൂക്ഷിക്കാൻ അവൾക്ക് കഴിഞ്ഞിട്ടുണ്ട്. അത് ബാലിശമായ വികാരങ്ങളുടെ മഹനീയമായ പിറുപിറുക്കലാണെന്ന് വേണമെങ്കിൽ പറയാം. സൽക്കാരവേളകളുടെയും മറ്റും വിവരങ്ങൾ, വലിയ കാലവ്യതിയാനമില്ലാതെ അവതരിപ്പിച്ചിരുന്നു."

"ഞാനിതൊക്കെ ആക്ഷേപഹാസ്യമെന്ന നിലയ്ക്കേ കാണുന്നുള്ളൂ. അതിനേക്കാളും കൂടുതലായി എന്തെങ്കിലും ഉണ്ടെന്ന് എനിക്ക് തോന്നുന്നില്ല. ഏഴു മണിയായി എൽഫ്രഡ്." മിസിസ് സ്വാൻക്രോർട്ട് അവളുടെ വേലക്കാരിയെ വിളിക്കാനായി ബെല്ലടിച്ചു.

ആക്രമണം പരസ്പരധാരണയുള്ള മനസിനെ ഇളക്കിമറിക്കും, സ്റ്റീഫൻ സ്മിത്തിന്റെ കത്തിൽ അവളുമായി ഒന്നായിച്ചേരുന്നതിനെക്കുറിച്ചല്ലാതെ മറ്റൊന്നുമില്ല; ലേഖനത്തിലാണെങ്കിൽ നേരെ തിരിച്ചും. രൂപമോ, പ്രായമോ, ഭാവമോ ഒന്നുമറിയാത്ത ശക്തമായ ഒരു ഭാഷ

യുടെ ഉടമ എന്നു മാത്രം അറിയാവുന്ന ഒരപരിചിതൻ; അയാൾ അഭി സംബോധന ചെയ്ത സ്ത്രീക്ക് സ്വാഭാവികമായും അതൊരു കൗതുക മാവും. രാത്രി ഉറക്കത്തിലേക്ക് വീഴുമ്പോൾ എൽഫ്രഡിന്റെ മനസു മുഴുവൻ ആ കത്തെഴുതിയ ആളോടുള്ള പ്രണയമായിരുന്നു. പക്ഷേ, അവൾ ചിന്തിച്ചതു മുഴുവനും ലേഖനമെഴുതിയ ആളെക്കുറിച്ചായി രുന്നു.

16

വിഭ്രമരൂപങ്ങൾ

മൂന്നാഴ്ചയ്ക്കുശേഷം സ്വാൻക്രോർട്ടും മിസിസ് സ്വാൻക്രോർട്ടും എൽഡൽസ്റ്റൗവിലെ വീട്ടിന്റെ സ്വീകരണമുറിയിലിരുന്ന് കഴിഞ്ഞ രണ്ട് മാസത്തെ നഗരജീവിതത്തെക്കുറിച്ച് വിലയിരുത്തുകയായിരുന്നു. അവർക്ക് പരിചയപ്പെടാനായ വ്യക്തികളെ കൈവിരലിൽ എണ്ണിത്തീർക്കാവുന്നതേയുള്ളൂ.

എൽഫ്രഡിനെ സംബന്ധിച്ച് അവളുടെ രണ്ടാനമ്മയുമൊത്ത് ലണ്ടനിൽ ചെലവിട്ട കാലം അവളുടെ വിചാരങ്ങൾക്ക് പുരോഗതിയാണുണ്ടാക്കിയത്. അതായത് സ്റ്റീഫൻ സ്മിത്തുമായുള്ള അവളുടെ ബന്ധത്തിന് ഗാഢത കുറച്ച് കുറഞ്ഞു. അവൾ അവളുടെ കുട്ടിക്കാലത്തിലേക്ക് മടങ്ങിപ്പോയിരിക്കുന്നു എന്ന് അവൾക്ക് സ്വയം തോന്നി. മാനസിക വ്യാപാരങ്ങൾ അങ്ങനെയാണ്, സ്വയം നിരീക്ഷിച്ചാൽ അതിന്റെ പുരോഗതിയും വളർച്ചയും എല്ലാം സ്വയം മനസിലാക്കാനാവും.

അവൾ കസേരയിലിരുന്നുകൊണ്ട് അവളുടെ റൊമാൻസ് വിഷാദത്തോടെ മറിച്ചുനോക്കിക്കൊണ്ടിരുന്നു. പ്രസന്റിലെ ലേഖനം വായിച്ചതിനുശേഷം ഇതാദ്യമായാണ് അവൾ അവളുടെ നോവൽ തുറന്നുനോക്കുന്നതുതന്നെ.

"നീ ഇപ്പോഴും ആ നിരൂപണത്തെക്കുറിച്ചാണോ എൽഫ്രഡ് ചിന്തിക്കുന്നത്?"

"അയാളെക്കുറിച്ച് വ്യക്തിപരമായല്ല, പക്ഷേ അയാളുടെ അഭിപ്രായത്തെക്കുറിച്ചാണ് ഞാൻ ആലോചിക്കുന്നത്. ശരിക്കും, ഇത്രയും നീണ്ട ഇടവേളയ്ക്കുശേഷം ഇതെടുത്ത് നോക്കുമ്പോൾ അയാളതിനെക്കുറിച്ച് ഒരുവിധം നന്നായി അഭിപ്രായം പറഞ്ഞുകഴിഞ്ഞു എന്നു തോന്നുന്നു."

"അയാളുടെ ചില വാദങ്ങൾ ശരിയാണെന്ന് എനിക്ക് അഭിപ്രായമുണ്ട്, പക്ഷേ ചിലത് തെറ്റുമാണ്. ഒന്നിലധികം സന്ദർഭങ്ങളിൽ അയാൾ എന്റെ ഉദ്ദേശ്യങ്ങളെ തെറ്റിദ്ധരിച്ചിരിക്കുന്നു. തെറ്റായി വ്യാഖ്യാനിക്കപ്പെടുന്നതിനേക്കാളും ഏറെ വിഷമകരമാണ് തെറ്റിദ്ധരിക്കപ്പെടുന്നത്. അയാൾ എന്നെ തെറ്റിദ്ധരിച്ചിരിക്കുകയാണ്. ഞാനൊരിക്കലും ഉദ്ദേശിച്ചിട്ടില്ലാത്ത കാര്യങ്ങൾ എനിക്കുമേൽ ചുമത്തുന്ന ഒരവസ്ഥ ഒട്ടും സുഖകരമല്ല."

"അയാൾക്ക് നിന്നെക്കുറിച്ച് ഒന്നുമറിയില്ല. പേരുപോലും. ഒരു സംശയവും വേണ്ട അങ്ങനെ ഒരു പുസ്തകത്തെക്കുറിച്ച് എഴുതിയ കാര്യമേ അയാളിപ്പോ മറന്നുപോയിട്ടുണ്ടാവും."

"എനിക്ക് സ്വന്തമായി ഒന്ന് രണ്ട് കാര്യങ്ങൾ അയാൾക്കു മുമ്പിൽ വെളിവാക്കാനുണ്ട്." അത്രയും നേരം അവർക്കിടയിൽ നിശ്ശബ്ദനായിരുന്ന വികാരി പറഞ്ഞു. "വിമർശകൻ എഴുതിക്കൊണ്ടേയിരിക്കും. ഒരിക്കലും സ്വയം തിരുത്തുകയോ വാദിക്കാൻ മെനക്കെടുകയോ ഇല്ല. അതുകൊണ്ടുതന്നെ അവർക്ക് ഒരു പുരോഗതിയും ഉണ്ടാവുകയും ഇല്ല."

"പപ്പാ" എൽഫ്രഡ് ആവേശത്തോടെ വിളിച്ചു.

"അയാൾക്കെഴുതാം!"

"ഞാൻ ഉടനെ അയാൾക്ക് എഴുതുകയാണ് അക്കാര്യത്തെപ്പറ്റി." സ്വാൻക്രോർട്ട് പറഞ്ഞു.

"എഴുതണം, യുവതികൾക്ക് പുസ്തകമെഴുതുമ്പോൾ അവർ ഒരു പുരുഷന്റെ പേര് സ്വീകരിക്കുന്നത് പൊങ്ങച്ചം കാണിക്കാനല്ല മറിച്ച് സ്വന്തം പേരിൽ എഴുതുന്നത് വലിയ ധൈര്യം കാണിക്കലാവുമോ എന്നവർക്ക് ഭയമുള്ളതുകൊണ്ടാണ്. അയാളെ പോലെയല്ല അവൾ കഥപറയാനുദ്ദേശിക്കുന്നത്, യുവാക്കൾക്കുവേണ്ടി ഒരു മധുരതരമായ ചരിത്രം. അതിലൂടെ നൂറുകണക്കിന് വർഷങ്ങൾക്കുമുമ്പ് തന്റെ രാജ്യത്ത് എന്തു നടന്നു എന്നറിയാനുള്ള ആഗ്രഹം അവർക്ക് ഉണ്ടാവും. അത് അവരെ ആ വിഷയത്തിലേക്ക് ആഴത്തിലിറങ്ങിച്ചെല്ലാൻ പ്രേരിപ്പിക്കും. ആ...... അങ്ങനെ ഒരുപാടുണ്ട് വിശദമായി പറയാൻ ....ഞാൻതന്നെ അങ്ങ് എഴുതിയാലൊ?"

"നോക്ക് എൽഫ്രഡ്, നമ്മളെന്താ ചെയ്യേണ്ടതെന്ന് ഞാൻ പറയാം." ഒരു വിമർശകനെ വിമർശിക്കുന്നതിലുള്ള രസത്തിൽ ഇക്കിളിപ്പെട്ടുകൊണ്ട് മിസിസ് സ്വാൻക്രോർട്ട് പറഞ്ഞു. "നീ എന്തൊക്കെയാണ് അയാളുടെ പിഴവുകൾ എന്ന് വ്യക്തമായി എഴുതണം, ഞാനതിന്റെ പകർപ്പെടുത്ത് എന്റെതന്നെ ഭാവത്തിൽ അയാൾക്ക് അയയ്ക്കാം."

"അതെ നേരിട്ട്!" ചാടി എഴുന്നേറ്റുകൊണ്ട് എൽഫ്രഡ് പറഞ്ഞു. "എപ്പഴാ പപ്പാ, അതയയ്ക്കുക?"

"ഒന്നോ രണ്ടോ ദിവസത്തിനകം അയയ്ക്കാം എന്നു കരുതുന്നു." അയാൾ മറുപടി പറഞ്ഞു. പിന്നെ സ്വാൻക്രോർട്ട് പതുക്കെ ഒരു കോട്ടു

വായിട്ടു. പിന്നെ എല്ലാ മുതിർന്നവരെയുംപോലെതന്നെ കാര്യത്തോടടുത്തപ്പോൾ തണുത്തിട്ടെന്നപോലെ അയാൾ പറഞ്ഞു.

"പക്ഷേ, അതുകൊണ്ടൊന്നും ഫലമുണ്ടാവില്ല."

"പപ്പ, ചെയ്യാമെന്ന് പപ്പതന്നെ പറഞ്ഞു, ഇപ്പൊ പറയുന്നു വേണ്ടെന്ന്. ഇത് ശരിയല്ല."

"ആർക്കാണ് അയയ്ക്കേണ്ടതെന്നറിയാതെ നമ്മളെങ്ങനെയാ അയയ്ക്കുക?"

"നിങ്ങൾക്കത് ശരിക്കും അയയ്ക്കണം എന്നുണ്ടെങ്കിൽ അതെളുപ്പത്തിൽ ചെയ്യാവുന്നതേ ഉള്ളൂ." മിസിസ് സ്വാൻക്രോർട്ട് തന്റെ ഭർത്താവിന്റെ മകളുടെ രക്ഷയ്ക്കെത്തിക്കൊണ്ട് പറഞ്ഞു.

"കവറിൽ ഇങ്ങനെ വിലാസമെഴുതുക-

ദി സി ഓഫ് കെല്ല്യൻ കാസിലിന്റെ വിമർശകന്,

C/o പ്രസന്റിന്റെ എഡിറ്റർ. അത് അയാൾക്ക് എത്തിക്കാതിരിക്കില്ല."

"അതെ എത്താതിരിക്കില്ല."

"നിന്റെ മറുപടി നിനക്ക് തന്നെ എഴുതിക്കൂടെ എൽഫ്രഡ്?" മിസിസ് സ്വാൻക്രോർട്ട് അന്വേഷിച്ചു.

"ഞാനെഴുതാം" അവൾ ധൃതിയോടെ പറഞ്ഞു. "എന്നിട്ട് പേരു വെക്കാതെ അയാൾക്കയയ്ക്കും, അതാണ് എന്നോടയാൾ ചെയ്തതിന് അതു പോലെയുള്ള പകരംവീട്ടൽ."

"ഒരു കാര്യവുമില്ല."

"പക്ഷേ, എന്റെ ശരിയായ പേര് അയാളെ അറിയിക്കുന്നത് എനിക്കിഷ്ടമല്ല. ഞാനെന്റെ ഇനിഷ്യൽ മാത്രം ഇട്ടാലോ?"

"അതെ. അങ്ങനെയും ചെയ്യാവുന്നതാണ്."

എൽഫ്രഡ് അപ്പോൾത്തന്നെ ജോലിയാരംഭിച്ചു. അവളുടെ കഴിഞ്ഞ രണ്ടാഴ്ചക്കാലത്തെ ആഗ്രഹം പൂർത്തീകരിച്ചതായി തോന്നി. വികാരലോലുപയും ഏകാകിയുമായ മനസിനിഷ്ടമായവരിൽ സംഭവിക്കുന്നതുപോലെതന്നെ ഒരേ വിഷയം തുടർച്ചയായി മനസിലിട്ട് പെരുകിപ്പെരുകി ഭീമാകാരമായി അവൾ സ്വയം ഒരു മാന്ത്രികലോകത്തെത്തിയതുപോലെ തോന്നി. രാത്രിയും പകലുമെല്ലാം അവൾ, അയാൾ അവളെ ഒരു സ്ത്രീയായി എഴുത്തുകാരിയിൽനിന്നും വ്യത്യസ്തമായി എങ്ങനെയാണ് പരിഹസിച്ചത്, ശരിക്കും അയാളവളെ പരിഹസിക്കുകയായിരുന്നോ? വിമർശനശരങ്ങൾ ഏൽക്കാൻ കെൽപ്പില്ലാത്ത ഒരു സാധാരണ സ്ത്രീയായി മാത്രമാണോ അയാൾ അവളെ കണ്ടത്. എന്നുതുടങ്ങി എല്ലാം കൃത്യമായി മനസിലാക്കാനുള്ള ശ്രമത്തിലൂടെ എൽഫ്രഡ് ക്ഷീണിതയായി.

നാലു ദിവസങ്ങൾക്കുശേഷം മിസിസ് സ്വാൻക്രോർട്ടിന്റെ പേരിൽ അപരിചിതമായ കൈയക്ഷരത്തിൽ വിലാസമെഴുതി ഒരു കവർ തപാലിൽ വന്നു.

എൽഫ്രഡ് പാരവശ്യത്തോടെ പൊട്ടിച്ചു. ഇതയാളുടെതാവുമോ? - ആ അപമര്യാദയുള്ള മറുപടി! ഇതേ കൈപ്പടയിൽ ഒന്ന് മിസിസ് സ്വാൻക്രോർട്ടിനും ഉണ്ടല്ലോ?' അവൾ അവളുടെ കത്തു തുറക്കാൻ ഭയപ്പെട്ടു. "എന്നാലും അയാൾക്കെങ്ങനെ എന്റെ പേരറിയാം, ഇത് പേരറിയാവുന്ന ആരെങ്കിലും ആവും."

"വിഡ്ഢിത്തം" അവളുടെ അച്ഛൻ ഗൗരവപൂർവം പറഞ്ഞു. "നീ നിന്റെ ഇനിഷ്യൽ വച്ചിട്ടുണ്ടായിരുന്നു. ഡയറി നോക്കി ഇനിഷ്യൽ കൊണ്ട് തന്നെ പേരും ആളെയും കണ്ടെത്താം. നിന്നോട് അത്ര വലിയ ഗൗരവമുണ്ടാകലല്ലാതെ അയാൾ അതിനൊന്നും മെനക്കെടുകയില്ല. എനിക്കു തോന്നുന്നു ചെറിയ തോതിൽ ലളിതമായി എഴുതേണ്ട സാഹിത്യചർച്ചയ്ക്ക് പകരം നീ വിഷയത്തെ ഗുരുതരമായി എടുത്ത് എഴുതിക്കാണും."

"ശരി." കത്ത് പൊളിക്കുന്നതിനിടെ നിരാശയോടെ എൽഫ്രഡ് പറഞ്ഞു.

"തീർച്ചയായും ശരിയാണ്." തന്റെ കത്തിൽനിന്നും മുഖമുയർത്തി മിസിസ് സ്വാൻക്രോർട്ട് ആശ്ചര്യപ്പെട്ടു.

"എൽഫ്രഡ് ഞാൻ നിന്നോട് പറയാൻ മറന്നുപോയതാണ്. ഞാനിന്നലെ എന്റെ ഒരു കസിനെ ഹെൻറി നൈറ്റിനെ കണ്ടിരുന്നു. ഞാനവനെ ഇഷ്ടമുള്ളത്ര ദിവസം ഇവിടെ വന്നു താമസിക്കാൻ ക്ഷണിക്കുകയും ചെയ്തിരുന്നു. ഇപ്പൊ, അവനെഴുതിയിരിക്കുന്നു ആഗസ്റ്റിലൊരു ദിവസം വരും എന്ന്."

"മാസത്തിന്റെ ആദ്യം വരാൻ പറഞ്ഞുകൊണ്ട് എഴുതൂ." അലസതയോടെ വികാരി പറഞ്ഞു.

മിസിസ് സ്വാൻക്രോർട്ട് വായന തുടർന്നു. "ദൈവമേ.... അതാണല്ലേ കാര്യം! അവനാണ് എൽഫ്രഡിന്റെ ബുക്കിന്റെ നിരൂപകൻ! എന്ത് വങ്കത്തരങ്ങളൊക്കെയാണ് നടന്നത്. അവൻ നിരൂപണങ്ങളെഴുതുമെന്നോ പ്രസന്റിൽ ജോലി ചെയ്യുന്നെന്നോ ഒന്നും എനിക്കറിയില്ല. അവനൊരു വക്കീലാണ്. അവൻ ത്രൈമാസികകളിലൊക്കെ എഴുതുമെന്നേ ഞാൻ കരുതിയുള്ളൂ. എൽഫ്രഡ് നീയൊരു വലിയ കുരുക്കിലാണ് വീണിരിക്കുന്നത്. അവൻ നിനക്കെന്താ എഴുതിയിരിക്കുന്നത്?"

അസംതൃപ്തി നിറഞ്ഞ മുഖത്തോടെ എൽഫ്രഡ് അവളുടെ എഴുത്തു താഴെയിട്ടു.

"എനിക്കറിയില്ല അവനെന്റെ പേരും മറ്റെല്ലാം അറിയാം. എന്തൊ അയാൾ പ്രത്യേകിച്ച് കൃത്യമായി ഒന്നും എഴുതിയിട്ടില്ല - ഇത്രയെ ഉള്ളൂ:-

'പ്രിയപ്പെട്ട മാഡം, എന്റെ പരാമർശങ്ങൾ അത്രയ്ക്ക് കഠിനമായെങ്കിൽ ഞാൻ മാപ്പുപറയുന്നു. എങ്കിലും അത്രമാത്രം വലിയ വാദങ്ങൾ അടങ്ങിയ ഒരു മറുപടിക്ക് മാത്രം അതുണ്ട് എന്നറിയുമ്പോൾ സന്തോഷം തോന്നുന്നു. നിർഭാഗ്യവശാൽ, ഒരുപാട് നാളുമുൻപ് എഴു

തിയ ലേഖനമായതിനാൽ എന്തെങ്കിലും മറുപടി പറയാൻവേണ്ടി എനിക്ക് ഒന്നും ഓർമയില്ല. ഞാൻ മിസിസ് സ്വാൻക്രോർട്ടിന് എഴുതിയ കത്ത് നിങ്ങൾക്ക് കാണാം. നമ്മൾ കരുതുംപോലെ അത്രയ്ക്ക് അപരിചിതരല്ല നമ്മൾ മിക്കവരും, എനിക്ക് അടുത്തുതന്നെ നിങ്ങളെ കാണാനാവും. നിങ്ങൾക്ക് എന്തെങ്കിലും വാദങ്ങൾ ഉന്നയിക്കാനുണ്ടെങ്കിൽ അത് അർഹിക്കുംവിധത്തിൽ."

"എനിക്കറിയാം, അതൊരു പാരവെപ്പാണ്."

"ഏയ്. അല്ല. എൽഫ്രഡ്."

"ആ, എങ്കിലയാളുടെ പരാമർശം ഇത്രയ്ക്ക് പരുക്കനാവണ്ടല്ലോ,- ഞാൻ അങ്ങനെ ഒന്നും പറഞ്ഞിട്ടില്ല."

"നീ ഭയങ്കര ചൂടിലാണെന്ന് അവൻ കരുതിക്കാണും." അടക്കിപ്പിടിച്ച് ചിരിച്ചുകൊണ്ട് ദ്വയാർഥത്തിലാണ് മിസിസ് സ്വാൻക്രോർട്ട് പറഞ്ഞത്.

"അയാൾ വന്ന് എന്നെ കാണട്ടെ, എന്നിട്ട് എന്തേ കവികൾ സംസാരത്തിൽ മാന്യത ഇല്ലാത്തവരും പെരുമാറ്റത്തിൽ പരുക്കരായവരും ആയതെന്നു മനസിലാക്കട്ടെ. ഒരിക്കലും അയാൾക്ക് ഒരു വാക്കും എഴുതാതിരുന്നെങ്കിൽ എന്നു ഞാനിപ്പൊ കരുതുന്നു."

"സാരമില്ല." മിസിസ് സ്വാൻക്രോർട്ട് തമാശയോർത്ത് ചിരിച്ചുകൊണ്ട് തുടർന്നു. "കണ്ടുമുട്ടൽ നല്ല തമാശയായിരിക്കും, എനിക്കും നിന്റെ അച്ഛനും അത് കണ്ടാസ്വദിക്കാം. നൈറ്റിന് എതിരെ ചിന്തിക്കലായിരുന്നു നമുക്കെപ്പൊഴും ജോലി......!"

വികാരി പെട്ടെന്ന് ആ പേര് തിരിച്ചറിഞ്ഞു. നൈറ്റ്, സ്മിത്തിന്റെ സുഹൃത്തും വഴികാട്ടിയും. പക്ഷേ സ്റ്റീഫൻ സ്മിത്തിന്റെ തറവാടിനെക്കുറിച്ച് വന്ന തെറ്റിദ്ധാരണകൾ ഉള്ളിലുള്ളതുകൊണ്ട് അയാൾ അതെക്കുറിച്ച് സംസാരിക്കാൻ ഇഷ്ടപ്പെട്ടതേ ഇല്ല. എൽഫ്രഡും അതുതന്നെയാണ് ചിന്തിച്ചത്. അത് ബന്ധങ്ങൾ ഒന്നുകൂടി സങ്കീർണമാക്കി. അവളുടെ രണ്ടാനമ്മയ്ക്ക് ഒന്നും അറിയാത്ത ഒരു കുരുക്ക്!

പുതിയ ബന്ധങ്ങളും തിരിച്ചറിവും നൈറ്റിന്റെ ആകർഷണീയത ഒന്നുകൂടി കൂട്ടി. 12 മാസംമുമ്പുവരെ അയാളെ സ്റ്റീഫൻ സ്മിത്തിന്റെ സുഹൃത്ത് എന്ന നിലയ്ക്കുമാത്രമേ എൽഫ്രഡിന് അറിയാമായിരുന്നുള്ളൂ.

നൈറ്റുമായി ബന്ധപ്പെട്ട ഈ യാദൃച്ഛികതകളെല്ലാംകൂടി എൽഫ്രഡിന്റെ മനസിനെ നൈറ്റിൽത്തന്നെ താങ്ങിനിർത്തി. ഏതെങ്കിലും ആശയക്കുഴപ്പം ഉണ്ടായാൽ പതിവായി ചെയ്യുന്നപോലെതന്നെ എൽഫ്രഡ് കുറ്റിച്ചെടികൾക്കിടയിലൂടെ ഇറങ്ങിനടന്നു. തണ്ടിൽ വെച്ചുതന്നെ ഒരില നുള്ളിപ്പറിച്ചുകൊണ്ട് കുറേനേരം നിന്നു. പണ്ട് സ്മിത്ത് അവന്റെ സുഹൃത്തിനെ പുകഴ്ത്തി സംസാരിച്ചിരുന്നത് അവൾ ഓർത്തു. അത് കുറേക്കൂടി ശ്രദ്ധയോടെ കേൾക്കേണ്ടതായിരുന്നു എന്ന് എൽഫ്രഡിന് തോന്നി. ഇല പറിച്ചുകൊണ്ട് അവിടെ നിന്നപ്പോൾ

അവർ കണ്ടുമുട്ടുമ്പോൾ അയാൾ പറയാനിടയുള്ള കാര്യങ്ങളോർത്ത് അവൾക്ക് നാണക്കേടും കൂടിവന്നു. തന്റെ എഴുത്ത് കുറച്ച് കടുത്തതായിപ്പോയി എന്ന് അവൾക്ക് ഇപ്പോൾ തോന്നി.

അവളുടെ അടുത്ത ചിന്ത അവന്റെ ശരീരത്തെക്കുറിച്ചായിരുന്നു. അയാൾ നീളമുള്ള ആളാകുമോ, അതോ ഒരു കുള്ളനോ? വെളുത്തിട്ടാണോ അതോ കറുത്തിട്ടോ? ഗൗരവക്കാരനാവുമോ അതോ തമാശക്കാരനോ? അവൾക്ക് വേണമെങ്കിൽ മിസിസ് സ്വാൻക്രോർട്ടിനോട് ചോദിക്കാം. പക്ഷേ ചിലപ്പോൾ കളിയാക്കലാവും മറുപടി. അവസാനം എൽഫ്രഡ് പറഞ്ഞു: "ഓ ആ നിരൂപകൻ എന്തൊരു ശല്യമായിപ്പോയി!" പിന്നീടവൾ ഇന്ത്യ കിടക്കുന്നു എന്നവൾ സങ്കൽപ്പിക്കുന്ന ഭാഗത്തേക്ക് തിരിഞ്ഞുനോക്കിക്കൊണ്ട് പിറുപിറുത്തു- "ഓ, എന്റെ പ്രിയ ഭർത്താവേ, നീയെന്താണവിടെ ചെയ്യുന്നത്? എനിക്ക് കാണാനായെങ്കി. നീയെവിടെ? കിഴക്കോ, പടിഞ്ഞാറോ? എവിടെ? നിനക്കു പിറകിൽ എപ്പോഴും ആ മലനിരകളുണ്ടോ?........"

17

സ്വാഗതം

"അതാ നൈറ്റ്. എനിക്കുറപ്പാണ്!" മിസിസ് സ്വാൻകോർട്ട് ഒരു ദിവസം പറഞ്ഞു. സ്ലിയാന്റേൺ കടൽത്തീരത്തിനടുത്തുള്ള താഴ്വാരത്തിലേക്ക് തള്ളിനിൽക്കുന്ന ഒരു വലിയ പാറയുടെ അറ്റത്ത് തീരത്തേക്ക് നോക്കിക്കൊണ്ടിരിക്കുകയായിരുന്നു. അവർ നിൽക്കുന്ന, കുത്തനെയുള്ള ആ പാറപ്പുറത്തുനിന്ന് ഒരു മനുഷ്യന്റെ മുഖം ദൂരെ കാണാം.

വേലിപ്പുറത്തേക്ക് വലിഞ്ഞുകയറിയ കഴുത്ത് നീട്ടി എൽഫ്രഡ് അമ്മ പറഞ്ഞ ആളെ നോക്കി. അയാൾ അലസമായി, താഴെ അരുവിയുടെ തീരത്തുകൂടിയുള്ള പച്ച പുതച്ചുകിടക്കുന്ന ചെറിയ നടപ്പാതയിലൂടെ നടന്നു വരികയായിരുന്നു. കൈയിലൊരു തടിച്ച ഊന്നുവടിയുണ്ട്, ഇടത്തെ ചന്തിയിലേക്ക് തൂങ്ങിക്കിടക്കുന്ന ഒരു ചെറിയ ലതർ ബാഗ്, ബ്രൗൺനിറത്തിലുള്ള ഒരു തൊപ്പി ധരിച്ചിട്ടുണ്ട്. ബാഗ് പഴയതാണ്. അതിന്റെ പുറത്തെ കവർ കീറിയും പറിഞ്ഞുമിരിക്കുന്നു. പലയിടത്തും ലതർ ഇളകിത്തുടങ്ങിയിട്ടുണ്ട്.

നൈറ്റ് സ്ലിയാൻട്ടൺ കുന്നിനു മുകളിൽ ഒരു ബസിൽ വന്നിറങ്ങിയിട്ട് ബാക്കി രണ്ടു മൈൽ ദൂരം നടന്നുപോകാം എന്നു തീരുമാനിച്ച് ലഗേജ് ചുമക്കാൻ ഒരാളെ കൂടെ കൂട്ടിയിട്ടുണ്ട്.

അയാൾക്ക് പിറകിൽ ഒരു പയ്യൻ ധൃതിപ്പെട്ട് നടക്കുന്നുണ്ട്. വലിയ രൂപങ്ങൾ ചെറിയതിനെ ആകർഷിക്കും എന്ന ഭൗതികശാസ്ത്രതത്വമനുസരിച്ചിട്ടെന്നപോലെ ആ പയ്യൻ അയാൾക്ക് പിറകെ നടക്കുന്നു...... ഒരു നായ നടക്കുംപോലെ, അയാൾ കാലുയർത്തുന്നതും താഴ്ത്തുന്നതും നോക്കിക്കൊണ്ട്, തലതാഴ്ത്തി.

മി. സ്വാൻക്രോർട്ടും മിസിസ് സ്വാൻക്രോർട്ടും ഒളിഞ്ഞിരുന്ന് നോക്കുന്ന സ്ഥലത്തിന് തൊട്ടെതിർഭാഗത്തെത്തിയപ്പോൾ നൈറ്റ് നിന്നു. എന്നിട്ട് ആ പയ്യന്റെ നേരെ തിരിഞ്ഞു.

"ഇവിടെ നോക്കൂ." അവൻ പറഞ്ഞു.

പയ്യൻ ചുണ്ടു മലർത്തി, കണ്ണ് തുറന്നുനോക്കി, പക്ഷേ ഒന്നും മിണ്ടിയില്ല.

"ഇതാ, എന്റെ തൊട്ടുപിറകെ ഈ താഴ്‌വരയിലൂടെ മുഴുവനും വന്നതിന് നിനക്ക് ഞാൻ ആറു പെൻസ് തരാം."

താൻ നൈറ്റിന്റെ കാൽച്ചുവട്ടിൽത്തന്നെ നോക്കുകയായിരുന്നു എന്നുപോലും അറിയാത്ത വിധത്തിൽ പയ്യൻ നിന്നു. ആറു പെൻസ് യാന്ത്രികമായി കൈനീട്ടിവാങ്ങി, നൈറ്റ് പോയതറിയാതെ ധ്യാനത്തി ലെന്നപോലെ അവൻ നിന്നു.

'എന്തു നല്ല ശബ്ദം.' എൽഫ്രഡ് ചിന്തിച്ചു. പക്ഷേ വലിയ ദേഷ്യക്കാരനാണെന്നു തോന്നുന്നു കണ്ടിട്ട്.

"അവൻ കുന്നുകയറി വരുമ്പോഴേക്കും നമുക്ക് വീടിനകത്ത് കേറാം." മിസിസ് സ്വാൻക്രോർട്ട് പതുക്കെ പറഞ്ഞു. അവർ ഒരു ചവിട്ടുപടി കയറി കുറുക്കുവഴിയിലൂടെ, വശത്തെ വാതിൽ കടന്ന് പെട്ടെന്നുതന്നെ വീട്ടിനകത്തെത്തി.

മി. സ്വാൻക്രോർട്ട് ഒരു വികാരിക്കൊപ്പം ഗ്രാമത്തിലേക്കു പോയി രിക്കുകയാണ്. എൽഫ്രഡിന് മിസിസ് സ്വാൻക്രോർട്ടിനൊപ്പം ആ വിരു ന്നുകാരനെ കാത്ത് സ്വീകരണമുറിയിൽ നിൽക്കുമ്പോൾ വല്ലാത്ത പരി ഭ്രമം അനുഭവപ്പെട്ടു. അതുകൊണ്ട് മിസിസ് സ്വാൻക്രോർട്ട് വന്നപ്പോൾ എൽഫ്രഡ് പൂന്തോട്ടത്തിൽ പലയിനം പൂക്കൾക്കിടയിൽ വെറുതെ സമയം കൊല്ലുകയായിരുന്നു.

ഇതുകൊണ്ടൊന്നും കാര്യമില്ല എന്നു കരുതിക്കൊണ്ട് കുറച്ചു നേരം കഴിഞ്ഞപ്പോൾ വശത്തുള്ള ചില്ലുവാതിൽ കടന്ന് അവൾ ധൈര്യ പൂർവം അകത്തേക്ക് വന്നു. അവൾ ഇടനാഴിയിലൂടെ നടന്ന് സ്വീകരണ മുറിയിലെത്തി. അവിടെ ആരുമുണ്ടായിരുന്നില്ല. ആ മുറിയുടെ മൂലയി ലുള്ള ജനൽ തുറക്കുന്നത് എട്ടു മൂലകളുള്ള ചില്ലുകൊണ്ട് പണിത ഒരു ഒറ്റമുറിയിലേക്കാണ്—വീടിനോട് ചേർന്ന് ഒരു മൂലയ്ക്കാണ് ആ ചില്ലു കൂടാരം. അവിടെനിന്നും സംസാരിക്കുന്നതിന്റെ ശബ്ദം കേൾക്കാം. മിസിസ് സ്വാൻക്രോർട്ടും ഒരപരിചിതനുമാണ് സംസാരിക്കുന്നത്.

എൽഫ്രഡ് പ്രതീക്ഷിച്ചത് അയാൾ ധിഷണാപരമായിട്ടാവും സംസാരിക്കുക എന്നാണ്. പക്ഷേ അവളെ അത്ഭുതപ്പെടുത്തിക്കൊണ്ട് അവൾക്ക് വർഷങ്ങൾക്ക് മുമ്പെ അറിയാവുന്ന കുറ്റിച്ചെടികളെപ്പറ്റിയും പൂക്കളെപ്പറ്റിയും ഒക്കെ ഒരു വിദ്യാർഥിയെപ്പോലെ ചോദിച്ചറിഞ്ഞുകൊ ണ്ടിരുന്നു. ഇപ്പോൾ അവർ ജനലിനടുത്തേക്ക് നടന്ന് പുറത്തേക്കു തന്നെ ഇറങ്ങി.

"ഇതൊരു നല്ല നിറമുള്ള ഇനമാണ്." മിസിസ് സ്വാൻക്രോർട്ട് പറ ഞ്ഞു. "പക്ഷേ 'ഒലിയാൻട്ടെർസി'ന് അത്ര നല്ല ഇലച്ചാർത്തൊക്കെ ഉണ്ടെങ്കിലും, പെട്ടെന്ന് മുറിയും...... ഓ, ഇതാ......, എൽഫ്രഡ് ഇവിടെ."

എൽഫ്രഡ് കുറ്റബോധത്തോടെ അവരെ നോക്കി. മിസിസ്

സ്വാൻക്രോർട്ട് അയാളെ തമാശകലർത്തിയാണ് പരിചയപ്പെടുത്തിയത്. അയാൾ രണ്ട് മിനിട്ടിനകം ആ യുവതിയുടെ അരികെ ഇരുന്നു.

എൽഫ്രഡിന്റെ സ്വതവെയുള്ള ആതിഥേയത്വവും സൗഹാർദവും കലർന്ന ചിരിപോലും ശരിക്കും കണ്ടില്ല.

അവളെ കുറേക്കൂടി അസ്വസ്ഥപ്പെടുത്തുംവിധം മിസിസ് സ്വാൻക്രോർട്ട് തന്റെ ഭർത്താവിനെ തിരഞ്ഞ് അവരെ തനിച്ചാക്കി അവിടെനിന്നും പെട്ടെന്നുതന്നെ പോവുകയും ചെയ്തു. എന്തായാലും നൈറ്റിന് ഒരു പ്രശ്നവും ഉള്ളതായി തോന്നിയില്ല. അയാൾ സന്തോഷത്തോടെ പറഞ്ഞു.

"അങ്ങനെ എൽഫ്രഡ്, അവസാനം നമ്മൾ കണ്ടുമുട്ടിയിരിക്കുന്നു. ലണ്ടനിൽ വെച്ച് കുറച്ച് നിമിഷങ്ങളുടെ വ്യത്യാസത്തിലാണ് നീ എന്നെ കാണാനിടവരാതെ പോയത്."

"അതെ. നിങ്ങൾ മിസിസ് സ്വാൻക്രോർട്ടിനെ കണ്ടിരുന്നെന്ന് ഞാൻ അറിഞ്ഞു."

"അങ്ങനെ അവസാനം നിരൂപകനും നിരൂപിക്കപ്പെട്ടയാളും മുഖാമുഖം കണ്ടു!" അയാൾ ഒട്ടും പരിഭ്രമമില്ലാതെ പറഞ്ഞു.

"അതെ. നിങ്ങളൊരു ബന്ധുവാണെന്നറിഞ്ഞതോടെ അതൊക്കെ തീർന്നു. നിങ്ങൾ മിസിസ് സ്വാൻക്രോർട്ടിന്റെ കുടുംബത്തിലെ ഒരാളായിരുന്നു എന്നത് വിചിത്രംതന്നെ." എൽഫ്രഡ് സ്വയം ശക്തിയാർജിച്ചു തുടങ്ങിയിരുന്നു. അവൾ നൈറ്റിന്റെ മുഖത്തേക്ക് നോക്കി. "ഞാനെന്തു അർഥത്തിലാണാ പുസ്തകം എഴുതിയത് എന്ന് നിങ്ങളെ അറിയിക്കുവാൻ എനിക്ക് ആഗ്രഹമുണ്ട്. ശരിക്കും ആഗ്രഹമുണ്ട്."

"എനിക്കത് നന്നായി മനസിലാക്കാനാവും. പിന്നെ എന്റെ പരാമർശങ്ങൾ വീട്ടിലെത്തിയിട്ടുണ്ടാവുമെന്ന് ഞാൻ ആശ്വസിക്കുകയാണ്. അത് പോരായിരുന്നോ എന്നതാണ് എന്റെ ഭയം."

എൽഫ്രഡ് ഞെട്ടിപ്പോയി. ഇവിടെ അയാൾ അയാളുടെ അഭിപ്രായങ്ങൾ ഉറപ്പിച്ച് ആവർത്തിക്കുകയാണ്. സന്ദർഭവും വിനയവും ഒന്നും വിമർശകൻ എന്നനിലയിൽ അയാളെ പിന്മാറ്റുന്നില്ല.

"ആ എഴുത്തിലൂടെ നിങ്ങളെന്നെ ഒരുപാട് വിഷമിപ്പിക്കുകയും വേദനിപ്പിക്കുകയും ചെയ്തു." അവൾ പിറുപിറുത്തു. അതോടെ അവൾ തുടക്കത്തിലെ ചറപറ സംസാരം അവസാനിപ്പിച്ചു. പിന്നെ സ്കൂൾമാസ്റ്ററോട് സ്കൂൾകുട്ടി പറയുംപോലെയായി സംസാരം.

"അക്കാര്യത്തിൽ സത്യസന്ധനായ വിമർശകൻ വിഷയം മാത്രമേ പരിഗണിക്കൂ. അനാവശ്യവിഷമത്തിന്റെ കാര്യമൊന്നുമില്ല. നിങ്ങൾ ഇനി വേറെ റൊമാൻസ് എഴുതുന്നുണ്ടോ?"

"വേറൊന്ന് എഴുതുക!" അവൾ പറഞ്ഞു. "എന്നിട്ട് ഇപ്പൊ നിങ്ങളെഴുതിയപോലെ വേറെ ആർക്കെങ്കിലും വീണ്ടും പറയാമല്ലോ?" എൽഫ്രഡ്.

"അടുത്ത തവണ ഒരു പക്ഷേ നന്നായി എഴുതാനാവും എൽ ഫ്രഡ്."

നൈറ്റ് ശാന്തനായി പറഞ്ഞു. "എനിക്ക് തോന്നുന്നത് നിനക്ക് നല്ല കഴിവുണ്ടെന്നാണ്. പക്ഷേ വീട്ടിൽ ഒതുങ്ങിനിൽക്കുന്നതുതന്നെയാണ് നല്ലത്."

"നന്ദി. പക്ഷേ ഇനി ഒരിക്കലുമില്ല."

"നീ പറയുന്നതാവണം ശരി. കാരണം ഒരു യുവതി എഴുതാനിരിക്കുന്നതുതന്നെ അവളെക്കുറിച്ചുള്ള ഏറ്റവും നല്ല ഒരു കാര്യം നടക്കാൻ വേണ്ടിയാണ്."

"എന്താ നല്ല കാര്യം?"

"ഞാൻ പറയില്ല."

"നിങ്ങൾക്കറിയാമോ? എങ്കിൽ പറയ്......."

"അവൾ വിവാഹിതയായി എന്ന് കേൾക്കാൻ." എൽഫ്രഡ് പരിഭ്രമിച്ചു.

"ശരി. അങ്ങനെയാണല്ലേ?" എൽഫ്രഡ് ചിന്താഭാരത്തോടെ മൃദുവായി പറഞ്ഞു.

"പക്ഷേ പുരുഷന്മാരുടെ കാര്യത്തിൽ തീർച്ചയായും എല്ലാം വ്യത്യസ്തമാണ്. നിങ്ങളെന്താ നോവലെഴുതാത്തത് മി. നൈറ്റ്?"

"ഞാനെഴുതിയാൽ ആർക്കും ഒരു താൽപ്പര്യവും ഉണ്ടാകാനിടയില്ലാത്തതുകൊണ്ട്."

"എന്തുകൊണ്ട്?"

"പല കാരണങ്ങളുണ്ട്. നമ്മുടെ ശരിക്കുള്ള ചിന്തകളിൽ പലതും ബുദ്ധിപൂർവം ഒഴിവാക്കിയാലേ ഒരു ജനപ്രിയനോവലെഴുതാൻ സാധിക്കൂ, അതാണ് ഒരു കാരണം."

"അതൊക്കെ വേണോ? ശരി. നിങ്ങൾ നന്നായി പരിശ്രമിച്ചാൽ നിങ്ങൾക്കും സാധിക്കും എന്ന് എനിക്കുറപ്പുണ്ട്." കലയിൽ നല്ല പരിചയമുള്ള ഒരാളെന്നപോലെ ആധികാരികമായി എൽഫ്രഡ് പറഞ്ഞു. "നിങ്ങൾക്ക് നല്ല പേരെടുക്കാം." അവൾ തുടർന്നു.

"ഒരുപാടാളുകൾ ഇപ്പോൾ പേരെടുക്കുകയാണ്. ആരുമറിയാതെ മറഞ്ഞിരിക്കുക എന്നതാണിപ്പൊ കൂടുതൽ വ്യത്യസ്തനാക്കുക."

"കാര്യമായിട്ട് പറയ്..... എന്താ ഈ അല്ലറച്ചില്ലറയായി എഴുതുന്ന ലേഖനങ്ങൾക്കു പകരം ഒരു വാല്യം എഴുതിയാൽ?" അവൾ പ്രോത്സാഹിപ്പിച്ചു.

"എന്നെപ്പറ്റിത്തന്നെ പറയുവാൻ മാത്രം നീ എന്നെ സന്തോഷിപ്പിക്കുന്നു. ഞാൻ ഗൗരവമായി എന്നെക്കുറിച്ച് കുറേക്കൂടി പറയാം." അവളുടെ ചോദ്യംചെയ്യലിനേക്കാളും അതിശയിപ്പിച്ചത് അവളുടെ രൂപമാണ്.

"ഞാൻ സൂചിപ്പിച്ചതുപോലെ എനിക്ക് അതിനു ആഗ്രഹമുണ്ടെങ്കിൽത്തന്നെ, വേണ്ടവിധത്തിൽ ശ്രദ്ധിക്കാൻ എനിക്ക് കഴിയില്ല.

നമുക്കെല്ലാവർക്കും നല്ലത് സൃഷ്ടിക്കാൻ ഒരു ശക്തി തന്നിട്ടുണ്ട്. ആ ശക്തി ആഴ്ചക്കാഴ്ചയ്ക്ക്, മണിക്കൂർ കണക്കിന്, കുറഞ്ഞുകുറഞ്ഞ് വരും—എന്റേത് കഴിഞ്ഞ ഒമ്പത്, പത്തു വർഷമായി കുറയുന്നതു പോലെ. ഏതെങ്കിലും വിഷയത്തെപ്പറ്റി ഒരു പുസ്തകം എഴുതാൻ മാത്രം ശക്തി ഇനി ബാക്കിയില്ല. പിന്നെ ആത്മവിശ്വാസവും ക്ഷമയും വേണം. നല്ല ഫലം കിട്ടുന്നത് എവിടെയാണോ അവിടെ അത് പെട്ടെന്നുതന്നെ വളരും. അവർക്ക് ഭാവിയെക്കുറിച്ച് വിശ്വാസവും ഉണ്ടാവും."

"ശരി, എനിക്കു മനസിലായി. അതുകൊണ്ടാണോ നിങ്ങൾ കുറച്ച് കുറച്ചായിട്ട് എഴുതുന്നത്."

"നീ ഉദ്ദേശിക്കുംപോലെ ഞാനത് അങ്ങനെ തെരഞ്ഞെടുക്കുന്നതല്ല. ജോലിക്കിടയിൽനിന്നും തെരഞ്ഞെടുക്കാവുന്നതേ ഉള്ളൂ. അത് അത്ര മതി എന്ന് തീരുമാനിച്ചിട്ടാണ്."

"എന്തുകൊണ്ടാണ് എല്ലാത്തിനെയും എതിർക്കുന്നത്? എന്താ കാര്യങ്ങളെ ഇങ്ങനെ കുറച്ച് കാണുന്നതെന്നാ ഞാൻ ചോദിക്കുന്നത്." എൽഫ്രഡിന് അങ്ങനെ ഒക്കെ അവനെ ചോദ്യം ചെയ്യാൻ ചെറിയ ഭയമുണ്ട്. എന്നാൽ ഒരു സാഹിത്യകാരനെന്ന നിലയ്ക്ക് നൈറ്റിന്റെ മനസ്സ് എങ്ങനെയാണെന്ന് അറിയാനുള്ള കൗതുകം അവളെക്കൊണ്ട് തുടർന്നും ചോദിപ്പിച്ചു. നൈറ്റ് ആണെങ്കിൽ അവളോട് തുറന്നു സംസാരിക്കുന്നതിൽ മടി കാട്ടിയതുമില്ല. ഇത്തരം സ്വഭാവമുള്ള ആളുകൾ—നല്ല വികാരങ്ങളുള്ള, പക്ഷേ സ്വഭാവംകൊണ്ട് അന്തർമുഖത്വം കാണിക്കുന്ന ആളുകൾ എല്ലായിടത്തുമുണ്ട്. അവർ, അവരെ ഒരു തരത്തിലും കുറ്റപ്പെടുത്താനോ ശത്രുക്കളാക്കാനോ മെനക്കെടില്ല എന്നുറപ്പുള്ള കേൾവിക്കാരെ കിട്ടുമ്പോൾ എത്ര അന്തർമുഖരോ സംശയാലുക്കളോ ആണെങ്കിൽപ്പോലും ഇതുപോലെ സ്വയം ആസ്വദിച്ചുകൊണ്ട് തുറന്ന് സംസാരിക്കും. "നീ എന്താ എന്നെക്കുറിച്ച് വിചാരിക്കുന്നത്?" അയാൾ അന്വേഷിച്ചു. "ഞാൻ നിങ്ങളെപ്പറ്റി ചിന്തിച്ചത്, നിങ്ങളെത്ര ബുദ്ധിമാനാണ് എന്നാണ്." ലളിതവും സത്യസന്ധവുമാവണം എന്ന് മുൻകൂട്ടി തീരുമാനിച്ചതുപോലെ അവൾ മറുപടി പറഞ്ഞു.

അവൾ സംസാരിച്ചതിലെ സുതാര്യതയെയോർത്ത് അസ്വസ്ഥപ്പെട്ടുകൊണ്ട് അവൾ എഴുന്നേറ്റുകൊണ്ട് ജനലിനരുകിലേക്ക് നടന്നു. താഴെ ടെറസിനടിയിലേക്ക് മിസിസ് സ്വാൻക്രോർട്ടും അവളുടെ അച്ഛനും സംസാരിച്ചുകൊണ്ട് നടന്നുവരുന്നതിന്റെ ശബ്ദം കേൾക്കാമായിരുന്നു. "അവർ വന്നു." പറഞ്ഞുകൊണ്ടവൾ പുറത്തേക്ക് പോയി. നൈറ്റും അവളുടെകൂടെ പുറത്തേക്കിറങ്ങി. അവൾ ടെറസിന്റെ വക്കിൽ പോയി കൈവരിയോടു ചേർന്നുനിന്ന് ദൂരെ മലനിരകൾക്കിടയിലൂടെ കാണുന്ന സൂര്യനുനേരെ നോക്കിക്കൊണ്ടു നിന്നു.

നൈറ്റിന് അവളെ നോക്കാതിരിക്കാൻ കഴിഞ്ഞില്ല. സൂര്യൻ ചക്രവാളത്തിൽ 10° യിലായിരുന്നു. അതിന്റെ മഞ്ഞവെളിച്ചം അവളുടെ സ്വതവെ റോസ് നിറമുള്ള കവിളുകളുടെ നിറം ചുവപ്പിച്ചു. തൂങ്ങിക്കിട

ക്കുന്ന അവളുടെ കാർമേഘങ്ങളുടെ നിറമുള്ള മുടിയുടെ അറ്റം ചെറിയ കാറ്റ് വന്ന് തൊടുമ്പോഴേക്കും മുമ്പോട്ടും പിറകോട്ടും ആടിക്കളിക്കും. അവളുടെ ഉടുപ്പിലെ അലങ്കാരങ്ങളും അതേ കാറ്റ് വന്ന് തൊടുമ്പോൾ സ്വയം ഇളകി ആടി, അവളുടെ ഓറഞ്ച് പ്രഭയിൽ സ്വയം ഒളിക്കാനെന്ന പോലെ.

ഏകദേശം മുപ്പതു ഗജം അപ്പുറത്തുനിന്നുതന്നെ അലറി വിളിച്ചു കൊണ്ട് മിസിസ് സ്വാൻക്രോർട്ട് നൈറ്റിനെ സ്വാഗതം ചെയ്തു. അതിനു പിറകെ നൈറ്റിന്റെ പഴയ കുടുംബപ്പേരിനെക്കുറിച്ചും ചിലത് സംസാരിച്ചു. പിന്നെ കുടുംബമഹിമയെപ്പറ്റി, അവർക്കു തമ്മിൽ നടന്ന വിവാഹങ്ങളെക്കുറിച്ച് ഒക്കെ പറയുകയുണ്ടായി. അപ്പോഴേക്കും നൈറ്റിന്റെ പെട്ടിയും മറ്റും എത്തി. പതിവിൽനിന്നും ഏകദേശം രണ്ടു മണിക്കൂർനേരം തെറ്റിയ അവരുടെ അത്താഴത്തിനായി അവർ വേഗ ത്തിൽ ഒരുങ്ങി.

ഈ വിരുന്നുവരവ് എൽഫ്രെഡിന്റെ ജീവിതത്തിലെ ഒരു സംഭവം തന്നെയായിരുന്നു. ഇപ്പോഴവർ വീണ്ടും ഗ്രാമത്തിലാണ്, നൈറ്റ് ആണെങ്കിൽ അത്യാവശ്യം ശ്രദ്ധ ക്ഷണിക്കുന്നതരം വ്യക്തിയുമാണ്. ഏതായാലും ആ വൈകുന്നേരം ആദ്യമായി എൽഫ്രെഡ് സ്മിത്തിനെ ക്കുറിച്ച് ചിന്തിക്കുകപോലും ചെയ്യാതെ ഉറങ്ങിപ്പോയി.

18

സംഗീതത്തിന്റെ കിതപ്പ്

പടിഞ്ഞാറൻ എൻഡൽസ്റ്റൗവിലെ ആ പഴയ ദേവാലയം അതിന്റെ ആയുസിലെ അവസാനത്തെ ആഴ്ചകളിലെത്തി. അത് മാറ്റിപ്പണിയാൻ പോവുകയാണ്. പലകകളും തൂണുകളുംകൊണ്ട് ശവപ്പറമ്പ് നിറഞ്ഞു. പള്ളിയിലെ വലിയ മണി കെട്ടിയിട്ട ചുമരുകളിൽനിന്നെല്ലാം ഇരുമ്പു കമ്പികൾ പുറത്തേക്ക് ഉന്തിനിൽപ്പുണ്ട്. പള്ളിമണി അഴിച്ചുമാറ്റിയതോടെ അപ്പനപ്പൂപ്പന്മാരായി അവിടെ താമസിച്ചിരുന്ന മൂങ്ങകൾ വീടില്ലാതെ അനാഥരാക്കപ്പെട്ടു. പള്ളിഗോപുരത്തിനുള്ളിൽ താമസമാക്കിയിരുന്ന ജീവികളിൽ പലതും പൊളിച്ചുമാറ്റിത്തുടങ്ങിയപ്പോഴെ മുൻകൂറായി താമസം മാറിപ്പോയി.

നൈറ്റിന്റെ വരവിന്റെ തൊട്ട് പിറ്റേ ദിവസമായിരുന്നു, ഇതെല്ലാം. ചെറിയ ടവറിന്റെ മുകളിൽനിന്നുള്ള കടലിന്റെ ദൃശ്യം അവസാനമായി ആസ്വദിക്കാനായി എൽഫ്രഡും മി. സ്വാൻക്രോർട്ടും മിസിസ് സ്വാൻക്രോർട്ടും നൈറ്റുംകൂടി പുറപ്പെട്ടു. എല്ലാവരുംകൂടി പടികൾ കയറി. മി. സ്വാൻക്രോർട്ട് വലിയ കിതപ്പോടെ കുറച്ച് മുമ്പിലായിരുന്നു. അയാളുടെ ഭാര്യയും നല്ല പണിപ്പെട്ടാണ് പടികൾ കയറുന്നത്. അവർ ടവറിനു മുകളിലെത്തിയപ്പോൾ ആകാശത്തു കണ്ട കറുത്തിരുണ്ട മേഘത്തുണ്ടുകൾ പെയ്യാതെ മങ്ങിനിൽക്കുകയായിരുന്നു. ഇടിയും മിന്നലും മഴയുടെ വരവിനെ അറിയിച്ചുകൊണ്ട് വടക്കുദിശയിൽനിന്നും കേൾക്കാമായിരുന്നു.

മുതിർന്ന രണ്ടുപേരും മുൻകരുതലെന്നനിലയ്ക്ക് പെട്ടെന്ന് തന്നെ മടങ്ങാം എന്ന് നിർദേശിച്ചു. പറഞ്ഞതുപോലെതന്നെ അവർ ചെയ്യാനൊരുങ്ങി.

“ഞാൻ മുകളിലേക്ക് വരുന്നില്ല കേട്ടോ?” വികാരി പറഞ്ഞതുകേട്ട് മിസിസ് സ്വാൻക്രോർട്ട് ആശ്ചര്യപ്പെട്ടു.

"നിങ്ങൾ ഇറങ്ങുന്നതിനെക്കാളും പതുക്കെയാണ് ഞങ്ങളിറങ്ങുക." വികാരി ചുമൽ തിരിച്ചുകൊണ്ട് പറഞ്ഞു. "അതുകൊണ്ട് ഞങ്ങൾ താഴെ എത്താറാവുമ്പോഴെ നിങ്ങൾ ഇറങ്ങിത്തുടങ്ങാവൂ. അല്ലെങ്കിൽ നിങ്ങൾ ഇരുട്ടത്ത് ഞങ്ങളെ കടന്നുപോകും."

അതുപ്രകാരം എൽഫ്രഡും നൈറ്റും അവർ ചവിട്ടുപടിയിൽ ശൂന്യമാവുംവരെ മുകളിൽ കാത്തുനിന്നു. നൈറ്റ് ആ പ്രഭാതത്തിൽ സംസാരിക്കാൻ താൽപ്പര്യമുള്ള ഒരു മാനസികാവസ്ഥയിലായിരുന്നില്ല. എൽഫ്രഡ് ആണെങ്കിൽ അവന്റെ നിശ്ശബ്ദത കാരണം കുറച്ച് അസ്വസ്ഥതയിലായിരുന്നു. അവന് സംസാരിക്കാൻപോലും താൻ മുതിർന്നിട്ടില്ല എന്നുവരെ സ്വകാര്യമായി അവൾ ചിന്തിച്ചു. നൈറ്റ് ദൂരെ ഒരു മേഘത്തുണ്ട് ഉയർന്നുവരുന്നതും നോക്കിക്കൊണ്ട് നിൽക്കുകയായിരുന്നു. എൽഫ്രഡാകട്ടെ, പതുക്കെ ടവറിന്റെ മറുവശത്തേക്ക് നടന്നു. കഴിഞ്ഞ വർഷം അവൾ ചെയ്ത ഒരു കാര്യം അവൾക്ക് ഓർമ വന്നു. ടവറിന്റെ ഏറ്റവും മുകളിലെ പാരപ്പറ്റിൽ കയറുക. അത് ചുറ്റുമതിലുകളോടുകൂടിയ രണ്ട് അടി വിസ്താരമുള്ള ഒരു നിരപ്പായ സ്ഥലമാണ്. അല്ലാതെ ഗോപുരം പോലെയൊന്നുമല്ല. നാലുവശത്തും നടപ്പാതയുമുണ്ട്. താനെന്താണ് ചെയ്യുന്നതെന്നുപോലും ചിന്തിക്കാതെ എൽഫ്രെഡ് പഴയ വഴിയിലൂടെ പാരപ്പറ്റിലേക്ക് കയറി, അതിലെ നടക്കാൻ തുടങ്ങി.

"ഞങ്ങൾ താഴെ എത്തി നൈറ്റ്." മിസിസ് സ്വാൻക്രോർട്ട് ടവറിന്റെ മുകളിലേക്ക് വിളിച്ചുകൂവി. "ഇഷ്ടമുള്ളപ്പോൾ ഇറങ്ങി വാ."

നൈറ്റ് തിരിഞ്ഞുനോക്കിയപ്പോൾ എൽഫ്രഡ് ആ ടവറിന്റെ ഏറ്റവും നെറുകയിലെ നടപ്പാതയിലൂടെ നടക്കാനാരംഭിക്കുന്ന കാഴ്ചയാണ് കണ്ടത്. അവളുടെ ധൃതി കണ്ട് അവന്റെ മുഖം നീരസംകൊണ്ട് ചുവന്നു.

"നിനക്ക് കുറച്ചുകൂടി വിവേകമുണ്ടെന്നാണ് ഞാൻ കരുതിയത്." അവൻ പറഞ്ഞു. അവൾ ഈർഷ്യയോടെ അവനെ ഒന്ന് നോക്കിയ ശേഷം നടത്തം തുടർന്നു.

"എൽഫ്രഡ്, ഞാനാ നിന്നോട് പറയുന്നത്, താഴെ വാ!"

"ആ നിമിഷം, അവന്റെ വാക്കുകൾ സൃഷ്ടിച്ച ചെറിയ ഭീതിയിലോ എന്തോ എൽഫ്രഡിന്റെ കാൽ നടപ്പാതയിലെ കല്ലുകൾക്കിടയിൽ വളർന്ന ഒരു കൂട്ടം പുല്ലിൽ കുരുങ്ങി. അവൾ ചെറുതായി വേച്ചുവീഴാൻ പോയി. നൈറ്റ് ഭയപ്പാടോടെ മുഖമുയർത്തി മുകളിലേക്ക് നോക്കി. ഏതോ ഭാഗ്യംകൊണ്ട് ഇടയിലുള്ള കുറച്ച് സ്ഥലത്തുകൂടി വേച്ചുവേച്ച് അവർ പാരപ്പറ്റിന്റെ പുറത്തു പോവാതെ അകത്തേക്കുതന്നെ എത്തി. പിന്നെ രണ്ടോ മൂന്നോ അടി താഴേക്ക് മേൽക്കൂരയ്ക്ക് മീതെക്കൂടി ഉരുണ്ടുവീണു.

നൈറ്റ് അവളെ ചാടിവീണ് പിടിച്ചു, പിന്നെ കിതപ്പോടെ പറഞ്ഞു. "ഇങ്ങനെ ഒക്കെ ചെയ്യാൻ മാത്രം പൊട്ടിയായ ഒരു പെണ്ണിനെ ഞാൻ കണ്ടിട്ടേ ഇല്ല....... നന്ദി ദൈവമേ........ നിനക്ക് നിന്നെ ഓർത്ത് ലജ്ജ ഇല്ലേ എൽഫ്രഡ്?"

മരണത്തിന്റെ നിഴൽ തൊട്ടുമുമ്പിൽ, അപ്പോൾ കണ്ട എൽഫ്രഡ്

ഒരു ശവശരീരംപോലെ വിളറിവെളുത്തിരുന്നു. അവളാകെ തളർന്നു. ആദ്യമേ തളർന്ന അവളെ അവന്റെ വാക്കുകൾ കൂടുതൽ വേദനിപ്പിച്ചു. അവൻ താങ്ങിപ്പിടിച്ച അതേ അവസ്ഥയിൽത്തന്നെ എൽഫ്രെഡ് ബോധ രഹിതയായി.

നാൽപ്പതു നിമിഷങ്ങൾക്കപ്പുറം അവളുടെ കണ്ണുകൾ അടഞ്ഞിരു ന്നില്ല. കണ്ണുതുറന്നതും അവൾ തന്റെ കിടപ്പിനെപ്പറ്റി ബോധവതിയായി. അവന്റെ മുഖത്തെ ദേഷ്യം പതിയെ കരുണയായി മാറി. പക്ഷേ അവന്റെ കടുത്ത വാക്കുകൾ അവളെ ഏറെ ഭയപ്പെടുത്തിയിരുന്നു; അവൾ സ്വതന്ത്രയാവാൻ വേണ്ടി കുതറി. "നിനക്ക് നിൽക്കാനാവുമെങ്കിൽ നിന്നോളൂ." നൈറ്റ് പതിയെ അവന്റെ കൈകൾ അയച്ചു.

"എനിക്ക് നിന്റെ വിചിത്രസ്വഭാവം കണ്ട് ചിരിക്കണോ അതോ അതിലെ പൊട്ടത്തരമോർത്ത് വഴക്കുപറയണോ എന്ന് അറിയാത്ത അവ സ്ഥയായിരുന്നു."

അവൾ പെട്ടെന്നുതന്നെ തറയിലേക്ക് വീഴാൻ പോയി. നൈറ്റ് അവളെ വീണ്ടും താങ്ങി ഉയർത്തി.

"മുറിഞ്ഞോ?" അവൻ ചോദിച്ചു.

അവൾ വ്യക്തമല്ലാത്ത ഭാവത്തിൽ എന്തോ പിറുപിറുത്തു. പിന്നെ മുഖത്തെ ദേഷ്യം മറച്ച് ചിരിക്കാൻ ശ്രമിച്ചുകൊണ്ട് പറഞ്ഞു.

"ഞാൻ ഒന്ന് പേടിച്ചെന്നേ ഉള്ളൂ — എന്നെ താഴെ നിറുത്ത്. എന്നെ താഴെ നിറുത്തെന്നേ."

"പക്ഷേ നിനക്ക് നടക്കാൻ കഴിയില്ല." നൈറ്റ് പറഞ്ഞു.

"നിനക്കതറിയുമോ? എനിക്ക് നടക്കാൻ കഴിയുമോന്ന് എങ്ങനെ നിങ്ങൾക്കറിയാം? പേടിച്ചതേ ഉള്ളൂ എന്ന് ഞാൻ പറഞ്ഞില്ലേ?" പറഞ്ഞു കൊണ്ട് അവൾ അവളുടെ നെറ്റിത്തടത്തിലേക്ക് കൈ ഉയർത്തി. അപ്പോ ഴാണ് നൈറ്റ് അവളുടെ കൈത്തണ്ട മുറിഞ്ഞ് ചോര വാർക്കുന്നത് കണ്ടത്. ആ തറയ്ക്ക് അതിരിട്ട തിട്ടയിലെങ്ങാനും ഉരസി മുറിഞ്ഞ താവണം. എൽഫ്രെഡും ഇപ്പോഴാ ഇത് ശ്രദ്ധിച്ചത്, അതു കണ്ടതും വീണ്ടും ഒരു മിനിറ്റ് നേരത്തേക്ക് അവളുടെ ബോധം മറഞ്ഞു. നൈറ്റ് പെട്ടെന്നുതന്നെ തൂവാലയെടുത്ത് മുറിഞ്ഞ ഭാഗം ചുറ്റിക്കെട്ടി. ആകെ ഒന്നുകൂടി സംഗതി കുഴഞ്ഞു മറിയും മട്ടിൽ നൈറ്റ് നോക്കിനിൽക്കെ മഴമേഘം വലിയ വലിയ തുള്ളികളായി പെയ്തുതുടങ്ങി. നൈറ്റ് നോക്കി യപ്പോൾ ദൂരെ സ്വാൻക്രോർട്ടും പിറകിൽ ഒരു താറാവിനെപ്പോലെ കുണു ങ്ങിക്കൊണ്ട് മിസിസ് സ്വാൻക്രോർട്ടും വീടിനുനേരെ നടന്നുപോകുന്നത് കണ്ടു.

"നീ ഒരുപാട് തളർന്നിരിക്കുന്നു എൽഫ്രെഡ്. ഞാൻ നിന്നെ കോരി യെടുത്തുകൊണ്ട് പോവുന്നതാവും നല്ലത്." നൈറ്റ് പറഞ്ഞു. "അല്ലെ ങ്കിൽ എങ്ങനെയായാലും മഴ നനയേണ്ടിവരും." പക്ഷേ അവളുടെ എതി ർപ്പു കാരണം അവന് അഞ്ചാമത്തെ ചവിട്ടുപടിവരെ മാത്രമേ അവളെ എടുക്കാനായുള്ളൂ.

"ഇത്, വിഡ്ഢിത്തംതന്നെ. വലിയ വിഡ്ഢിത്തം." അവളെ താഴെ നിർത്തിക്കൊണ്ട് നൈറ്റ് ആശ്ചര്യപ്പെട്ടു.

"ആയിക്കോട്ടെ!" കണ്ണീരോടെ അവൾ പിറുപിറുത്തു.

"ഞാൻ പറയുന്നു എന്നെ എടുക്കേണ്ട കാര്യമില്ലെന്ന്, നീ പറയുന്നു അത് പൊട്ടത്തരമാണെന്ന്."

"അതിന്?"

"അല്ല, അത് പൊട്ടത്തരമല്ല."

"പൊട്ടത്തരമെന്നേ ഞാൻ പറയൂ. ഇതിന്റെ തുടക്കം എന്തുതന്നെ യായാലും വിഡ്ഢിത്തമാണ്."

"ഞാനത് സമ്മതിക്കില്ല. ഇത്ര ദേഷ്യപ്പെടേണ്ട കാര്യമൊന്നുമില്ല. ഞാനതർഹിക്കുന്നുമില്ല."

"നീയതർഹിക്കുന്നുണ്ട്. നോക്കൂ. നീയെന്റെ പിറകിലൂടെ കൈയിട്ട് എന്റെ കഴുത്തിൽ പിടിക്കൂ. എങ്കിൽ നിന്നെ വിഷമത്തിലാക്കാതെ ഞാൻ നിന്നെ ചുമന്നുകൊണ്ടു പോകാം."

"വേണ്ട വേണ്ട."

"നിനക്കതാ നല്ലത് എൽഫ്രെഡ്. അല്ലെങ്കി ഞാനെടുത്തുകൊണ്ടു പോവാം."

"അതെന്താ?"

എൽഫ്രെഡ് ചെറുതായി തലയാട്ടി.

"ഞാനെടുക്കാൻ നോക്കുമ്പോൾ കിടന്ന് ഞെരിപിരി കൊള്ളല്ലേ."

"എനിക്ക് പറ്റില്ല."

"എന്നാ വേഗം."

"എനിക്ക് വേണ്ട....... വേണ്ടാ." എൽഫ്രെഡ് കണ്ണുകൾ ചിമ്മി ക്കൊണ്ട് പതിയെ താളത്തിൽ മന്ത്രിച്ചു.

അവൻ അവളെ കോരിയെടുത്തു, ടവറിനു മുകളിൽനിന്നു പതിയെ, സൂക്ഷിച്ച് ഓരോ പടിയായി ചുറ്റി, ചുറ്റി ഇറങ്ങിത്തുടങ്ങി. പിന്നെ ഒരമ്മ യുടെ ശ്രദ്ധയോടെ അവളുടെ മുറിഞ്ഞ കൈ അവൻ പരിശോധിച്ചു. അവൻ ആ മുറിവ് കെട്ടിയത് അഴിച്ച്, രക്തം ഒപ്പിക്കളഞ്ഞ്, പുതിയത് കെട്ടിക്കൊടുക്കുന്നതിനിടെ അവളുടെ മുഖത്തെ വിഷമം മാറി. അവൾ ലജ്ജകൊണ്ട് ചുവന്നു. പിന്നെ അവളുടെ കുതറലും പിടച്ചിലും ഒരുതരം ഇക്കിളി പൂണ്ടുള്ളതായിരുന്നു.

അവളുടെ ഇരുകവിളുകളുടെയും നടുക്ക് ചെറിയ വട്ടത്തിൽ ചുവപ്പ് പുള്ളി പ്രത്യക്ഷപ്പെട്ടു. പിന്നെയത് മുഖം മുഴുവൻ പടർന്നു...... വീണ്ടും തന്റെ വീഴ്ചയെപ്പറ്റി നൈറ്റ് എന്തെങ്കിലുമൊക്കെ പറഞ്ഞെങ്കിലെന്ന് എൽഫ്രെഡ് ആഗ്രഹിച്ചു. പക്ഷേ, നൈറ്റ് ആകെ ഇത്രമാത്രമേ പറഞ്ഞു ള്ളൂ.

"ആ വിളുമ്പത്തുകൂടി ഇനി ഒരിക്കലും നടക്കില്ലെന്ന് ഉറപ്പുതാ എൽഫ്രെഡ്."

"ആ ടവറിപ്പൊ ഇടിച്ചു പൊളിക്കുമല്ലോ, അതുകൊണ്ട് ശരി."

കുറച്ചുസമയത്തിനു ശേഷം അവൾ ശബ്ദം താഴ്ത്തി ഗൗരവത്തിൽ പറഞ്ഞു.

"എല്ലാവരെപ്പോലെ നിങ്ങൾക്കും പരിചയം കാണണം, ഇങ്ങനത്തെ ചില വികാരവിക്ഷുബ്ധമായ നിമിഷങ്ങളാണ് നമ്മുടെ ജീവിതം. നമ്മൾ രണ്ടാമതും ആവർത്തിക്കുകയാണ്."

"അതായത് ആ നിമിഷം നമ്മൾ മുമ്പെ ജീവിച്ചുപോന്നിട്ടുണ്ടെന്നാണോ?"

"അല്ലെങ്കി വീണ്ടും ആവർത്തിക്കുമെന്ന്. ശരി, ആ ടവറിനു മുകളിൽ ചെന്നപ്പോൾ അതുപോലത്തൊരു നിമിഷം ഇനിയും നമ്മുടെ രണ്ടുപേരുടെയും ജീവിതത്തിൽ ഉണ്ടാവും എന്ന് തോന്നിയിരുന്നു."

"ദൈവം കാക്കട്ടെ!" നൈറ്റ് പറഞ്ഞു.

"എന്ത് കാരണവശാലും ഇനി അത്തരം സ്ഥലത്തുകൂടി നടക്കില്ലെന്ന് എനിക്ക് വാക്കു താ......."

"ശരി."

"അങ്ങനത്തൊരു സംഭവം മുമ്പ് ഉണ്ടായിട്ടില്ല, അത് നമുക്കറിയാം. ഇനി ഉണ്ടാവാനും പാടില്ല. നീ വാക്കു തന്നതാണ്. അതുകൊണ്ട് അങ്ങനത്തെ വിചിത്രമായ സ്വപ്നങ്ങളൊന്നും ചിന്തിക്കണ്ട."

മിന്നലില്ലാത്ത, നല്ല കനത്ത മഴയായിരുന്നു പിന്നെ കുറേ നേരത്തേക്ക്. ഒരുപാട് നേരം കഴിഞ്ഞ് മഴ തോർന്നു.

"ഇനി ദയവായി എന്റെ കൈ പിടിക്ക്."

"വേണ്ട. അതിന്റെയൊന്നും ആവശ്യമില്ല."

"വിഡ്ഢിത്തം പറയാതെ, ഇപ്പോൾത്തന്നെ ഇനിയും മഴപെയ്യാനിടയുണ്ട്. നീയാണെങ്കിൽ പകുതിപോലും രക്ഷപ്പെട്ടിട്ടില്ല." പിന്നെ കൂടുതലൊന്നും പറയാൻ നിൽക്കാതെ നൈറ്റ് പെട്ടെന്നുതന്നെ അവളുടെ കൈ ബലമായി പിടിച്ച് അവളെ കുതറിയാലല്ലാതെ രക്ഷപ്പെടാനാവാത്തവിധം തന്നോട് ചേർത്തുപിടിച്ച് നടക്കാൻ തുടങ്ങി. അങ്ങനെ നടക്കുമ്പോൾ എൽഫ്രഡിന് ആദ്യമായി കടിഞ്ഞാണിൽ കുരുങ്ങിയ കുതിരക്കിടാവിനെ ഓർമവന്നു. ദേഷ്യപ്പെടാൻ അവൾക്ക് ഭയമായിരുന്നു. അവരെ കൂട്ടിക്കൊണ്ടുപോവാനുള്ള വാഹനം വരുന്നതു കണ്ടപ്പോൾ എൽഫ്രഡിന് വലിയ ആശ്വാസമായി.

വീട്ടിലെത്തിയപാടേ മേൽക്കൂരയ്ക്ക് മീതെ വീണതൊക്കെ വേണ്ടവിധത്തിൽ എൽഫ്രഡ് വിശദീകരിച്ച് വർണിച്ചു കേൾപ്പിച്ചു. പക്ഷേ രണ്ടുപേരും ആ വീഴ്ചയ്ക്ക് കാരണമായ എൽഫ്രഡ് കാണിച്ച കുരുത്തക്കേടിനെപ്പറ്റി മിണ്ടിയില്ല. ഉച്ചയ്ക്ക് ശേഷം എൽഫ്രഡിനെ അവിടെയൊന്നും കണ്ടില്ല. പക്ഷേ അത്താഴസമയത്ത് പതിവുപോലെ തിളങ്ങിക്കൊണ്ട് എൽഫ്രഡ് പ്രത്യക്ഷപ്പെട്ടു.

സ്വീകരണമുറിയിൽ സ്വാൻക്രോർട്ടുകളുടെ കൂടെ കുറെനേരം ചെലവിട്ടശേഷം വീണ്ടും നൈറ്റ് എൽഫ്രഡിനൊപ്പം കാണപ്പെട്ടു. ഒരു വീക്കിലിയിൽ വന്ന ചെസ്പ്രശ്നത്തിൽ കണ്ണുംനട്ടിരിക്കുകയായിരുന്നു എൽഫ്രഡ്.

"ചെസ് ഇഷ്ടമാണോ എൽഫ്രഡ്?"

"അതെ. മറ്റെല്ലാത്തിനേക്കാളും എനിക്കിഷ്ടപ്പെട്ട കളിയാണ് ചെസ്. നിങ്ങൾ കളിക്കുമോ?"

"ഞാൻ കളിച്ചിട്ടുണ്ട്, കുറേ മുമ്പാണ്."

"അവനെ വെല്ലുവിളിക്ക് എൽഫ്രഡ്." വികാരി സന്തോഷത്തോടെ പറഞ്ഞു.

"അവൾ കളിയുടെ കാര്യത്തിൽ ഒരൊന്നാന്തരം സ്ത്രീയാണ് നൈറ്റ്!"

"നമുക്ക് കളിക്കാം?" സംശയത്തോടെ എൽഫ്രഡ് ചോദിച്ചു.

"തീർച്ചയായും. എനിക്ക് സന്തോഷമേയുള്ളൂ."

കളിതുടങ്ങി. ഇതേപോലൊരു കളി സ്റ്റീഫൻ സ്മിത്തുമായി കഴിഞ്ഞവർഷം അരങ്ങേറിയത് മി. സ്വാൻക്രോർട്ട് മറന്നിരുന്നു. പക്ഷേ എൽഫ്രഡ് മറന്നിട്ടില്ല. പക്ഷേ അവൾ സ്മിത്തിനോട് അങ്ങേയറ്റം വിശ്വസ്തയായിരിക്കാൻ ശ്രമം തുടങ്ങിയിരുന്നു. ചാഞ്ചാട്ടമില്ലാത്ത സ്വഭാവം പഠിക്കാൻ ശ്രമിക്കുന്നതുതന്നെ ചാഞ്ചാട്ടമുള്ള ഒരു മനസിന്റെ ലക്ഷണമാണ്. നൈറ്റ്, എല്ലാ നല്ല കളിക്കാർക്കും ഇടയ്ക്ക് പറ്റാറുള്ളതുപോലെ, ക്ഷമിക്കാനാവാത്ത വലിയ ഒരു ശ്രദ്ധക്കുറവുകൊണ്ട് അവന്റെ റൂക്നെ അവളുടെ പൗൺസ്ന്റെ കൈയിൽ കൊടുത്തു. അവളുടെ ആദ്യത്തെ നേട്ടമായിരുന്നു. അവൾ വിജയിച്ചപോലെ നോക്കി—ഒട്ടും കരുണയില്ലാതെ.

"ഓ..... ഞാനെന്താ ഓർത്തോണ്ടിരുന്നത്?" നൈറ്റ് ഒരു നിമിഷത്തേക്ക് അവന് പറ്റിയ അബദ്ധമോർത്ത് കളി നിർത്തി.

"നമുക്ക് ക്ലബ് നിയമങ്ങൾ ഉണ്ട്; ഇല്ലേ നൈറ്റ്?" എൽഫ്രഡ് അവനോട് ചോദിച്ചു.

"ഓ വേണം. തീർച്ചയായും വേണം." നൈറ്റ് പറഞ്ഞു. എന്തായാലും താൻ രണ്ടോ മൂന്നോ തവണ അവൾക്ക് മാനിനെ മാറ്റിവെക്കാൻ അനുമതി നൽകിയ കാര്യം അവന്റെ മനസിലോടിയെത്തി. അവൾ അതൊരു വലിയ വിഡ്ഢിത്തമായിപ്പോയി എന്ന് അവനെ ആശ്വസിപ്പിച്ചപ്പോഴാണ് അതനുവദിച്ചത്.

എൽഫ്രഡ് പെട്ടെന്നുതന്നെ ഭാഗ്യംകെട്ട അവളുടെ റൂക്കിനെ എടുത്തുമാറ്റി, കളി തുടർന്നു. എൽഫ്രഡിനാണ് ഇപ്പോൾ കളിക്കാനായിരിക്കുന്നത്. പിന്നെ അവൻ അവളെ നന്നായി കുടുക്കിത്തുടങ്ങി. എൽഫ്രഡ് ധൃതിപ്പെട്ട് ശേഷിക്കുന്ന അവളുടെ റൂക്ക് ഫൈലിൽ അവളുടെ റാണിയെ നീക്കിവെച്ചു.

"നോക്ക് എന്ത് കഷ്ടം. എന്റെ പിഴവ്. നിന്റെ റൂക് അവിടെയിരിക്കുന്നത് കണ്ടില്ല. ഒരു വിഡ്ഢിയല്ലാതെ മറ്റാരും അവിടെ അറിഞ്ഞുകൊണ്ട് റാണിയെ വെക്കില്ല, ഉറപ്പാണ്. എൽഫ്രഡ് വികാരഭരിതയായി സംസാരിച്ചു. തന്റെ എതിരാളി റാണിയെ തിരിച്ചെടുക്കാൻ സമ്മതിച്ചെങ്കിൽ എന്നൊരു പാതി മോഹവുമുണ്ട്, ആ സംസാരത്തിൽ.

"ആരും ചെയ്യില്ല തീർച്ചയാണ്." നൈറ്റ് ശാന്തമായി പറഞ്ഞു. എന്നി

ട്ട് തന്റെ മഹതിയായ ഇരയ്ക്കുനേരെ—റാണിക്കുനേരെ—കൈനീട്ടി.

അവൾ ഒരു കരച്ചിലിന്റെ വക്കത്തായിരുന്നു. കണ്ണിൽ കണ്ണുനീർ നിറഞ്ഞുവന്നു. പക്ഷേ അതു കാണിക്കാൻ അവൾക്ക് നാണക്കേടു തോന്നി. അവൾ നന്നായി—കഠിനമായിത്തന്നെ ശ്രമിച്ചു—തലച്ചോറ്, ചുഴിയാവുംവരെ ചിന്തിച്ചുനോക്കി—എന്തായാലും അവൻ അങ്ങനെ പെരുമാറുന്നത് വലിയ ഹൃദയശൂന്യതയാണെന്ന് അവൾക്ക് തോന്നി.

“ഞാൻ കരുതുന്നത്....... അത്.......” അവൾ പറഞ്ഞു തുടങ്ങി.

“എന്ത്?”

“എനിക്കു പറ്റിയ ചെറിയ പിഴവ് മുതലാക്കാൻ നോക്കുന്നത് കഷ്ടമാണ്.”

“ഒരു ചെറിയ പിഴവ് കൊണ്ടുപോലും എനിക്കെന്റെ റൂക്കിനെ നഷ്ടപ്പെടും.”ശത്രു ഒട്ടും ദയവില്ലാത്ത സ്വരത്തിൽ അവന്റെ കണ്ണുയർത്താതെ പറഞ്ഞു.

“അതെ. പക്ഷേ-” അവന്റെ ന്യായം ഉത്തരം മുട്ടുന്നതാണെങ്കിലും ഒന്ന് എതിർക്കാൻ അവൾ ചെറുതായി ശ്രമിച്ചു.

“എനിക്ക് സ്റ്റന്റണെയും മോർഫിയേയും പോലുള്ള പ്രൊഫഷണൽ കളിക്കാരേയും ക്ലബുകാരേയുംപോലുള്ള ദയയില്ലാത്ത കളിയൊന്നും സഹിക്കാൻ കഴിയില്ല. മാനിൽ നിന്ന് നിങ്ങൾ വിരൽ മാറ്റുന്നോ അല്ലയോ. അത് മാത്രമേ കാര്യമുള്ളു.”

നൈറ്റ് നേരത്തെപ്പോലെതന്നെ ഒട്ടും ദയവില്ലാതെ ചിരി തുടർന്നു. അവർക്കിടയിൽ നിശ്ശബ്ദത തുടർന്നു.

“ചെക്ക് മേറ്റ്” നൈറ്റ് പറഞ്ഞു.

“ഒരു കളി കൂടി” എൽഫ്രഡ് തറപ്പിച്ചുപറഞ്ഞു. അവൾ ആകെ കലിപ്പിലായിരുന്നു.

“ഓ.... സന്തോഷം.” നൈറ്റ് പറഞ്ഞു.

“ചെക്ക് മേറ്റ്” നാൽപ്പതു മിനിറ്റിനു ശേഷം വീണ്ടും നൈറ്റ് പറഞ്ഞു.

“ഒരു കളികൂടി.” തറപ്പിച്ചിട്ട് എൽഫ്രഡ് മറുപടി കൊടുത്തു.

“ഞാൻ എന്റെ ബിഷപ്പിനെ നിനക്കുവേണ്ടി മാറ്റിത്തരാം.” നൈറ്റ് ദയ കാണിച്ചു.

“വേണ്ട, നന്ദി.” എൽഫ്രഡ് മര്യാദയ്ക്കുവേണ്ടി, പക്ഷേ ചെറിയ വിഷമത്തോടെ മറുപടി പറഞ്ഞു.

“ചെക്ക് മേറ്റ്.” ഒരു വികാരവും കൂടാതെ അവളുടെ എതിരാളി ആവർത്തിച്ചു.

എൽഫ്രഡ്, നിന്റെ ഇപ്പോഴത്തെയും പണ്ട് സ്മിത്തിന് ജയിക്കാൻ വേണ്ടി കരുതിക്കൂട്ടി വിഡ്ഢിത്തങ്ങൾ ചെയ്തുകൊടുത്തപ്പോഴത്തെയും മാനസികാവസ്ഥകൾ തമ്മിലുള്ള അന്തരം!

അത് ഉറങ്ങാനുള്ള സമയമായിരുന്നു. തോൽവിക്കു പിറകെ തോൽവി ഏറ്റുവാങ്ങിക്കൊണ്ട്, അതും ചെസിൽ ഒരു മുന്നണിപ്പോരാളിയായിരിക്കെ, എൽഫ്രഡ് ആകെ വിഷമത്തിലായിരുന്നു. ഉറങ്ങാനായി

മുറിയിലെത്തിയപ്പോൾ ഹൃദയം പുറത്തുകിടന്ന് പെരുമ്പറ കൊട്ടും പോലെ തോന്നി എൽഫ്രഡിന്. മൂന്നാല് വർഷമായിട്ട് ഭൂലോകത്തെ മികച്ച കളിക്കാരി എന്ന സ്നേഹാദരങ്ങൾ ആസ്വദിച്ചിട്ട്—എൽഫ്രഡിന്റെ അച്ഛന്റെ മുമ്പിൽ അവളാണ് ഏറ്റവും മികച്ച കളിക്കാരി; അച്ഛനാണ് എൽഫ്രഡിന്റെ ലോകം, ആ നിലയ്ക്ക് ലോകത്തെ മികച്ച കളിക്കാരി അവൾതന്നെ! ഈ വലിയ പരാജയം എൽഫ്രഡിന് താങ്ങാനാവുന്നതല്ല.

കിടക്കയിൽ അവളെ തഴുകി ഉറക്കാൻ ഉറക്കം എത്തിയതേ ഇല്ല. രണ്ടു മണിവരെ ഉണർന്നു കിടന്നശേഷം, പെട്ടെന്ന് ഒരു ബുദ്ധി തോന്നി അവൾ എഴുന്നേറ്റ്, വെളിച്ചവുമെടുത്ത് ലൈബ്രറിയിൽ ചെന്ന എൽഫ്രഡ് അവിടന്ന് ചെസ് പ്രാക്ടീസ് എടുത്തു അതുമായി വന്ന് തന്റെ കിടക്കയിലിരുന്ന് ശ്രദ്ധയോടെ പഠിച്ചുതുടങ്ങി. എൽഫ്രഡിന്റെ ചെസ് പഠനം ക്ലോക്കിൽ അഞ്ച് അടിക്കുംവരെ തുടർന്നു. അവളുടെ കൺപോളകൾ വീങ്ങി അടച്ചിരുന്നു. പിന്നെ അവൾ ലൈറ്റണച്ച് കിടന്നു.

"നിന്നെക്കണ്ടിട്ട് വിളർത്തിരിക്കുന്നല്ലോ എൽഫ്രഡ്." മിസിസ് സ്വാൻക്രോർട്ട് പ്രഭാതഭക്ഷണസമയത്ത് കണ്ടപ്പോൾ പറഞ്ഞു.

"ഇല്ലേ നൈറ്റ്. ഇവൾ വിളർത്തിട്ടില്ലേ?"

എല്ലാവരും ഒരുമിച്ച് മുഖത്തേക്ക് സൂക്ഷിച്ചുനോക്കിയാൽ ഒരു ക്ഷീണവുമില്ലെങ്കിൽപ്പോലും പെൺകുട്ടികൾ സ്വതവെ വിളറിപ്പോകും. എല്ലാവരും എൽഫ്രഡിനെ നോക്കി. തീർച്ചയായും അവൾ വിളറി കടലാസു പോലെയായി.

"ഞാൻ വിളറിയിട്ടുണ്ടോ?" ക്ഷീണിച്ച ചിരിയോടെ എൽഫ്രഡ് പറഞ്ഞു. "എനിക്ക് നൈറ്റിന്റെയും ബിഷപ്സിന്റെയും ലോകത്തുനിന്നും മോചനം കിട്ടിയില്ല. എങ്ങനെ കിട്ടുംന്ന് ശ്രമിച്ചുകൊണ്ടിരുന്നു."

"കിടക്കുംമുമ്പുള്ള ചെസ്കളി ചീത്തശീലമാണ്, പ്രത്യേകിച്ചും നിന്നെപ്പോലുള്ള വികാരജീവികൾക്ക്. വൈകിയ രാത്രിയിൽ ഇനി ഒരിക്കലും ചെസ് കളിക്കരുത്."

"പകരം രാവിലെ കളിക്കാം......... നൈറ്റ്." അവൾ സ്വാൻക്രോർട്ടിനെ അനുകരിച്ചുകൊണ്ട് തുടർന്നു. "നിങ്ങളെനിക്ക് ഒരു കാര്യം ചെയ്തു തരുമോ നൈറ്റ്?"

"എന്റെ പകുതി രാജ്യംകൂടി തന്നേക്കാം!"

"ശരി. ഒരു കളികൂടി കളിക്കാമോ?"

"എപ്പോൾ?"

"ഇപ്പോ. ഇപ്പോത്തന്നെ. ഈ ഭക്ഷണമങ്ങ് കഴിച്ച്കഴിഞ്ഞാലുടനെ."

"വിഡ്ഢിത്തം പറയാതെ എൽഫ്രഡ്." അവളുടെ അച്ഛൻ പറഞ്ഞു. "ഇങ്ങനെ കളിക്ക് സ്വയം അടിമപ്പെടാതെ........"

"എനിക്ക് കളിക്കണം പപ്പാ, ഈ നാണക്കേടിൽനിന്നു രക്ഷപ്പെടാതെ സത്യമായിട്ടും എനിക്കിനി വിശ്രമമില്ല. നൈറ്റിന് ഇതൊരു പ്രശ്നമല്ല. പിന്നെന്താ കുഴപ്പം?"

"നിനക്ക് ആഗ്രഹമുള്ളിടത്തോളം നമുക്ക് കളിക്കാം എൽഫ്രഡ്." നൈറ്റ് പറഞ്ഞു.

അങ്ങനെ, ഭക്ഷണം കഴിഞ്ഞതും രണ്ട് എതിരാളികളുംകൂടി ലൈബ്രറിയിൽ കയറി കതകും അടച്ചു. എൽഫ്രഡിന് തന്റെ സ്വഭാവം കുറച്ച് വിചിത്രമാണെന്നും, യാഥാസ്ഥിതിക ചിട്ടവട്ടങ്ങളിൽനിന്നും മുക്തമായിരിക്കുന്നുവെന്നും തോന്നി. അവളുടെ പ്രവൃത്തികൾ ചെറിയ അമ്പരപ്പോടെയാണ് നൈറ്റ് നോക്കിയിരിക്കുന്നത്.

"എനിക്ക് വട്ടാണെന്നാവും കരുതുന്നത് അല്ലേ?" ഒരു ചിന്തയുമില്ലാതെ എൽഫ്രഡ് ചാടിക്കയറി പറഞ്ഞു. "പക്ഷേ ഒരിക്കലെങ്കി ഒരിക്കൽ എനിക്ക് നന്നായി കളിക്കണം. നിങ്ങളെ ജയിക്കാൻ പറ്റുമോന്ന് ഒന്ന് കാണിച്ചുതരണമല്ലോ?"

"വേണം. അസ്വാഭാവികമായിട്ടൊന്നുമില്ല. എന്നാലും സാധാരണ തോൽവിക്ക് ശേഷം സ്ത്രീകൾ കണ്ടുപിടിക്കാറുള്ള ഒരു വഴിയല്ല ഇത്."

"എന്തോ?"

"പരാജയപ്പെടുത്തപ്പെട്ടു എന്നത് മറക്കുകയാണ് വീണ്ടും പരാജയപ്പെടുന്നതിനേക്കാൾ നല്ലത്. അങ്ങനെ അവരാ കാര്യം വിടും. അതാണ് സ്ത്രീകളുടെ പതിവ്."

"ഞാൻ സ്വൽപ്പം പിശകാണ്. തീർച്ചയായും പിശകാണ്."

"നിന്റെ പിശക് ശരിയേക്കാളും മനോഹരമാണ് എൽഫ്രഡ്."

"നിങ്ങൾ ശരിക്കും അതാണർഹിക്കുന്നതെന്നെനിക്കുറപ്പില്ല. ചിലപ്പോൾ എന്നെ കളിയാക്കുകയാവും" അവൾ സംശയത്തോടെ എന്നാൽ കുറച്ചുകൂടി പുകഴ്ത്തലുകൾക്കുള്ള ആവേശത്തോടെ അയാളെ ഒന്ന് നോക്കി.

"നിങ്ങൾക്ക് തുല്യയാണ്—കൂടെ കളിക്കാൻ മാത്രം ഞാനെന്ന് ഞാൻ സ്വയം കരുതുന്നത് എന്റെ പൊങ്ങച്ചമായാവും നിങ്ങൾ കരുതുക. ശരി, അങ്ങനെയെങ്കിൽ അങ്ങനെ. പൊങ്ങച്ചം ഇത്തരം കാര്യത്തിൽ ഒരു തെറ്റൊന്നുമില്ല."

"ശരി. ഒരുപക്ഷേ അല്ലായിരിക്കും എന്തായാലും."

അങ്ങനെ അവർ ഇരുന്നു, കളി തുടങ്ങി. എൽഫ്രഡിനായിരുന്നു ആദ്യത്തെ കളി. കളി പുരോഗമിച്ചു. എൽഫ്രഡിന്റെ ഹൃദയം ശക്തമായി ഇടിച്ചു. ഹൃദയം പെരുമ്പറപോലെ കൊട്ടിയതുകൊണ്ട് ഇരുന്ന അതേ ഇരുപ്പ് തുടരാൻ എൽഫ്രഡിനു കഴിഞ്ഞില്ല. അവളുടെ ഭയം നൈറ്റിനു പോലും ഭയമുണ്ടാക്കി. മേശപ്പുറത്തെ പൂക്കൾപോലും വികാരവിക്ഷുബ്ധതകൊണ്ട് വിറയ്ക്കുന്നത് നൈറ്റ് ശ്രദ്ധിച്ചു.

"നമുക്ക് തൽക്കാലം നിർത്താം എൽഫ്രഡ്." മൃദുവായി പറഞ്ഞു. "ഇത് നിനക്ക് കുറേ കൂടുതലാണ്. നമുക്ക് ഇപ്പോഴത്തെ നില എഴുതി വെക്കാം. എന്നിട്ട് പിന്നെ ഒരിക്കൽ ബാക്കി കളിക്കാം."

"വേണ്ട, വേണ്ട. ഇപ്പോത്തന്നെ ഫലമറിയാതെ എനിക്ക് സമാധാനമില്ല. കളിക്ക്...... ഇനി നിങ്ങളുടെ ഊഴമാണ്."

പത്തു മിനിറ്റ് കഴിഞ്ഞുപോയി.

അവൾ പെട്ടെന്ന് ചാടി എഴുന്നേറ്റു. "എനിക്കറിയാം, നിങ്ങളെന്താ

ചെയ്യുന്നതെന്ന്." അവൾ കരഞ്ഞുകൊണ്ട് തുടർന്നു; അവളുടെ മുഖം ദേഷ്യംകൊണ്ട് ചുവന്നിരുന്നു. കണ്ണുകളിൽ അപമാനബോധം കത്തി. "നിങ്ങളെന്നെ സന്തോഷിപ്പിക്കുന്നതിനായി, തോൽക്കാനായി കളിക്കാതിരിക്കുകയാണല്ലേ?"

"ഞാനങ്ങനെ ഒന്നും കരുതിയിട്ടില്ല." നൈറ്റ് അക്ഷോഭ്യനായി മറുപടി പറഞ്ഞു. അവളുടെ വിഷമം പിടിച്ച അവസ്ഥയ്ക്ക്, നേർവിപരീതമായിരുന്നു അവന്റെ അവസ്ഥ.

"നിങ്ങളതു നന്നായി ചെയ്യണം. എനിക്കിങ്ങനെ വേണ്ട."

"ശരി."

"വേണ്ട. അങ്ങനെ ചെയ്യണ്ട. അങ്ങനത്തെ അസംബന്ധമൊന്നും ചെയ്യില്ലെന്ന് നിങ്ങളെനിക്ക് വാക്കുതരണം. അല്ലെങ്കിൽ അതെനിക്ക് അപമാനമാണ്."

"ശരി മാറ്റാം. ഞാനിങ്ങനെ ഒന്നും ചെയ്യുന്നില്ല. നീയൊട്ട് ജയിക്കുകയുമില്ല."

"അത് കാണാനിരിക്കുന്നതേ ഉള്ളൂ." അവൾ അഭിമാനത്തോടെ മറുപടി പറഞ്ഞു, അവളുടെ കളി തുടർന്നു.

പുസ്തക അലമാരിക്ക് മുകളിലിരിക്കുന്ന ക്ലോക്കിലെ 'ടിക്ക്, ടിക്ക്' ശബ്ദമല്ലാതെ മറ്റൊന്നും കേൾക്കാനില്ല ഇപ്പോൾ. പത്തു മിനിറ്റു കഴിഞ്ഞു. അവൻ അവളുടെ നൈറ്റിനെ സ്വന്തമാക്കി. അവൾ അവന്റെ നൈറ്റിനെയും. കുറച്ചുനേരംകൂടി കഴിഞ്ഞു. അവൻ അവളുടെ ബിഷപ്പിനെ എടുത്തു, അവൾ അവന്റെ നൈറ്റിനെ എടുത്ത് മറുപടി നൽകി. മൂന്നു മിനിറ്റു കൂടി എടുത്തു. അവൾ ധൈര്യവതിയായി കാണപ്പെട്ടു. അവന്റെ റാണിയെ എടുത്തു. അവൻ ശാന്തനായി അവളുടേതും എടുത്തു.

എട്ടുപത്തു മിനിറ്റുകൂടി കഴിഞ്ഞു. അവൻ ഒരു പാൺ എടുത്തു. അവൾ 'ഫൂ' ന്നൊര് ശബ്ദമുണ്ടാക്കി! പക്ഷേ പകരം ഒരു പാൺനെ എടുക്കാനായില്ല.

പത്തു മിനിറ്റ് കഴിഞ്ഞു. അവൻ മറ്റൊരു പാൺനേക്കൂടി എടുത്തു. "ചെക്ക്" എന്നു പറഞ്ഞു. അവളുടെ മുഖം ചുവന്നു, അവന്റെ ബിഷപ്പിനെ സ്വന്തമാക്കിക്കൊണ്ട് വിജയത്തിൽ അവനെത്തി. അവനുടനെ അവളുടെ അഞ്ചു ബിഷപ്പും സ്വന്തമാക്കി. അവൾ അമ്പരന്നതുപോലെ തോന്നി.

അഞ്ചു മിനിറ്റ് കഴിഞ്ഞു. അവൾ അവന്റെ ശേഷിക്കുന്ന ബിഷപ്പ് എടുത്തു. അവൻ അവളുടെ ശേഷിക്കുന്ന നൈറ്റിനെ എടുത്തുകൊണ്ട് മറുപടി നൽകി.

രണ്ടു മിനിറ്റ് കൂടി ...... അവൻ ഒരു ചെക്ക് നൽകി, അവളുടെ ഹൃദയം നൊന്തു, അവൾ കൈകൾകൊണ്ട് മുഖം മറച്ചു. കുറച്ചു മിനിറ്റുകൾ കൂടി കടന്നുപോയി. അവൻ അവളുടെ റൂക്കിനെ എടുത്ത് വീണ്ടും ചെക്ക് നൽകി. അവൻ ഇനി നൽകുന്നതെന്താണെന്നോർത്ത് അക്ഷരാർഥത്തിൽ അവൾ വിറച്ചു.

അഞ്ചു മിനിറ്റുകൂടി കടന്നുപോയി: "രണ്ടു നീക്കത്തിനുള്ളിൽ ചെക്ക് മേറ്റ്." എൽഫ്രഡ് വെല്ലുവിളിച്ചു.

"ഒക്കുമെങ്കിലാവട്ടെ." നൈറ്റ് പറഞ്ഞു.

"ഒ........ എന്റെ കണക്കുകൂട്ടൽ തെറ്റിപ്പോയി. ഇത് ക്രൂരതതന്നെ."

"ചെക്ക് മേറ്റ്." നൈറ്റ് പറഞ്ഞു; അവൻ വിജയം നേടിയിരിക്കുന്നു.

നൈറ്റിന് മുഖം കൊടുക്കാതെ എൽഫ്രഡ് എഴുന്നേറ്റു. ഹാളുകടന്ന് അവൾ മുകൾനിലയിലേക്ക്, സ്വന്തം മുറിയിലേക്ക് ഓടി. കിടക്കയിൽ അമർന്നുകിടന്ന് ദയനീയമായി കരഞ്ഞു.

"എൽഫ്രഡ് എവിടെ?" ഉച്ചഭക്ഷണ സമയത്ത് വികാരി അന്വേഷിച്ചു.

നൈറ്റ് ആകാംക്ഷയോടെ ഉത്തരത്തിനുവേണ്ടി ചെവിയോർത്തു. ഇപ്പോഴെങ്കിലും അവളെ വീണ്ടും കാണാനാവുമെന്ന പ്രതീക്ഷയിലായിരുന്നു അയാൾ.

"അവൾക്കു നല്ല സുഖമില്ല സർ." അതായിരുന്നു മറുപടി. മിസിസ് സ്വാൻക്രോർട്ട് എഴുന്നേറ്റ് മുകളിലെ എൽഫ്രഡിന്റെ മുറിയിലേക്ക് നടന്നു.

വാതിൽക്കൽ യൂണിറ്റി നിൽപ്പുണ്ട്. അവളിപ്പോൾ എൽഫ്രഡിന്റെ വേലക്കാരിയും വീട്ടുജോലിക്കാരിയുംകൂടിയാണ്.

"മാഡം നല്ല ഉറക്കത്തിലാണ്." യൂണിറ്റി പറഞ്ഞു.

മിസിസ് സ്വാൻക്രോർട്ട് വാതിൽ തുറന്നു. എൽഫ്രഡ് കൈകൾ രണ്ടും പുറത്തേക്ക് തൂക്കി ചുവന്നുതുടുത്ത മുഖത്തോടെ നല്ല വസ്ത്രങ്ങളെല്ലാം അണിഞ്ഞ് കിടപ്പാണ്. മിനിറ്റുകൾ ഇടവിട്ടുകൊണ്ട് അവൾ അസ്വസ്ഥമായി തിരിയുകയും മറിയുകയും ചെയ്യുന്നു. കൂട്ടത്തിൽ ചെസിലുപയോഗിക്കുന്ന ഓരോ വാക്കുകൾ മുരളുന്നുണ്ട്.

മിസിസ് സ്വാൻക്രോർട്ട് സ്വയം ഒരു ഡോക്ടറായി എൽഫ്രഡിന്റെ പൾസ് പരിശോധിച്ചു. അത് ഒരു മിനിറ്റിൽ ഇരുന്നൂറോളം തവണ നന്നായി കമ്പനം ചെയ്യുന്നുണ്ട്. ആ പെൺകുട്ടിയുടെ കൂനിക്കൂടിയുള്ള കിടപ്പിനെ മൃദുവായൊന്ന് ശരിപ്പെടുത്തിയ ശേഷം മിസിസ് സ്വാൻക്രോർട്ട് താഴേക്കിറങ്ങിപ്പോയി.

"അവളുറങ്ങുകയാണ്." മിസിസ് സ്വാൻക്രോർട്ട് പറഞ്ഞു. "അവൾക്ക് നല്ല സുഖമില്ലെന്ന് തോന്നുന്നു. നൈറ്റ് നീ എന്താ ചിന്തിക്കുന്നത്? നിന്റെ വലിയ തലച്ചോറും വിവേകവുമൊന്നും ആ പെൺകുട്ടിക്ക് ഇല്ല. അവളിത്ര വലിയ അടിയൊന്നും താങ്ങില്ല. ഇനി ഒരു കാരണവശാലും അവളെ കൂടെ കളിക്കാൻ സമ്മതിക്കരുത്?"

"എനിക്ക് ശരിക്കും ദുഃഖമുണ്ട്." നൈറ്റ് പറഞ്ഞു. അവൻ പ്രകടിപ്പിച്ചതിലധികം വേദനയുണ്ടായിരുന്നു യഥാർഥത്തിൽ. "പക്ഷേ, അവൾക്കറിയില്ലേ അവൾക്ക് എന്താ നല്ലത് എന്ന്?"

"ആ, അതല്ലേ അവൾക്ക് ആകെ അറിയാത്തത്! അവളത്തരം കാര്യങ്ങളൊന്നും ചിന്തിക്കുകയേ ഇല്ല നൈറ്റ്.

ഞാനും അവളുടെ അച്ഛനും അവളെ കർശനമായി, സൂക്ഷിച്ച് ഒരു കുട്ടിയെപ്പോലെ വളർത്തുകയാണ്. കാര്യങ്ങളൊക്കെ അവൾ നന്നായിട്ട്

പറയും, കിളിയെപ്പോലെ മിടുക്കിയായി എല്ലാം ചെയ്യും. എനിക്ക് തോന്നുന്നു. ഡോ. ഗ്രാൻസണെ ഒന്ന് വരുത്തുന്നതാണ് നല്ലതെന്ന്."

കുതിരപ്പുറത്ത് ഒരു മനുഷ്യൻ വരുന്നത് കാണാനായി. അയാളാണ് ഡോ. ഗ്രാൻസൺ. എൽഫ്രെഡിന്റെ നാഡീവ്യവസ്ഥ സാരമായ തകരാറിലാണെന്ന് ഡോക്ടർ അറിയിച്ചു. ചില മരുന്നുകൾ നിർദേശിച്ചു, കൂട്ടത്തിൽ ഇനി ഒരിക്കലും അവൾ ചെസ് കളിക്കാൻ പാടില്ലെന്നും ഡോക്ടർ വിലക്കി.

അടുത്ത ദിവസം രാവിലെ അവൾ ഭക്ഷണത്തിനെത്തുന്നത് നൈറ്റ് ആകാംക്ഷയോടെ കാത്തിരുന്നു. ഭക്ഷണത്തിനു മുമ്പുള്ള പ്രാർഥനയിലേക്ക് ഓരോ വേലക്കാരികളും വരുമ്പോഴും അത് എൽഫ്രെഡ് ആവണേ എന്ന് നൈറ്റ് ആഗ്രഹിച്ചു. മി. സ്വാൻക്രോർട്ട് ആണെങ്കിൽ എൽഫ്രെഡിനെ ഒന്നും കാക്കാതെ പ്രാർഥന വായിക്കാൻ തുടങ്ങി. ഒരാൾ ഒട്ടും ശബ്ദമുണ്ടാക്കാതെ കടന്നുവന്നപ്പോൾ നൈറ്റ് പ്രതീക്ഷയോടെ കണ്ണുകൾകൊണ്ട് പരതി. അതൊരു ചെറിയ വേലക്കാരിപ്പെണ്ണായിരുന്നു. പ്രാർഥനാവായന മഹാവെറുപ്പാണ് എന്ന് നൈറ്റിന് തോന്നി.

അയാൾ തനിച്ച് പുറത്തിറങ്ങി നടക്കാനാരംഭിച്ചു. അന്നാദ്യമായി പ്രകൃതിയുമായി തനിച്ച് സംസാരിച്ചുകൊണ്ടിരിക്കുന്നതിൽ ഒരു രസവുമില്ല എന്നയാൾക്ക് തോന്നി. തിരിച്ച് വീടിനുനേർക്ക് എത്താറായപ്പോൾ ഒരിറക്കം മുറിച്ചുകടന്ന് അയാൾ നിൽക്കുന്ന വയലിനരികെയുള്ള വഴി തന്റെ പ്രിയസുഹൃത്ത് വരുന്നത് നൈറ്റ് കണ്ടു. അവിടെ വച്ച് അവർ കണ്ടുമുട്ടി. എൽഫ്രെഡിന് അവനെ കണ്ടപാടെ നാണവും ആഹ്ലാദവും തോന്നി; അവന്റെ മുമ്പിലകപ്പെട്ടത് ഒരു പള്ളിക്കകത്തെത്തിയപോലെയാണ് എൽഫ്രെഡിന് തോന്നിയത്.

നൈറ്റിന്റെ കൈവശം അവന്റെ നോട്ട്ബുക്ക് ഉണ്ടായിരുന്നു. രണ്ട് പേരും പരസ്പരം ദൃഷ്ടിയിൽ പെടുമ്പോൾ അവൻ എഴുതിക്കൊണ്ടിരിക്കുകയായിരുന്നു. ഒരു വാക്യത്തിന്റെ പകുതി എഴുതിയത് അവിടെ വെച്ച് നിർത്തി നൈറ്റ് അവളുടെ ആരോഗ്യകാര്യങ്ങൾ അന്വേഷിച്ചു. തനിക്ക് സുഖമാണെന്നും ഇതിലും നന്നായി ഇരിക്കാനാവില്ലെന്നും ഒക്കെ എൽഫ്രെഡ് പറഞ്ഞു. അവളുടെ ആരോഗ്യം അവളുടെ പ്രവൃത്തിക്കുണ്ടായിരുന്നില്ല. ചുണ്ടുകൾ ചുവന്ന്, ഒരു ചായംപൂശലുകളും ഇല്ലാതെതന്നെ അവളുടെ ചുവപ്പുകലർന്ന വെളുത്ത തൊലിയിൽനിന്നും ഒരു നേർത്ത വരകൊണ്ട് കൃത്യമായി വേർതിരിക്കപ്പെട്ടിരിക്കുന്നു. അതിനിടയിൽ ഒരു പിഴയും ഇല്ല. മൊത്തത്തിൽ ആദ്യമായി ചെസ്കളികൊണ്ട് വീണുപോയ ഒരാളെപ്പോലെ എൽഫ്രെഡ് നിന്നു.

"നിങ്ങൾ കുറിപ്പുകളെഴുതുകയാണല്ലേ?" വിഷയത്തിലുള്ള താൽപ്പര്യത്തിനപ്പുറം അവളുടെ ശരീരത്തെക്കുറിച്ചുള്ള അവന്റെ ചിന്തകൾ വഴിതിരിച്ചു വിടാനായിട്ട് ചോദിച്ചു.

"അതെ, ഞാനൊരു കാര്യം എഴുതുകയായിരുന്നു. ഞാനതൊന്ന് മുഴുമിച്ചോട്ടേ, കുഴപ്പമില്ലല്ലോ?" നൈറ്റ് നിന്ന നിൽപ്പിൽത്തന്നെ എഴുതി

ത്തീർത്തു. എൽഫ്രഡ് ഒരു നിമിഷം അവിടെത്തന്നെ നിന്നു; പിന്നെ നടപ്പു തുടർന്നു.

"ആ പുസ്തകത്തിലെ എല്ലാ രഹസ്യങ്ങളും കാണാൻ എനിക്കാഗ്രഹമുണ്ട്." എൽഫ്രഡ് ചുമലിനു മുകളിലൂടെ തലചെരിച്ചുകൊണ്ട് പറഞ്ഞു.

"നിനക്ക് താൽപ്പര്യമുള്ള ഒന്നും കാണുമെന്ന് തോന്നുന്നില്ല."

"എനിക്കറിയാം, എനിക്കിഷ്ടപ്പെടുന്നതു കാണും."

"ഇനി എനിക്ക് കൂടുതലൊന്നും പറയുവാനില്ല."

"പക്ഷേ എനിക്കൊരു കാര്യം ആദ്യം അറിയാനുണ്ട്. അത് യാത്രകളെയും ചെലവുകളെയും ഒക്കെക്കുറിച്ചുള്ള വെറും കണക്കുകളാണോ? അതൊ.......... ഒരു ഓർമപുസ്തകമോ?"

"ശരി. സത്യത്തിൽ അതു രണ്ടുമല്ല. അതു മുഴുവനും ലേഖനങ്ങൾക്കും ഉപന്യാസങ്ങൾക്കും വേണ്ടുന്ന കുറിപ്പുകളാണ്. അടുക്കും ചിട്ടയുമില്ലാതെ, പരസ്പരബന്ധവുമില്ലാതെ എനിക്കല്ലാതെ മറ്റാർക്കും ഒന്നും മനസിലാവുകയില്ല; താൽപ്പര്യം തോന്നുകയുമില്ല."

"നിങ്ങളുടെ എല്ലാ ചിന്തകളും അതിലുണ്ടാവും അല്ലേ?"

"അതെ."

"വലുതാക്കി വിശദമായി എഴുതുമ്പോൾ എല്ലാവർക്കും ഇഷ്ടപ്പെടുമെങ്കിൽ എങ്ങനെയായിരിക്കും അതിന്റെ ആദ്യരൂപം? ഏറ്റവും ആദ്യത്തെ രൂപം, ആളുകളുടെ അഭിരുചിക്കാണ് മാറ്റം വരാത്തത്."

"കാറ്റൂതി വീർപ്പിക്കുംമുമ്പത്തെ ബലൂൺപോലെ, ചുക്കിച്ചുളിഞ്ഞ്, രൂപമില്ലാതെ, ചത്തത്പോലെ. നിനക്കത് വായിക്കാനാവില്ല."

"നോക്കാലോ?" എൽഫ്രഡ് പറഞ്ഞു. "ഞാനും എന്റെ നോവലെഴുതിയത് ഇങ്ങനെയാണ് - അതായത് ചെറിയ ചെറിയ കുറിപ്പുകളായിട്ട്, വീടിനുപുറത്ത് വെച്ച്-ഞാൻ എഴുതിയിടുമ്പോലെയാണോ നിങ്ങളുടെ എഴുത്തും എന്നു നോക്കാമല്ലോ?"

"ഇതൊരു വല്ലാത്ത അഭ്യർഥന ആണല്ലോ...... നീ ഇങ്ങനെ നേരിട്ട് ചോദിക്കുമ്പോൾ വേണ്ടെന്നു പറയാനാ എനിക്ക് തോന്നുന്നത്. പക്ഷേ."

"ഞാൻ ചോദിക്കുന്നത് മര്യാദയോടെന്ന് നിങ്ങൾ പറയുന്നു. പക്ഷേ എന്റെ മുമ്പിലിരുന്നിങ്ങനെ എഴുതിയത് നിങ്ങളെങ്ങനെ ന്യായീകരിക്കും, നൈറ്റ്? ഞാനെങ്ങാനും നിങ്ങളുടെ ബുക്ക് അബദ്ധവശാൽ കണ്ടിരുന്നെങ്കിലോ? നിങ്ങളെന്നോട് ഒരു ഒഴികഴിവു പറഞ്ഞ് ഞാനെത്തിനോക്കുന്നോ, ഇല്ലയോ എന്നൊന്നും നോക്കാതെ നിന്നെഴുതി. അതൊന്നും വ്യക്തിപരമല്ല പൊതുകാര്യങ്ങളാണെന്ന് പറയുകയും ചെയ്തു. പിന്നെ ഞാൻ വായിക്കാൻ ചോദിച്ചതിൽ എന്താണു തെറ്റ്?"

"ശരി എൽഫ്രഡ്, നിനക്ക് കാണണംന്ന് നിർബന്ധമാണെങ്കിൽ, വായിച്ചതിന്റെ ഫലമൊക്കെ നീ തന്നെ സഹിച്ചോളണം. എന്റെ പുസ്തകം വായിക്കാതെ വിടുന്നതാണ് എൽഫ്രഡിനു നല്ലത് എന്നാണെന്റെ പക്ഷം."

“അങ്ങനെ ഉപദേശിച്ചാലും വായിക്കാൻ നിങ്ങളുടെ സമ്മതമുണ്ടോ?”

“ഉണ്ട്.”

അവളൊരു നിമിഷം പരിഭ്രമിച്ചു, അവന്റെ കൈയിലിരുന്ന ബുക്കിലേക്ക് നോക്കി. പിന്നെ ചിരിച്ചുകൊണ്ട് പറഞ്ഞു.

“എനിക്കതു കാണണം.”

അതവന്റെ കൈയിൽനിന്നും അവൾ വാങ്ങിച്ചു.

നൈറ്റ് അവളെത്തന്നെ വിട്ട് വീടിനുനേരെ അലസമായി നടന്നു. അയാൾ ഗേറ്റിനടുത്തെത്തിയപ്പോൾ അവൾ നടന്നുതുടങ്ങിയത് അയാൾ കണ്ടു. അവൾ വരുംവരെ അയാൾ കാത്തുനിന്നു.

എൽഫ്രഡ് നോട്ട്ബുക്ക് അടച്ച്, അത് ഒട്ടും മര്യാദയില്ലാതെ അവളുടെ വിരലുകൾകൊണ്ട് മൂലയിൽ തൂക്കിപ്പിടിച്ചുകൊണ്ടാണ് വരവ്. അവൾ ഒന്നും മിണ്ടാതെ ബുക്ക് അവന്റെ നേരെ നീട്ടി. കൈ ഉയർത്തിയതിനോളമേ കണ്ണുകൾ ഉയർത്തിയുള്ളൂ.

“എടുത്തോളൂ.” എൽഫ്രഡ് ധൃതിയിൽ പറഞ്ഞു.

“എനിക്ക് വായിക്കണ്ട.”

“നിനക്കത് മനസിലായല്ലേ?” നൈറ്റ് ചോദിച്ചു.

“ഞാൻ നോക്കിയിടത്തോളം മനസിലായി. പക്ഷേ, കൂടുതൽ വായിക്കാൻ നോക്കിയില്ല.”

“എന്തേ എൽഫ്രഡ്?”

“എനിക്ക് തോന്നിയില്ല-അത്രതന്നെ.”

“നിനക്കാവില്ല വായിക്കാനെന്ന് ഞാൻ പറഞ്ഞതല്ലേ?”

“അതെ. പക്ഷേ എന്നെ അതിൽ എഴുതിവെച്ചിരിക്കുമെന്ന് ഞാനൊരിക്കലും കരുതിയില്ല.”

“ഇതിലൊരിക്കലും നിന്റെ പേരെഴുതിയിട്ടില്ലല്ലോ?”

“എന്റെ പേരില്ല. അതെനിക്കറിയാം.”

“നിന്റെ ഒരു വിവരണവുമില്ല, നിന്നെ ആരും തിരിച്ചറിയത്തക്കതായി ഒന്നും ഇല്ല.”

“ഞാനൊഴികെ എല്ലാമുണ്ട്. ഇതെന്താണ്?” അവൾ പുസ്തകം അവന്റെ കൈയിൽനിന്നും പിടിച്ചുവാങ്ങി ഒരു താള് മറിച്ചുകൊണ്ട് ചോദിച്ചു.

“ആഗസ്റ്റ് 7, അതായത് മിനിയാന്ന്. പക്ഷേ ഞാനത് വായിച്ചിട്ടില്ല. എനിക്ക് നിങ്ങളുടെ പുസ്തകം നോക്കാൻ ശ്രമിക്കേണ്ട ഒരു ആവശ്യവും ഇല്ലായിരുന്നു.”

നൈറ്റിന് അവനെന്താ എഴുതിയതെന്ന് ഒട്ടും ഓർമവന്നില്ല, അവൻ അത് നോക്കാനായി പേജുകൾ മറിച്ചു. അതിപ്രകാരമായിരുന്നു:

ആഗസ്റ്റ് 7, ഒരു പെൺകുട്ടി കൗമാരത്തിലെത്തുമ്പോൾ, അവളുടെ പകുതി ബോധവും ഉണർന്നു പ്രവർത്തിക്കില്ല. ശിശുജന്യമായ നിസ്സഹായവസ്ഥകൾ കടന്നുപോയിക്കഴിയുമ്പോൾ അത് പതിയെ പ്രവർത്തന

മാരംഭിക്കും. സ്വയം ഒളിപ്പിക്കാനുള്ള കഴിവാണ് ഈ ബോധമനസിന്റെ ഒരു വിജയഘടകം. നന്നായി നിരീക്ഷിക്കുന്ന ആളുകൾക്ക് അതിനെക്കുറിച്ച് വ്യക്തമായ ധാരണയോടെ പറയാനാവും. പ്രകടനം എന്ന് പൊതുവെ പറയപ്പെടുന്നതരം പ്രവർത്തനങ്ങളോടെയാണ് പ്രവർത്തനം തുടരുക. സ്ഥാനമാനങ്ങൾ, താമസസ്ഥലം എന്നിവയുടെ അടിസ്ഥാനത്തിലാവും ഓരോ പെൺകുട്ടിയുടെയും പ്രകടനങ്ങൾ. ഗ്രാമത്തിൽ വളരുന്ന പെൺകുട്ടികൾ കുറച്ച് ഭയത്തോടെയും ഒതുക്കത്തോടെയും പുരുഷന്മാരിൽനിന്നും അകന്നുനിൽക്കും (എൽഡൽസ്റ്റൗ ടൗണിൽ വെച്ച് എഴുതിയത്.)

ഈ എഴുത്തുകൾക്ക് നിഷ്കളങ്കമായ ഒരു പൊങ്ങച്ചക്കാഴ്ചയാണ് പ്രചോദനം. "എന്നെ നോക്കൂ." മിക്ക കൗമാരക്കാരും സ്ത്രൈണതയോടെ ഇങ്ങനെ പറയും. കൂടുതലൊന്നും ചിന്തിക്കാതെയാണ് ഇത്തരം പറച്ചിൽ (തിരുത്തലുകൾ ആവശ്യമാണ്.)"

"ആ! എനിക്കിപ്പൊ ഓർമ കിട്ടി." നൈറ്റ് പറഞ്ഞു. "ഇത് ടവറിനു മുകളിൽ വെച്ച് നിന്റെ കോപ്രായങ്ങൾ കണ്ടപ്പോൾ എഴുതിയതാണ്.... പക്ഷേ ഇത്തരം നിരീക്ഷണങ്ങളൊന്നും നീ കാര്യമാക്കണ്ട." അവളുടെ വല്ലാത്ത ഭാവം കണ്ട് അവൻ ഉത്സാഹത്തോടെ തുടർന്നു. "എന്റെ തലയ്ക്കകത്തുകൂടി കടന്നുപോയ കൗതുകകരമായ ഒരു ചിന്ത, നിന്നെക്കുറിച്ച് കലാപരമായി ചിന്തിക്കാൻ ശ്രമിച്ചു! അത് എഴുതിവെച്ചാൽ മറന്നുപോവുല്ലല്ലോ എന്നു കരുതി. അത്രമാത്രം."

"തങ്ങളേറ്റവും കൂടുതൽ സ്നേഹിക്കുന്നവരെ പറ്റിപ്പോലും എല്ലാ മനുഷ്യരും ഏറ്റവും ചീത്തയായ കാര്യങ്ങൾകൂടി ചിന്തിക്കുന്നുണ്ട്, പക്ഷേ അതൊന്നും ആരും പേപ്പറിലെഴുതാറില്ല. കാരണം എഴുതിവെച്ചാൽ പിന്നെ നിലനിൽക്കില്ലെന്നാണ് ധാരണ. ഞാൻ ധൈര്യപൂർവം പറയട്ടെ, നീ സ്വയം എന്നെക്കുറിച്ച് വേണ്ടാത്ത കാര്യങ്ങൾ ചിന്തിച്ചുനോക്ക്. അതും ഇത്രയ്ക്ക് തന്നെ മോശമായിരിക്കും എഴുതിയാൽ. ഞാൻ വെല്ലുവിളിക്കുന്നു. ഇനി പറയൂ."

"ഞാൻ നിങ്ങളെക്കുറിച്ച് ചിന്തിച്ച ഏറ്റവും മോശം കാര്യമോ?"

"അതെ."

"ഞാൻ ചിന്തിച്ചിട്ടില്ല."

"ഓ, അതെയോ?"

"നിങ്ങളിത്തിരിക്കൂടി കുനിഞ്ഞ ചുമലുകളുള്ള ആളായിരുന്നെങ്കിൽ എന്നു ഞാൻ കരുതിയിട്ടുണ്ട്."

"നിങ്ങളുടെ തലയ്ക്കുമീതെ ഒരു പൊട്ട് കഷണ്ടി ഉണ്ടായിരുന്നെങ്കിൽ എന്നും കരുതിയിട്ടുണ്ട്."

"ഹ........ ഹ........ രണ്ട് പരിഹരിക്കാനാവാത്ത കുറവുകൾതന്നെ!" നൈറ്റ് ചിരിച്ചുകൊണ്ട് പറഞ്ഞു.

"സ്വയം ചിന്തിക്കുന്നതിനേക്കാൾ ഒരുപാട് മോശമായിരിക്കും ഒരു സ്ത്രീയുടെ കണ്ണിലൂടെ കാണുമ്പോൾ."

"ആ, അതും ശരിയാണ്." അവൾ പറഞ്ഞു. അവന്റെ പരാമർശങ്ങളെ ഒട്ടും ക്ഷമിച്ചുകൊടുക്കാനാവാത്തവിധം അവൾ തുടർന്നു. "നിങ്ങളെന്നെക്കുറിച്ച് അതിലെഴുതിയിരിക്കുന്നത് ചെയ്യും. എനിക്ക് മനസിലാവുന്നുമില്ല. ഞാനൊരു സ്ത്രീയാണ്, നിങ്ങൾക്കറിഞ്ഞുകൂടേ? എനിക്കെത്ര വയസായെന്നാ നിങ്ങളുടെ വിചാരം?"

"എത്ര വയസ്? ഞാൻ പറയാം, പതിനേഴ്. എല്ലാ പെൺകുട്ടികളും പതിനേഴുകാരാണ്."

"നിങ്ങൾക്ക് തെറ്റിപ്പോയി. എനിക്ക് പത്തൊമ്പത് ആവാറായി. ഏത് തരം സ്ത്രീകളെയാ നിങ്ങൾക്കിഷ്ടം, കണ്ടാൽ പ്രായം കുറച്ച് തോന്നുന്നവരെയോ, ഉള്ളതിനേക്കാൾ അധികം തോന്നുവരെയോ?"

"പറഞ്ഞാൽ..... എനിക്ക് ഉള്ളതിനേക്കാൾ പ്രായം തോന്നുന്നവരെയാണ് ഇഷ്ടം."

അത് എൽഫ്രഡിന്റെ ഗണത്തിൽപ്പെടില്ല.

നൈറ്റ് ചിന്താഭാരത്തോടെ തുടർന്നു:

"നീ പറയുന്നതിലും കുറച്ച് ശരിയുണ്ട്. പക്ഷേ എനിക്കുള്ള എതിർപ്പ് എന്താന്ന് വെച്ചാൽ സ്വന്തം പ്രായത്തിലും കുറച്ച് തോന്നിക്കുന്ന പെൺകുട്ടികൾ ഒരിക്കലും അവരുടെ ലക്ഷ്യത്തിലെത്തില്ല. അവളുടെ വ്യക്തിവികാസത്തിന്റെ കാരണം ചിലപ്പോൾ അവൾ പതുക്കെമാത്രം വലുതാവുന്നവളാ എന്നതാവില്ല. മറിച്ച് അവൾ പെട്ടെന്ന് ക്ഷീണിക്കുന്നവളാ എന്നതുകൂടി ആവാം."

എൽഫ്രഡ് നിരാശാഭരിതയായി കാണപ്പെട്ടു. ഈ സമയത്ത് അവൾ വീടിനകത്തായിരുന്നു. മുറിക്കകത്ത് മിസിസ് സ്വാൻക്രോർട്ടിനെ പ്രതീക്ഷിച്ചുകൊണ്ട് എൽഫ്രഡും നൈറ്റും. പക്ഷേ അവിടെ ആരുമില്ലായിരുന്നു, അവൾ ആദ്യത്തെ വാതിൽ കടന്നുവന്നപ്പോൾ മിസിസ് സ്വാൻകോർട്ട് രണ്ടാമത്തെ വാതിലിലൂടെ ഇറങ്ങിപ്പോയിരുന്നു.

നൈറ്റ് ചിമ്മിനിയുടെ അടുത്തേക്ക് ചെന്നു. അവിടെയുള്ള പൂർണകായരൂപത്തെ അശ്രദ്ധമായി നോക്കിക്കൊണ്ടിരുന്നു.

"ഈ സ്ത്രീരൂപങ്ങൾക്ക് എല്ലാ നല്ല വശങ്ങളുമുണ്ടെങ്കിലും, ഞാനിവിടെനിന്ന് നോക്കുമ്പോൾ ഏറ്റവും നല്ലത് അവയുടെ തലമുടിയാണ്." നൈറ്റ് നിരീക്ഷിച്ചു.

"അതെ, മുടിയാണ് എല്ലാം." എൽഫ്രഡ് പറഞ്ഞു. തന്റെ മുടിയെപ്പറ്റിക്കൂടി ഭംഗ്യന്തരേണ സൂചിപ്പിച്ചതാവാം എൽഫ്രഡ്, അല്ലാതെയുമാവാം.

"എല്ലാം അല്ല - ഒരു വലിയ ഭാഗം ഉറപ്പായും മുടിയാണ്."

"ഏത് നിറമാ നിങ്ങൾക്കിഷ്ടം? അവൾ ധൈര്യത്തോടെ ചോദിച്ചു.

"മുടിയുടെ കട്ടിയെ ആശ്രയിച്ചിരിക്കും എന്റെ ഇഷ്ടം, നിറമല്ല പ്രധാനം."

"കട്ടിയൊക്കെ തുല്യമാണ്, ഞാൻ ചോദിച്ചത് നിറമാണ്?"

"ഇരുണ്ട നിറം."

"ഞാൻ സ്ത്രീകളുടെ കാര്യമാണുദ്ദേശിച്ചത്." എൽഫ്രഡിന്റെ മുഖം ചെറുതായി മങ്ങിയിരുന്നു. അയാളുടെ ഉത്തരം തെറ്റിപ്പോയതാവണം എന്നവൾ ആശിച്ചു.

"അതുതന്നെ ഞാൻ പറഞ്ഞത്." നൈറ്റ് മറുപടി പറഞ്ഞു.

എൽഫ്രഡിന്റെ മുടിയുടെ സൗന്ദര്യം തട്ടിക്കളയുക എന്നത് ഏതൊരു പുരുഷനും അസാധ്യമാണ്. എൽഫ്രഡിനെ കാണുന്ന മാത്രയിൽ മുടിയുടെ നിറവും തിരിച്ചറിയും, അതവൾ ആണാണോ പെണ്ണാണോന്ന് അറിയുന്നത്ര ലളിതമാണ്. നേർത്ത ബ്രൗൺ നിറമാണ്. എൽഫ്രഡിനറിയാം നൈറ്റിന് തന്റെ മുടിയുടെ നിറം നന്നായിട്ടറിയാം. എന്നിട്ടും അയാൾക്ക് ഇഷ്ടം വേറെ നിറമാണ്.

എൽഫ്രഡ് നന്നായി വിഷമിച്ചു. അയാളുടെ അഭിപ്രായസ്വാതന്ത്ര്യത്തെ മാനിക്കുന്നുവെങ്കിലും, അത് അവൾക്ക് എതിരാണെന്നതാണ് കഷ്ടം. തീരെ ആലോചന ഇല്ലാത്ത ഒരു ചൂതാട്ടമെന്നപോലെ എൽഫ്രഡ് തന്റെ ഏറ്റവും വിലപ്പെട്ട നിധിയെപ്പറ്റിത്തന്നെ അവസാന കൈ എന്ന നിലയ്ക്ക് ചോദിച്ചു:- അവളുടെ കണ്ണുകൾ...... അവയാണ് അവളുടെ എല്ലാം.

"എതു നിറമുള്ള കണ്ണുകളാണിഷ്ടം നൈറ്റ്?" അവൾ പതിയെ ചോദിച്ചു.

"സത്യസന്ധമായോ, അതൊരു അഭിനന്ദനം എന്ന നിലയ്ക്കുള്ള മറുപടിയോ വേണ്ടത്."

"സത്യം മാത്രം. എനിക്കാരുടെയും അഭിനന്ദനമൊന്നും വേണ്ട." അങ്ങനെ പറഞ്ഞെങ്കിലും എൽഫ്രഡ് തിരിച്ചാണ് ആഗ്രഹിച്ചതെന്ന് വ്യക്തം.

"എനിക്ക് ചാരനിറമാണിഷ്ടം." നൈറ്റ് ശാന്തമായി പറഞ്ഞു.

എൽഫ്രഡ് വീണ്ടും കളിച്ചു, തോറ്റു!

19

പ്രണയത്തിന്റെ രൂപം

പറഞ്ഞ അഭിപ്രായങ്ങൾ സ്ത്രീമനസിനെ വിഷമിപ്പിക്കാത്ത വിധത്തിൽ പുകഴ്ത്തലുകൾകൊണ്ട് മൂടാനൊന്നും നൈറ്റിനു വശമില്ല. അതുകൊണ്ട് മുടി, കണ്ണ്, രൂപഭാവങ്ങൾ എന്നിവയെപ്പറ്റിയൊന്നും ഒരു സംസാരവും തുടർന്നുണ്ടായില്ല. എൽഫ്രഡിന്റെ മനസ്സ് അവളുടെ കുറ്റവും കുറവുംകൊണ്ട് കുത്തിനിറയ്ക്കപ്പെട്ടു. അതിന്റെ അസ്വസ്ഥതകൾ മുഖത്ത് പ്രകടവുമായിരുന്നു. തൊട്ടുമുമ്പുണ്ടായ സംഭാഷണം അവളുടെ ആത്മവിശ്വാസം തീരെ കുറച്ചു. ഒരു ആത്മരക്ഷ എന്ന നിലയ്ക്ക് അവൾ സ്മിത്തിനെക്കുറിച്ച് ചിന്തിച്ചു. അവനത്രയ്ക്ക് സ്നേഹമില്ലാത്തവനല്ല. അവളിൽനിന്നും വ്യത്യസ്തമായ ചിന്തകളും സ്വഭാവങ്ങളുമൊക്കെത്തന്നെയാണുള്ളത്. ശരിയാണ്. സ്റ്റീഫൻ സ്മിത്ത് അവന്റെ സ്നേഹം അവളോട് തുറന്നു പ്രഖ്യാപിച്ചതാണ്; പക്ഷേ നൈറ്റ് അങ്ങനെ ഒന്നും ചെയ്തിട്ടില്ല. ആ നിലയ്ക്ക് ഇതൊന്നും കാര്യമാക്കേണ്ടെന്ന് കരുതിയിട്ടും നൈറ്റിന്റെ കണ്ണുകളിൽ താനത്ര ചെറുതാണല്ലോ എന്ന വിചാരം എൽഫ്രഡിനെ അലട്ടിക്കൊണ്ടിരുന്നു.

ശനിയാഴ്ച ഏറെനേരവും അവൾ സ്വാൻക്രോർട്ടിന് ഒപ്പമായതുകൊണ്ട് അവരുടേതായ സ്വകാര്യസംഭാഷണങ്ങൾ ഒന്നുംതന്നെ അവർക്കിടയിൽ നടന്നില്ല. രാത്രി ഉറങ്ങാൻ കിടന്നപ്പോൾ എൽഫ്രഡിന്റെ മനസ്സ് വീണ്ടും അതേ വിഷയത്തിലേക്കുതന്നെ മടങ്ങി. അയാൾ സംസാരിച്ചതുപോലെതന്നെ തിരിച്ചും സംസാരിക്കുന്നത് മോശമാണെന്ന് എൽഫ്രഡ് ആദ്യം കരുതി. പിന്നെ അതാണ് ഏറ്റവും മാന്യവും സത്യസന്ധവുമായ കാര്യമെന്ന് ചിന്തിച്ചു.

“ആ, എന്ത് പാവം പിടിച്ച വട്ടപ്പൂജ്യമാണ് ഞാൻ?” എൽഫ്രഡ് ദീർഘനിശ്വാസത്തോടെ പറഞ്ഞു.

"അയാളെപ്പോലെ ഉന്നതസ്ഥായിയായവരൊന്നും എന്നെപ്പോലെ ചിന്തകൾകൊണ്ടും ശാരീരിക ക്ഷമതകൊണ്ടും ഏറ്റവും താഴെക്കിടയിലുള്ളവരെ ഒന്നും ശ്രദ്ധിക്കുകയേ ഇല്ല."

ഒരു പുരുഷൻ സ്ത്രീയുടെ മനസിലേക്ക് കടക്കുന്നത് ഒരുപക്ഷേ ഇപ്രകാരംതന്നെയാണ്; പകുതി മനസും കീഴടക്കും. അവയുടെ കാരണവും വികാസവും തമ്മിലുള്ള വ്യത്യാസം തീരെ ചെറുതായിരിക്കും.

"നിങ്ങൾ ഈ ആഴ്ച മടങ്ങുകയാണോ നൈറ്റ്?"

മിസിസ് സ്വാൻക്രോർട്ട് നൈറ്റിനോട്–അടുത്ത ദിവസം വൈകുന്നേരം-അത് ഞായറാഴ്ചയായിരുന്നു–ചോദിച്ചു.

അവരെല്ലാരുംകൂടെ പള്ളിയിലേക്ക് കുന്ന് കയറിക്കൊണ്ട് നടക്കുകയായിരുന്നു. കെട്ടിടം പൊളിച്ചു മാറ്റുംമുമ്പത്തെ അവസാന കുർബാന ഉച്ചയ്ക്കു ശേഷം വെക്കുന്നതിനു പകരം അസമയമാണെങ്കിലും ഇന്ന് വൈകുന്നേരം അവിടെവെച്ച് നടത്തുന്നുണ്ട്.

"ബ്രിസ്റ്റളിൽനിന്നും കോർക്കിലേക്ക് പോവാനാണ് പരിപാടി, അവിടെനിന്നും ഡബ്ളിനിലേക്കും." നൈറ്റ് പറഞ്ഞു.

"ഇതുവഴി മടങ്ങിവരൂ, എന്നിട്ട് കുറച്ചുനാൾകൂടി ഞങ്ങളുടെകൂടെ നിൽക്കൂ." വികാരി പറഞ്ഞു. "ഒരാഴ്ച ഒന്നിനും തികയില്ല നിങ്ങളുടെ സാന്നിധ്യമൊന്ന് തിരിച്ചറിയാൻകൂടി നേരം കിട്ടിയില്ല. എനിക്കൊരു കഥ ഓർമ വരുന്നു; എന്താണെന്ന് വെച്ചാൽ." വികാരി പെട്ടെന്നു നിന്നു.

"ബത്ലഹേമിലേക്ക് യാത്ര ചെയ്ത ഒരു ലേവിയുടെ കഥയുണ്ട്. കഴിഞ്ഞതിനുമുമ്പത്തെ ഞായറാഴ്ച ഞാനതിൽനിന്നാ കഥയെടുത്തത്." ആഴ്ചയവസാനത്തെ കഥപറച്ചിൽ ഇത്തിരി നേരത്തെയാക്കിക്കളയാം എന്നു കരുതിപ്പോയ ഒരാളെപ്പോലെയായിരുന്നു സ്വാൻക്രോർട്ടിന്റെ ഭാവം. അയാൾക്ക് എല്ലാ ആഴ്ചകളിലെയും ശാബത്ത് കാര്യങ്ങളെപ്പറ്റിയല്ലാതെ മറ്റൊന്നും ചിന്തിക്കാനില്ലെന്ന് തോന്നി. "എല്ലാ വെപ്രാളപ്പെടലുകളും ഉണ്ടായിട്ടും അവസാനം അയാളെന്തു നേടി? ജെബുസൈറ്റ് നഗരത്തിൽ ജിബക്കയെപ്പറ്റി അത്രയ്ക്ക് ഉൽക്കണ്ഠ ഇല്ലായിരുന്നെങ്കിൽ, ഈ ബുദ്ധിമുട്ടുകളൊന്നും ഉണ്ടാവുമായിരുന്നില്ല."

"പക്ഷേ അയാൾ അഞ്ചു ദിവസങ്ങൾ ആദ്യമേതന്നെ വെറുതെ കളഞ്ഞു." വികാരിയുടെ പെട്ടെന്നുള്ള വിഷയംമാറ്റൽ കണ്ടില്ലെന്ന് നടിച്ചുകൊണ്ട് നൈറ്റ് പറഞ്ഞു. "താമസിച്ചുകൊണ്ടുള്ള തുടക്കമാണ് അവന്റെ കുഴപ്പത്തിനു കാരണം."

"ശരിയാണ്, ശരിയാണ്. എന്റെ ചിത്രീകരണം തെറ്റിപ്പോയി."

"പക്ഷേ ആ കഥ സൂചിപ്പിക്കുന്നത് ആതിഥേയത്വമല്ല."

"അതുകൊണ്ട്, നീ അതുപോലെതന്നെയാ."

മിസിസ് സ്വാൻക്രോർട്ടിന്റെ സംസാരംമൂലം തന്റെ ഭർത്താവിന്റെ പുത്രിയുടെ മുഖത്തെ നേരിയ മങ്ങൽ ശ്രദ്ധിച്ചുകൊണ്ട് മിസിസ് സ്വാൻക്രോർട്ട് പറഞ്ഞു.

മടക്കയാത്രയിൽ വരാം എന്ന് നൈറ്റ് പകുതി ഉറപ്പ് നൽകിയെങ്കി

ലും, വാക്കുകളിലെ ഉറപ്പില്ലായ്മകാരണം എൽഫ്രഡിന് പിന്നീടുള്ള മണിക്കൂറുകളിൽ അവന്റെ പ്രവർത്തനങ്ങളിലൊന്നും ഒരു താൽപ്പര്യവും തോന്നിയില്ല. സഹായികളെല്ലാം രണ്ട് തവണയായി രണ്ട് പള്ളികളിൽ സഹായജോലികൾ ചെയ്തിട്ടുള്ളതുകൊണ്ട് മിസിസ് സ്വാൻക്രോർട്ട് തനിച്ചാണ് എല്ലാം ചെയ്തത്. നൈറ്റ് അയാൾക്കുവേണ്ടി ബൈബിൾ വായിച്ചു കൊടുത്തു. മുൻഭാഗത്തെ തകർന്ന ജനൽവഴി കടന്നുവന്ന സൂര്യപ്രകാശം എല്ലാ വിശ്വാസികളുടെയും മേലിൽ പ്രഭചൊരിഞ്ഞു. വായിച്ചുകൊണ്ടിരുന്ന നൈറ്റും ആ സൂര്യവെളിച്ചത്തിൽ കുളിച്ചുനിന്നു. നൈറ്റിനെ വായിക്കാനേൽപ്പിച്ച അധ്യായത്തിലൂടെ ലയാക്കയുടെ ചരിത്രത്തിന്റെ ഒരു ഭാഗം-കടന്നുപോയപ്പോൾ ഭൂമികുലുക്കത്തെപ്പറ്റിയും, തീയെപ്പറ്റിയുമൊക്കെയുള്ള വിവരങ്ങൾ സ്വരമുയർത്തിയും പിന്നെ പതിയെയും എല്ലാമാണ് നൈറ്റ് വായിച്ചത്. അയാളുടെ സ്വരം അങ്ങനെയായിരുന്നു.

അതേ സമയത്ത് അവന്റെ മുഖത്തു വീഴുന്ന സന്ധ്യാ സൂര്യന്റെ വെളിച്ചം പിന്തുടർന്ന അവളുടെ കണ്ണുകൾ ഗാലറിയിലിരിക്കുന്ന ഒരു സ്ത്രീയിൽ ഉടക്കി. അത് വരണ്ടുണങ്ങിയ മുഖത്തോടുകൂടിയ ജൽത്തുവേ ആയിരുന്നു. സ്റ്റീഫൻ സ്മിത്തിന്റെ കൂടെ നിൽക്കുമ്പോൾ കണ്ടതിന് ശേഷം ഇതേവരെ എൽഫ്രഡ് അവരെ കണ്ടിട്ടേ ഇല്ല. എല്ലാ കാര്യങ്ങളും തീർത്ത ശേഷം ഈ സ്ത്രീ എൽഡൽസ്റ്റൗവിലെ പറമ്പിൽനിന്നും സതാംപ്ടൺ പള്ളിപ്പറമ്പിലേക്ക്—അവിടെയാണ് അവളുടെ അച്ഛനും അമ്മയും അന്ത്യവിശ്രമം കൊള്ളുന്നത്—യാത്ര പോവുകയാണ് ഏറെയും പതിവ്.

അവർ ഒരുപാടു നാളായി ഇവിടെ കുർബാന കൊണ്ടിട്ടില്ല. ഇപ്പഴീ സീറ്റിൽത്തന്നെ വന്നിരിക്കാനുമുണ്ട് കാരണം, ഗാലറിയുടെ ആ ഭാഗത്തു നിന്നാൽ മകന്റെ ശവകുടീരം നന്നായി കാണാം. കടലിന്റെ മറവില്ലാത്ത ചക്രവാളസീമയിൽ അത് നന്നായി കാണാം. പ്രകാശരശ്മികൾ അവന്റെ മുഖം മൂടുന്നുണ്ട്. ജെത്തുവേ അമർഷവും ദേഷ്യവും തുടിക്കുന്ന മുഖത്തോടെ—പള്ളിയുടെ ഭക്തിസാന്ദ്രമായ അന്തരീക്ഷം അതിനൊരു ദുഃഖവും കൂടി നൽകുന്നുണ്ട്—എൽഫ്രഡിനു നേരെ മുഖം കുനിച്ചു. നേർത്ത വെപ്രാളത്തോടെ, എൽഫ്രഡിലും ഭാവമാറ്റമുണ്ടായി.

എൽഫ്രഡ് വളരെ വികാരലോലുപയാണ്, പെട്ടെന്നാണ് അവളുടെ ഭാവം മാറുക. ഒരു ചെറിയ കാര്യം മതി അവളെ സന്തോഷിപ്പിക്കാൻ—ഒരു കവിത, ഒരു ഭംഗിയുള്ള അസ്തമയം, നല്ലൊരു ഗാനശകലം, മങ്ങിയ ഒരു സങ്കൽപ്പമായാലും മതി അവൾ തരളിതയാവും. നൈറ്റിന്റെ ബഹുമാനം നേടിയെടുക്കാനുള്ള അവളുടെ ശ്രമം ഇപ്പോൾ ചെറിയ തോതിൽ അവന്റെ പ്രണയം നേടിയെടുക്കാനുള്ള ആഗ്രഹമായി വളർന്നിട്ടുണ്ട്. മുമ്പിലുള്ള ആൾ പോകാൻവേണ്ടി നിന്നപ്പോൾ സൂര്യപ്രകാശം മേൽക്കൂരയിലേക്കായി, പള്ളിയുടെ താഴ്ഭാഗം നേർത്ത നിഴലായി നിന്നു-ആകാശത്തെ കണ്ടപ്പോൾ എൽഫ്രഡിന് കോളറിഡ്ജിന്റെ “മൂന്നു ശവശരീരങ്ങൾ” എന്ന ശോകഗാനം ഓർക്കാതിരിക്കാനായില്ല. മിസിസ് ജത്ത്

വേ തന്നെ ശപിക്കുമെന്നുതന്നെ എൽഫ്രെഡ് ഭയന്നു, അവൾ ഹൃദയം പിളരുമാറ് കരഞ്ഞു.

ഒന്നും മിണ്ടാനാവാതെ കേൾവിക്കാർ നിശ്ശബ്ദരായി കേട്ടുമടങ്ങി പോവത്തക്ക ഒരു പ്രാസംഗികനെപ്പോലെയാണ് അവർ പള്ളിയിൽനിന്ന് പുൽത്തകിടിയിലൂടെ നടന്നുതുടങ്ങിയത്—സന്ധ്യ മയങ്ങുകയായിരുന്നു അപ്പോൾ. സ്വാൻക്രോർട്ടുമാർ വാഹനത്തിലാണ് മടങ്ങിപ്പോവാൻ തീരുമാനിച്ചത്. നൈറ്റും എൽഫ്രെഡും നടക്കാൻ തീരുമാനിച്ചു. അതുതന്നെയായിരുന്നു സൂത്രക്കാരനായ ആ വയസൻ ശുശ്രൂഷകന്റെ ഉദ്ദേശ്യവും! എൽഫ്രെഡും നൈറ്റും ഒരുമിച്ച് കുന്നിറങ്ങിത്തുടങ്ങി.

“എനിക്ക് നിങ്ങളുടെ വായന ഇഷ്ടപ്പെട്ടു നൈറ്റ്?” എൽഫ്രെഡ് പറഞ്ഞു.

“നിങ്ങൾ പപ്പയേക്കാളും നന്നായി വായിച്ചു.”

“എന്നെ പുകഴ്ത്തുന്ന ആരെയും ഞാൻ പുകഴ്ത്തും. നീയും നന്നായിരുന്നു എൽഫ്രെഡ്. വളരെ കൃത്യമായി.”

“ശരിയാണ് - അതെ!”

“ശുശ്രൂഷയിൽ നീയും ഒരു പ്രധാനപങ്കാളിയാവുക എന്നത് സന്തോഷംതന്നെ.

കുറച്ചുകൂടി നല്ല ഫീലിങ്ങോടെ പാടേണ്ടതായിരുന്നു. പക്ഷേ ഭക്തിഗാനമല്ലാത്ത ഒന്നുമായി ഒരു നല്ല പാട്ടും കിട്ടിയില്ല. ഒരു നല്ല സംഗീത ലൈബ്രറി ഉണ്ടായിരുന്നെങ്കിലെന്നാണ് ആഗ്രഹം.”

“നീ അങ്ങനെ ഒരാഗ്രഹം പറയുന്നത് കേട്ടതിൽ സന്തോഷമുണ്ട്. ഒട്ടു മിക്ക സ്ത്രീകൾക്കും പാട്ടിനോടത്ര ഗൗരവതരമായ സമീപനമൊന്നും ഇല്ലാത്ത സ്ഥിതിക്ക് ഇത് കൗതുകംതന്നെ. പത്തോ പന്ത്രണ്ടോ, പുരുഷ സംഗീതപ്രേമികളെ എനിക്കറിയാം. പക്ഷേ അങ്ങനെ ഒരു സ്ത്രീയെ ഞാൻ കണ്ടിട്ടേ ഇല്ല.”

“നിങ്ങളെങ്ങനെയാ സ്ത്രീകളിൽ ഇന്ന കാര്യം ഉണ്ട്, ഇല്ല എന്നൊക്കെ കൃത്യമായി ഇങ്ങനെ പറയുന്നത്.”

നൈറ്റ് ഒരു നിമിഷം ചിന്തിച്ചു. “ഒന്നിനെക്കുറിച്ചും ഗൗരവമായി ശ്രദ്ധിക്കാത്തവരിൽ ഒന്നുമില്ല എന്ന് ഞാൻ ഒരു ഉദാഹരണം പറയാം. എനിക്കറിയാവുന്ന ഒരാളുണ്ട്, അയാൾ ആ സുഹൃത്തിനെ പ്രണയിക്കുന്നു. അവർ വിവാഹം കഴിക്കാൻ പോവുന്നു. ആ പെൺകുട്ടി സ്വൽപ്പം കവിതയൊക്കെ എഴുതുന്ന കൂട്ടത്തിലാണ്. അതുകൊണ്ട് അയാൾ രണ്ട് ബ്രിട്ടീഷ് കവികളുടെ കാവ്യസമാഹാരമെടുത്ത് അതിലേത് വേണമെന്നന്വേഷിച്ചു. അവൻ ചോദിച്ചു. “ഇതിലേതാ ഞാനയച്ചുതരേണ്ടത്?” അവൾ പറയുന്നു. “പറ്റുമെങ്കിൽ ബോണ്ട് സ്റ്റെഡിൽ നിന്നുള്ള നല്ല ഒരു ജോഡി കമ്മലയച്ചുതാ, അതാ എനിക്കിഷ്ടം. ആ പെൺകുട്ടി ഒരു പൊങ്ങച്ചക്കാരിയാണ് എന്ന് ഞാനുറപ്പിച്ചു പറയും. അങ്ങനെ ഒക്കെത്തന്നെ.”

“ശരിയാണ്.” എൽഫ്രെഡ് പ്രയാസപ്പെട്ട് മറുപടി പറഞ്ഞു.

അവൾ സംസാരിക്കുമ്പോൾ അവളുടെ മുഖത്ത് നോക്കിയപ്പോൾ

എന്തോ പരാജയം മറച്ചുപിടിക്കാൻ അവൾ ശ്രമിക്കുന്നതുപോലെ നൈറ്റി നു തോന്നി.

"എൽഫ്രഡ് നീയാണെങ്കിൽ അത്തരമൊരു സാഹചര്യത്തിൽ അത്തരം ലൊട്ടുലൊടുക്കുകളിലേതാ ആവശ്യപ്പെടുക."

"ഏയ് ഞാനങ്ങനെ ഒന്നുമല്ല ചിന്തിക്കുക." എൽഫ്രഡ് തറപ്പിച്ചു പറഞ്ഞു.

"ഞാനക്കാര്യം നിന്നോട് ചോദിക്കട്ടെ" ഒട്ടും വിട്ടുകൊടുക്കാൻ മന സില്ലാത്തവണ്ണം നൈറ്റ് ചോദ്യംചെയ്യൽ തുടർന്നു. "ഒരേ വിലയുള്ള ഈ രണ്ടു സാധനങ്ങളും — ഒരു ഭംഗിയുള്ള ലതർകൊണ്ടുള്ള നീ പറഞ്ഞതു പോലത്തെ ലൈബ്രറി, നല്ല ഭംഗിയുള്ള ബോണ്ട് സ്റ്റെഡിൽ നിന്നു വാങ്ങിയ ഒരു ജോഡി കമ്മൽ. രണ്ടും തന്നാൽ നീ ഏതാ സ്വീകരി ക്കുക?"

"സംശയമെന്താ സംഗീതം?" എൽഫ്രഡ് കരുതിക്കൂട്ടി സ്വരത്തിൽ വിനയം കലർത്തി പറഞ്ഞു.

"നിനക്കത്രയ്ക്ക് ഉറപ്പുണ്ടോ?" നൈറ്റ് തറപ്പിച്ച് ചോദിച്ചു.

എൽഫ്രഡ് പതറിത്തുടങ്ങി. "ചിലപ്പോൾ ഞാൻ കമ്മൽ ആവും ആദ്യം വാങ്ങുക."

നൈറ്റ് കുറ്റപ്പെടുത്തുംവിധം, എന്നാൽ അവളുടെ പിടച്ചിലും, പരിഭ്ര മവും ക്രൂരമായ ആനന്ദത്തോടെ ആസ്വദിച്ചുകൊണ്ട് അവളെ നോക്കി ചിരിച്ചു.

ചെറിയ ചിരിയോടെ, പരിഭ്രമത്തോടെ, ആകെ ചുവന്നുതുടുത്തു എൽഫ്രഡ്.

"ക്ഷമിക്കണം......."

എന്താ ഇത് എൽഫ്രഡ്? നിനക്ക് നല്ല ധൈര്യമുള്ള സ്ത്രീകളെ പ്പോലെ 'ഞാനും അവൾ തെരഞ്ഞെടുത്തതുപോലെ കമ്മലാണ് തെര ഞ്ഞെടുക്കുക' എന്ന് ആദ്യമേ അങ്ങ് പറഞ്ഞുകൂടായിരുന്നോ?"

"എനിക്കൊന്നും അറിയില്ല." എൽഫ്രഡ് നിരാശയോടെ പറഞ്ഞു.

"നിങ്ങൾക്കും സംഗീതം ഇഷ്ടംതന്നെയാണെന്നാണ് ഞാൻ കരു തിയത്."

"അത്. പിന്നെ ഈ ചോദ്യംചെയ്യൽ കുറച്ച് കടന്നുപോയി. വേദനിപ്പി ക്കുംവിധം ആയിപ്പോയി."

"എനിക്ക് മനസിലായില്ല."

"സംഗീതം ഒരു ഗുണവുമില്ലാതാനും-എന്നാലും."

"അവിടെ എന്തൊ പറയാനുണ്ടല്ലോ എൽഫ്രഡ്, എന്താണത്?"

"നിങ്ങൾക്ക് പറഞ്ഞാലും മനസിലാവില്ല നൈറ്റ്. മനസിലാവില്ല."

"എന്തുകൊണ്ട്? ആഭരണംകൊണ്ട് എന്ത് ഗുണമുണ്ട്?"

"അല്ല, അല്ല. അല്ല" നിസ്സഹായതയോടെ കരഞ്ഞു എൽഫ്രഡ്.

"നിങ്ങൾ കരുതിയതല്ല ഞാൻ പറയാനുദ്ദേശിക്കുന്നത്."

"എനിക്ക് സംഗീതം ഇഷ്ടംതന്നെയാണ്"

"കമ്മലുകൾ അതിലധികം ഇഷ്ടമാണെന്നല്ലേ?" നൈറ്റ് കളിയാക്കൽ തുടർന്നു.........

ആ സമയത്ത് എൽഫ്രഡിന് പ്രതിരോധശക്തി ലഭിച്ചു. കണ്ണുകളിൽ കണ്ണുനീരും മുഖത്ത് നിറഞ്ഞ നിരാശയുമായിട്ടാണ് എൽഫ്രഡ് സംസാരിച്ചത്. "എന്താന്ന്വെച്ചാൽ, എനിക്കിപ്പോൾ കമ്മലിനോട് പ്രത്യേക ഇഷ്ടം തന്നെ ഉണ്ട്. കാരണം, നല്ല ഭംഗിയുള്ള എന്റെ ഒരു കമ്മൽ കഴിഞ്ഞ വർഷം കളഞ്ഞുപോയി. പപ്പയാണെങ്കിൽ എനിക്കൊന്നും സൂക്ഷിക്കാനറിയില്ല, ഇനി കമ്മൽ വാങ്ങിത്തരില്ലെന്നാണ് പറഞ്ഞിരിക്കുന്നത്. ഇപ്പോൾ അതുപോലൊന്ന് ഉണ്ടായിരുന്നെങ്കിൽ എന്ന് എനിക്ക് മോഹമുണ്ട്. അതാ ഞാൻ അങ്ങനെ പറഞ്ഞത്."

"ഞാനിത്തിരി കൂടിപ്പോയേന്ന് തോന്നുന്നു." നൈറ്റ് അവളുടെ ഭാവമാറ്റവും അസ്വസ്ഥതയും കണ്ട് കുറ്റബോധത്തോടെ പറഞ്ഞു. "പക്ഷേ ഈ സ്ത്രീകൾക്ക് മാത്രമേ അറിയൂ ഇങ്ങനെ ഓരോന്നൊക്കെ വാങ്ങിക്കൂട്ടി അവരെന്തിനാണ് അവരുടെ ഭംഗി കെടുത്തുന്നതെന്ന്. അതൊന്നും വേണ്ട എന്നാണ് എന്റെ അഭിപ്രായം."

"എന്തു ഭംഗിയാണതൊക്കെ! എനിക്കിഷ്ടമാണ്."

"പെണ്ണുങ്ങൾ ചെവിയിൽ കുത്തിത്തിരുകി വയ്ക്കുന്നില്ലെങ്കിൽ അതൊക്കെ വെറും സാധാരണവസ്തുക്കൾ മാത്രം-സ്റ്റീം എഞ്ചിൻപോലെ, സ്വർണക്കുരിശുപോലെ, ദൈവത്തിനറിയാം എന്തൊക്കെയാണെന്ന്."

"അല്ല. എന്റെ കമ്മൽ അതുപോലൊന്നുമല്ല. അവ നല്ല ഭംഗിയുണ്ട്." ദേഷ്യത്തോടെ എൽഫ്രഡ് പറഞ്ഞു. എന്നിട്ട് കൈയിലുണ്ടായിരുന്ന കുടയുടെ അറ്റംകൊണ്ട് ദൂരെയുള്ള രണ്ട് പക്ഷികളെ ചൂണ്ടിക്കാണിച്ചു.

"ശരി നല്ല ഭംഗിയുണ്ട്—നല്ല ഭംഗി." നൈറ്റ് പറഞ്ഞു.

"എങ്ങനെയാ നിനക്കിത്രയ്ക്ക് പ്രിയപ്പെട്ട സാധനം കളഞ്ഞുപോയത്?"

"ഒന്നേ പോയുള്ളൂ—ആർക്കും ഒന്നും ഒരുമിച്ച് നഷ്ടപ്പെടാറില്ല." എൽഫ്രഡ് വിമ്മിട്ടത്തോടെയാണ് പറഞ്ഞത്, കൈവിരലുകൾ ചെറുതായി വിറയ്ക്കുന്നുണ്ടായിരുന്നു. കുന്നിൻനെറുകയിൽ വെച്ച് സ്റ്റീഫൻ സ്മിത്തിനെ ചുംബിക്കാനായപ്പോഴാണല്ലോ അത് നഷ്ടപ്പെട്ടത് എന്ന ഓർമ അവളെ നന്നായിത്തന്നെ തളർത്തി. ചോദ്യവും ഉത്തരവും വികലമായിരുന്നു. നൈറ്റ് ആണെങ്കിൽ അവളുടെ ഭാവമൊന്നും ശ്രദ്ധിക്കില്ലെന്ന് തോന്നി.

"ഓ. ആർക്കും ഒന്നും രണ്ടും ഒരുമിച്ച് നഷ്ടമില്ലാത്തത്........ നിനക്ക് നിന്റെ പൊങ്ങച്ചം, കാണിക്കാവുന്ന വസ്തുവാണ് അതുവഴി നഷ്ടപ്പെട്ടത് അല്ലേ?"

"നിങ്ങൾ ആത്മാർഥമായാണോ ചോദിക്കുന്നത്? എനിക്ക് ഒരു ഉറപ്പുമില്ല." തന്റെ ഉപദേശകന്റെ രോമാവൃതമായ മുഖത്ത് ആകാംക്ഷയോടെ എൽഫ്രഡ് നോക്കി. പിന്നെ സ്വരക്ഷയ്ക്കായി ധൈര്യപൂർവം

തുടർന്നു. "ഞാൻ വലിയ പിടിവാശിക്കാരിയാവുന്നുണ്ടെങ്കിൽ—അതെന്റെ മാർഗത്തിൽ മാത്രമാണ്. ഹൃദയംകൊണ്ട് പിടിവാശി ഇല്ല. ചീത്ത സ്ത്രീകൾ മനസുകൊണ്ടാണ് പിടിവാശിക്കാരാവുക, മാർഗംകൊണ്ടല്ല."

"ഒരു ബുദ്ധിപരമായ തിരിച്ചറിവ്."

"പൊങ്ങച്ചം എന്നത് സാധാരണ പാപമോ അതോ നിസ്സാരപാപമോ? നിങ്ങൾക്കറിയാമല്ലോ ജീവിതം എന്താണെന്ന്. ഒന്ന് പറഞ്ഞുതാ?"

"എനിക്ക് ജീവിതം എന്താണെന്നൊന്നും അറിഞ്ഞുകൂടാ. കടന്നുപോകുന്ന ചെറിയ നേരത്തിനുള്ളിൽ വലുതായി മനസിലാക്കുക എന്നതു മാത്രമാ ജീവിതത്തെപ്പറ്റി എന്റെ ധാരണ."

"ജീവിതത്തിൽ സ്ത്രീ ആഭരണങ്ങളാണിഷ്ടപ്പെടുന്നത്, ഒരുപാട് കൂടുതലായി ഇഷ്ടപ്പെടുന്നു—അതൊരു പരാജയമാണെന്ന് പറയാമോ?"

"അവരുടെ ജീവിതം മുഴുവനും പരാജയമല്ലേ?"

"ശരി. ഞാൻ പറയുന്നതെന്തെന്ന് നിങ്ങൾക്ക് മനസിലാവുന്നില്ലേ? എനിക്ക് നാടൻഭാഷയിൽ മോശം വാക്കുകളൊക്കെ പ്രയോഗിച്ചേ സംസാരിക്കാനറിയൂ. എന്നാലും കേട്ടാൽ മനസിലാവില്ലേ?" അവൾ ചോദിച്ചു. "ഞാൻ നാടൻഭാഷയിൽ പറയുന്നതുകൊണ്ടെനിക്ക് നിലവാരം കുറഞ്ഞ ചിന്തകൾ മാത്രമേ ഉള്ളൂ എന്ന് കരുതരുത്. എന്റെ പരിമിതമായ ഭാഷ എനിക്ക് എന്റെ എല്ലാ ചിന്തകളും കുത്തിനിറയ്ക്കാനുള്ള അച്ചുപോലെയാണ്, നല്ലതും ചീത്തയും പറയാനുള്ള ഭാഷയാണത്. കാര്യത്തിന്റെ പുതുമയൊക്കെ ചിലപ്പോൾ നഷ്ടപ്പെട്ടേക്കാം."

"നന്ന്, നല്ല ചേരുന്ന ചിത്രീകരണംതന്നെ. കൈയിലുള്ള വിഷയം പോലെതന്നെ-പരാജയപ്പെട്ട ജീവിതങ്ങൾ. നീ സ്വയം ബുദ്ധിമുട്ടേണ്ട കാര്യമില്ല. അവരുടെ ജീവിതം നന്നാവണമെങ്കിൽ വിജയംപോലെതന്നെ ജീവിതത്തിൽ പരാജയങ്ങളും ഉണ്ടാവണം."

അവർ അസ്തമയത്തിനും ചന്ദ്രോദയത്തിന് ഇടയിലൂടെയാണ് നടന്നിരുന്നത്. സൂര്യൻ പൂർണമായും മറയുന്നതിനുമുമ്പെ ചക്രവാളത്തിൽ ചന്ദ്രൻ തെളിഞ്ഞുകഴിഞ്ഞു. എതിരെ ഉദിച്ചുപൊങ്ങുന്ന നിലാവിന്റെ വെളിച്ചത്തിൽ അവരുടെ നിഴലുകൾ പതിയെ അപ്രത്യക്ഷമായി......

"എന്റെ ജീവിതം ഒരു പരിധിവരെ പരാജയമാണ്." നൈറ്റ് കുറച്ച് നേരത്തിനുശേഷം പറഞ്ഞു.

"നിങ്ങളുടേയോ, എങ്ങനെ?"

"കൃത്യമായി അറിയില്ല. പക്ഷേ എങ്ങനെയൊക്കെയോ നഷ്ടങ്ങളുണ്ടാവുന്നു."

"ശരിക്കും? അത്രയ്ക്ക് ദുഃഖിക്കാനൊന്നുമില്ല. പക്ഷേ ഒരു ദുഃഖകാരണമായി നിങ്ങളതിനെ കാണുന്നു. ഞാൻ പറഞ്ഞതല്ലേ ശരി?"

"പകുതി. പക്ഷേ മുഴുവൻ ശരിയല്ല. തെറ്റായ തീരുമാനങ്ങൾ ബോധപൂർവം കൈക്കൊള്ളുന്നവർക്ക് നല്ല പരിചയസമ്പത്തുണ്ടെങ്കിൽ അത് ഗുണകരമായിരിക്കും. വൈരുധ്യമെന്ന നിലയ്ക്ക്, എപ്പോഴും ശരിയായ ദിശയ്ക്ക് പോയ്ക്കൊണ്ടിരിക്കുന്ന ഒരാൾക്ക് അതിന്റെ രീതിയും

സ്വഭാവവും ഒന്നും തെറ്റായ ദിശയിൽ പോകുന്നവരുടെ അത്രപോലും അറിയാനിടയില്ല. എന്തായാലും നിങ്ങളുടെ ഈ നല്ല സമയം ഇതേക്കുറിച്ചൊന്ന് പറഞ്ഞ് നശിപ്പിക്കാൻ ഞാനാഗ്രഹിക്കുന്നില്ല."

"ഞാനൊരു ബുദ്ധിശാലിയായിരുന്നെങ്കിലും നിങ്ങളെന്നോട് ഇപ്പോളതു പറയുമായിരുന്നില്ല."

"ഞാൻ അതേന്ന് പറഞ്ഞതിൽ നിന്നെ എതിർക്കലും, ഇല്ലാന്ന് പറഞ്ഞതിൽ ഞാൻ ഉദ്ദേശിക്കാത്ത കാര്യങ്ങൾ സമ്മതിക്കലും ആവും." അവളുടെ മുഖത്തേക്ക് കൗതുകപൂർവം നോക്കിക്കൊണ്ട് നൈറ്റ് പറഞ്ഞു.

"ആ ശരി." അവൾ ഇഷ്ടക്കേടോടെ പറഞ്ഞു.

"ആഴത്തിലിരിക്കുന്നതെല്ലാം കണ്ടെത്തുമ്പോൾ ആരുണ്ട്?" എന്ന ബൈബിൾ വാക്യംപോലെ ഞാനും നിങ്ങളെ കണ്ടെത്തിയിട്ട് വേണം എന്നു തോന്നുന്നു."

"സ്ത്രീകളുടെ കാര്യത്തിൽ എനിക്ക് പറയാനറിഞ്ഞുകൂട." അശ്രദ്ധമായി നൈറ്റ് പറഞ്ഞു. "പക്ഷേ പുരുഷന്റെ കാര്യത്തിൽ ഒരു സംശയവുമില്ല: അതൊരു നിർഭാഗ്യംതന്നെയാണ്."

"ഇല്ല, ഇല്ല. ഞാനതൊന്നും ചെയ്യുന്നില്ല." അവൾ പറഞ്ഞു. "നൈറ്റ് നിങ്ങളെന്നാ പോവുന്നേ? നിങ്ങളെഴുതിയതെന്തായാലും എനിക്കയച്ചുതരുമോ? നിങ്ങൾ നേരത്തെ സംസാരിച്ചതുപോലെയാണോ അതോ നിങ്ങളുടെ നല്ല മനോഭാവമാണോ എഴുതുന്നത് എന്നറിയാൻ എനിക്കാഗ്രഹമുണ്ട്. ഏതാ ശരിക്കുള്ള നിങ്ങൾ? ഇപ്പോ സംസാരിച്ചതുപോലത്തെ ഒരു നിഷേധിയോ അതോ അന്ന് രാത്രിയിൽ സംസാരിച്ചതുപോലത്തെ ഒരു തത്വജ്ഞാനിയോ?"

"ആ, ഏതാ? എന്നെപ്പോലെതന്നെ നിങ്ങൾക്കും അറിയാം."

അവരുടെ സംസാരം മുറ്റത്തും പോർട്ടിക്കോയിലുമെല്ലാം നക്ഷത്രങ്ങൾ കണ്ണുചിമ്മിത്തുടങ്ങുവോളം തുടർന്നു. എൽഫ്രഡ് തല മുകളിലേക്കുയർത്തി തമാശ കലർത്തി പറഞ്ഞു.

"തിളങ്ങുന്നൊരു നക്ഷത്രം എന്റെ നേരെ മുകളിൽ നിൽക്കുന്നു."

"ഓരോ തിളങ്ങുന്ന നക്ഷത്രവും എവിടെയെങ്കിലും ആരുടേങ്കിലും തലയ്ക്കു മീതെയാവും."

"നേരാണോ? അതെവിടെയാണ്?" അവൾ വിരലുകൊണ്ടൊരു നക്ഷത്രത്തെ ചൂണ്ടിക്കാണിച്ചു.

"അത് കേപ് വെർദേ ദ്വീപിന് മുകളിൽ ഒരു വെളുത്തു? പോലെ നില കൊള്ളുകയാണ്."

"അതോ?"

"നൈലിന്റെ ഉത്ഭവസ്ഥാനത്തേക്ക് ഒന്ന് നോക്കിക്കൊണ്ടിരിക്കുന്നു."

"അവിടെ ഒറ്റയ്ക്ക് നിൽക്കുന്നതോ?"

"അത് കിഴക്കൻ ദിക്ക് നിരീക്ഷിച്ചിരിക്കുകയാണ്. ഭൂമിയോട് ചേർന്നെന്നു തോന്നിക്കുന്ന ആ നക്ഷത്രം ഇന്ത്യയിലാണ്—ഒരുപക്ഷേ അത്

എന്റെ പ്രിയപ്പെട്ട സുഹൃത്തിന്റെ തലയ്ക്കുമീതെയാവും. അവൻ അവിടെനിന്നും നമ്മുടെ തലയ്ക്കുമീതെയുള്ള ഒന്നിനെയാവും നോക്കുന്നത്. അതാവും അവനവിടെ, അവന്റെ ചക്രവാളത്തിൽ ദൃശ്യമാവുക. തന്റെ പ്രണയിനി താമസിക്കുന്നത് അടയാളപ്പെടുത്തുകയാണ് ആ നക്ഷത്രം എന്നാവണം അവൻ ചിന്തിക്കുന്നത്."

എൽഫ്രഡ് നൈറ്റിനെ പാളിനോക്കി. അയാൾ തന്നെയാണോ ഉദ്ദേശിച്ചത്? അവന്റെ മുഖഭാവം കാണാൻ വയ്യ, ഒരുതരം വിഭ്രാന്തിയിലാണ് അയാൾ എന്നു തോന്നി.

"നക്ഷത്രം എന്റെ തലയ്ക്കുമീതെയാണ്." കിതപ്പോടെ എൽഫ്രഡ് പറഞ്ഞു.

"അല്ലെങ്കിൽ ഇംഗ്ലണ്ടിലെ ആരുടെയെങ്കിലും തലയ്ക്കുമീതെയാവാം."

"ഓ........... അങ്ങനെയാണല്ലേ!" എൽഫ്രഡ് ആശ്വാസനിശ്വാസമുതിർത്തു.

"അവന്റെ അച്ഛനും അമ്മയും ഈ നാട്ടുകാരാണ്. എനിക്കവരെ അറിഞ്ഞുകൂടാ. ഈ അടുത്തുവരെ അവനോട് എനിക്കടുത്ത ബന്ധമുണ്ടായിരുന്നെങ്കിലും എനിക്കവരെ അറിഞ്ഞുകൂടാ. ഭാഗ്യംകൊണ്ടോ നിർഭാഗ്യംകൊണ്ടോ അവനൊരു പ്രണയത്തിൽപ്പെട്ടു. പിന്നെ നേരെ ബോംബെയിലേക്ക് പോയി. അതിനുശേഷം അവനെക്കുറിച്ച് കൂടുതലൊന്നും അറിഞ്ഞിട്ടില്ല." നൈറ്റ് തന്റെ സംഭാഷണം തുടർന്നില്ല.

നൈറ്റിന്റെ വാക്കുകളിൽ കുറ്റപ്പെടുത്തലിന്റെ ധ്വനി ഉള്ളതുപോലെ എൽഫ്രഡിനു തോന്നി. എങ്കിലും കുറ്റബോധം പേറേണ്ടവിധം താനെന്തെങ്കിലും വിശ്വാസവഞ്ചന ചെയ്തുവെന്ന് എൽഫ്രഡിന് തോന്നിയതേ ഇല്ല.

20

വിദൂരശൃംഗത്തിലെ പ്രണയമർമരം

നൈറ്റ് എൽഡൽസ്റ്റൗ ഇടവകയ്ക്ക് പുറംതിരിഞ്ഞ് കോർക്കിനു നേരെ തിരിഞ്ഞു.

ഓരോ ദിവസങ്ങളിലെയും അസാന്നിധ്യവും കൂടിക്കൂടി അയാളുടെ ഹൃദയഭാരം കൂടി. കില്ലേർണി തടാകത്തിന്റെ തീരത്തുകൂടി അവിടെയുള്ള വൃക്ഷനിബിഡമായ പ്രദേശത്തുകൂടി, അയാൾ, അലഞ്ഞുനടന്നു. പലതരത്തിലുള്ള ദ്വീപുകൾ, മലകൾ, കുന്നുകൾ..... അതിമനോഹരമായ പ്രകൃതിയുടെ സംഗീതത്തിന് ചെവിയോർത്തു, പക്ഷേ അത്തരം സ്ഥലങ്ങളിൽനിന്നൊന്നും കിട്ടിയിരുന്ന ആശ്വാസമോ സന്തോഷമോ ഒന്നും ഇപ്പോൾ അയാൾക്ക് കിട്ടുന്നതേയില്ല.

എൽഫ്രഡിന്റെ സാന്നിധ്യം, അവളുടെ കുട്ടിക്കളികൾ ഒന്നും അത്ര ആഴത്തിൽ സ്പർശിച്ചു എന്നയാൾക്ക് തോന്നിയിരുന്നില്ല. അവന്റെ ഇട്ടാവട്ടങ്ങളിലേക്ക് അവളുടെ പ്രവേശനം പ്രത്യേകിച്ചെന്തെങ്കിലും കൂട്ടിച്ചേർക്കും എന്ന് നൈറ്റ് കരുതിയിരുന്നില്ല. പക്ഷേ, ഇപ്പോൾ അവളുടെ സാന്നിധ്യം അത്യാവശ്യമായി അവന് തോന്നുന്നു. അഥവാ നൈറ്റ് എൽഫ്രഡുമായി പ്രണയത്തിലായിരിക്കുന്നു.

എൽഫ്രഡിനെ കണ്ടുകൊണ്ടിരുന്നപ്പോഴാണ് സ്മിത്തിന് അവളോട് പ്രണയം തോന്നിയത്, എന്നാൽ എൽഫ്രഡിനെ കാണാതിരുന്നപ്പോഴാണ് നെറ്റിന് പ്രണയം തുടങ്ങിയത്. എപ്പോഴാണ്, എങ്ങനെയാണ് തന്നിലീ പ്രണയം പൂവിട്ടതെന്ന് നൈറ്റിന് അറിഞ്ഞുകൂട. എൽഡൽസ്റ്റൗ വിടുമ്പോൾ അത്ര ഗാഢമായൊരു ദുഃഖമൊന്നും നൈറ്റിന് അനുഭവപ്പെട്ടില്ല, എൽഫ്രഡ് ആലോചിക്കാൻ സന്തോഷമുള്ള ഒരു വിഷയമാണെന്നു മാത്രം കരുതിയിരുന്നു. ടവറിനു മുകളിൽവെച്ച് ആ അപകടമുണ്ടായപ്പോൾ കണ്ണുകൾ തമ്മിലുടക്കിയ നേരത്താണോ അവളെ പ്രണയിച്ചു

തുടങ്ങിയത്? അവൾ ക്ഷീണിതയാണെന്ന് അയാൾ കരുതിയിരുന്നു. സന്ധ്യാസൂര്യന്റെ വെളിച്ചത്തിൽ കുളിരുംവരെ അവളോടൊപ്പം മുറ്റത്തു നിന്ന ആ നേരത്താണോ അവളോട് പ്രണയം തോന്നിത്തുടങ്ങിയത്? അവളുടെ നിറം നല്ലതാണെന്ന് തോന്നിയിരുന്നു—വേറൊന്നുമില്ല. അവളുടെ സംഭാഷണചാതുരിയാണോ അയാളെ ആകർഷിച്ചത്? ബുദ്ധിപൂർവവും വിശ്വസനീയമായ തരത്തിലുള്ള സംസാരമെന്നല്ലാതെ ശ്രദ്ധിക്കപ്പെടാവുന്ന ഒന്നാണെന്ന് കരുതിയിട്ടില്ല. ചെസ് കളിക്കിടെ പ്രണയം തോന്നിക്കുന്ന വല്ലതും സംഭവിച്ചുവോ? ഒരിക്കലുമില്ല. കുറച്ച് അതിരുകടന്ന ആത്മവിശ്വാസമുള്ള ഒരു കുട്ടിയായേ അന്നേരം അവളെ കണ്ടിട്ടുള്ളൂ.

സഹതാപത്തോടെയുള്ള വിരൽസ്പർശങ്ങളിലൂടെയും കണ്ണുകൾ തമ്മിലുടക്കുന്നതിലൂടെയൊക്കെയുമാണ് പ്രണയം പൂവിടുന്നത് എന്ന പൊതുധാരണ ഒരു കണക്കിനും അംഗീകരിക്കാത്ത വ്യക്തിയാണ് നൈറ്റ്. കാരണം ഒരു തീജ്വാലപോലെ അതുത്ഭവിക്കുമ്പോൾ മാത്രമേ അതു കാണാനാവൂ. തമ്മിൽ പിരിയുംവരെ നൈറ്റിന്റെ ഓർമയിൽ, ചിന്തയിൽ ഒന്നും എൽഫ്രഡ് കാര്യമായി കടന്നുവന്നിട്ടേ ഇല്ലായിരുന്നു.

വെറുതെ അവളുടെ രൂപഭാവങ്ങൾ മനസിൽ പലപ്പോഴായി കടന്നുവന്നെങ്കിലും, അവളുമായി മനസ്സ് പ്രണയത്തിലായിക്കഴിഞ്ഞിരിക്കുന്നു എന്ന് തൽക്കാലമെങ്കിലും മനസിലായത് ആ രൂപം കണ്ണിൽനിന്നും മായാതെ ആയപ്പോഴാണ്.

അവൾ മനസു കീഴടക്കിയിരിക്കുന്നു എന്ന് ചിന്തിച്ചപ്പോൾ പുതിയ ജീവിതത്തെക്കുറിച്ച് ഓർത്ത് നൈറ്റ് ഏറെക്കുറേ ഭയന്നു. മറ്റെല്ലാ കാര്യങ്ങളും വിട്ട് അവളെക്കുറിച്ചുതന്നെ ഓർത്ത് ആനന്ദിച്ചുകൊണ്ടിരുന്നു.

എങ്കിലും നൈറ്റിന്റെ പ്രണയം കേവല വികാരത്തിനപ്പുറം തത്വചിന്താപരമായിരുന്നു എന്നുതന്നെ പറയേണ്ടതാണ്.

എൽഫ്രഡിന് തന്നോടുള്ള സമീപനത്തെപ്പറ്റി നൈറ്റ് ചിന്തിച്ചു. അവളുടെ ലാളിത്യത്തിന് വശീകരണശക്തി ഉണ്ടായിരുന്നോ? അവൾ തന്നെ കളിപ്പിക്കുകയായിരുന്നോ? അവൻ സ്വയം ചോദിച്ചു. അങ്ങനെ സംശയിക്കാവുന്നതായി ഒന്നും കാണാനില്ല. പെരുമാറ്റം സത്യസന്ധമായിരുന്നു. കുഴപ്പങ്ങളുണ്ടായിരുന്നു എൽഫ്രഡിന്റെ പെരുമാറ്റത്തിന് എന്നതു നേരുതന്നെ. അങ്ങനെയല്ലാതെ സത്യസന്ധം എന്ന് പറയാൻ കഴിയില്ലല്ലോ?

സ്വയം അവിവാഹിതരായി ജീവിക്കുന്ന ആളുകളുണ്ട്, സാഹചര്യം കൊണ്ട് അവിവാഹിതരായി തുടരേണ്ടിവരുന്നവരുമുണ്ട്. സ്ത്രീകളും ഈ രണ്ട് തരത്തിലും അവിവാഹിതരായി തുടരും. പക്ഷേ, കൂടുതലും സാഹചര്യംകൊണ്ട് വിവാഹത്തിന് അവസരം ഇല്ലാത്തതിനാലാണ് സ്ത്രീകൾ അവിവാഹിതരായി മാറുന്നത്. എന്തായാലും നൈറ്റ് സ്വമേധയാ അവിവാഹിതനായി തുടരുന്ന ഒരാളാണ്. നൈറ്റ് ഇങ്ങനെയാവാൻ കാരണമെന്ത്? തന്റെ പ്രണയത്തെപ്പറ്റിയുള്ള വിചാരങ്ങളും, ഒക്കെ ഇപ്പോ, പുതിയ ജീവിതാനുഭവത്തിന്റെ വെളിച്ചത്തിൽ ആലോചിക്കു

മ്പോൾ അയാൾക്ക് തീർത്തും കൗതുകകരമായി തോന്നുന്നു. പഴഞ്ചൊല്ലുകളുടെ അർഥം പലർക്കും ശരിയാണെന്ന് ഉറപ്പാവുക അവ അനുഭവത്തിൽ വരുമ്പോഴാണെന്ന് കേട്ടിട്ടുണ്ട്. പക്ഷേ, സ്വന്തം വിശ്വാസങ്ങൾ തന്നെ പൂർണമായി സാക്ഷ്യപ്പെടാൻ ആർക്കും ഇങ്ങനെ കാത്തിരിക്കേണ്ടി വന്നതായി നൈറ്റ് കേട്ടിട്ടില്ല.

എൽഫ്രഡിനെ സംബന്ധിച്ച് ഒരു കാര്യത്തിൽ അയാൾ പൂർണ സംതൃപ്തനായിരുന്നു. ഒരു സ്ത്രീയുടെ മനസിൽ ആദ്യമായി പ്രവേശിക്കുന്ന ആളായിട്ടാവണം വിവാഹിതനാവേണ്ടത് എന്ന ആഗ്രഹം ആദ്യമേ നൈറ്റിന്റെ കൂടെയുള്ളതാണ്. പഴയ കത്തുകളൊക്കെ ചുട്ടുകരിച്ച്, എന്നും കാണാറുള്ള ഒരാളെ ഒളിച്ചുമാറി ഒന്നുമാവരുത് തന്റെ വിവാഹമെന്ന് നൈറ്റിന് നിർബന്ധമുണ്ട്—അതൊക്കെ ജീവിതത്തിൽ പ്രശ്നങ്ങൾ ഉണ്ടാക്കും എന്ന് അയാൾക്ക് അറിയാം. തന്റെ പ്രായത്തിലുള്ള ഒരു സാധാരണ കാമുകന്റെ വിചാരങ്ങൾതന്നെയാണ് നൈറ്റിനും, സ്വന്തം രീതികൾ കൊണ്ട് അത് കുറച്ചുകൂടി കൂടുതലാണെന്ന് മാത്രം. പുരുഷന്മാർ ആദ്യമായി പ്രണയിക്കുമ്പോൾ അവർ കൊച്ചുകുട്ടികളെപ്പോലെയാണ്; മറ്റൊന്നും ചിന്തിക്കില്ല പ്രണയമൊഴികെ. ദൂരെയുള്ള കപ്പലിന്റെ ദിശാവെളിച്ചം നോക്കി കണ്ടുപിടിക്കാൻ ശ്രമിക്കുന്ന ഒരാളെപ്പോലെ പ്രണയിക്കുന്നവരുടെ തലച്ചോറ് എപ്പോഴും പ്രണയത്തിന്റെ അളവുകോലുപോലെ പ്രവർത്തിച്ചുകൊണ്ടിരിക്കും.

"എൽഫ്രഡ്" അയാൾ സ്വയം പറഞ്ഞു. "എന്നെ കാണുംവരെ പുരുഷന്മാരുടെ മുഖത്തുപോലും നോക്കിക്കാണില്ല."

അവൾ അവന് അനുവദിച്ചുകൊടുത്ത അധികാരം അവൻ മറന്നിട്ടില്ല; സ്വഭാവനവീകരണത്തിന് ആഭരണങ്ങളാണ് ഉപയോഗിക്കാറ് എന്ന് ആദ്യം പറഞ്ഞു. പിന്നെ പൊങ്ങച്ചം നിറഞ്ഞ ആ ആശയത്തിന് പല തവണ മാപ്പുപറഞ്ഞത് നൈറ്റ് ഓർക്കുന്നുണ്ട്. ഒരാഴ്ചത്തെ വിരഹത്തിനു ശേഷം ഡബ്ലിനിൽനിന്നും നൈറ്റ് തന്റെ യാത്ര അവസാനിപ്പിച്ച് എൽഡൽസ്റ്റൗവിലേക്ക് മടങ്ങാൻ തീരുമാനിച്ചു. അങ്ങനെ ഞായറാഴ്ച വൈകുന്നേരം സ്വാൻക്രോർട്ടിനും കുടുംബത്തിനും നൽകിയ വാഗ്ദാനം പാലിക്കാൻ നൈറ്റ് തീരുമാനിച്ചു.

ആധുനിക ജീവിതവ്യവഹാരത്തെപ്പറ്റിയും സാമൂഹിക വ്യവഹാരങ്ങളെക്കുറിച്ചും ഒക്കെ ഒരുപാട് എഴുതിയിട്ടുണ്ടെങ്കിലും വിവാഹം ഔദ്യോഗികമായി തീരുമാനിക്കുന്നതിന് മുൻപ് ഒരു പെൺകുട്ടിക്ക് ആഭരണങ്ങൾ വാങ്ങിക്കൊടുക്കുന്നത് ശരിയാണോ, അല്ലയോ എന്ന് നൈറ്റിന് നിശ്ചയം പോരായിരുന്നു. ഡബ്ലിൻ വിടുംമുമ്പ് വളരെ കൗതുകത്തോടെ ആഭരണക്കടകൾ കയറിനോക്കി നന്നായി ചേരുമെന്ന് തോന്നിയ ഒരെണ്ണം അയാൾ വാങ്ങിച്ചു.

വാങ്ങിയ കമ്മലുമായി മുറിക്കകത്തെത്തി, വാതിലടച്ച്, റൂമിലിരുന്ന് ആ പെട്ടി തുറന്ന് അതിലോലമായ ആ സ്വർണക്കമ്മലുകൾ അയാൾ തന്റെ കണ്ണിനുമുമ്പിൽ ഉയർത്തിപ്പിടിച്ചു. തന്റെ വിരലുകൾകൊണ്ട്

ഒരിക്കലും സ്പർശിച്ചിട്ടില്ലാത്ത ആ വസ്തുവിനെ ഒരു കുഞ്ഞിനെ എന്ന വണ്ണം അയാൾ താലോലിച്ചു. പെട്ടെന്ന് കേറി വാങ്ങിച്ചതുകൊണ്ട് അവ എൽഫ്രഡിന് ഒട്ടും ചേരില്ലെന്ന് നൈറ്റിന് തോന്നി. അയാൾ അവ മാറ്റി വാങ്ങാനായി ഉടനെ പുറത്തേക്കുതന്നെ ഇറങ്ങിപ്പോയി. കലാപരമായ എല്ലാവിമർശന ബുദ്ധിയും വിട്ടകന്ന ഒരാളെപ്പോലെ ഒരുപാടു നേരത്തെ തിരച്ചിലിനുശേഷം മറ്റൊരു ജോഡി കമ്മലുകൾ നൈറ്റ് സ്വന്തമാക്കി. ഉച്ചയാവുംവരെ അത് നൈറ്റിന്റെ കൈവശംതന്നെ ഇരുന്നു. ഒരു അമ്പതു തവണയെങ്കിലും തിരിച്ചും മറിച്ചും അതുതന്നെ നോക്കിക്കൊണ്ടിരുന്ന പ്പോൾ നൈറ്റിന് താനാദ്യം എടുത്തതായിരുന്നു ഇതിലും നല്ലതെന്ന് തോന്നി. ആദ്യത്തേതുതന്നെ വീണ്ടും എടുക്കാനാവാതെ ഉറങ്ങാനാവില്ലെ ന്ന് നൈറ്റിന് ബോധ്യപ്പെട്ടു. അതിയായ വിഷമത്തോടെ അതിലേറെ നാണ ക്കേടോടെ അയാൾ കടയുടെ വാതിൽക്കൽവരെ ചെന്നു. പിന്നെ മൂന്നാമ തും മാറ്റിയെടുക്കാനുള്ള നാണക്കേടോർത്ത് വേറൊരു കട തിരഞ്ഞ് പോന്നു. അടുത്ത കടയിൽനിന്നും കുറേ കൂടിയ വിലയ്ക്ക് ഭംഗിയുള്ള രണ്ടെണ്ണം വാങ്ങാൻ തീരുമാനിച്ചു. വിലയ്ക്ക് പകരമായി തന്റെ കൈവശ മുള്ളത് എടുത്തേക്കുമോ എന്ന് സ്വർണപ്പണിക്കാരനോട് അന്വേഷിച്ചെ ങ്കിലും അയാൾ മറ്റൊരാൾ പണിതത് വാങ്ങില്ലെന്നായിരുന്നു മറുപടി. അങ്ങനെ അധികം വന്ന ഒരെണ്ണം എന്തു ചെയ്യുമെന്നറിയാതെ നൈറ്റ് രണ്ട് ജോഡി കമ്മലുമായി മുറിയിലേക്ക് മടങ്ങി. തന്റെ കൈയിൽനിന്നവ കളഞ്ഞുപോയെങ്കിലെന്ന് നൈറ്റ് ആഗ്രഹിച്ചു. അല്ലെങ്കിൽ ആരെങ്കിലും മോഷ്ടിച്ചാലും മതി. ഒരുദിവസം മുഴുവൻ നഗരത്തിലാകെ കാശും കളഞ്ഞ് ആഭരണത്തിനു പുറകെ ഓടിനടന്നതിൽ നിരാശ തോന്നിയെങ്കി ലും, തനിക്ക് സ്ത്രീകളുടെ ആഭരണക്കാര്യം ഒന്നും അറിയാഞ്ഞിട്ടല്ലേ ഇങ്ങനെ സംഭവിച്ചതെന്ന് നൈറ്റ് സ്വയം ആശ്വസിച്ചു. ആ ദിവസം വൈകു ന്നേരം മുഴുവനും നൈറ്റിന് കാണുന്ന പെണ്ണുങ്ങളെ ഒക്കെ നിരീക്ഷിക്ക ലായിരുന്നു ജോലി. വൈകുന്നേരമായപ്പോഴേക്കും അയാളതിൽ നല്ല പ്രാഗത്ഭ്യം നേടി.

അടുത്ത ദിവസം രാവിലെ നൈറ്റ് വീണ്ടും സെന്റ് ജോർജ് ചാനൽ കടന്ന് ഹോളിഹെഡ് പാതയിലൂടെ ആദ്യം കരുതിയതുപോലെ ലണ്ടനി ലേക്ക് പോകാതെ സ്വാൻക്രോർട്ടുമാരുടെ ക്ഷണം സ്വീകരിച്ച്, അവരെ വീണ്ടും സന്ദർശിക്കാനായി പുറപ്പെട്ടു.

നാമിനി എൽഫ്രഡിന്റെ അടുത്തേക്ക് പോവുകയാണ്. എൽഫ്രഡ് തന്റെ സുഹൃത്ത് നൈറ്റിന്റെ നല്ല അഭിപ്രായങ്ങളെ തുടക്കംമുതലേ ആഗ്രഹിച്ചിരുന്നു. ആ സൗഹൃദത്തിൽ പിന്നെ എന്തൊക്കെ, എത്രയൊ ക്കെ കൂട്ടിച്ചേർക്കപ്പെട്ടിട്ടുണ്ട്?-ഓർക്കാൻതന്നെ എൽഫ്രഡ് ഭയപ്പെടുന്നു. നന്നായി അറിയാത്ത ഉന്നതനായ വ്യക്തിയെ പ്രണയിക്കാൻ ശ്രമിക്കുന്നു എന്നതിനപ്പുറം സ്റ്റീഫൻ സ്മിത്തിനോട് വിശ്വാസവഞ്ചന നടത്തുന്നതൊ ന്നും അതിലുണ്ടായിരുന്നില്ല. നിസ്സാരമായി തുടങ്ങുന്ന ഒരു വിഷയം എത്ര

യ്ക്ക് വലുതായെന്ന് ഊഹിക്കാനുള്ള കഴിവ് അവൾക്കുണ്ടായിരുന്നില്ല. അപൂർവം ചിലർക്കൊക്കെയേ അതൊക്കെ കഴിയൂ.

സ്റ്റീഫൻ സ്മിത്ത് അവൾക്കയയ്ക്കുന്ന കത്തുകൾ കുറഞ്ഞു വരികയാണ്. അവൾ വിശ്വാസത്തിന്റെ പേരിൽ അവസാനത്തെ കത്തിനും മീതെ ഒരു തകർന്ന കപ്പലിന്റെ നാവികൻ കപ്പൽ തുരുമ്പിലെന്നപോലെ തൂങ്ങിക്കിടക്കുകയാണ്. ആ ഒളിച്ചോട്ടത്തിനിടെ സ്മിത്തിന് തന്റെമേൽ അവകാശമുണ്ടായി എന്ന് അവൾ വിശ്വസിക്കുന്നു. "എനിക്കത്രയ്ക്ക് കടപ്പാടില്ലായിരുന്നെങ്കിൽ ഒരുപക്ഷേ ഞാൻ എന്നേ നൈറ്റുമായി പ്രണയത്തിലായിപ്പോയേനേ." അവൾ സ്വയം ആസ്വദിച്ചുകൊണ്ട് പറഞ്ഞു.

നൈറ്റ് ഇല്ലായിരുന്ന ഒരാഴ്ചക്കാലം എൽഫ്രഡ് ദുഃഖിതയും പരവശയും ആയിരുന്നു. ഒരു മരുന്നു കഴിക്കുമ്പോലെയാണെങ്കിലും, സന്തോഷമാണെന്ന് സ്വയം ഭാവിച്ച് എൽഫ്രഡ് എന്നും സ്മിത്തിന്റെ കത്തുകൾ എടുത്ത് വായിക്കും, പ്രാർഥനയിൽ അയാളെ ഓർക്കും.

എഴുത്തുകൾ നാളു ചെല്ലുംതോറും പ്രതീക്ഷാനിർഭരമായി വന്നു. ഓരോ ജോലിയും താൻ പൂർത്തിയാക്കുന്നത് അവർക്കിടയിലുള്ള തടസത്തിന്റെ ഓരോ കല്ലുകൾ എടുത്തുമാറ്റുന്ന സന്തോഷത്തോടെയാണ് എന്ന് സ്മിത്ത്, എൽഫ്രഡിനെഴുതി. ഒരുദിവസം താൻ നേടാൻ പോവുന്നത് എന്ത് മനോഹരമായ കാര്യമായിരിക്കും എന്നയാൾ മനക്കോട്ട കെട്ടി. ആളുകൾ തലചെരിച്ച് അയാളെ തിരിഞ്ഞുനോക്കി പറയും, 'എന്ത് നല്ല സമ്മാനമാണ് അവൻ നേടിയിരിക്കുന്നത്!' ആവശ്യമില്ല. അവരുടെ ആ വലിയ ഒളിച്ചോട്ടത്തെക്കുറിച്ച് ഓർത്ത് ദുഃഖിക്കേണ്ട (എൽഫ്രഡ് അതേക്കുറിച്ച് ഓർത്ത് ആവർത്തിച്ചു പറഞ്ഞ് ദുഃഖിക്കാറുണ്ട്). ആരെങ്കിലും അതേക്കുറിച്ച് അറിയുകയാണെങ്കിലും അവന് അവളുടെ സ്വഭാവമഹിമയെക്കുറിച്ചറിയാം. അവളുടെ ലണ്ടൻ സന്ദർശനത്തിനിടെ കാര്യമായി ഒന്നും എഴുതിയില്ല എന്ന കുറ്റപ്പെടുത്തൽ മാത്രമാണ് ഉള്ളത്. അവളുടെ കത്തിന് അവനില്ലാത്ത എന്തൊക്കെയോ കാര്യങ്ങൾ ആണ് ജീവൻ പകർന്നിരിക്കുന്നത് എന്ന് തോന്നും.

നൈറ്റിന്റെ എൻഡൽസ്റ്റൗവിലേക്കുള്ള മടക്കം കുറച്ച് വേഗത്തിലായിരുന്നു. വാക്കുപറഞ്ഞാൽ തന്നെക്കൊണ്ട് ആവുംവിധം പാലിക്കുന്ന വ്യക്തിയാണ് നൈറ്റ്. അത്ര പെട്ടെന്ന് നൈറ്റ് മടങ്ങിയെത്തിയത്, കണ്ട് വികാരി ഒന്ന് അമ്പരന്നു. പക്ഷേ മിസിസ് സ്വാൻക്രോർട്ടിന് ഒരമ്പരപ്പും ഉണ്ടായില്ല. എല്ലാവരെയും കണ്ടപ്പോൾ അവർ മാസാവസാനം സെന്റ് ലിയോനാർഡ്‌ലേക്ക് കുറച്ചുദിവസം ചെലവിടാനായി പോവാൻ ഉദ്ദേശിച്ചിരിക്കുകയാണെന്ന് നൈറ്റിന് മനസിലായി.

തന്നെ എന്താണ് അലട്ടുന്നതെന്ന് എൽഫ്രഡിനോട് വിശദീകരിക്കാൻ അന്ന് വൈകുന്നേരംവരെ നൈറ്റിന് ഒരവസരവും ലഭിച്ചില്ല. അത്തരം അവസരങ്ങളൊക്കെ കണ്ടെത്താൻ നൈറ്റ് മിടുക്കനാണ്. അടുത്ത ദിവസംതന്നെ പ്രഭാതം കഴിഞ്ഞ ഒരു ആഴ്ചത്തെ മേഘാവൃതമായ അന്തരീക്ഷത്തിൽനിന്നും വിഭിന്നമായി പ്രകാശമാനമായിരുന്നു.

നൈറ്റും മിസിസ് സ്വാൻക്രോർട്ടും ഇതുവരെ കണ്ടിട്ടില്ലാത്ത, ബ്രിട്ടീഷ് ബേയിലെ ഒരു ചെറിയ ഉല്ലാസകേന്ദ്രത്തിലേക്ക് പോവാൻ അന്ന് അവർ തീരുമാനിച്ചു. അവിടെ വച്ച് പ്രണയാതുരമായ ഒരു സന്ദർഭം ഒത്തുകിട്ടു മെന്ന് നൈറ്റ് മണത്തറിഞ്ഞു. വരുന്ന രാത്രിക്കുമുമ്പ് അത്തരമൊരു നേരം ഉണ്ടാവുമെന്ന് നൈറ്റിന്റെ മനസു പറഞ്ഞു.

പച്ചപുതച്ച ഒരു കുന്നിൻമുകളിലൂടെയുള്ള റോഡുവഴിയാണ് യാത്ര. വഴിക്കിരുവശത്തും പുല്ല് നിരയൊപ്പിച്ച് വളർന്നുനിൽക്കുന്നു. കുന്നിൻ ചെരിവുകൾക്കിടയിലുള്ള വിടവിലൂടെ ദൂരെ നീലക്കടൽ കാണാം.... കട ലിന്റെ ഏകാന്തനീലിമയ്ക്ക് മീതെ അങ്ങിങ്ങായി ചില തോണികളും മറ്റും കാണാനുണ്ട്. ചക്രവാളത്തോട് മുട്ടിക്കിടക്കുന്ന ആ നീലപ്പരപ്പ് കുന്നിൻ പുറങ്ങളെ അതിരിട്ട് വേർതിരിച്ച് നിർത്തിയതാണെന്ന് തോന്നും. ചോക്ലേറ്റ് നിറമുള്ള പാറക്കൂട്ടങ്ങൾക്കിടയിലൂടെ ഒരു ഇടവഴിയിലൂടെയായി രുന്നു പിന്നെ യാത്ര. വഴിയിൽ കൂർത്ത കൂറ്റൻ പാറക്കല്ലുകൾ നിഴൽ വിരിച്ചിരിക്കുന്നു. അങ്ങിങ്ങായുള്ള പാറയിടുക്കിൽനിന്നും പൊട്ടിയൊലി ക്കുന്ന തണുത്ത നീരുറവ താഴെക്കൂടി ചെറിയ തോടുപോലെ ഒഴുകിപ്പോ വുന്നുണ്ട്. പന്തലിച്ച് കിടക്കുന്ന പലതരം ചെടികൾ അവയുടെ തലപ്പാവു കളിലും മറ്റും കുരുങ്ങി, കൂർത്ത നഖംകൊണ്ടെന്നപോലെ വലിയുന്നു.

അവസാനത്തെ പാറയും കയറിക്കഴിഞ്ഞപ്പോൾ അവരുടെ തീർഥാ ടനത്തിന്റെ ലക്ഷ്യസ്ഥാനമായ തീരം അവർക്കുമുമ്പിൽ അനാവൃതമായി. കടലിന്റെ നീലിമയ്ക്ക് വലിയ പാറക്കൂട്ടങ്ങളോടു ചേർന്നുകിടക്കുന്ന ഭാഗത്ത് കട്ടികൂടിവരുന്നു. അസ്വസ്ഥനായി ഉറങ്ങുന്ന ഒരാളുടെ കിടക്ക വിരിപോലെ നിരങ്ങിയും തെന്നിയും മാറുന്നുണ്ടെങ്കിലും തീരം അഗാധ നീലിമയിൽ തങ്ങിക്കിടക്കുന്നു. ബ്രൗൺ നിറത്തിലാണെങ്കിലും പാറക്കൂട്ട ത്തിന്റെ ഇരുണ്ട നിഴലുകൾ വെള്ളത്തിൽ ലയിക്കുമ്പോൾ അത് നീല പോലൊരു നിറമായി മാറുന്നു.

ഒരു ചെറിയ കുടിലിനടുത്ത് വണ്ടി നിർത്തിയിട്ടു, കുതിരവണ്ടിക്കാര നും, സഹായിയുംകൂടി ഭക്ഷണപ്പൊതി വെച്ച പെട്ടി ചുമന്ന് തീരത്തേക്ക് നടന്നു.

നൈറ്റ് ആ അവസരം മുതലാക്കി. "ഞാൻ നിന്റെ ആഗ്രഹം മറന്നി ട്ടില്ല എൽഫ്രഡ്." അവർ തനിച്ചായതോടെ നൈറ്റ് പറഞ്ഞു. മനസിലാ വാത്ത ഭാവത്തിൽ എൽഫ്രഡ് അവനെ നോക്കി.

"ഞാനിതാ, ഇത് നിനക്ക് വാങ്ങിക്കൊണ്ട് വന്നിരിക്കുന്നു." പറഞ്ഞു കൊണ്ടയാൾ കൗതുകത്തോടെ ആ പെട്ടി തുറന്ന് കമ്മലുകൾ അവൾക്കു മുമ്പിൽ ഉയർത്തിപ്പിടിച്ചു.

"ഓ, നൈറ്റ്!" എൽഫ്രഡ് ആകെ ചുവന്നു.

"നിങ്ങൾ പറഞ്ഞതുപോലെ ചെയ്തുകളയുമെന്ന് ഞാൻ കരുതിയ തേയില്ല. വെറുതെയാണെന്നാ ഞാൻ കരുതിയത്. എനിക്കിത് വേണ്ടാ ട്ടോ....."

ആ വലിയ കള്ളം അറിഞ്ഞുകൊണ്ട് പറഞ്ഞതാണ് എൽഫ്രഡ്.

കാരണം നാളെയാണ് സ്മിത്തിന്റെ കത്തുവരുന്ന ദിവസം. ആ ചിന്തയാണ് ഇത്തരമൊരു കള്ളംപറച്ചിലിന് പിറകിലെ കാരണം.

"നീ ഇത് വാങ്ങുകയേ ഇല്ലേ?"

"ഇല്ല....... നല്ല ഭംഗിയുണ്ട്. ഞാൻ കണ്ടിട്ടുള്ളതിലും ഭംഗിയുള്ളതാണ്." അവൾ വിനയത്തോടെയാണ് സംസാരിച്ചത്. കൂട്ടത്തിൽ വിലക്കപ്പെട്ട കനിയുടെ നേരെ ആശയോടെ നോക്കിയ ഈവിനെപ്പോലെ എൽഫ്രഡ് ആ കമ്മലുകളെ നോക്കുകയും ചെയ്തു. പക്ഷേ "എനിക്ക് വേണ്ട, എന്നോട് ക്ഷമിക്കൂ നൈറ്റ്."

"ഒരു ക്ഷമയും ഇല്ല." തീരെ അപ്രതീക്ഷിതമായ ആ സംഭവത്തിന് അയാൾ പൂർണവിരാമമിട്ടപോലെയായി.

പിന്നെ നിശ്ശബ്ദതയായിരുന്നു. നൈറ്റ് ആ തിളങ്ങുന്ന വസ്തുക്കളെ ഹൃദയഭാരത്തോടെ നോക്കി. അവൻ തന്നെ സ്വയം ആരാധിച്ചു തുടങ്ങിയ അവയെ എത്ര വേഗമാണ് അവൾ നിഷേധിച്ചത്.

"അടച്ചുവെക്കൂ അത്." എനിക്കത് കുറേനേരം കണ്ടുകൊണ്ട് നിൽക്കാനാവില്ലാട്ടോ........" അവൾ ചിരിയോടെ എന്നാൽ നഷ്ടബോധം നിറഞ്ഞശബ്ദത്തിൽ പറഞ്ഞു.

"എന്തേ എൽഫ്രഡ്?"

"ഞാനൊരു പാവമാണ്. നിങ്ങൾക്കത് അറിയാമല്ലോ? എനിക്കതു വാങ്ങാൻ പറ്റാത്ത ചില കാരണങ്ങൾ ഇപ്പോഴുണ്ട്. അതുകൊണ്ടാണ്...." തന്റെ വിസമ്മതം ഒന്നുകൂടി ഊട്ടിയുറപ്പിക്കാൻ വേണ്ടി കുറച്ച് കടുപ്പിച്ചാണ് എൽഫ്രഡ് പറഞ്ഞത്, പക്ഷേ അത് ഉദ്ദേശിച്ചതുപോലെ പറയാനായില്ല.

"നീയെന്നെങ്കിലും ഇത് വാങ്ങിക്കുമോ?"

"ഇല്ല, എനിക്ക് വേണ്ട."

"എന്താ കാരണം?"

"വേണ്ട, അത്രതന്നെ. എനിക്ക് ഇഷ്ടമല്ല."

"അതൊരു മുനവെച്ച സംസാരംപോലെ എനിക്ക് തോന്നുന്നു." നൈറ്റ് പറഞ്ഞു. "നിനക്ക് കമ്മലുകൾ ഇഷ്ടമാണ്. അതെനിക്കറിയാം. ഇഷ്ടക്കുറവ് എന്നോടാണ്; അല്ലേ?"

"ഏയ്. അല്ല."

"എന്നാ പറയ്, നിനക്കെന്നെ ഇഷ്ടമാണോ?"

എൽഫ്രഡിന്റെ നിറം ഇരുണ്ടുപോയി. അവൾ ദൂരെ കണ്ണുംനട്ട് കുറച്ച് സമയം ഇരുന്നു.

"എനിക്ക് നിങ്ങളെ ഇഷ്ടംതന്നെ." അവൾ മാന്യമായ സ്വരത്തിൽ പറഞ്ഞു.

"ഒരുപാടിഷ്ടമുണ്ടോ?"

"നിങ്ങളെന്നോട് പരുക്കനായി, കഠിനമായി കാര്യങ്ങൾ പറഞ്ഞുകൊണ്ട് ഇടപെടുന്നു. പിന്നെങ്ങനെ ഇഷ്ടപ്പെടും?"

അവൾ കുനിഷ്ട്ടോടെ ചോദിച്ചു.

"ഞാനൊരു പഴഞ്ചനാണെന്നാണ് നിന്റെ വിചാരം. അല്ലേ?"

"അല്ല, അല്ല. ഞാൻ ഉദ്ദേശിച്ചതെന്താണെന്നുവെച്ചാൽ...... ഞാനെന്താ നിങ്ങളെപ്പറ്റി കരുതിയിരിക്കുന്നത്....... എനിക്കറിഞ്ഞുകൂടാ, നമുക്ക് പപ്പയുടെ അടുത്തുപോവാം?" എൽഫ്രഡ് രക്ഷപ്പെടാൻ ശ്രമിച്ചു.

താനവളുടെ കാമുകനായിത്തീർന്നിരിക്കുന്നു എന്ന സത്യം എൽഫ്രഡിന് മനസിലാവാതിരിക്കാൻവേണ്ടി നൈറ്റ് പറഞ്ഞു.

"ഞാനീ സമ്മാനം കൊണ്ടുവന്നത് കാര്യാക്കണ്ട; ഇത് ഒരു മര്യാദയുടെ പേരിൽ കൊണ്ടുവന്നെന്നേ ഉള്ളൂ."

എൽഫ്രഡിന് അവന്റെ അയഞ്ഞ സംസാരം കേട്ടപ്പോൾ നഷ്ടബോധം തോന്നി.

നൈറ്റ് ആ പെട്ടി മാറ്റിവെച്ചുകൊണ്ട് തുടർന്നു:

"എല്ലാവർക്കും സ്വാഭാവികമായി തോന്നുന്നതേ എനിക്കും തോന്നിയുള്ളൂ."

"ഓ, ശരി."

എൽഫ്രഡിന് ദുഃഖം തോന്നി—എന്തുകൊണ്ടെന്ന് അവൾക്കറിഞ്ഞുകൂടായിരുന്നു—അവൻ അത്രയ്ക്ക് ന്യായമായ ഒരു കാരണമാണ് നൽകിയത്. അയാൾക്കെപ്പോഴും ഒരു തണുപ്പൻമട്ടാണ്. അതാണൊരു കുഴപ്പം. ഇങ്ങനെയാണ് ആ സമ്മാനം തരാനുദ്ദേശിച്ചത് എന്നറിഞ്ഞിരുന്നെങ്കി, അവളത് വാങ്ങിയേനെ, അവന്റെ നിർബന്ധം കണ്ടപ്പോൾ അതൊരു കാമുകന്റെ സമ്മാനമായി തോന്നിപ്പോയി. അതല്ലെന്നറിഞ്ഞെങ്കി വാങ്ങിയേനെ. അവരിരിക്കുന്നിടത്തേക്ക് ഭക്ഷണം കഴിക്കാനൊരിടം തിരഞ്ഞ് സ്വാൻക്രോർട്ട് വന്നതുകൊണ്ടവരുടെ സംസാരം തൽക്കാലത്തേക്ക് നിർത്തിവെച്ചു. ഏത് പെൺകുട്ടിയും ഇത്തരം വിഷയങ്ങളിൽ തുടക്കത്തിൽ തോന്നുന്ന ലജ്ജമൂലം ഉള്ള എതിർപ്പായേ നൈറ്റ് എൽഫ്രഡിന്റെ വാക്കുകളെ പരിഗണിച്ചുള്ളൂ. അത് സഹിക്കേണ്ടതാണെന്നും അയാൾ ആശ്വാസം കൊണ്ടു. പുതിയ പ്രണയത്തിനെതിരെ ഒരു ശ്രമം എല്ലാ പെൺകുട്ടികളിലും ഉണ്ടാവുമെന്ന് നൈറ്റിന് അറിയാം.

ഉച്ചയ്ക്കുശേഷം അവരുടെ ആ ഉല്ലാസസംഘത്തിന് ചില പരിമിതിയും നേരിട്ടു. വേലിയേറ്റസമയം വന്നു; അവർക്ക് കുറേക്കൂടി മുകളിലേക്ക് ഇരിപ്പിടം മാറ്റേണ്ടതായി വന്നു. ഉയരം കൂടിയ ഒരു പാറക്കെട്ടിനു മുകളിൽ നിന്നും അലസമായി വേലിയേറ്റം കണ്ടുകൊണ്ടിരിക്കെ തങ്ങളുടെ താൽക്കാലിക ഊൺമേശയും മറ്റും കടൽ തട്ടിത്തെറിപ്പിക്കുന്നത് അവർ കണ്ടു. ആ കാഴ്ചകണ്ട് വികാരിയുടെ സംസാരം സാത്വികനെപ്പോലെയായി, നൈറ്റും വേഗം ആ നിലവാരത്തിലേക്ക് സംസാരംകൊണ്ടുയർന്നു. നീലയും പച്ചയും കലർന്ന കടലിന്റെ തിരകൾ ഒരു പതയുന്ന ഭീമാകാരമായ രൂപമായി മാറി. ഒന്ന് പിറകിലേക്ക് വെളുത്ത നിറത്തിൽ വലിഞ്ഞുതീരുമ്പോഴേക്കും അതിലും ഭയങ്കരമായ ഒന്ന് പിറകിൽ വരുന്നുണ്ടാവും.

ഒരു ജലധാരയായിരുന്നു അവരുടെ അടുത്ത കാഴ്ച. അതവരെ ഒരു തണുത്ത നിഴലിനകത്താക്കി. പിന്നീടവർ കുതിരകളുമായി വീട്ടിലേക്ക് തന്നെ തിരിച്ച് യാത്ര പുറപ്പെട്ടു. മുകളിലേക്ക് കയറിപ്പോകുംതോറും ആകാശം തെളിഞ്ഞുതെളിഞ്ഞുവന്നു. അവർ പൊയ്ക്കൊണ്ടിരിക്കുന്ന വഴിനിറയെ അസ്തമയസൂര്യന്റെ പൊൻവെളിച്ചം പ്രഭയായി ചൊരിഞ്ഞുകൊണ്ടിരുന്നു. അവരുടെ വാഹനത്തിന്റെ ചക്രങ്ങൾ മണ്ണിലമർന്ന് രൂപംകൊള്ളുന്ന ചെറിയ ചാലുകൾ..... വിദൂരക്കാഴ്ചയിൽ ഒരു സുവർണരേഖയായി മാറിക്കൊണ്ടിരുന്നു. അവർ കടന്നുപോകുന്ന വഴി കൂടെക്കൂടെ രാത്രിയുടെ ഇരുട്ട് കനത്തുവന്നു.

തണുത്തുറഞ്ഞ ഒരു വൈകുന്നേരമായിരുന്നു അത്. ചന്ദ്രനെ കാണാനേ ഇല്ല. നൈറ്റ്, എൽഫ്രഡിനോട് ചേർന്നിരുന്നു. ഇരുട്ടിൽ ഒരാൾ എവിടേക്ക് ചെരിഞ്ഞിരിക്കുന്നു എന്നത് ഒരു വിഷയമേ അല്ല, പ്രത്യേകിച്ച് ചേർന്നിരിക്കുമ്പോൾ. എൽഫ്രഡ് കുറച്ച് മാറിയിരുന്ന് നൈറ്റിന് സ്ഥലം കൊടുത്തു.

“നീ സന്തോഷത്തോടെതന്നെയല്ലേ എനിക്ക് സ്ഥലം തരുന്നത്?” അവൻ മന്ത്രിച്ചു.

“അതെ. ചുരുങ്ങിയ മര്യാദയെങ്കിലും കാണിക്കണ്ടേ?” അവൾ പറഞ്ഞു.

രണ്ടുപേരും രണ്ട് സാധ്യതകൾക്ക് നടുവിൽ മാന്യമായ രീതിയിൽ സമനിലപ്പെട്ട് നിന്നു. അങ്ങനെ അവർ വീട്ടിലെത്തി.

നൈറ്റിനെ സംബന്ധിച്ച് അതൊരു സന്തോഷകരമായ അനുഭവമായിരുന്നു. അവനത് നിഷ്കളങ്കമായൊരു നേരമായാണ് അനുഭവപ്പെട്ടത്—മനുഷ്യജീവിതത്തിൽ വല്ലപ്പോഴും മാത്രം ഉണ്ടാവുന്നതരം നല്ല നേരം. തിരിഞ്ഞുനോക്കുമ്പോൾ സന്തോഷം നൽകുന്ന അപൂർവം ചില നേരങ്ങളിൽ ഒന്ന്. അയാൾ ഒരു ഗാഢപ്രണയത്തിൽ കുരുങ്ങിയിരിക്കുകയൊന്നുമല്ല, ഒരു കുട്ടിക്കളിയുടെ ലാഘവത്തോടെ ശാന്തമായി ആസ്വദിക്കാവുന്ന മനോഹരമായൊരു അനുഭവം എന്നുമാത്രം. ഒരു ചെറിയ തിരയിളക്കം, നല്ല നിറമുള്ള ഒരു കല്ല്, അങ്ങനെ എന്തും മതിയാവുമായിരുന്നു, അന്നത്തെ നൈറ്റിന്റെ പാതിമയക്കം പിടിച്ച സ്വപ്നങ്ങളെ ഉണർത്തിവിടാൻ. വികാരിയുടെ സുവിശേഷപ്രസംഗംപോലും അയാൾ മുഴുവനും കേട്ടിരുന്നു.

വൈകുന്നേരം മുറിക്കകത്തെത്തിയപ്പോൾ തന്റെ മേശപ്പുറത്ത് ഒരു പൊതിയിരിക്കുന്നത് എൽഫ്രഡ് കണ്ടു. എങ്ങനെയാണ് അത് അവിടെ വന്നത് എന്ന് എൽഫ്രഡിന് അറിയില്ല. വിറയ്ക്കുന്ന കൈകളോടെ ആ വെളുത്ത പൊതി അവൾ അഴിച്ചു. അതെ, അത് നൈറ്റ് അവൾക്ക് നൽകുകയും അവൾ നിഷേധിക്കുകയും ചെയ്ത അതേ ആഭരണപ്പെട്ടിതന്നെയായിരുന്നു.

ഒരു നിമിഷത്തേക്ക് എൽഫ്രഡ് അത് കാതിൽ അണിഞ്ഞ് കണ്ണാടിയിൽ നോക്കി സ്വയം ഭംഗി ആസ്വദിച്ചു. അവളാകെ ചുവന്നുപോയി.

അടുത്ത നിമിഷംതന്നെ അവ ഊരിമാറ്റുകയും ചെയ്തു. അന്നു രാത്രി എൽഫ്രഡിന്റെ സ്വപ്നം മുഴുവൻ ആ കമ്മലുകളായിരുന്നു. അത്ര മനോഹരമായ കമ്മൽ എൽഫ്രഡ് അതിനുമുമ്പൊരിക്കലും കണ്ടിട്ടില്ലായിരുന്നു.

ഒരു പ്രേതത്തെപ്പോലെയാണ് അടുത്ത ദിവസം എൽഫ്രഡിന്റെ മുമ്പിൽ ഉദിച്ചുയർന്നത്. അന്ന് സ്റ്റീഫൻ സ്മിത്തിന്റെ കത്തുവരുന്ന ദിവസമാണ്. അവൾക്ക് പോസ്റ്റുമാനെ കാണണം. രഹസ്യമായി ചെയ്യുന്ന ഒരിഷ്ടവും ഇല്ലാത്ത ഒരു കാര്യം; ഇപ്പോഴാണെങ്കിൽ അത് എങ്ങനെയെങ്കിലും അവസാനിപ്പിക്കണം എന്നും എൽഫ്രഡ് ആഗ്രഹിക്കുന്നു. എന്നിട്ടും അവൾ പോയി. രണ്ടു കത്തുകളുണ്ടായിരുന്നു. ഒന്ന് സെന്റ് കിർസ് ബാങ്കിൽനിന്നാണ്; അവിടെ അവൾക്കൊരു സ്വകാര്യനിക്ഷേപമുണ്ട്. പലിശയെക്കുറിച്ച് വല്ലതും ആയിരിക്കും. അത് പോക്കറ്റിലിട്ട് എൽഫ്രഡ് അകത്തു കയറി ആരും കാണാതിരിക്കാനായി മുകൾനിലയിലെ സ്വന്തം മുറിയിലേക്ക് പോയി. പിന്നെ വിറയലോടെ സ്റ്റീഫൻ സ്മിത്തിന്റെ കത്ത് തുറന്നു. അവൻ അവളോട് എന്താണ് പറഞ്ഞിരിക്കുന്നത്?

അവൾ സെന്റ് കിർസ് ബാങ്കിൽ പോയി താൻ അടയ്ക്കാൻ നിർദേശിച്ച തുക കൈപ്പറ്റണം. 200 പൗണ്ട് ആണ് തുക.

ചെക്ക് ഓർഡർപോലെ ഉറപ്പുനൽകുന്ന യാതൊന്നും അതോടൊപ്പമില്ല. പണത്തെക്കുറിച്ചുള്ള ഏകവിവരം ഇതാണ്. പണം അവളുടെ പേരിൽ ഇപ്പോൾ ബാങ്കിൽ ഉണ്ട്.

അവൾ അടുത്ത കത്തു തുറന്നു. അതിൽ ഡിപ്പോസിറ്റ് രേഖകൾ ഉണ്ടായിരുന്നു. അന്നേ ദിവസം അവളുടെ അക്കൗണ്ടിലേക്ക് 200പൗണ്ടു കൂടി വന്നിട്ടുണ്ട്. അപ്പോൾ സ്മിത്തിന്റെ കത്തിൽ എഴുതിയിരിക്കുന്നത് ശരിയാണ്. പണം ബാങ്കിലേക്ക് അയച്ചിട്ടുണ്ട് എന്നത് നേരുതന്നെ.

'ഞാൻ ഒരു വർഷം ഇത്രയും സമ്പാദിക്കും.' സ്മിത്തിന്റെ എഴുത്തു നീളുകയാണ്. 'നിന്റെ ഉപയോഗത്തിനുവേണ്ടി അത് നീക്കിവെക്കുന്നതല്ലേ. അതിന്റെ ഒരു സന്തോഷവും? ഇതു കൂടാതെതന്നെ എനിക്ക് യഥേഷ്ടം ചെലവാക്കാൻ പണം ഇപ്പോഴുണ്ട്. അത് വെറുതെ ബാങ്കിൽ ഇടരുത്. നിന്റെ പേരിൽ സുരക്ഷിതമായി നിക്ഷേപിക്കാൻ അച്ഛനോടു പറയണം. ഇത് കേവലം നിന്റെ പ്രതിശ്രുതവരൻ എന്ന നിലയിലുള്ളതല്ല. നിന്നെ അതിലും വലുതായിട്ട് കാണുന്നതുകൊണ്ടുള്ള ഒരു സമ്മാനമാണ്. എൽഫ്രഡ്, നിന്റെ അച്ഛനിപ്പോഴും കരുതുന്നത് എനിക്ക് നിന്നോടുള്ള വികാരം കേവലം ഒരു ആണിന്റെ ദിവാസ്വപ്നം മാത്രമാണ് എന്നാവും.'

കാര്യമാത്രപ്രസക്തമായ ആ വിഷയം വിട്ടിട്ട് സ്മിത്തിന്റെതായ കുട്ടിക്കളി നിറഞ്ഞ ഭാഷയിൽ അയാൾ തുടർന്നു.

'നിനക്കോർമയുണ്ടോ പ്രിയപ്പെട്ടവളേ, ഞാൻ ആദ്യമായി നിന്റെ വീട്ടിൽ വന്ന ആ പ്രഭാതം? നിന്റെ അച്ഛൻ സുഖപ്പെട്ട്, എഴുന്നേറ്റു നടക്കാൻ പ്രാർഥനചൊല്ലിയത് ഓർമിക്കുന്നോ? ഇപ്പോൾ ആ പ്രാർഥനയുടെ

മഹിമ ഞാൻ ശരിക്കും തിരിച്ചറിയുന്നു. നീ എന്നേക്കാളും നന്നായി വായിക്കും. ഇതൊക്കെ ഒരുപക്ഷേ നിനക്ക് നേരത്തേ അറിയാമായിരിക്കും. ഒരുദിവസം നിനക്കുവേണ്ടി ഒരു കൗതുകത്തിന് ഞാൻ കുറേ ദേവപ്രതിമകൾ വാങ്ങിച്ചു. പക്ഷേ ഇംഗ്ലണ്ടിൽ എത്തുമ്പോഴേക്കും അവ പഴകിയ പോലെയാവും, അതുകൊണ്ട് ഞാനതുപേക്ഷിച്ചുകളഞ്ഞു.

ഇതേക്കുറിച്ച് പറഞ്ഞപ്പോഴാണെനിക്ക് ഓർമവന്നത്. ഇടിഞ്ഞ കെട്ടിടനിർമാണത്തിലുള്ളതെല്ലാം ഞങ്ങൾക്ക് ഇംഗ്ലണ്ടിൽനിന്നും കൊണ്ടുവരേണ്ടതുണ്ട്. ആ കെട്ടിടത്തെപ്പോലെ കെട്ടിടനിർമാണവിദ്യ അത്ര നന്നായിട്ട് എവിടെയും കാണില്ല. പണിതുടങ്ങുംമുമ്പ് എല്ലാ ആവശ്യങ്ങൾക്കും വാതിൽ, ലോക്ക്, വിജാഗിരി, സ്ക്രൂ—നമ്മൾ ഓർഡർ കൊടുക്കും. അടുത്ത തെരുവിലേക്ക് പോവണ്ട, ആവശ്യമുള്ളത് അയച്ചുതരും. ഇത്തരം വലിയ ഓർഡറുകൾ അയയ്ക്കുമ്പോൾ സാധനം വാങ്ങിക്കുന്നതിന്റെമേൽ നോട്ടത്തിനായി ഒരാൾകൂടി പോവാറുണ്ടെന്ന് മി. എൽ എന്നോട് പറഞ്ഞു. ആ ആൾ ഞാനാവണമേ എന്നാണ് എന്റെ ഒരേ ഒരു പ്രാർഥന.'

സ്മിത്ത് അയച്ചുകൊടുത്ത 200പൗണ്ടിന്റെ നിക്ഷേപരസീതും നൈറ്റിന്റെ സമ്മാനപ്പൊതിയും എൽഫ്രഡിനുമുമ്പിൽ നിരന്നു കിടന്നു. ആ സമ്മാനപ്പൊതി അവൾ പൊതിഞ്ഞു. നേർത്ത നിരാശയോടെതന്നെയാണ് അവളാ മനോഹര കമ്മലുകൾ അതിനുള്ളിലിട്ട് അടച്ചത്. പിന്നെ അതെടുത്ത് നൈറ്റിന്റെ മുറിക്കകത്ത് കൊണ്ടുപോയി വച്ചു. പിന്നെ സ്മിത്തിന് ഒരു കത്തെഴുതി. അയാളുടെ സാമ്പത്തികനിലവാരം മനസിലാക്കാൻ പണമയച്ചതിലൂടെ സാധിച്ചിട്ടില്ലെങ്കിലും വാഗ്ദാനം നൽകിയ പ്രകാരമുള്ള വിവാഹത്തിന് സമ്മതമാണെന്ന് അവളതിലൂടെ അറിയിച്ചു. എഴുതിക്കഴിഞ്ഞതിനുശേഷവും അത് പോസ്റ്റുചെയ്യുന്നത് എൽഫ്രഡ് വൈകിച്ചു. അയയ്ക്കാതിരിക്കണമെന്ന് അവളൊരിക്കലും നിശ്ചയിച്ചിട്ടില്ല! എൽഫ്രഡിന് ശരീരമാകെ തണുക്കുന്നതുപോലെ തോന്നി. അവളുടെ കവിളുകൾ രക്തചംക്രമണംകൊണ്ട് ചുവന്നു. ആ ഒറ്റ കഷണം പേപ്പർ കീറിക്കളഞ്ഞാൽ ആ പണത്തെപ്പറ്റിയുള്ള രേഖകൾതന്നെ ഇല്ലാതാവും. അവൾ ആ പണം സ്വയം ത്യജിച്ചതായിട്ട് വരും. എന്താണ് ആ രണ്ടു വസ്തുക്കളും ചെയ്യേണ്ടത് എന്ന് എൽഫ്രഡിന് യാതൊരു പിടിത്തവും കിട്ടിയില്ല. അവ രണ്ടും ഇടകലർത്തിവെക്കാൻകൂടി എൽഫ്രഡ് ഭയപ്പെട്ടു. അത്രയ്ക്ക് വൈരുധ്യമുള്ളവയാണ് അവ രണ്ടും.

ഏകദേശം വൈകുന്നേരമായപ്പോഴേക്കും അവൾ ഒരു തീരുമാനത്തിലെത്തി. അതനുസരിച്ചാണ് പിന്നീട് പ്രവർത്തിച്ചത്.

ഒരുപാടു ദിവസങ്ങൾ കടന്നുപോയി. ഇന്ത്യയിൽനിന്നും ഒരെഴുത്തുകൂടി കിട്ടി എൽഫ്രഡിന്. അപ്രതീക്ഷിതമായി എത്തിയ കത്തായതുകൊണ്ട് വികാരിയുടെ കൈവശമാണ് എത്തിപ്പെട്ടത്; കണ്ടിട്ടും അയാൾ ഒന്നും പറഞ്ഞില്ല. എന്തോ? അറിയില്ല, എന്താ കാരണമെന്ന്. ഈ പ്രാവശ്യത്തെ എഴുത്തിൽ ആകെ തകർത്തുകളയുന്ന വാർത്തയായി

രുന്നു. സ്റ്റീഫൻ സ്മിത്തിനെ അവനാഗ്രഹിച്ചപ്രകാരം ഇരുമ്പുജോലിക്കുള്ള സാധനം വാങ്ങുവാനായി ലണ്ടനിലേക്ക് അയച്ചിട്ടുണ്ട്. ജോലിക്കുശേഷം അയാൾക്ക് മൂന്നു മാസത്തെ അവധിയുണ്ട്. കത്തയച്ചതിന്റെ പിറകെ ഒരാഴ്ച കഴിയുമ്പോൾ താൻ അങ്ങോട്ടെത്തും എന്നാണ് സ്മിത്ത് എഴുതിയിരിക്കുന്നത്. എൽഫ്രഡിന്റെ അച്ഛനോട് വിവാഹനിശ്ചയത്തിനുള്ള അനുവാദം നേരിട്ട് ചോദിക്കാനുള്ള വരവാണത്. അടുത്ത പേജിൽ തമ്മിൽ കാണുന്നതിന്റെ ആഹ്ലാദം പങ്കുവെച്ചിരിക്കുന്നു. അവസാനമായി താനെത്തുന്നത് ഏത് ദിവസമായിരിക്കും എന്നറിയാനായി കപ്പലുടമകളോട് ടെലിഗ്രാം ചെയ്യാനേൽപ്പിക്കുന്നുണ്ടെന്ന അറിയിപ്പും ഉണ്ട്.

എൽഫ്രഡ് നടന്നതും ജീവിച്ചതുമെല്ലാം ഒരു സ്വപ്നത്തിലെന്നവണ്ണമാണ്. നൈറ്റിന് ആദ്യം നന്നായി ദേഷ്യം വന്നു. അവൾ തന്റെ സമ്മാനം പാടെ നിരസിച്ചതിൽ. അവൾ ക്ഷീണിതയാവുന്നതും, ഒരു രോഗിയാവുന്നതും നൈറ്റ് ശ്രദ്ധിച്ചു. അതൊക്കെ കണ്ടപ്പോൾ പരിഭവം കുറഞ്ഞുകുറഞ്ഞുവന്നു.

മുമ്പത്തെപ്പോലെ വീട്ടിൽ കുറേനേരം തുടർച്ചയായി ഇരിക്കുന്ന പതിവും നൈറ്റ് അവസാനിപ്പിച്ചു. അയാൾ പുതിയ ഭൂപ്രദേശങ്ങളും കണ്ടുകൊണ്ട് അയൽപ്രദേശങ്ങളിലൂടെ അലഞ്ഞുതിരിഞ്ഞു. "നിനക്ക് എന്റെ സാന്നിധ്യം ഇഷ്ടമല്ലെങ്കിൽ ഒരുദിവസംപോലും ഇവിടെ തുടർന്ന് തങ്ങുവാൻ എനിക്ക് താൽപ്പര്യമില്ല." ഒരു വൈകുന്നേരം അയാൾ പറഞ്ഞു.

"ഏയ്......... ഞാനങ്ങനെ ഒന്നും ഉദ്ദേശിച്ചിട്ടില്ല."

അവരുടെ പരിചയം ഒരു പ്രത്യേകതരത്തിലും രീതിയിലും ഉള്ളതാണ്. മനസിലെ വെറുപ്പോ, ഇഷ്ടമോ എന്തിനെക്കുറിച്ചായാലും മാന്യമായി തുറന്നു സംസാരിക്കുന്നതരത്തിലുള്ള ബന്ധം.

"എനിക്ക് നിന്നെ വിട്ട് ദൂരെ പോവാനും ഇനി ഒരിക്കലും നിന്നെ ശല്യം ചെയ്യാതിരിക്കാനും ഒക്കെയുള്ള നല്ല മനസുണ്ട്." നൈറ്റ് തുടർന്നു.

അവളൊന്നും പറഞ്ഞില്ല. പക്ഷേ ഒരു വാക്കും സംസാരിക്കുന്ന കണ്ണുകളും തുടുത്ത മുഖവും ചെയ്യുന്നത് കുറച്ച് കടന്ന കൈയായിപ്പോയി എന്ന് അയാളോട് വിളിച്ചു പറയുന്നുണ്ടായിരുന്നു.

"ഞാനിവിടെ തങ്ങുന്നത് നിനക്കിഷ്ടമാണോ?" നൈറ്റ് മാന്യമായി തുറന്ന് ചോദിച്ചു.

"അതെ." എൽഫ്രഡ് പറഞ്ഞു. പഴയ പ്രണയചാപല്യവും പുതിയതിനായുള്ള ആഗ്രഹവും അവൾക്കുള്ളിൽ വടംവലിയിലായിരുന്നു. ഇവിടെ തൽക്കാലം പുതിയതുതന്നെ ജയിച്ചു.

"എങ്കിൽ ഞാൻ കുറച്ചുകാലംകൂടി തങ്ങാം." നൈറ്റ് പറഞ്ഞു.

"ഞാനെന്ത് ചെയ്യുന്നുവെന്നോർത്ത് വിഷമിക്കരുത്, വിഷമിക്കുമോ? ഒരുപക്ഷേ ചിലതൊക്കെ സംഭവിക്കും. അങ്ങനെയാണെങ്കിൽ ഞാൻ എല്ലാം പറയാം നിങ്ങളോട്."

"പറയണം." നൈറ്റ് സ്വയം പറഞ്ഞു. ലാഘവപ്പെട്ട മനസോടെ അയാൾ മടങ്ങിപ്പോയി.

അടുത്ത ദിവസം വൈകുന്നേരം 5 മണിയോടെ നൈറ്റ് തന്റെ കടൽത്തീരം വഴിയുള്ള സവാരി കഴിഞ്ഞ് മടങ്ങി എത്തുംമുമ്പെ ഒരു മനുഷ്യൻ വികാരിയുടെ വീടിനുനേരെ നടന്നുവന്നു. സ്റ്റേഷനിൽനിന്നുള്ള ഒരു ദൂതനായിരുന്നു അത്. അവിടെയാണ് വേനൽക്കാലതീവണ്ടി എത്തുന്നത്.

അത് എൽഫ്രഡിനുള്ള ടെലിഗ്രാം ആയിരുന്നു. ആ പ്രത്യേക സന്ദേശത്തിനായി ഒരു ഷില്ലിങ് നൽകേണ്ടതായും വന്നു.

എൽഫ്രഡ് പണം അടച്ചശേഷം വിറയ്ക്കുന്ന കൈകളോടെ കത്ത് തുറന്നു.

അവളുടെ അച്ഛൻ അവളെ മുറിയിലേക്ക് വിളിപ്പിച്ചു.

"ആരാണ് സന്ദേശം അയച്ചത്?" അയാൾ സംശയത്തോടെ ചോദിച്ചു.

"ജോൺസൻ."

"ആരാണീ ജോൺസൻ?"

"എനിക്കറിയില്ല."

"നിനക്കറിയില്ലാന്നോ? പിന്നാർക്കറിയാം?"

"ഞാനിതുവരെ അങ്ങനെ ഒരാളെ കേട്ടിട്ടില്ല."

"ശരി, എന്താണാ ടെലിഗ്രാമിൽ?"

"ശരിക്കും പപ്പയ്ക്കറിയണോ?"

"വേണം."

"നോക്കൂ, ഞാനൊരു മുതിർന്ന സ്ത്രീയാണെന്നോർക്കണം."

"അതിനെന്താ?"

"കുട്ടിയല്ല ഞാൻ? ഒരു സ്ത്രീ എന്ന നിലയ്ക്ക് എനിക്ക് എന്റെതായ രഹസ്യങ്ങൾ ഉണ്ടാവാം."

"ഉണ്ടാവാം."

"സ്ത്രീകളാവുമ്പോൾ പ്രത്യേകിച്ച്."

"ഉണ്ടാവാം. അതൊക്കെ രഹസ്യമാക്കിത്തന്നെ വെക്കേണ്ടതില്ല. തുറന്ന് പറയ്."

"ഇപ്പോ നിർബന്ധിക്കരുത്. പ്ലീസ്. ഒരാഴ്ചകൂടി കഴിഞ്ഞോട്ടെ. ഞാൻ എല്ലാം പറയാം."

"സത്യം?"

"സത്യം!"

"ശരി. എനിക്ക് ചില സംശയങ്ങളുണ്ടെന്ന് മനസിലായല്ലോ? അതൊക്കെ വെറും സംശയം മാത്രമാണെങ്കിൽ നല്ലത്. പഴയപോലത്തെ നിന്റെ സ്വഭാവം എനിക്കത്ര പിടിത്തമില്ല."

"ഈ ആഴ്ചയുടെ അവസാനം ഞാനെല്ലാം പറയാം പപ്പാ."

വികാരി ഒന്നും മിണ്ടിയില്ല. എൽഫ്രഡ് മുറിവിട്ടു പോന്നു.

അവൾ വീണ്ടും പോസ്റ്റുമാനെ കാത്തിരിപ്പായി, അടുത്ത ദിവസം

രാവിലെ അവൾ സ്മിത്തിന്റെ ഒരു ഇൻലന്റ് കൊണ്ടുവന്നു. അതിൽ വളരെ കുറച്ച് കാര്യങ്ങൾ ധൃതിപിടിച്ച് എഴുതിയിരിക്കുന്നു. പക്ഷേ, ഉള്ള തത്രയും കാര്യമാണ്. സ്മിത്ത് പൂർവ എൽഡൽസ്റ്റൗവിലുള്ള തന്റെ അച്ഛന്റെ വീട്ടിലേക്കാണ് നേരെ ചെല്ലുന്നത് എന്നെഴുതിയിരിക്കുന്നു. അന്നുതന്നെ അഞ്ചോ ആറോ മണിയാവുമ്പോൾ അടുത്ത ഗ്രാമത്തിലേക്ക് നടക്കും, പണ്ടത്തെപ്പോലെ അവൾ പള്ളിക്കു മുമ്പിൽ വന്നുനിന്നാൽ പരസ്പരം കാണാം. അവനിങ്ങനെ ഒരു പദ്ധതി ആസൂത്രണംചെയ്തത് എന്തുകൊണ്ടെന്നുവെച്ചാൽ, അത്ര വൈകി നേരെ അവളുടെ വീട്ടിലെത്തുന്നത് ശരിയല്ല, എന്നാൽ അവളെ കാണാതെ ഉറങ്ങാൻ ആവുകയില്ല. അവളെ കരവലയത്തിലൊതുക്കും വരെ മിനിറ്റുകൾക്ക് മണിക്കൂറുകളുടെ ദൈർഘ്യമാണ്, അനുഭവപ്പെടുക എന്നും സ്മിത്ത് എഴുതിയിരിക്കുന്നു.

21

കടൽമുത്തുകൾ

സെന്റ് കിർസ് കുന്നുകളിലൂടെയുള്ള നീണ്ട യാത്ര ഒഴിവാക്കാനായി താൻ ബ്രിസ്റ്റണിൽനിന്നും സ്റ്റാട്രണിലേക്ക് ബോട്ടുമാർഗമാണ് വരികയെന്ന് സ്മിത്ത് എഴുതിയിരിക്കുന്നു. റെയിൽവേ നീട്ടിയത് അയാൾ അറിഞ്ഞിട്ടില്ല എന്നു തോന്നുന്നു.

ഉച്ചമയങ്ങുംനേരം എൽഫ്രെഡിന് ഒരു ബുദ്ധി തോന്നി. കുന്നിൻമുകളിൽ കേറിനിന്നാൽ സ്മിത്ത് വരുന്ന ബോട്ട് അത് അടുത്തെത്തുന്നതിനു മണിക്കൂറുകൾക്ക് മുമ്പുതന്നെ കാണാം. തന്റെ ഭാവിവരൻ വീട്ടിലെത്തുന്ന ബോട്ട് കുറേ ദൂരെനിന്നേ വീക്ഷിക്കാം........

അതൊരു മേഘാവൃതമായ വൈകുന്നേരമായിരുന്നു. എൽഫ്രെഡിന്റെ മനസുപോലെതന്നെ വീടിനു പുറകിലുള്ള കുന്നു കയറിച്ചെന്നപ്പോൾ എൽഫ്രെഡ് ഒരു ചെറിയ അരുവിക്കടുത്തെത്തി. ആ അരുവിയുടെ കരയിലൂടെ അവൾ കടൽത്തീരം ലക്ഷ്യമാക്കി നടന്നു. ആ അരുവി അവളുടെ വീടിനടുത്തെ താഴ്വാരത്തുകൂടി ഒഴുകുന്നതിലും ചെറുതാണ്. കുറ്റിച്ചെടികൾ ആ നേർത്ത അരുവിക്ക് അതിരിട്ട് വളരുന്നു. അരുവിയുടെ അടിഭാഗം പക്ഷേ പച്ചനിറമുള്ള ഒരു കാർപ്പെറ്റുപോലെ...... രണ്ടോ മൂന്നോ അടി വീതിയേ ഉള്ളൂ.

ശരത്കാലത്ത് വെള്ളം കുറ്റിച്ചെടിയുടെ അതിരു കവിഞ്ഞൊഴുകാം. വേനലിൽ ഇപ്പോഴത്തെപ്പോലെ ഒരു നേർത്ത ചാലായി, ഒത്ത നടുവിലൂടെ.

തന്നെ ആരോ ശ്രദ്ധിക്കുന്നതുപോലെ തോന്നി എൽഫ്രെഡിന്. തിരിഞ്ഞുനോക്കിയപ്പോൾ കണ്ടത് നൈറ്റിനെ! കുന്നിന്റെ ഒരുവശത്തുനിന്ന് അയാൾ താഴ്വാരത്തിലേക്ക് ഇറങ്ങിവരുന്നു. അവൾക്ക് ആഹ്ലാദം തോന്നി. അത് മുഖത്ത് കാണുകയും ചെയ്തു.

"എന്ത് തികഞ്ഞ ഏകാന്തതയിലാണ് നിന്നെ കണ്ടതെന്നോ?" നൈറ്റ് ആശ്ചര്യപ്പെട്ടു.

"ഞാൻ ഈ അരുവിയുടെ തീരത്തു കൂടെ കടൽക്കരയിലേക്ക് പോവുകയായിരുന്നു. കുറച്ച് ദൂരം ചെല്ലുമ്പോ ഒരു വലിയ വെള്ളച്ചാട്ട ത്തോടെ വെള്ളിനൂലുപോലെയായി ഈ അരുവി തീർന്നുപോവുമെന്നാ തോന്നുന്നത്."

"നീയെന്തിനാ ഇത്ര ഭാരമുള്ള ടെലസ്കോപ്പ് കൊണ്ടുനടക്കുന്നത്?"

"ഇതിലൂടെ നോക്കി കടലുകാണാൻ." അവൾ ക്ഷീണത്തോടെ പറഞ്ഞു.

"നിന്റെ യാത്ര തീരുംവരെ ഞാനതു പിടിച്ചോളാം." അയാൾ അവ ളുടെ കൈയിൽനിന്നും അതുവാങ്ങി. "ഇനിയീ യാത്ര പകുതി മൈൽ പോലുമില്ല, നോക്കൂ അവിടെ കാണാം വെള്ളം." അയാൾ ദൂരെദൂരെ കാണുന്ന കടലിനുനേരെ കൈ ചൂണ്ടി.

എൽഫ്രഡ് കടൽപ്പരപ്പിൽ മുഴുവനും കണ്ണോടിച്ചു. ഒരു കപ്പൽപോ ലും കാണാനുണ്ടായിരുന്നില്ല.

അവർ ഒരുമിച്ച് മുന്നോട്ട് നടന്നു, ചിലപ്പോ ചേർന്ന്...... ചിലപ്പോ കുറച്ചകലത്തിൽ. അരുവിയിൽ ജലം കൂടിവന്നു, അവർ മുകളിലേക്ക് കയറിപ്പോയി.

ഇവിടെയാണ് ആ ചെറിയ അരുവിയുടെ അവസാനം! ചെറിയ പുൽത്തകിടികൾ കടന്ന് ഉയർന്നു പെയ്യുന്ന ഒരു മഴപോലെ അത് ചിതറി ത്തെറിച്ച് താഴെ വീണ് പാറക്കൂട്ടത്തിനിടയിൽ കാണാതാവുന്നു. അതാണ് അത്ര മഹത്തരമൊന്നുമല്ലാത്ത ആ അരുവിയുടെ അവസാനം.

"നീയെന്താ നോക്കുന്നത്?" അവളുടെ കണ്ണുകൾ പിന്തുടർന്നു കൊണ്ട് നൈറ്റ് ചോദിച്ചു.

അവൾ, കടൽപ്പരപ്പിൽ തീരത്തോടടുത്തു കണ്ട ഒരു കറുത്ത രൂപ ത്തെയാണ് തുറിച്ചുനോക്കിക്കൊണ്ടിരുന്നത്. അവ്യക്തമായ നേർത്ത രൂപ മായി അത് കടൽപ്പരപ്പിൽ കാണാം.

"ഒരു സ്റ്റീംബോട്ട് ആണോ അത്? ബ്രിസ്റ്റണിൽനിന്ന് സ്റ്റാട്രൺ വരെ പോകുന്നത്?" അവൾ ചോദിച്ചു.

"അങ്ങനാ എനിക്ക് തോന്നുന്നത്—നോക്ക്. നിങ്ങളാ ടെലിസ്കോപ്പ് ഒന്നു തരുമോ?"

പഴയതെങ്കിലും നല്ല ശക്തിയുള്ള ആ ഭാരിച്ച ടെലസ്കോപ്പ്-നൈറ്റ് എൽഫ്രഡിന് കൈമാറി. അവൾ അതിലൂടെ നോക്കി.

"എനിക്കിത് ഉയർത്താൻ വയ്യ." അവൾ പറഞ്ഞു.

"എന്റെ ചുമലിൽവെച്ച് നോക്കിക്കോളൂ."

"അതൊരുപാട് ഉയരം കൂടും."

"എങ്കിൽ കൈയിൽ വെക്കൂ."

"കുറേ താഴ്ന്നുംപോയി. നിങ്ങൾ നോക്കിയാലും മതി." എൽഫ്രഡ് ക്ഷീണത്തോടെ പറഞ്ഞു.

നൈറ്റ് ടെലസ്കോപ്പിലൂടെ ആ ബോട്ട് വ്യക്തമായി കാണുംവരെ നോക്കി.

"അതെ അതൊരു ബോട്ടാണ്. എനിക്കവളുടെ രൂപവും തലയും ഒക്കെ വ്യക്തമായി കാണാം-ഉടലോളം വലിയ തലയും ഉണ്ട്."

"നിങ്ങൾക്കവളെ ശരിക്കു കാണാമോ?"

"ഒരു മിനുട്ട്....... ആ, ശരിക്കും കാണാം. വെളുത്ത പ്രതലത്തിൽ കറുത്ത രൂപമുള്ള യാത്രക്കാരെക്കൂടി കാണാം. ഒരാൾ ഒരാളുടെ അടുത്തു നിന്ന് ഗ്ലാസ് വാങ്ങുന്നു, എനിക്ക് തോന്നുന്നു ഈ ദിശയിലേക്കാണ് വരുന്നതെന്ന്. ഇപ്പോൾ അവർക്കുമീതെ മഴപയ്യുന്നുണ്ടെന്നു തോന്നുന്നു-അവർ ഓവർക്കോട്ട് വലിച്ചിടുന്നു........ ചിലർ കുടതുറക്കുന്നു. ആ.... എല്ലാവരും അപ്രത്യക്ഷരാവുന്നു, താഴെക്കിറങ്ങി പോവുന്നെന്നു തോന്നുന്നു. പക്ഷേ കണ്ണട ധരിച്ച ഒരാൾ മാത്രം നമ്മളെത്തന്നെ നോക്കുന്നു."

എൽഫ്രഡ് വിളർത്തുവന്നു, അവളുടെ കാലുകൾ വിറച്ചു.

നൈറ്റ് ടെലസ്കോപ്പ് മാറ്റി.

"നമുക്ക് പോവുന്നതാണ് നല്ലത്." നൈറ്റ് പറഞ്ഞു.

"ഇപ്പോ അവിടത്തെ മഴമേഘങ്ങൾ ഉടനെ ഇങ്ങെത്തും. ഇവിടെയും മഴ പെയ്യും. എന്തേ എൽഫ്രഡ് നിനക്ക് ക്ഷീണമുണ്ടോ? അസുഖമുള്ളതുപോലെ."

"ഏയ്. ഈ കാറ്റിലെന്തോ എന്റെ മുഖത്തെ ബാധിക്കുന്ന പൊടിയോ മറ്റോ ഉണ്ടോ?"

"നിന്റെ ഭംഗിയുള്ള കവിളുകൾ ക്ഷീണിച്ചിരിക്കുന്നു." നൈറ്റ് സ്നേഹത്തോടെ പറഞ്ഞു. "പ്രകൃതി ദ്രോഹിക്കുന്നോ കുട്ടീ നിന്നെ?"

എൽഫ്രഡ് ഇടതുവശത്തേക്കുതന്നെ നോക്കിക്കൊണ്ടിരുന്നു. ആ ബോട്ടിപ്പോൾ വീണ്ടും വ്യക്തമായി കാണാം. വിശാലമായ കടൽപ്പരപ്പിൽ ഏകദേശം തീരത്തോടടുത്താണ് ബോട്ടിപ്പോൾ.

"ആ വശത്തുകൂടി നോക്ക്." നൈറ്റ് പറഞ്ഞു.

"അവിടെ ഒഴിഞ്ഞുകിടക്കുകയാണ്. നോക്കൂ കാറ്റു വന്നത് പാറക്കൂട്ടത്തിലിടിച്ച് മുകളിലേക്ക് നീങ്ങുന്നു. നമ്മുടെ തലയ്ക്ക് മീതെ ഒരു ചുഴി പോലെ കറങ്ങി അപ്രത്യക്ഷമാവുന്നു. നല്ല വെള്ളച്ചാട്ടംപോലെ അവിടെ രൂപപ്പെടുന്നുണ്ട്. വീഴുന്നതിനുപകരം ഉയരുകയാണ്....... വെള്ളത്തിനു പകരം വായുവാണെന്നുമാത്രം! നോക്ക് ഭംഗിയായിട്ട് കാണാം."

നൈറ്റ് പാറക്കൂട്ടത്തെ ലക്ഷ്യംവെച്ച് തീരത്തുകൂടി ഒരു കല്ല് നീട്ടിയെറിഞ്ഞു. വക്കിൽ തട്ടി, പക്ഷിയെപ്പോലെ വായുവിൽ ആ കല്ല് അവർക്കു പിറകിൽത്തന്നെ വന്നുവീണു.

നൈറ്റ് എഴുന്നേറ്റ് ചെന്ന് പാറക്കൂട്ടത്തിൽനിന്നും കുനിഞ്ഞു നോക്കിയതും അവന്റെ തൊപ്പി തലയിൽനിന്നും ഊരി കാറ്റ് പറത്തിക്കൊണ്ടു പോയി.

"ആ, ആ പിറകോട്ടു വലിക്കുന്ന ചുഴിയാണത്. ഞാൻ പറഞ്ഞില്ലേ?" ഉറക്കെ പറഞ്ഞുകൊണ്ട് നൈറ്റ് തൊപ്പിക്കു പിറകെ ഓടി, അപ്രത്യക്ഷനായി.

എൽഫ്രഡ് ഒരു നിമിഷം കാത്തു, അവൻ മടങ്ങിവന്നില്ല. അവൾ പിന്നെയും കാത്തു. നൈറ്റിനെ കണ്ടില്ല........

ഒന്നുരണ്ടു തുള്ളികളായി മഴ ചാറി.... പിന്നെ കനത്തു പെയ്തുതുടങ്ങി. അവളെഴുന്നേറ്റ് തീരം മുഴുവനും തിരഞ്ഞു. രണ്ടു മൂന്ന് അടി താഴ്ചയിൽ ചെങ്കുത്തായ ഒരു ചെരിവുണ്ട്.

ആ ചെരിവിൽ നൈറ്റ് അവന്റെ തൊപ്പിയുമായി നിൽക്കുന്നു. കൈയും കാലും ഉപയോഗിച്ച് അവസാനചെരുവിലൂടെ അള്ളിപ്പിടിച്ച് കയറാൻ നോക്കുകയാണ്, സ്വതവെ വഴുവഴുത്ത പ്രതലം മഴയിൽ കുതിർന്ന് കയറ്റം കൂടുതൽ ദുസ്സഹമായിരിക്കുന്നു.

"തിരിച്ച് കയറിവരാൻ കഴിയില്ലെന്നാ തോന്നുന്നത്." നൈറ്റ് വിളിച്ചു പറഞ്ഞു. "പക്ഷേ, തിരിച്ച് വരണ്ടേ?" എൽഫ്രഡ് പരിഭ്രമത്തോടെ ചോദിച്ചു.

നൈറ്റ് രണ്ടുമൂന്നു തവണകൂടി കിണഞ്ഞുശ്രമിച്ചു, അവന്റെ നെറ്റിത്തടത്തിൽ വിയർപ്പ് ഉരുണ്ടു കൂടുന്നത് കാണാമായിരുന്നു.

"വയ്യ, എനിക്കാവില്ല." അയാൾ വീണ്ടും പറഞ്ഞു.

നൈറ്റിന്റെ അവസ്ഥ അപകടത്തിലാണെന്ന് എൽഫ്രഡിനു തോന്നി. അവനെ സഹായിച്ചേ ഒക്കൂ....... അവൾ ടെലിസ്കോപ്പ് മാറ്റിവെച്ച് അവളുടെ കൈ താഴേക്ക് നീട്ടിക്കൊടുത്തു.

"ഓ എൽഫ്രഡ്....... നീയെന്തിനാ.......!" നൈറ്റ് പറഞ്ഞു "നീയും കൂടി അപകടപ്പെടല്ലേ എൽഫ്രഡ്."

അവൻ പറഞ്ഞതുപോലെതന്നെ അവൾകൂടി അവന്റെകൂടെ സ്വൽപ്പം താഴോട്ട് വീണുപോയി........ പിന്നെയും പിടിച്ചുനിന്നു. അവൻ പാറയിടുക്കിന്റെ ചെരുവിൽ കാലുകളുറപ്പിച്ച് പിടിച്ചുനിന്നു. അവിടെ നിന്നുകൊണ്ട് നൈറ്റ് എൽഫ്രഡിനെ നോക്കി. അവൾ തല കാലിൽ മുട്ടുംവിധം കുനിഞ്ഞാണ് നിൽക്കുന്നത്. അവളുടെ ഗ്ലാസുകൾ ഊരിത്തെറിച്ച് എവിടേക്കോ അപ്രത്യക്ഷമായി.

"എന്നെ മുറുക്കിപ്പിടിച്ചോ........" നൈറ്റ് പറഞ്ഞു.

എൽഫ്രഡ് അവന്റെ കഴുത്തിലൂടെ കൈ ചുറ്റി മുറുകെ പിടിച്ചു.

"പേടിക്കണ്ട." നൈറ്റ് പറഞ്ഞു. "നമ്മളിങ്ങനെതന്നെ നിൽക്കുന്നിടത്തോളം കുഴപ്പമില്ല; വീണുപോവില്ല. നിൽക്ക് ഞാൻ നോക്കട്ടെ. എങ്ങനെ വീഴാതെ കേറിപ്പോവാൻ പറ്റുമെന്ന്....."

അയാൾ അവർക്കു കീഴെയുള്ള വലിയ ആഴത്തിലേക്ക് കണ്ണോടിച്ച്.. എന്താണ് സ്ഥിതി എന്ന് വിലയിരുത്തി.

രണ്ട് തവണ ചുറ്റും നോക്കിയപ്പോൾത്തന്നെ നൈറ്റിന് അവർ അകപ്പെട്ടിരിക്കുന്ന ഭയാനകമായ അവസ്ഥ പിടികിട്ടി. ആരുടെയെങ്കിലും സഹായമില്ലാതെ ആ ചെരുവിലൂടെ കേറാൻ ശ്രമിച്ചാൽ അവർ രണ്ടുപേരും ചുഴലിക്കാറ്റിൽപ്പെട്ട് പോവുകയേ ഉള്ളൂ.

നേരത്തേ കേറാൻ ശ്രമിച്ച് ക്ഷീണിച്ചതിൽനിന്നും രക്ഷപ്പെട്ടല്ലാതെ ഒന്നും ചെയ്യാനാവില്ല. അതുകൊണ്ട് അയാൾ അവിടെത്തന്നെ നിന്ന് തന്റെ ശത്രുവിനെ തുറിച്ചുനോക്കി.

ഒരു പ്രധാന കാര്യം, ആ ചെങ്കുത്തായ പാറ നേരെ കടലിലേക്കാണ് തൂങ്ങിനിൽക്കുന്നത് എന്നതാണ്.

ഭയപ്പെടുത്തുംവിധം അത് കറുത്തിരുണ്ടിരിക്കുന്നു. പടിഞ്ഞാറു നിന്നും കാറ്റ് അതിൽ ആഞ്ഞടിക്കുന്നുണ്ട്. ആ പാറ അന്തരീക്ഷത്തിൽ തൂങ്ങിനിൽക്കുകയാണെന്നു തോന്നും കാഴ്ചയ്ക്ക്. ഒറ്റനോട്ടത്തിലേ ചങ്ക് പിടയുന്ന കാഴ്ച.

ഒരുപാടുനേരത്തെ നിശ്ശബ്ദത മുറിച്ചുകൊണ്ട് നൈറ്റ് ഇങ്ങനെ പറഞ്ഞു. "ഞാൻ ചവിട്ടിനിൽക്കുന്ന ഈ പാറ ഇതിന്റെ മൂക്കുപോലെ തോന്നുന്നു." നൈറ്റ് തുടർന്നു.

"എൽഫ്രഡ്, നീ ഒരു കാര്യം ചെയ്യ്...... എന്റെമേൽ ചവിട്ടി ചുമലിൽ കേറ്, അവിടന്ന് നിനക്ക് മുകളിലേക്ക് കയറി രക്ഷപ്പെടാമെന്നാണ് എന്റെ ഊഹം."

"അപ്പോൾ നിങ്ങളോ?"

"നീയാരെയെങ്കിലും സഹായത്തിന് വിളിക്കുംവരെ കാത്തിരിക്കാം..."

"എനിക്കത് ആദ്യം നിന്നിടത്തുനിന്നും ചെയ്യാമായിരുന്നു; അല്ലേ?"

"അത് വഴുതിപ്പോയിട്ടല്ലേ? സംസാരിച്ചുനിൽക്കാൻ നേരമില്ല. ധൈര്യമായി കേറ് എൽഫ്രഡ്."

അവൾ കേറാൻ തയാറെടുത്തുകൊണ്ട് പറഞ്ഞു.

"ഇതാണ് ടവറിനു മുകളിൽവെച്ച് ഞാൻ പ്രതീക്ഷിച്ച നിമിഷം..... ഇത് സംഭവിക്കുമെന്ന് ഞാൻ ഉറപ്പിച്ചതാണ്."

"ഇത് അന്ധവിശ്വാസം പറയാനുള്ള നേരമല്ല. അതൊക്കെ കളയ്." നൈറ്റ് പറഞ്ഞു.

"ശരി." വിനയത്തോടെ എൽഫ്രഡ് പറഞ്ഞു.

"ഇനി നിന്റെ കാൽ എന്റെ കയ്യിൽ വെക്ക്, അടുത്തതവിടെ...... ആ, അങ്ങനെ...... ശരി .... ഇനി എന്റെ ചുമലിൽ പിടിക്ക്."

അവൾ കാൽ അവന്റെ കൈക്ക് മുകളിൽ വെച്ചു—അവൾക്കു മുകളിലേക്ക് കാണാവുന്ന ഉയരമായി.

"നിനക്ക് കേറാനാവുമോ എൽഫ്രഡ്?"

"പറ്റില്ലാന്നാ തോന്നുന്നേ, നോക്കട്ടേ."

"നിനക്ക് എന്ത് കാണാം."

"ചെരിഞ്ഞ ഭാഗംതന്നെ."

"അതിനുമുകളിൽ എന്തുണ്ട്?"

"കുറേ കുറ്റിച്ചെടികൾ"

"വേറൊന്നുമില്ലേ?-മനുഷ്യരായിട്ടാരും?"

"ആരുമില്ല."

"അതുവഴി മുകളിൽ കേറാൻ നോക്ക്. കുറച്ചുറപ്പുള്ള ആ ചെടികളേതെങ്കിലും എത്തിച്ചു പിടിക്ക്. ആ കുറ്റിച്ചെടികളെ വിശ്വസിച്ച് ഒരുപാട് ബലം കൊടുക്കണ്ട..... എങ്കിലും പിടിവള്ളിയാക്ക്. എന്നിട്ടെന്റെ ചുമലിൽ

ചവിട്ടി നിനക്ക് ശ്രമിച്ചാൽ...... കേറാൻ പറ്റുന്നോ...... എന്റെ കണക്കുകൂട്ടൽ ....ഉം, കേറിക്കോ.......”

അവൾ വിറയ്ക്കുന്ന കാൽമുട്ടുകളുമായി അവൻ പറഞ്ഞതുപോലെ ചെയ്തു. അവന്റെ നിർദേശങ്ങളും വാക്കുകളും അവൾക്ക് ധൈര്യം പകർന്നു. അവൾ പതിയെ അവന്റെ ചുമൽ വിട്ടുയർന്നു; മുകളിലെത്തി.

പിന്നെയവൾ തിരിഞ്ഞ് നൈറ്റിനെ നോക്കി. പക്ഷേ, ഭാഗ്യക്കേടുകൊണ്ട്, എൽഫ്രെഡിന്റെയുംകൂടി ഭാരം താങ്ങാനാവാതെ നൈറ്റ് ചവിട്ടി നിൽക്കുന്ന പാറക്കൂട്ടത്തിൽനിന്നും പുറത്തേക്കുന്തിനിൽക്കുന്ന ആ പാറക്കഷ്ണം—അതും നൂറ്റാണ്ടുകളുടെ മഴയും മഞ്ഞുംകൊണ്ടതു്. പതുക്കെ അടരുവാൻ ഒരുങ്ങി.

ആ പാളി ചെറുതായി ഇളകി. നൈറ്റ് രണ്ട് കൈകൊണ്ടും കുറ്റിച്ചെടികളിൽ അള്ളിപ്പിടിച്ചു തൂങ്ങിക്കിടന്നു.

അയാൾ ചവിട്ടിനിൽക്കുന്ന ആ പാളിയുടെ ഗതി വലിയ കഷ്ടത്തിലായി. അത് ഉരുണ്ടുരുണ്ട് കാഴ്ചയിൽനിന്നുതന്നെ മറഞ്ഞുപോയി.

പിടിച്ച ഒരു കുറ്റിച്ചെടികൂടി പറിഞ്ഞ് കയ്യിൽ പോന്നതോടെ നൈറ്റും ആ ഇളകിപ്പോയ പാറയുടെ കഷ്ണത്തിന്റെ ഗതിയാവുമെന്നായി....... അതൊരു ഭയാനകമായ നിമിഷംതന്നെയായിരുന്നു. എൽഫ്രെഡ് ഭയംകൊണ്ട് നിലവിളിച്ചിട്ടും ശബ്ദം പുറത്തുവന്നില്ല. അവൾ തലകുനിച്ച് മുഖം പൊത്തി ഇരുന്നുപോയി.

കുറ്റിച്ചെടികൾ നിറഞ്ഞ ചെരിവുകളും ഭീമാകാരമായ പാറക്കൂട്ടത്തിനുമിടയ്ക്ക് കൂർത്ത ചില ശിഖരങ്ങളുണ്ട്, നൈറ്റ് അതിനടുത്തേക്ക് അടിവെച്ചടിവെച്ച് പതിയെ നിരങ്ങിനീങ്ങി. അത് അവനെ വല്ലവിധേനയും താങ്ങി നിർത്തി.

ഈ ഭയങ്കരമായ നിമിഷങ്ങളിലും വിഷമതകളിലും ഭയപ്പാടിലുമെല്ലാം നൈറ്റിന്റെ ഹൃദയത്തിൽ ഒരു സമാധാനമാണുണ്ടായത്. എൽഫ്രെഡ് സുരക്ഷിതയാണ്!

അവൾ അവനു മുകളിലായി ഒരരുകിൽ കിടക്കുകയാണ്. വിരലുകൾ ചേർത്തുപിടിച്ചിട്ടുണ്ട്. നൈറ്റ് തൂങ്ങിനിൽക്കുന്നത് കണ്ടതും അവൾ ചാടി എഴുന്നേറ്റു.

“ഞാൻ ആരെയെങ്കിലും സഹായത്തിന് വിളിച്ചാലല്ലാതെ നിങ്ങളെ രക്ഷിക്കാനാവില്ല......” അവൾ കരഞ്ഞുവിളിച്ചു.

“എനിക്ക് മരിച്ചാ മതിയായിരുന്നു. ഇങ്ങനെ വലിയ അപകടങ്ങളിൽ പെടുത്തിയിട്ട് എന്തിനാ എന്നെ രക്ഷിച്ചത്........” എൽഫ്രെഡ് ഉറക്കെ കരഞ്ഞുകൊണ്ട് ആരെയെങ്കിലും വിളിക്കാനായി ഓടി.........

“എൽഡൽസ്റ്റൗവിൽ പോയി മടങ്ങിവരാൻ എത്ര നേരമെടുക്കും എൽഫ്രെഡ്?”

“കാൽമണിക്കൂർ.”

“പോവണ്ട. പത്തു മിനിറ്റിലധികം എന്റെ കൈകൾക്ക് ഈ പിടിത്തം പിടിച്ച് നിൽക്കാനാവില്ല. അടുത്തെങ്ങും ആരെയും കാണുന്നില്ലേ?”

"ഇല്ല...... ആരെങ്കിലും ഭാഗ്യവശാൽ വന്നാൽ മാത്രമേ പറ്റൂ."

"കൈവശമൊന്നുമില്ലാതെ ആരെങ്കിലും വന്നുപെട്ടാൽത്തന്നെ എങ്ങനെ രക്ഷിക്കും? അവിടെ വല്ല വടിയോ കയറോ, എന്തെങ്കിലും കിടപ്പുണ്ടോ?"

എൽഫ്രഡ് ചുറ്റും തുറിച്ചുനോക്കി. പുല്ലും കുറ്റിച്ചെടികളും അല്ലാതെ മറ്റൊന്നും എങ്ങും കാണാനില്ല.

ഒരു മിനിട്ട്—ഒരുപക്ഷേ അതിലധികം—രണ്ടുപേരും നിശ്ശബ്ദരായി. എൽഫ്രഡിന്റെ മുഖത്ത് നിസ്സഹായതയുടെ ഒരു ശൂന്യത നിറഞ്ഞു. അവൾ തീരത്തുകൂടി അവന്റെ ദൃഷ്ടിയിൽനിന്നു മറഞ്ഞു.

നൈറ്റ് ഏകാന്തതയിൽ കിടന്നുരുകി. ഭയപ്പാടൊടെ തൂങ്ങിപ്പിടിച്ച് നിന്നു.

22

ഒരു സ്ത്രീയുടെ വഴി

ശോഷിച്ച പാറക്കൂട്ടങ്ങൾ, വൃത്തികെട്ട പാറയിടുക്കുകൾ. അതൊക്കെ Ecandoor നും Land's End നും ഇടയ്ക്കുള്ള കടൽത്തീരത്ത് പതിവു കാഴ്ചയാണ്. പക്ഷേ ഈ പാറക്കഷ്ണമാണ് അവയിലേറ്റവും വൃത്തികെട്ടത്. അവർ മനസിലാക്കിയതുപോലെതന്നെ അവ ഒരുതരത്തിലും സുരക്ഷിതമല്ല.

നൈറ്റ് വല്ലവിധേനയും ആ ചെങ്കുത്തായ പാറകൾക്കുമേൽ പിടിച്ച് തൂങ്ങിക്കിടക്കുകയാണ്, എൽഫ്രഡ് രക്ഷിക്കാൻ ആരെയെങ്കിലുമായി ഉടനെ വരും എന്ന തികഞ്ഞ പ്രതീക്ഷയിൽ.

അയാൾ ഒരു കല്ലിൽനിന്നും മറ്റേ കല്ലിലേക്ക് മാറിമറിച്ചും ചെരിഞ്ഞുമാണ് പിടിച്ചുനിൽക്കുന്നത്.

എൽഫ്രഡ് ധൃതിപ്പെട്ട് ഓടിപ്പോയതിനെക്കുറിച്ചാണ് നൈറ്റ് ഓർത്തത്. അവൾ ആരെയെങ്കിലുമായി വന്ന് രക്ഷിച്ചേക്കുമെന്ന പ്രതീക്ഷ.... ഒരു കയറോ വടിയോ അങ്ങനെ എന്തെങ്കിലും കിട്ടിയാലും മതിയായിരുന്നു. അതിനുള്ള വഴിയും കാണുന്നില്ല. വരണ്ടുണങ്ങിയ ചില മതിൽത്തിട്ടകളും തീരങ്ങളും ഒഴിച്ചാൽ തരിശായിക്കിടക്കുന്ന ഭൂപ്രദേശമാണത്.

മുമ്പെങ്ങും അനുഭവിച്ചിട്ടില്ലാത്തവണ്ണം, മരണം തൊട്ടുമുമ്പിൽ വന്നു നിൽക്കുംപോലെ തോന്നിയ ആ നിമിഷത്തിൽ നൈറ്റിന് ഭാവിയെക്കുറിച്ചൊന്നും ഓർക്കാനുണ്ടായിരുന്നില്ല. ഭൂതകാലത്തെക്കുറിച്ചും അയാളൊന്നും ചിന്തിച്ചില്ല...... ഓർത്തത് ഒരേ ഒരാളെക്കുറിച്ച് മാത്രം. എൽഫ്രഡിനെക്കുറിച്ച് മാത്രം...........!

ഒരു ഭീമാകാരമായ കുഴലിന്റെ ഉൾവശംപോലെയാണ് താൻ അകപ്പെട്ടിരിക്കുന്ന കൊക്ക എന്ന് നൈറ്റ് തിരിച്ചറിഞ്ഞു. മുകളിലാകാശം, താഴെ ആർത്തലയുന്ന കടൽ, ഇരുവശത്തും ഒരു ഗുഹാമുഖത്തെ ഓർമി

പ്പിക്കുന്ന ചെങ്കുത്തായ പാറകൾ ചെരിഞ്ഞുനിൽക്കുന്നു. താഴോട്ട് നോക്കുമ്പോൾ ഭയം കൂടുന്നു.

ഒരു ഫാൻ കറക്കം നിർത്തുംപോലെ നൈറ്റിനു മുന്നിൽ സമയം ചെറുതായി, ചെറുതായിവന്നു. വർഷങ്ങൾ, നൂറ്റാണ്ടുകളുടെ തുടക്കം, ഇടവേളകൾ എല്ലാം നൈറ്റ് ഒരേസമയം കൺമുമ്പിൽ കണ്ടു. വന്യമൃഗത്തെപ്പോലെയുള്ള ആദിമമനുഷ്യൻ, മൃഗത്തോലുകൊണ്ടുള്ള ഉടയാടകൾ, കുന്തവും കമ്പും കൈയിലേന്തി ശത്രുവിനെതിരെ നിരന്തരം പൊരുതിക്കൊണ്ടുള്ള ജീവിതം. കരിങ്കല്ലുകൾ പൂവാക്കി മാറ്റുന്ന കഠിനാധ്വാനങ്ങൾ, എല്ലാം നൈറ്റിനുമുമ്പിൽ മാനസികവിഭ്രാന്തിയിൽപ്പെട്ട് ഷേക്സ്പിയർ കഥാപാത്രം മാക്ബെത്തിനുമുമ്പിൽ പ്രേതങ്ങൾ തെളിഞ്ഞുവന്നതുപോലെ തെളിഞ്ഞുവന്നു. ആദിമമനുഷ്യൻ ഗുഹയിലും മരമുകളിലും മൺകൂനകളിലും മറ്റും നിവർന്നുനിന്നു............

ഒരു മിനിട്ടിന്റെ പകുതി നേരത്തിനുള്ളിൽ നൈറ്റിനുള്ളിലൂടെ ഇതെല്ലാം കടന്നുപോയി. പിന്നീടയാൾ വർത്തമാനകാലത്തിലേക്കുതന്നെ തിരിച്ചു വന്നു. എൽഫ്രഡിന്റെ മുഖം മനസിൽ തെളിഞ്ഞു........ നൈറ്റിന്റെ ഹൃദയം ചാട്ടവാറടിയേറ്റിട്ടെന്നവണ്ണം വേദനകൊണ്ട് പുളഞ്ഞു. രക്ഷപ്പെടണമെന്ന ആഗ്രഹം മാത്രമായി. ഒരു പെൺകുട്ടിയെക്കൊണ്ട് ഈ വിജനതയിൽ എന്തു ചെയ്യാനാവും? ഭയംകൊണ്ടയാൾക്ക് ഒരടിപോലും ചലിക്കാനായില്ല. മരണം അതിന്റെ കൈ നൈറ്റിനുനേരെ നീട്ടിത്തുടങ്ങിയോ?

എന്തായാലും നൈറ്റ് പാറയിടുക്കിൽ അള്ളിപ്പിടിച്ച് കിടന്നു. ചെറുതായിട്ട് മഴ ചാറിത്തുടങ്ങി. ആ പാറച്ചെരുവിൽ മഴ താഴെനിന്ന് മുകളിലേക്ക് പെയ്യുന്നതുപോലെയായിരുന്നു. ശക്തമായ ചുഴലിക്കാറ്റിൽ മഴത്തുള്ളികൾ മേലോട്ടുതന്നെ പറന്ന് നൈറ്റിന്റെ ദേഹത്ത് തണുത്ത സൂചിമുനകളായി തുളച്ചുകയറി. രണ്ടേ രണ്ടിടങ്ങളേ നനയാത്തതായി ഉണ്ടായിരുന്നുള്ളൂ. തൊപ്പിയുടെ അറ്റവും അയാളുടെ ചുമലുകളും.

കാറ്റ് ശക്തമായിരുന്നു. അയാളുടെ ഓവർകോട്ട് ഉയർന്നുപൊങ്ങി.

നൈറ്റിന് തന്റെ കൈകളുടെ ശക്തിയിൽ അതിരുകവിഞ്ഞ വിശ്വാസമാണുണ്ടായിരുന്നത്....... ഇപ്പോൾ അവ തളർന്നുതുടങ്ങിയിരിക്കുന്നു.

"അവളിനി ഒരിക്കലും വരില്ലായിരിക്കും, വെറും പത്തു മിനിറ്റ് കൊണ്ട് വരാവുന്നതല്ലേ ഉണ്ടായിരുന്നുള്ളൂ?" അയാൾ സ്വയം പറഞ്ഞു.

'ഏതാനും മിനിറ്റിനകം എന്റെ അവസാനമാണ്.' നൈറ്റ് മനസിലുറപ്പിച്ചു.

"ഇത് വേനൽക്കാലമല്ലേ." അയാൾ സ്വയം പറഞ്ഞു.

"ഇതുപോലൊരു മഴ, ഇതുപോലത്തെ കാലത്ത് ഞാനിതിനു മുമ്പ് കണ്ടിട്ടേ ഇല്ല."

എല്ലാം നൈറ്റിന്റെ തോന്നലാണ്. മഴ ശരാശരി മഴയേ ഉള്ളൂ. അത്ര കനത്തതൊന്നുമല്ല.....

അയാൾ വീണ്ടും താഴോട്ടുനോക്കി. കാറ്റ് വെള്ളത്തുള്ളിയുമായി വന്ന് അയാളുടെ മീശരോമങ്ങൾവരെ ഉയർത്തി, കവിളുകൾ നുകർന്ന്,

കൺതടത്തിലൂടെ കണ്ണിലേക്കിരച്ചുകയറി. താഴെ കടൽ, തന്റെ കാൽക്കീഴെയാണെന്ന് നൈറ്റിന് തോന്നി-യഥാർഥത്തിൽ 200വാരയ്ക്കും താഴെയാണ്. കടൽക്കാഴ്ചകൾ ഓരോ കാഴ്ചക്കാരന്റേയും മാനസിക നിലയ്ക്കനുസരിച്ചാണ് അനുഭവപ്പെടുക! കടലിന്റെ മനോഹരമായ നീലിമ നൈറ്റിന് കറുത്ത വർണമായി തോന്നി. വെളുത്ത നുരയും പതയും പൊങ്ങുന്ന തീരമാണതെന്ന് അയാൾക്കറിയാം, എങ്കിലും ഇപ്പോഴത് തന്റെ കറുത്ത ശവക്കച്ചയുടെ വെളുത്ത ബോർഡറാണെന്ന് നൈറ്റിന് തോന്നി.

ഭൂമി തനിക്കുമുമ്പിൽ കീഴ്മേൽ മറിഞ്ഞിരിക്കുന്നു എന്ന് നൈറ്റിന് തോന്നി. താഴെ അനന്തമായ കടൽ, മുകളിൽ പാറയും മണ്ണും..... മലമുകളിലേക്ക് പെയ്യുന്നു......

എൽഫ്രഡ് രക്ഷിക്കും എന്ന് നൈറ്റ് വിശ്വസിക്കുന്നുണ്ടോ?..... സ്നേഹം എന്നാൽ വിശ്വാസമാണ്, വിശ്വാസമെന്നാൽ അത് കുറേ നീണ്ടു നിൽക്കുകയും ചെയ്യും!

നൈറ്റ് ജീവിതത്തെപ്പറ്റിയുള്ള ചിന്തകൾ അവസാനിപ്പിച്ചു. മരണാനന്തരലോകത്തിലെ, അറിയപ്പെടാത്ത കാഴ്ചകളിലേക്ക് അയാളുടെ മനസ്സ് മടങ്ങിപ്പോയിത്തുടങ്ങി! പ്രാർഥനകൾപോലും അസ്ഥാനത്താവുന്ന നിമിഷങ്ങളായിരുന്നു, അത്.

ഇനി ജീവിതത്തിലേക്ക് മടങ്ങിപ്പോകലുണ്ടാവില്ല എന്നുറപ്പിച്ചു. ആ നേരത്ത് തനിക്കുമുകളിൽ, എന്തോ അനക്കംപോലെ നൈറ്റിനു തോന്നി. ഒരു പൊട്ടുപോലെന്തോ പ്രത്യക്ഷപ്പെട്ടിരിക്കുന്നു.

എൽഫ്രഡ് ആണ് അത്!

പൊടുന്നനെ നൈറ്റിന്റെ ഹൃദയം ജീവിതത്തെ വീണ്ടും സ്വീകരിക്കുവാൻ വേണ്ടി വെമ്പി.

ഏറെക്കാലത്തെ ഏകാന്തതയ്ക്ക് ഒടുവിൽ ഒരു പ്രിയസുഹൃത്തിന് മുന്നിലകപ്പെട്ടതുപോലെ ആയിരുന്നു നൈറ്റിന്റെ നോട്ടം. മുഖത്തെ ചെറിയ അടയാളങ്ങൾകൂടി വിണ്ടുകീറിയതുപോലെ ആയിട്ടുണ്ട്..... അയാൾ അവളോട് നന്ദി പറയുന്നതുപോലെ തോന്നി. അയാളുടെ ചുണ്ടുകൾ എൽഫ്രഡ് എന്ന് മന്ത്രിച്ചു; ശബ്ദമൊന്നും കേട്ടില്ലെങ്കിലും.

എൽഫ്രഡ് തിരിച്ചുവന്നിരിക്കുന്നു. അവളെന്താണ് ചെയ്യാൻ പോവുന്നത്? തന്നെ എങ്ങനെയാണവൾ രക്ഷിക്കുക. ഒന്നുമറിയില്ല. ഒരുപക്ഷേ തന്റെ മരണത്തിന് നിശ്ശബ്ദസാക്ഷിയാവാനേ അവൾക്കാവൂ....... എങ്കിലും, അവൾ മടങ്ങിവന്നിരിക്കുന്നു, തന്നെ പാടെ ഉപേക്ഷിച്ചിട്ടില്ല, അതു തന്നെ എത്രയോ വലിയ കാര്യം.

എൽഫ്രഡ് നൈറ്റിന് ഒരു കുഞ്ഞിനെപ്പോലെയാണ്. വടവൃക്ഷങ്ങൾ കിളിക്കൂട് കാക്കുംപോലെ അവൻ കാക്കുന്ന കുഞ്ഞ്.........പഠിപ്പിക്കുകയും ഭരിക്കുകയും ചെയ്യുന്നവൻ........ ഇപ്പോൾ അവളിലാണ് എല്ലാ പ്രതീക്ഷയും എൽഫ്രഡ്, കുനിഞ്ഞ് നൈറ്റിനെ നോക്കി....... ആ മുഖം മഴയും കണ്ണീരും കൂടി കുതിർന്നിരിക്കുന്നു. നൈറ്റ് ക്ഷീണിച്ച ചിരിചിരിച്ചു.

'അവനെത്ര ശാന്തനാണ്......... ഞാനാണെങ്കി ഈ നേരംകൊണ്ട് പത്തു തവണ മരിച്ചേനേ........!' എൽഫ്രഡ് മനസിൽ പറഞ്ഞു.

ദൂരത്തുനിന്ന് വന്നടുക്കുന്ന ഒരു ബോട്ടിൽ എൽഫ്രഡിന്റെ കണ്ണുടക്കി, അവൾ കൂടുതൽ നോക്കിയില്ല!

"എത്രനേരംകൂടി പിടിച്ചുനിൽക്കാനാവും?" വിളർത്ത ചുണ്ടുകൾ കൊണ്ട് അവൾ ചോദിച്ചു.

"നാലുമിനിറ്റുകൂടി." അതിലേറെ ക്ഷീണിച്ച സ്വരത്തിൽ മറുപടി വന്നു.

"രക്ഷപ്പെടും എന്ന നല്ല വിശ്വാസത്തിൽ കുറച്ചുനേരംകൂടി........... നിന്നുകൂടട.........."

"ഏഴോ എട്ടോ മിനിട്ടുകൾ......"

ഇപ്പോഴാണ് നൈറ്റ് ശ്രദ്ധിച്ചത്, അവളുടെ കൈവശം ഒരുകെട്ട് ലിനൽ തുണികളുണ്ട്. മഴത്തുള്ളികൾപോലും ഏൽക്കാൻ ശേഷിയില്ലാത്തപോലെ തോന്നിയ എൽഫ്രഡ് ധൃതിപ്പെട്ട് തുടച്ച് മാറ്റിക്കൊണ്ട് നിലത്ത് പടിഞ്ഞിരുന്നു കയ്യിലുള്ള തുണി കീറിക്കഷണങ്ങളാക്കിക്കൊണ്ടിരുന്നു. പിന്നെയവൾ അവ ഏച്ചുകെട്ടി വലിയ കയറാക്കി. കുറച്ചു നേരത്തിനുള്ളിൽ അവളതിനെ ആറേഴുവാര നീളമുള്ള കയറാക്കി മാറ്റി.

"ഞാനിത് കെട്ടുംവരെ കാക്കണേ..........." നൈറ്റിനെ എത്തിനോക്കി വെപ്രാളത്തോടെ അവൾ പറഞ്ഞു. "ആ....... കുറേ താമസിക്കല്ലേ.......... എനിക്ക് എവിടെന്നോ ഒരു നല്ല കരുത്ത് കിട്ടിയപോലെ തോന്നുന്നു...."

"നോക്കൂ." എല്ലാം നോക്കിക്കൊണ്ട് അക്ഷമയോടെ നിന്ന നൈറ്റ് വിളിച്ചുപറഞ്ഞു. "എനിക്കിനി മൂന്നു മിനിറ്റിലധികം വയ്യ. നീയവിടെ ഓരോ കെട്ടിന്റെ ബലം പരിശോധിച്ച് നിൽക്കല്ലേ.........."

ഉടനടി അവൾ കയറിന്റെ അറ്റം കാലിനടിയിൽ കുരുക്കി ഒന്നിച്ച് വലിച്ചു; ഒരു കെട്ട് ഇളകിവന്നു, അതവൾ വീണ്ടും കെട്ടി. ഇപ്പോൾ നല്ല ബലമുള്ള കയറായിരിക്കുന്നു.

"ഇനി ഒരറ്റം താഴേക്കിട്" തന്റെ ഭരണമനോഭാവം ഉടൻതന്നെ നൈറ്റ് വീണ്ടെടുത്തു! "നീ മറ്റേ അറ്റവുമായി ദൂരെ പോയിനിന്ന് രണ്ട് കൈകൊണ്ടും കയർ ബലമായി പിടിച്ചോ."

തനിക്ക് ഉറപ്പായും രക്ഷപ്പെടാവുന്ന ഒരു പദ്ധതി നൈറ്റിന്റെ മനസിലേക്കു വന്നു, പിന്നെ അത് അവൾക്ക് അപകടകരമാണെന്ന് ഓർത്ത് അയാൾ വേണ്ടെന്നുവെച്ചു.

"ഞാനീ കയർ അരയിൽ കെട്ടാൻ പോവുന്നു." അവൾ വിളിച്ചു പറഞ്ഞു. "എന്നിട്ട് ഞാൻ കയർ മുറുക്കിപ്പിടിച്ച് കുന്നിന്റെ മുകളിൽ നിൽക്കും. മറ്റേ അറ്റം പിടിച്ച് കയറിക്കോളൂ."

അതുതന്നെയാണ് നൈറ്റ് ഓർത്ത് വേണ്ടെന്നുവെച്ച പദ്ധതി!

"ഇവിടുന്ന് ദൂരേക്ക് മാറിയാണ് ഞാൻ നിൽക്കുന്നത്, ഞാൻ മൂന്നു തവണ കയറ് പൊക്കുകയും താഴ്ത്തുകയും ചെയ്താൽ ഞാൻ റെഡിയായി എന്നർഥം. സൂക്ഷിച്ച് കയറണേ......നല്ലോണം സൂക്ഷിക്കണേ."

കയറിന്റെ ഒരറ്റം അവനിട്ടുകൊടുത്ത് അവന്റെ അടുത്തെത്തിക്കഴിഞ്ഞ് ഇത്രമാത്രം കയർ ബാക്കിയുണ്ടെന്ന് നോക്കിവെച്ചശേഷം അവൾ അപ്രത്യക്ഷമായി.

കയറിന്റെ ഒരറ്റം ഇപ്പോൾ നൈറ്റിന്റെ ചുമലുകളിൽ തട്ടിനിൽക്കുന്നു, കുറച്ച് നേരത്തിനകം അത് മൂന്ന് തവണ ഇളകി............

അയാൾ രണ്ടുമൂന്ന് സെക്കൻഡ് കൂടി കാത്തു. പിന്നെ കയർ പിടിമുറുക്കി. പകുതിയിലേറെ ഭാരവും കൈകളിലും കാലുകളിലും ഊന്നി. കാലുകൾകൊണ്ട് കയർ ഇറുക്കിപ്പിടിച്ച്, പാറയിലൂടെ നൈറ്റ് ഒരുവിധത്തിൽ മുകളിലേക്ക് വലിഞ്ഞുകയറി.

അയാൾ രക്ഷപ്പെട്ടിരിക്കുന്നു! എൽഫ്രഡിന്റെ സഹായത്താൽ ഉറക്കത്തിൽനിന്നും എണീറ്റവനെപ്പോലെ അയാൾ ബലക്ഷയം വന്ന കാലുകളോടെ ആ തീരത്തുകൂടി ആടിക്കൊണ്ട് നടന്നു.......!

നൈറ്റിനെ കണ്ടതും എൽഫ്രഡ് സന്തോഷംകൊണ്ട് നിലത്തേക്ക് കുനിഞ്ഞിരുന്നു. ഒരു നിമിഷത്തേക്ക് വികാരത്തള്ളിച്ചകൊണ്ട് ഒന്നും മിണ്ടാനാവാതെ അവർ പരസ്പരം കണ്ണുകളിലേക്ക് നോക്കിനിന്നു. പിന്നെ ആര് ആരെ എന്നറിയാത്തവണ്ണം പരസ്പരം ഓടിയടുത്ത് തമ്മിൽ പുണർന്നു.

ആലിംഗനത്തിലമരുമ്പോഴും എൽഫ്രഡ് അവളറിയാതെ ദൂരെ കണ്ട സ്റ്റീംബോട്ടിനു നേർക്ക് നോക്കി, അത് അടുത്തടുത്ത് വരുന്നു......

അവരുടെ അപ്പോഴത്തെ ആ നിൽപ്പ് ഒരു ചുംബനത്തിൽ കലാശിക്കാനുള്ള എല്ലാ ലക്ഷണങ്ങളും ഉള്ളതായിരുന്നു. നേർത്ത മഴയത്ത് ഒരു യുവതിയും യുവാവും........ പക്ഷേ അതുണ്ടായില്ല. തന്നെ ഒന്നു സ്പർശിക്കാൻ തയാറായെന്നു കരുതി അവളെ കയറി ചുംബിക്കാൻ നൈറ്റിന്റെ സ്വഭാവം അനുവദിക്കില്ല.

എൽഫ്രഡ് മാന്യതയോടെ, വേഗംതന്നെ സ്വയം നൈറ്റിന്റെ കരങ്ങളിൽനിന്നും മോചിതനായി.

അയാൾ ചെറിയ കുറ്റബോധത്തോടെ കൈ അയച്ചു. എന്നിട്ട് അവളെ അടിമുടി നോക്കി. ഒരു ശിശുവിനെപ്പോലെ തോന്നിച്ചു എൽഫ്രഡിനെ.

"എൽഫ്രഡ്........ എന്റെ എൽഫ്രഡ്" അയാൾ അത്യാഹ്ലാദത്തോടെ മന്ത്രിച്ചു.

"ഞാനിപ്പോ പോവുന്നു." നാണക്കേടും സന്തോഷവും ഒരുപോലെ തിങ്ങിയ മുഖത്തോടെ എൽഫ്രഡ് പറഞ്ഞു. "നിങ്ങളിത്തിരി ദൂരെയായി എന്റെ പിറകെ വരൂ."

"ഈ മഴയത്ത് നീ തണുത്ത് വിറയ്ക്കും....... ഈ സഹായത്തിന് ദൈവം നിന്നെ അനുഗ്രഹിക്കാതിരിക്കില്ല. എന്റെ കോട്ട് എടുത്തിട്ട് പോ എൽഫ്രഡ്."

"വേണ്ട, ഞാൻ ഓടും. അപ്പോ ദേഹം ചൂടായിക്കൊള്ളും. തണുക്കില്ല."

എൽഫ്രഡിന് വെറും ഒരു മേലങ്കിമാത്രമായിരുന്നു വേഷം. തീരത്ത്,

തൂങ്ങിനിന്ന ആ പാറയരുകിൽ അവൾ അവളുടെ എല്ലാ വസ്ത്രങ്ങളും അഴിച്ച് കയറിന് വലുപ്പം കൂട്ടാനായി ഏച്ചുകെട്ടിയിരുന്നു.

"നനഞ്ഞ് യാത്രചെയ്യുന്നത് എനിക്ക് ശീലമാണ്." എൽഫ്രഡ് പറഞ്ഞു. "ഞാൻ പലതവണ പാൻസിയുമൊത്ത് മഴയത്ത് ചുറ്റാൻ പോയിട്ടുണ്ട്. ശരി, വീട്ടിൽ 'തീ'ക്കരികിൽ ശരിക്കും നല്ല ഡ്രസ് ഒക്കെ ഇട്ട് വീണ്ടും കാണാം.......... അതുവരെ ഗുഡ്ബൈ."

എൽഫ്രഡ് ഉത്സാഹത്തോടെ അവന്റെ കണ്ണിൽനിന്നും ഓടിമറഞ്ഞു. അത്രയും കുറച്ച് വസ്ത്രങ്ങളുമായി തന്റെ കൂടെ നടക്കാൻ തയാറാവാത്ത എൽഫ്രഡിന്റെ മനസിനെ നൈറ്റ് ഉള്ളുകൊണ്ട് അഭിനന്ദിച്ചു.

എൽഫ്രഡിന്റെ തൂവാലയും ഉടുപ്പുകളും ലിനൽതുണികളും എല്ലാം വാരിക്കൂട്ടിയെടുത്തു. കൂട്ടത്തിൽ ഒരു പൊതി നിലത്തുവീണ് മഴയിൽ കുതിർന്നുകിടക്കുന്നത് അയാൾ കണ്ടു. അതിനകത്ത് ഒരു കടലാസുകഷണമാണ്. നൈറ്റിന്റെ കൈയിൽനിന്നും അത് പാറിപ്പോയി. ഇടത്തോട്ടും വലത്തോട്ടും കാറ്റിനൊപ്പം പറന്ന്, പാറയരിക് വരെപ്പോയി, തിരിച്ച് നൈറ്റിന്റെ തലയിൽത്തന്നെ വന്ന് തങ്ങി.

നൈറ്റ് ആ കടലാസ് കൈയിലെടുത്തു. അത് ബാങ്ക് രേഖയാണ്. 200 പൗണ്ട് എൽഫ്രഡിന്റെ പേരിലുണ്ടെന്നതിന്റെ രേഖ. അത് പോക്കറ്റിൽ കിടന്ന കാര്യം പാടെ മറന്നുപോയതാകണം എൽഫ്രഡ്.

നൈറ്റ് അത് പഴയതുപോലെതന്നെ മടക്കി പോക്കറ്റിലിട്ട് എൽഫ്രഡ് പോയ വഴിയേ വീട്ടിലേക്കു നടന്നു.

23

കടൽപ്പക്ഷി

ഇതേ സമയത്ത് സ്മിത്ത് സ്ട്രാട്ടൺ തീരത്ത് ബോട്ടിറങ്ങി സ്വന്തം നാടിന്റെ കാറ്റ് ശ്വസിക്കുകയായിരുന്നു........

കുറേക്കൂടി കറുത്തുപോയ തൊലി, ഇത്തിരിക്കൂടി കനപ്പെട്ട മീശ, പൊടിച്ചുതുടങ്ങിയ താടി, ഇത്രയൊക്കെയേ സ്മിത്തിന് മാറ്റങ്ങൾ എന്നു പറയാൻ ശാരീരികമായി കണ്ടുള്ളൂ.

ഏറെക്കുറേ ശക്തി കുറഞ്ഞുതുടങ്ങിയ മഴയത്ത്, ഒരുചെറിയ ബാഗും തൂക്കി--ബാക്കി ലഗേജ് ഒക്കെ അവൻ അവിടെത്തന്നെ സൂക്ഷിച്ചു. അയാൾ പൂർവ എൽഡെൽസ്റ്റൗവിലേക്കുള്ള കുന്ന് കയറി നടന്നുതുടങ്ങി.

പോകുന്ന വഴിക്ക് എൽഫ്രഡിന്റെ വീടുനിൽക്കുന്ന താഴ്വര കാണാം. സ്റ്റീഫൻ സ്മിത്തിന്റെ കണ്ണുകൾ മുഴുവൻ സമയവും ആ ദിക്കിലായിരുന്നു.

ആ ദിശയിൽ കുറെക്കൂടി പോയാൽ, പടിഞ്ഞാറൻ എൽഡെൽസ്റ്റൗ പള്ളിയുടെ ഗോപുരം കാണാം, അതിന് കീഴെവച്ചാണ് ആ രാത്രിയിൽ എൽഫ്രഡിനെ കണ്ടത്. അതേസമയംതന്നെ എതിരെയുള്ള പാറക്കൂട്ടങ്ങൾക്ക് മുകളിലൂടെ വെള്ളനിറത്തിലെന്തോ നീങ്ങുന്നത് സ്മിത്ത് കണ്ടു. ആദ്യം ഏതോ കടൽപ്പക്ഷി താഴ്ന്നു പറക്കുന്നതാണെന്നു തോന്നി. പിന്നെ വേഗത്തിൽ നീങ്ങുന്ന മനുഷ്യരൂപമാണ് അതെന്ന് സ്റ്റീഫൻ സ്മിത്ത് തിരിച്ചറിഞ്ഞു. ആ രൂപം കുന്നിറങ്ങി താഴ്വാരത്തിലൂടെ കണ്ണിൽനിന്നും പോയി മറഞ്ഞു.

അതാരാവും അത്ര വേഗത്തിൽ?........ എന്നുതന്നെ ചിന്തിച്ചുകൊണ്ട് നടക്കവെ, അതേ ദിശയിൽനിന്നും അതേ വേഗത്തിൽ ഒരു കറുത്ത രൂപം കൂടി ആ ദിശയിലേക്ക് ഓടിമറയുന്നത് സ്മിത്ത് കണ്ടു. ഇത് ഒരു

പുരുഷനാണെന്ന് തോന്നി. കുന്നിറങ്ങിവന്ന്, താഴ്വാരത്തിലൂടെ ആ രൂപവും പോയി മറഞ്ഞു.

ഈ സമയത്ത് മഴ വീണ്ടും കനത്തുതുടങ്ങി. സ്റ്റീഫൻ സ്മിത്ത് റോഡിലെത്തി. അവിടെ രണ്ട് മനുഷ്യരെയും ഒരു വാഹനത്തെയും സ്മിത്ത് കണ്ടു. അയാൾക്ക് അവരുടെ സംസാരം കേൾക്കാമായിരുന്നു.

ശബ്ദംകൊണ്ട് അത് മാർട്ടിൻ കാനിസ്റ്ററും തന്റെ അച്ഛനും ആണെന്ന് സ്മിത്ത് തിരിച്ചറിഞ്ഞു.

സ്മിത്ത് അവരുടെ മുമ്പിലേക്ക് നടന്നെത്തി. അവർ രണ്ടുപേരും ഏറക്കുറേ പുതിയ സ്യൂട്ട് അണിഞ്ഞിരിക്കുന്നു. നടന്നുകൊണ്ടാണ് സംസാരം. അവർക്കരികെ കുതിരയും വണ്ടിയും ഉണ്ട്.

"ശരി മി. കാനിസ്റ്റർ, ഇതാ മകൻ........" എന്നു പറഞ്ഞുകൊണ്ട് സ്മിത്ത് അവരുടെ മുമ്പിലെത്തി.

"അച്ഛാ, ഞാനിതാ എത്തിയിരിക്കുന്നു." എന്ന് പഴഞ്ചൻമട്ടിൽ അഭിവാദ്യം ചെയ്തു.

"ശരി മകനേ. എനിക്ക് സന്തോഷമായി."

സന്തോഷത്തോടെ മറുപടി പറഞ്ഞു. "വാ, നമുക്ക് വീട്ടിലേക്ക് പോകാം. ഈ കാലാവസ്ഥ പെട്ടെന്ന് ഇന്ത്യപോലൊരു ദൂരദേശത്തു നിന്നും വന്ന ആൾക്ക് പറ്റിയതല്ല. അല്ലേ മി. കാനിസ്റ്റർ?"

"ശരിയാണ്. നമുക്ക് നടക്കാം, മാർട്ടിൻ വണ്ടിയിൽ കേറട്ടെ. അവർ പോയി ലഗേജും എടുത്തുകൊണ്ടുവരട്ടെ." ജോൺ സ്മിത്ത് പറഞ്ഞു.

"നിങ്ങളെത്തുമ്പോഴേക്ക് ഞങ്ങളും പോയി മടങ്ങിയെത്തും."

തന്റെ ലഗേജ് എവിടെയാ വെച്ചതെന്ന് മി. കാനിസ്റ്ററിന് പറഞ്ഞുകൊടുത്തശേഷം സ്മിത്ത് അച്ഛനോടൊപ്പം വീടിനുനേർക്ക് നടന്നു.

"നീ വരുന്നത് പ്രതീക്ഷിച്ചതിലും ഒരു ദിവസം നേരത്തെ ആയപ്പോൾ ആകെ തിരക്കായി. ഞങ്ങളിന്നലെ പന്നിയെ കൊന്ന് ഇറച്ചി ഒരുക്കിവെച്ചിട്ടുണ്ട്. സ്മിത്ത്....... നിനക്ക് നല്ല വിശപ്പ് ഉണ്ടാവുമെന്ന് കരുതി. അത്താഴത്തിന് പൊരിച്ചെടുക്കാം. നിന്റെ അമ്മയാണെങ്കി നീ വരുന്നത് പ്രമാണിച്ച് വീടാകെ...... ചിമ്മിനി, ജനൽ, വാതിൽ, ഫർണിച്ചർ........ എല്ലാം കഴുകിത്തുടച്ചു. ഒരു കച്ചവടക്കാരിയുടെ കയ്യിൽനിന്നും പുതിയ ജഗ്ഗും പാത്രവും വരെ വാങ്ങിച്ചു. മുമ്പൊന്നും കാണാത്ത ഒരുക്കങ്ങളാണ് അമ്മയ്ക്കിത്തവണ, എനിക്ക് തന്നെ അതിശയം തോന്നുന്നു......"

ഇങ്ങനെ പലതും പറഞ്ഞുകൊണ്ട് അച്ഛനും അവരുടെ ക്ഷേമകാര്യങ്ങൾ അന്വേഷിച്ചുകൊണ്ട് മകനും വീടുവരെ നടന്നെത്തി.

അകത്ത് അമ്മ സ്റ്റീഫൻ സ്മിത്തിനെ സ്വീകരിച്ചു. അവർ ക്ഷേത്രങ്ങളുടെയും സൂര്യചന്ദ്രന്മാരുടെയും ചിത്രമുള്ള ഒരു കോട്ടൺ സാരിയാണ് ഉടുത്തിരിക്കുന്നത്. അവർ അകത്തെത്തിയപ്പോഴേക്കും പുറത്ത് കാനിസ്റ്റർ വണ്ടിയുമായി വരുന്നതിന്റെ ശബ്ദം കേട്ടു. അയാൾ ലഗേജ് അകത്തെത്തിക്കുംവരെയും സ്മിത്ത് വസ്ത്രം മാറ്റാനായി മുകൾനിലയിലേക്ക് കേറിപ്പോയി.

"ഫിസ്, ഫിസ്......ഫിസ് തലയ്ക്കകത്ത് രാവിലെതൊട്ട് രാത്രിവരെ ഈ മീൻ പൊരിക്കുന്ന ശബ്ദംതന്നെ" എന്നും പറഞ്ഞുകൊണ്ട് വില്യം വോം കടന്നുവന്നു.

മുഖത്ത് നിറഞ്ഞ ചിരിയോടെ "ലൊവൽ, ആരാണിത്?" എന്ന ചോദ്യമായി ജോൺ സ്മിത്ത് വോമിനെ സ്വീകരിച്ചു. പിറകിൽ അയാളേക്കാൾ രണ്ടിരട്ടി വണ്ണമുള്ള ഒരു സ്ത്രീ ഒരു വലിയ കുടയുംചൂടി നിൽപ്പുണ്ടായിരുന്നു, അത് വില്യംവോമിന്റെ ഭാര്യയാണ്.

"നിങ്ങൾ വരൂ, അകത്തേക്ക് വരൂ."

അവിടന്ന് പോന്നശേഷം നിങ്ങളെ അധികം കണ്ടിട്ടേ ഇല്ല. നിങ്ങളുടെ തലയ്ക്കകത്ത് ഇപ്പോഴും ആ ശബ്ദം ശല്യം ചെയ്യുന്നു. അല്ലേ? കഷ്ടം."

"ഓ...... അത് രാത്രിയും പകലും ഒക്കെ ഉണ്ട്. ചിലപ്പോൾ മീൻ വറുക്കുംപോലെയും അല്ല അതിലും കൂടുതലാണ് അല്ലേ ബാർബറാ?"

ഈ സമയം മുഴുവനും തന്റെ വലിയ കുട അടച്ചുകൊണ്ട് നിന്ന ബാർബറാ "അതെ" എന്നുപറഞ്ഞുകൊണ്ട് അകത്തേക്ക് കേറിവന്ന് അവരുടെകൂടെ സംസാരിക്കാൻ കൂടി.

അവർ സംസാരിച്ചുകൊണ്ടിരിക്കെ റോബർട്ട് ലിക്പാൻ എന്ന പന്നിപിടുത്തക്കാരൻ കൊന്ന പന്നിയെയും തൂക്കിക്കൊണ്ട് കേറിവന്നു. ആ മൃഗത്തെ അടുക്കളയിൽ തലകുത്തനെ കെട്ടിത്തൂക്കി. മിസിസ് ജോൺ സ്മിത്ത് ഉടനെതന്നെ അത്താഴമൊരുക്കുന്നതിൽ വ്യാപൃതയായി.

വില്യം വോമും പന്നിപിടുത്തക്കാരനും ജോൺ സ്മിത്ത് എങ്ങനെയാണ് സ്മിത്തിനെ കണ്ടത് എന്ന വിവരണം കേട്ടുകൊണ്ടിരിക്കുകയായിരുന്നു. അതിനിടയിലേക്ക് സ്മിത്ത് വസ്ത്രം മാറി, ഒരുങ്ങിയിറങ്ങിവന്നപ്പോൾ ആ വിവരണം ഇടയ്ക്ക് തടസപ്പെട്ടെങ്കിലും പിന്നെയും തുടർന്നു.

പിന്നെ സ്റ്റീഫൻ സ്മിത്തിനെപ്പറ്റിത്തന്നെയായി ചർച്ച,

"നീ ഞാൻ കണ്ടതിലും മെലിഞ്ഞിരിക്കുന്നു."

"ഏയ്" അടുത്തയാൾ തർക്കിച്ചു. "ഇവന് അച്ഛന്റെ അതേ ഛായയാണ്. എവിടെ കണ്ടാലും തിരിച്ചറിയാം."

"അതെല്ലാരും പറയാറുണ്ട്." സ്റ്റീഫൻ സ്മിത്ത് ഭവ്യതയോടെ പറഞ്ഞു.

"ഇത്തിരിക്കൂടി ഉയരമുണ്ട്." കാനിസ്റ്റർ സ്മിത്തിനെ അടിമുടി നോക്കിക്കൊണ്ട് തർക്കിച്ചു.

"ഏയ്, ഒരേ ഉയരമാണെന്നാ എനിക്ക് തോന്നുന്നത്." വോം പറഞ്ഞു.

അവരുടെ സംസാരം ഭക്ഷണമേശയിലും തുടർന്നു. സ്മിത്തിനാണെങ്കിൽ തന്റെ അച്ഛന്റെ സുഹൃത്തുക്കളുമായി അയാളെന്ത് സംസാരിക്കാനാണ്? അവന്റെ അമ്മയ്ക്ക് മാത്രം അവന്റെ ഗതികേട് മനസിലായി. അമ്മയും മകനും സ്വകാര്യമായി ഇരുന്ന് സംസാരിച്ചു.

"നിനക്കറിയാലോ സ്മിത്ത്, അച്ഛന്റെ സ്വഭാവം. ഈ ആളുകൾ."

"സാരമില്ല അമ്മേ........."

"ഇവിടത്തെ ജോലി പൂർത്തിയാവുമ്പോൾ, കുറേ ദൂരെ പോയി താമസിക്കണം. പെട്ടെന്നുതന്നെ. അപ്പോഴേ ഇതു മാറൂ. പുതിയ ആളുകൾ, വലിയ വീട്.......... നമുക്ക് സ്വകാര്യമായി കുറച്ചിടം കിട്ടും അപ്പോൾ."

"എൽഫ്രഡ് വീട്ടിലുണ്ടോ? അമ്മയ്ക്കറിയുമോ?" സ്റ്റീഫൻ സ്മിത്ത് ചോദിച്ചു.

"ഉണ്ട്, നിന്റെ അച്ഛനിന്നു രാവിലെ കണ്ടിരുന്നു."

"നിങ്ങളിടയ്ക്കിടെ അവളെ കാണാറുണ്ടോ?"

"ഏയ്........ വല്ലപ്പോഴും മാത്രം. അതിരാവിലെ സവാരി ചെയ്യുന്നതൊഴിച്ചാൽ അവരിങ്ങോട്ട് വരാറേ ഇല്ല. പ്രഭുവിന്റെ അടുത്ത് വരുന്ന പതിവുപോലും നിലച്ച മട്ടാണ്. ആ, നിനക്കവിടെ ഒരു കുട്ടി ഒരു കുറിപ്പു കൊണ്ടു വന്നേൽപ്പിച്ചിട്ടുണ്ട്."

അമ്മ നോക്കിനിൽക്കെത്തന്നെ സ്മിത്ത് അത് ആകാംക്ഷാപൂർവം വായിച്ചു. പാറക്കൂട്ടത്തിന് മുകളിലേക്ക് കേറിപ്പോവുംമുമ്പ് എൽഫ്രഡ് എഴുതിക്കൊടുത്തുവിട്ടതാണത്.

"അതെ. നമ്മൾ ഇന്ന് രാത്രി 9 മണിക്ക് പള്ളിയിൽവെച്ച് കാണുന്നു. എൽഫ്രഡ് സ്വാൻക്രോർട്ട്." ഇതായിരുന്നു അതിന്റെ ഉള്ളടക്കം.

"എനിക്കറിയില്ല." അമ്മ പറഞ്ഞു. "നീയെന്തിനാണിപ്പോഴും എൽഫ്രഡിനെക്കുറിച്ച് തന്നെ ചിന്തിക്കുന്നത്? ഞാനാണ് നിന്റെ സ്ഥാനത്തെങ്കിൽ ഓർക്കില്ല. ഉറപ്പ്."

"ഞാൻ വൈകിട്ട് പുറത്തിറങ്ങും, കുറച്ച് കഴിഞ്ഞു വരാം." അയാൾ പറഞ്ഞു. "അപ്പോഴേക്കും നമ്മുടെ അതിഥികളും ഒന്നൊഴിയും. അപ്പോൾ നമുക്ക് സ്വകാര്യമായി സംസാരിക്കാം."

24

ചാന്ദ്രനീലിമ

അസ്തമയത്തോടെ മഴയും നിലച്ചിരുന്നു. ആകാശം മേഘാവൃതമാണ്. ചന്ദ്രന്റെ നേർത്തപ്രകാശം താഴ്വാരത്തെയും നരച്ച പുതപ്പിട്ട് മൂടിയിരിക്കുന്നു.

പുഴത്തീരത്തെ വീട്ടിനകത്തുനിന്ന് ഒരു കറുത്ത രൂപം പുറത്തിറങ്ങി വന്ന് പതിയെ, ശബ്ദം കേൾപ്പിക്കാതെ പടിഞ്ഞാറൻ എൽഡൽസ്റ്റൗവിനു നേരെ സവാരി ചെയ്തു. പള്ളിയുടെ ഗോപുരം ആകാശത്തേക്ക് ഉയർന്ന് നിൽക്കുന്നത് ദൂരെനിന്നേ കാണാം. പുറപ്പെട്ട് അരമണിക്കൂറിനകം അയാൾ പള്ളിയുടെ ചെറിയ മതിൽക്കെട്ടിനുമുകളിൽ കേറി കാത്തിരിപ്പായി.

കനത്ത വിജനതയിൽ അകത്ത് പള്ളിഘടികാരത്തിൽ മണിമുഴങ്ങുന്നത് നേർത്ത ശബ്ദത്തിൽ കേൾക്കാം.

"ഒന്ന്, രണ്ട്, മൂന്ന്.......... ഒൻപത്." സ്മിത്ത് ശ്രദ്ധയോടെ മണിമുഴക്കം എണ്ണി, ഒൻപത് മണിക്കാണ് എൽഫ്രഡ് കാണാം എന്ന് എഴുത്തു കൊടുത്തുവിട്ടത്. എൽഫ്രഡിന് കാണാനേറ്റവും സൗകര്യമുള്ള നേരമിതാവണം.

ദൂരെ കടലിന്റെ ഉയർച്ചതാഴ്ചകളുടെ ഇരമ്പൽ മാത്രമാണ് കേൾക്കാവുന്ന ഏകശബ്ദം. അന്തരീക്ഷത്തിലൂടെ പലതരം കിളികൾ പറന്നുപോവുന്നു, പുൽച്ചാടികളും മറ്റും ചലിക്കുന്നുണ്ട്. രാത്രിയുടെ പല ശബ്ദങ്ങൾക്കിടയിലും സ്മിത്ത് കാതോർത്തത് ഒരേ ഒരു നേർത്ത ശബ്ദത്തിനായാണ്. എൽഫ്രഡിന്റെ പാദചലനത്തിനായി.

കുറേനേരം അയാൾ ഇരുന്ന ഇരിപ്പിരുന്നു, പിന്നെ പതുക്കെ പള്ളിയുടെ ഗോപുരത്തിന്റെ ഒരു വശത്തേക്ക് നടന്നു. അവിടെ ഒരു വെളുത്ത രൂപം അയാളുടെ മനസിൽ ഉയർന്നുനിന്നു. നന്നായൊന്നു ഭയന്നു,

സ്മിത്ത്. അത് ജത്‌വേയുടെ ശവകുടീരമാണ്...... കരിനീലനിറമുള്ള മാർബിൾ പാകിയ ശവക്കല്ലറയ്ക്കിടയ്ക്ക് വെളുത്ത നിറത്തിൽ പുതിയ ഇതൊരെണ്ണം ആദ്യത്തെ ദിവസത്തെപ്പോലെതന്നെ, മിനുക്കത്തോടെ ഇരിക്കുന്നു.

അതിന്റെ മുകളിൽ എൽഫ്രഡുമൊത്തിരുന്നതും, അവൾ ജത്‌വേക്ക് അവളോടുണ്ടായ ഇഷ്ടത്തെക്കുറിച്ച് പറഞ്ഞതും, അവിടെ ഇരുന്നതിലെ അപമര്യാദയോർത്ത് അവർ വിഷമിച്ചതും എല്ലാം സ്മിത്തിന്റെ മനസിലേക്കോടിവന്നു........ സമയവും സ്ഥലവും ഒന്നും തെറ്റിയില്ല എന്ന് സ്മിത്തിന് ഉറപ്പായിരുന്നു. കുറേ നേരംകൂടി ഒട്ടും മുഷിയാതെ അയാൾ കാത്തിരുന്നു. പള്ളിമണി 10 അടിച്ചപ്പോഴാണ് അയാൾ തന്റെ സ്വപ്നത്തിൽ നിന്നുണർന്നത്.

അയാൾ പതിയെ തിരിച്ച് കുന്നിറങ്ങി പതുക്കെ അവളുടെ വീടിന്റെ ഗേറ്റിനരികെയെത്തി അത് പതിയെ തുറന്നു. അകത്തേക്കുള്ള വാതിലിനരുകെ ശബ്ദമടക്കിപ്പിടിച്ച് കുറച്ച് നേരം നിന്നു.

തുറന്നിട്ട ജാലകത്തിലൂടെ ഒരു പുരുഷന്റെ അടക്കിപ്പിടിച്ച സംസാരം കേൾക്കാം. തൊട്ടുപിറകെ മൃദുവായ ചിരിശബ്ദം. ആ ചിരി എൽഫ്രഡിന്റേതായിരുന്നു!

സ്മിത്തിന്റെ ഹൃദയം നൊന്തു. അയാൾ വന്നതുപോലെ മടങ്ങിപ്പോയി. ചില നിരാശകൾ നമ്മളെ വേദനിപ്പിക്കും, ചിലത് ശവകുടീരത്തോളം നമ്മുടെ ഹൃദയത്തെ നീറ്റും. അവ സന്തോഷത്തിന്റെ എന്നന്നേക്കുമുള്ള അവസാനമാണെന്ന് തോന്നിപ്പിക്കും. സ്മിത്തിന് ഇപ്പോൾ ഉണ്ടായത് അത്തരത്തിലൊന്നാണ്.

വീട്ടിലെത്തിയപ്പോൾ, തനിക്ക് വന്നുകിടന്ന ഒരെഴുത്തുകൂടി സ്മിത്തിന് കിട്ടി. അവൾ വരാതിരുന്നതിന്റെ കാരണമാവണം അതെന്നു കരുതി ധൃതിപ്പെട്ടു തുറന്നു.

അതിൽ എൽഫ്രഡിന്റേതായി ഒരു വാക്കും ഉണ്ടായിരുന്നില്ല. അതയാളുടെ 200പൗണ്ടിന്റെ നിക്ഷേപരസീതായിരുന്നു. ബാങ്കിൽ അവൾ അതേ തുക അയാളുടെ പേർക്കുതന്നെ തിരിച്ചടച്ചിരിക്കുന്നു.

സ്മിത്ത് ആകെ വിഷമത്തിലായി. എന്താവും എൽഫ്രഡിന് പറ്റിയത് എന്നയാൾ മറിച്ചും തിരിച്ചും ചിന്തിച്ചു. പണം നിരസിക്കണമെങ്കിൽ അവളെ ആകെ മാറ്റുന്ന എന്തൊ ഒന്ന് സംഭവിച്ചിട്ടുണ്ട്.

എന്താണ് ചെയ്യേണ്ടത് എന്ന് സ്മിത്തിന് ഒരു പിടിയും കിട്ടിയില്ല. നേരത്തേ തീരുമാനിച്ചപോലെ വിവാഹാലോചനയുമായി നാളെത്തന്നെ അവളുടെ അച്ഛനെ കാണാൻ പോകുന്നത് വെറുതെയാവും, എൽഫ്രഡ് പോലും സ്വന്തം ഭാഗത്തല്ലാതെ.......... പിന്നെങ്ങനെ? എന്തിന്?..... ആകെ തോന്നിയ ഒരു നല്ല കാര്യം കാത്തിരിക്കുക എന്നതാണ്. നേരെ ബ്രിങ്ഹാംമിൽ പോയി കമ്പനി ഏൽപ്പിച്ച ജോലി തീർക്കുക. അവൾ എന്ത് ചെയ്യും എന്നു നോക്കാമല്ലോ. ഒരുപക്ഷേ മുമ്പത്തേക്കാളും ശക്തമായി അവന്റെ പ്രണയം തേടിവന്നേക്കാം.

അയാൾ പിറ്റേന്ന് രാവിലെതന്നെ ബ്രിങ്ഹാമിൽ പോയി. ഒരു ദിവസം താമസിച്ചാണെങ്കിലും ഉദ്ദേശിച്ച ജോലിമുഴുവനും തീർത്തിട്ടല്ലാതെ അയാൾ വിശ്രമിച്ചതേ ഇല്ല. ശാരീരിക അധ്വാനം പലപ്പോഴും മനസിന്റെ പിരിമുറുക്കത്തെ തെല്ല് ശമിപ്പിക്കും. സ്റ്റീഫൻ സ്മിത്ത് അതാണ് ലക്ഷ്യം ഇട്ടത്.

25

എന്റെ മാത്രം

ഈ ദിവസങ്ങളിലെല്ലാം സ്മിത്ത് കടുത്ത മനോവേദനയാണ് അനുഭവിച്ചത്. എപ്പോഴൊക്കെ വികാരത്തിനടിമപ്പെട്ടുവോ അപ്പോഴൊക്കെ അയാൾ വിഷമസന്ധിയിലായി. എപ്പോഴൊക്കെ വിഷമിക്കാതെ ജോലി ചെയ്യാൻ ശ്രമിച്ചുവോ അപ്പോഴൊക്കെ എൽഫ്രഡും പ്രണയവും അയാളെ തളർത്തി.

ആഴ്ചാവസാനം നാട്ടിലേക്കു മടങ്ങാനവധി കിട്ടിയപ്പോൾ എന്തായാലും ചെന്നിട്ട് അവളെ നേരിൽ കാണണം എന്നുതന്നെ സ്മിത്ത് ഉറപ്പിച്ചു. ബ്രിസ്റ്റണിൽനിന്നും സ്ട്രാട്ടണിലേക്ക് കപ്പൽമാർഗം പോവാൻ അയാൾ തീരുമാനിച്ചു. റെയിൽവേ ജങ്ഷനിൽ കാത്തുകെട്ടിസമയം പാഴാക്കാൻ അയാൾ ഇഷ്ടപ്പെട്ടില്ല.

സ്മിത്ത് രണ്ടാമതും ആ തീരത്ത് വന്നിറങ്ങിയതും മനോഹരമായ ഒരു വൈകുന്നേരത്താണ്. കുന്നുകയറി നടക്കാനൊരുങ്ങവെ പ്രണയത്തിന്റെ തീരത്തണലിൽ അവളുടെ വീടിനരികിലൂടെയാവാം യാത്ര എന്നയാൾ തീരുമാനിച്ചു.

നേർത്ത നിലാവിൽ ഹാർബറിലേക്ക് ഒരു ചെറിയ ബോട്ടിൽ രണ്ടുപേർ സവാരിചെയ്യുന്നത് സ്മിത്ത് കണ്ടു. അയാളെ കടന്ന് എതിർദിശയിലേക്ക് ആ ബോട്ട് നീങ്ങിപ്പോവുകയും ചെയ്തു. തുഴവീഴുന്ന ശബ്ദത്തിൽനിന്നുതന്നെ അതിലൊരാൾ പുരുഷനാണെന്ന് സ്മിത്ത് തിരിച്ചറിഞ്ഞു. മറ്റേ തീരത്തിറങ്ങി പടവുകൾ കയറിത്തുടങ്ങിയപ്പോൾ നിലാവിൽ അവരുടെ രൂപം ഒന്നുകൂടി വ്യക്തമായി. തൊപ്പിയിലെ തൂവലുകളും അലങ്കാരപ്പണികളുംകൊണ്ട് രണ്ടാമത്തേത് ഒരു സ്ത്രീയാണെന്നും സ്മിത്ത് തിരിച്ചറിഞ്ഞു.

കുറേനേരംകൂടി തീരത്തു ചെലവിട്ടശേഷം അയാൾ നടന്നുതുടങ്ങി. പാലം കടന്ന് എൽഡൽസ്റ്റൗവിലേക്കുള്ള താഴ്വാരത്തിലേക്ക് ഇറങ്ങിയ

പ്പോൾ തനിക്കുമുമ്പിലായി ആരോ നടന്നുപോവുന്നതിന്റെ ശബ്ദം അയാൾ കേട്ടു. കരിയിലകൾ ഞെരിയുന്നതിൽനിന്നും അത് രണ്ടുപേരുണ്ടെന്ന് വ്യക്തമായിട്ടറിയാം. അയാൾ കുറേക്കൂടി വേഗം കൂട്ടി. അവരുടെ തൊട്ടു പുറകിലെത്തി. തൊപ്പിയും തൂവലും എല്ലാം അതുതന്നെ; ബോട്ടിൽ തീരത്തു വന്നിറങ്ങിയ ആ ജോഡികൾതന്നെയാണിത്.

അവിടെവച്ച് വഴി രണ്ടായി, ഒന്ന് മിസിസ് സ്വാൻക്രോർട്ടിന്റെ വേനൽക്കാലവസതിയിലേക്കുള്ളതാണ്. അതുവഴി പോയാൽ അവിടേക്കു മാത്രമേ എത്തൂ. ആ രണ്ട് രൂപങ്ങൾ അങ്ങോട്ട് തിരിഞ്ഞു. സ്മിത്തും അവരെത്തന്നെ പിന്തുടർന്നു. ആ സ്ത്രീ എൽഫ്രെഡിന്റെ വേലക്കാരിയോ, വിരുന്നുകാരിയോ ആരെങ്കിലുമാവും......... പൊടുന്നനെ അത് എൽഫ്രെഡ് തന്നെ ആയിക്കൂടെ എന്നയാൾക്ക് തോന്നി........ തന്നെ ഒഴിവാക്കുന്നത്, തന്നെ കാണാൻ വരാഞ്ഞത്........ എല്ലാംകൂടി കൂട്ടിവെച്ചപ്പോൾ സ്മിത്തിന് സംശയം ബലപ്പെട്ടു.

സ്മിത്തിനു മുമ്പിൽ ആ കെട്ടിടത്തിന്റെ ഗേറ്റ് തുറന്ന് വീണ്ടും അടഞ്ഞു....... പിന്നെ ആരെയും കണ്ടില്ല.

ആ ബോട്ടിൽ വന്നിരിക്കുന്നവർ വേനൽക്കാലവസതിയിലേക്ക് കയറിയിരിക്കുന്നു. അവരിലൊരാൾ സംസാരിക്കുന്നത് കേൾക്കാനായി.

“നേരം വൈകിയതിന് നമുക്ക് വഴക്കു കേൾക്കും എന്നുതന്നെ ഞാൻ ഭയന്നു.”

ചിരപരിചിതമായ ആ ശബ്ദം സ്മിത്ത് തിരിച്ചറിഞ്ഞു.

“എൽഫ്രെഡ്.” അയാൾ മന്ത്രിച്ചു. അയാളുടെ ഹൃദയം ത്രസിച്ചു.

“ഓ....... ആ കാറ്റ് വീണ്ടും തുടങ്ങി. നോക്കൂ ഈ മരങ്ങൾ......!” എൽഫ്രെഡ് പറയുന്നു. “നീ കേൾക്കുന്നില്ലേ? എത്രയായിക്കാണും സമയം?”

“ഒരു വെളിച്ചം എടുക്കട്ടെ. എന്നിട്ട് പറയാം അങ്ങോട്ട് കേറിനിൽക്ക് അവിടെ നല്ല വായുവുണ്ട്.”

ആ സ്വരം സ്മിത്തിന് വളരെ പ്രത്യേകതകൾ ഉള്ളതായി തോന്നി.

അവരിപ്പോൾ മരങ്ങൾകൊണ്ട് തറപാകിയ നിറഞ്ഞ ജനലുകളുള്ള ഒരു വീടിനകത്തേക്ക് കടന്നു.

ഒരു വിളക്ക് കത്തിക്കുന്നതിന്റെ ശബ്ദം കേട്ടു. ആ വീടിന്റെ അകമാകെ പ്രഭാപൂരിതമായി. വെളിച്ചം ആയിരക്കണക്കിന് നുറുങ്ങുന്ന കാഴ്ചകൾക്ക് ജന്മം നൽകി. ഇലകൾ, ഇലകളുടെ അനേകം കുഞ്ഞുപ്രാണികൾ എല്ലാം കുറച്ചുനേരം സ്മിത്ത് നോക്കിനിന്നു. അപ്പോഴേക്കും അകത്ത് കൂടുതൽ പ്രകാശമാനമായ ആ ചിത്രം തെളിഞ്ഞു.

ആദ്യം അവന്റെ പ്രിയസുഹൃത്ത് ഹെൻറി നൈറ്റിന്റെ മുഖം തെളിഞ്ഞു. അവർക്കിടയിൽ സ്മിത്ത് ഇന്ത്യയിലേക്ക് പോയശേഷം ഒരു അകൽച്ച രൂപപ്പെട്ടിട്ടുണ്ട്. കാലം രൂപപ്പെടുത്തിയ ഒരു വിടവ്.

അടുത്തതായി നക്ഷത്രശോഭയുള്ള ആ മുഖം കണ്ടു—എൽഫ്രെഡിന്റെ! തന്റേത് എന്ന് അവൾ സ്വയം വിളിച്ചിരുന്ന ഘട്ടത്തേക്കാളും സ്ത്രൈണതയുണ്ട് ഇപ്പോഴാ മുഖത്തിന് എന്ന് സ്മിത്തിന് തോന്നി.

തെളിച്ചവും എന്നത്തേയുംപോലെതന്നെ സ്ഫുടമാണ്. ധാരാളമായുള്ള മുടി, അതിന്റെ ഫാഷനിൽ വരുത്തിയ നേരിയ മാറ്റമൊഴിച്ചാൽ അതു പോലെതന്നെയുണ്ട്.

അവരുടെ നെറ്റിത്തടം പരസ്പരം ഒട്ടുമാറ് അവർ അടുത്തുനിന്നു. എൽഫ്രഡിന്റെ കൈയിലെ വാച്ചിലേക്ക് വെളിച്ചം കാണിച്ചുകൊടുക്കുന്നു. അവൻ കൈകൊണ്ട് അവളുടെ അരക്കെട്ടിൽ പിടിച്ചിട്ടുണ്ട്. പലകയുടെ വിടവിനിടയിലൂടെ ആ കാഴ്ച സ്മിത്തിന്റെ കണ്ണിലെത്തി.

നൈറ്റിന്റെ കൈ അവളുടെ അരയിൽ മുറുകിപ്പിടിച്ചുതന്നെ ഇരുന്നു.

"എട്ടര കഴിഞ്ഞു." നേർത്ത, പ്രണയമയമായ സ്വരത്തിൽ എൽഫ്രഡ് പറഞ്ഞു.

വെളിച്ചം അണഞ്ഞു. എല്ലാ കാഴ്ചകളും ഇരുട്ടിലായി. പ്രകാശപൂരിതമായ ഒരിടവേളയ്ക്ക് ശേഷമുള്ള ഈ അന്ധകാരത്തിനപ്പുറം മനുഷ്യന്റെ വിധിയെ ഉപമിക്കാൻ വാക്കുകൾ ഇല്ല. സ്മിത്ത് ചിതറിത്തെറിച്ച ഹൃദയവുമായി തിരിച്ചു നടക്കാനൊരുങ്ങി തിരിയവെ, ആ വസതിയുടെ ഒരരികും പറ്റി ഒരിരുണ്ട രൂപം നിൽക്കുന്നത് സ്മിത്തിന്റെ കണ്ണിൽ പതിഞ്ഞു. അയാൾ സൂക്ഷിച്ചുനോക്കി...... മനുഷ്യരൂപംതന്നെയോ? അതോ......

കമിതാക്കൾ വീടിനുനേരെ നീങ്ങിത്തുടങ്ങി. ആ രൂപവും ചലിക്കുന്നു. ഇപ്പോഴത് സ്മിത്തിന്റെ മുമ്പിലെത്തി. സ്ത്രീയോ പുരുഷനോ എന്നുപോലും മനസിലാവാത്തവിധം അവരാകെ മൂടിപ്പുതച്ചിരിക്കുന്നു. ഒട്ടും ശബ്ദം കേൾക്കാതെയാണ് ചലനം.

സ്മിത്ത് മുന്നോട്ടു വന്നു. എന്തെങ്കിലും ശബ്ദമുണ്ടായാൽ അത് എൽഫ്രഡും നൈറ്റും കേൾക്കുമോ എന്ന ഭയവും അയാൾക്കുണ്ടായിരുന്നു. "നിങ്ങളാരാണ്?" സ്മിത്ത് ചോദിച്ചു.

"ഞാനാരാണ് എന്നത് കാര്യമാക്കണ്ട." ആ രൂപം മന്ത്രിച്ചു.

"ഞാനാരായാലെന്ത്? അവൾ അതുതന്നെ ചെയ്യുന്നു. എനിക്കറിയാം, നന്നായിട്ടറിയാം. അവളുടെ പേരിൽ നിന്റെ ഹൃദയം വേദനിപ്പിക്കരുത്. നീ അവളെ ഓർത്ത് തകർന്നാൽ നിന്റെ കാലമെത്താതെ അവൾ ശവക്കുഴിയിലേക്കയയ്ക്കും. അങ്ങനെയാണ് നിന്റെ മുമ്പത്തെ ആളോടും അവൾ ചെയ്തത്."

"നിങ്ങൾ...... നിങ്ങൾ മിസിസ് ജെത്‌വേയല്ലേ? നിങ്ങളെന്താ ഇവിടെ ചെയ്യുന്നത്? എന്തിനാ ഇങ്ങനെ ഒക്കെ സംസാരിക്കുന്നത്?"

"എന്റെ ഹൃദയം തകർന്നു. ജീവിതം പോയി. ആരും അതൊന്നും അറിയുന്നില്ല. എന്റേതുപോലെ അവളുടേതും തകർന്നെങ്കി......."

"മിണ്ടരുത്." സ്മിത്ത് ഇപ്പോഴും എൽഫ്രഡിനെ സ്നേഹിക്കുകതന്നെ ചെയ്യുന്നു. "അവർ മനഃപൂർവം ആരെയും വേദനിപ്പിക്കുകയില്ല. നിങ്ങളെങ്ങനെ ഇവിടെ വന്നു?"

"അവർ ആ വഴിയെ വരുന്നതു ഞാൻ കണ്ടു. അവളുതന്നെയാണോന്ന് നോക്കാൻ....... എന്റെ പഴയ കാലം ഓർക്കുമ്പോൾ എനിക്കെങ്ങനെ അവളെ വെറുക്കാതിരിക്കാനാവും? എന്റെ മകനെ ഓർക്കുമ്പോൾ എനിക്കെങ്ങനെ അവളെ ശപിക്കാതിരിക്കാൻ കഴിയും?"

അവർ നടന്നു നീങ്ങി......... താഴ്‌വാരത്തിലെ നിഴലുകളിൽ ലയിച്ചു.

തന്റെ മകന്റെ മരണത്തിനുശേഷം മിസിസ് ജെത്‌വെ അലഞ്ഞുതിരിഞ്ഞു നടക്കുകയാണ്, എന്ന് സ്മിത്ത് കേട്ടിട്ടുണ്ട്. അവരോട് സഹതാപം തോന്നിയെങ്കിലും, അവർ എൽഫ്രഡിനെ കുറ്റപ്പെടുത്തുന്നത് അവന് സഹിക്കാനായില്ല.

വീണ്ടും കണ്ട കാഴ്ചയിലേക്കുതന്നെ അവന്റെ ചിന്തകൾ മടങ്ങിപ്പോയി. സ്മിത്തിന്റെ ഹൃദയത്തിൽ ദുഃഖം ഘനീഭവിച്ചു. ഇതത്ര അപ്രതീക്ഷിതമൊന്നുമല്ല. തന്റെ കാര്യത്തിൽ എൽഫ്രഡ് കാണിക്കുന്ന അലംഭാവം തനിക്ക് ദോഷകരമായ എന്തോ ഒന്നുതന്നെയാണെന്ന് സ്മിത്ത് കഴിഞ്ഞ ദിവസങ്ങൾക്കിടെ ഊഹിച്ചിരുന്നു.

പക്ഷേ എതിരാളി നൈറ്റാണ്. അയാളെക്കുറിച്ച് പറയുമ്പോഴാണ് അവൾ അയാളെ മറക്കൂ എന്നൊക്കെ കലഹിച്ചിരുന്നത്....... തന്റെ ഹൃദയം മുഴുവൻ നൈറ്റാണോ എന്ന് അവനെക്കുറിച്ച് പറയുമ്പോഴൊക്കെ അവൾ അസൂയപ്പെട്ടിരുന്നു.......... ഇപ്പോൾ!

അവളുടെ കത്തുകളെല്ലാം അയാൾ മനസിലോർത്തു. അതിലൊന്നും നൈറ്റിനെപ്പറ്റി ഒരന്വേഷണവും ഉണ്ടായിരുന്നില്ല. ഏതോ രണ്ടെണ്ണത്തിൽ മാത്രം. പക്ഷേ അതിനുമുമ്പെ സ്മിത്ത് ബോംബെ വിട്ടിരുന്നു.

തന്റെ അച്ഛനും അമ്മയും ഉറങ്ങുംമുമ്പ് വീട്ടിലെത്താം എന്നു കരുതി നടക്കുമ്പോഴും ദൂരെ കാണുന്ന വികാരിഭവനം അയാളെ തളർത്തി......... അവിടെയാണ് എൽഫ്രഡും ഒത്ത് ഏറെനാൾ ആഹ്ലാദത്തോടെ കഴിഞ്ഞത്.

നടന്നുപോകവെ കിഴക്കൻ എൽഡൽസ്റ്റൗ പള്ളിമണി മുഴങ്ങുന്ന ശബ്ദം സ്മിത്ത് കേട്ടു. ലുക്സലെൻ ബംഗ്ലാവിന് അകത്തുനിന്നാണ്...... വീണ്ടും മണിമുഴക്കം കേട്ടു.

“അതെ മരിച്ചിരിക്കുന്നു.” സ്മിത്ത് സ്വയം പറഞ്ഞു.

കിഴക്കൻ ഇടവകയിലെ ആരോ ആവണം മരിച്ചത്. ആരാണ് മരിച്ചത് എന്നതിന്റെ ഏകദേശരൂപം മണിമുഴക്കത്തിലൂടെതന്നെ അറിയുന്നതാണ്, ആ ഇടവകയിലെ ഒരു രീതി.

മൂന്ന് തവണ മൂന്ന് മണിമുഴക്കം കേട്ടാൽ മരിച്ചത് പുരുഷൻ. മൂന്നുതവണ രണ്ട് മണിമുഴക്കം കേട്ടാൽ മരിച്ചത് സ്ത്രീ. രണ്ട് തവണ മൂന്ന് മണി, ആൺകുട്ടി. രണ്ട് തവണ രണ്ട് മണിമുഴക്കം പെൺകുട്ടി.

ഒരു നിമിഷം മരിച്ചത് തന്റെ അച്ഛനമ്മമാരാവുമോ എന്ന് സ്മിത്ത് ഭയന്നു. താൻ പോരുംവരെ ഒരസുഖവും ഇല്ലായിരുന്നു.

അയാൾ നേരെ കേറിവന്നു......... പുല്ലുകളും മറ്റും വെച്ച് അലങ്കരിച്ചിരിക്കുന്നു, അവിടെ അവന്റെ അച്ഛൻ, മാർട്ടിൻ കാനിസ്റ്റർ പിന്നെയും ചില ജോലിക്കാർ ഒക്കെ നിൽക്കുന്നു. ആളുകൾ കൂട്ടംകൂടിനിൽപ്പുണ്ട്. ശവശരീരത്തിന് ചുറ്റുമിരിക്കുന്നവർ ബ്രഡും നെയ്യും മറ്റും തിന്നുന്നു. ഒരാൾ കൈമാറിക്കൊണ്ടിരിക്കുന്നു.

“ആരാ മരിച്ചത്?” സ്മിത്ത് കേറിച്ചെന്നുകൊണ്ട് ചോദിച്ചു.

26

അവസാനം

എല്ലാ കണ്ണുകളും വാതിൽക്കലേക്ക്, സ്മിത്തിനുനേരെ തിരിഞ്ഞു. തനി പഴഞ്ചർ എന്നുതോന്നിക്കുന്ന ആ ജനങ്ങൾ അവനെ കണ്ണുകൾ കൊണ്ട് പരിശോധിച്ചു.

"ആ......... സ്മിത്ത് ...." തന്റെ പിന്നിൽനിന്നും നുരഞ്ഞുപൊങ്ങുന്ന ഒരു ഗ്ലാസുമായി അച്ഛൻ എഴുന്നേറ്റുവന്നു.

"നിന്റെ അമ്മ കുറേനേരമായി നിന്നെ കാത്തിരിക്കുന്നു, പക്ഷേ നിനക്കിനി എന്റെ കൂടെ വീട്ടിലേക്ക് പോയാ പോരെ?"

"നിന്നെ വീണ്ടും കാണാനായതിൽ സന്തോഷം ഉണ്ട് സ്മിത്ത്." മി. കാനിസ്റ്റർ പറഞ്ഞു.

"അതെ എനിക്കും." സ്മിത്തും പറഞ്ഞു.

"ആരാ മരിച്ചത്?" സ്മിത്ത് ആവർത്തിച്ചു.

"ലേഡി ലക്സില്ലൻ എന്ന മഹാപ്രഭ്വി."

"എപ്പോഴായിരുന്നു?"

"അതിരാവിലെ." അവന്റെ അച്ഛൻ എന്തോ ഓർത്തുകൊണ്ട് ആവർത്തിച്ചു. "അതെ, ഇന്നുരാവിലെ. ഇത് പ്രതീക്ഷിച്ചതാണ്. അത്രയ്ക്ക് ക്ഷീണിതയായിരുന്നു. അവർ."

"അവർക്ക് രണ്ട് ചെറിയ കുട്ടികളുണ്ട്. അല്ലേ?" സ്മിത്ത് ചോദിച്ചു.

"ഓ...... പാവം കുട്ടികൾ. ഇപ്പോൾ അമ്മ ഇല്ലാത്തവരായി."

"ഞാൻ വികാരിയുടെ അവിടെയുള്ളപ്പോൾ ആ കുട്ടികൾ എൽഫ്രെ ഡിന്റെ കൂടെ കളിക്കാൻ വന്ന് ഒരുപാട് കണ്ടിട്ടുണ്ട്." വില്യംവോം പറഞ്ഞു.

"മുകളിലോട്ടും താഴോട്ടും ഓടിയും ചാടിയും എൽഫ്രെഡിന്റെ കൂടെ തിമിർക്കും അവർ. അവളെ വലിയ ഇഷ്ടമായിരുന്നു ആ കുട്ടികൾക്ക്."

"അമ്മയെക്കാൾ ഇഷ്ടമാണവർക്ക് എൽഫ്രെഡിനെ." വികാരികളി ലൊരാൾ കൂട്ടിച്ചേർത്തു.

"ആ, അവർക്ക് അവരെ അത്രയ്ക്കങ്ങ് ശ്രദ്ധ പോരായിരുന്നു......"

"നോക്കൂ, ആ സ്ത്രീ, മരിച്ചുപോയിക്കഴിഞ്ഞു. ഇനി നമ്മളവർക്ക് അന്ത്യവിശ്രമത്തിനൊരു സ്ഥലമാണ് കൊടുക്കേണ്ടത്." ജോൺ സ്മിത്ത് ഓർമിപ്പിച്ചു.

എവിടെയാണ് കുഴിമാടം ഒരുക്കുന്നത് എന്ന് സ്മിത്ത് ആരാഞ്ഞു.

"ഇവിടെ." അയാളുടെ അച്ഛൻ പറഞ്ഞു. "നമ്മളീ ചുമർ പൊളിച്ചിട്ട് ഇവിടെ കുറച്ച് സ്ഥലം ഒരുക്കും. പാവം പ്രഭുവിന്റെ അമ്മ മരിച്ചപ്പോ ഇവർ എന്നോട് പറഞ്ഞതാണ്.

"ജോൺ, ഇനി ഒരാവശ്യം വരുംമുമ്പെ ഇവിടം കുറച്ച് വലുതാക്കണം, കേട്ടോ എന്ന്. ഇത്ര പെട്ടെന്ന് അവർക്കുവേണ്ടിത്തന്നെ അതു വേണ്ടിവരുമെന്ന് കരുതിയില്ല..........."

പണ്ട് ചുവപ്പ് വെൽവെറ്റായിരുന്നു എന്ന് സൂക്ഷിച്ചുനോക്കിയാൽ മാത്രം മനസിലാവുന്ന വലിയൊരു കുഴിമാടം അവിടെ ഉണ്ടായിരുന്നു.

"എല്ലാവരുടേയും തല ഒരേ ദിശയിൽ വരുന്നതെന്തിന്?" ഒരു യുവാവ് ചോദിച്ചു.

"അതാണ് ശവപ്പറമ്പിന്റെ നിയമം. ജീവിച്ചിരിക്കുമ്പോൾ മനുഷ്യർ തല മുകളിലും കാല് തറയിലുമാണ്. അതുപോലെ മരിച്ചാൽ മനുഷ്യൻ കിഴക്കുപടിഞ്ഞാറാവണം കിടക്കുന്നത് എന്നാണ്. സമൂഹത്തിലെല്ലാത്തിനും അതിന്റേതായ നിയമങ്ങളുണ്ട്."

അവർ കുഴിയൊരുക്കുന്നതിൽ വ്യാപൃതരായി........ ദുഃഖാർത്തമായ മനസോടെ അവരുടെ ജോലി വീക്ഷിച്ചുകൊണ്ട് സ്മിത്ത് അവിടെത്തന്നെ നിന്നു.

ആ ശരീരം മറവു ചെയ്തതിനുശേഷം അവരെല്ലാവരും പിരിഞ്ഞു പോയി.

27

അഭിവാദനം

കാലത്തിന്റെ കടന്നുപോക്ക് പ്രണയത്തെ കെടുത്തിക്കളയാറുണ്ട്. അതുപോലെതന്നെ പ്രണയം പ്രബലപ്പെടാറുമുണ്ട്, ചിലരുടെ കാര്യത്തിൽ.

എൽഫ്രഡിന്റെ കാര്യത്തിൽ സംഭവിച്ചതതാണ്. എത്ര ശക്തമായിരുന്നിട്ടും പുതിയ ഒരാൾ വന്നപ്പോൾ ആദ്യപ്രണയം പഴയതായിപ്പോയി. ആദ്യ സമയത്ത് നൈറ്റ് കാണിച്ച അവഗണന സ്മിത്തിന്റെ സർവസമയവും പിന്നാലെ നടക്കുന്ന സ്വഭാവവുമായി തട്ടിച്ചുനോക്കിയപ്പോൾ എൽഫ്രഡിന് കൂടുതൽ നല്ലതായി തോന്നി. പ്രണയകാര്യത്തിൽ നൈറ്റിന്റെ പിശുക്കത്തരത്തിന് മുമ്പിൽ സ്മിത്തിന്റെ സദാ വഴിഞ്ഞൊഴുകുന്ന സ്നേഹപ്രകടനങ്ങൾ തണുത്തതായി തോന്നി എൽഫ്രഡിന്.

എൽഫ്രഡിന്റെ സ്ഥിരതയില്ലാത്ത സ്വഭാവവും ഒരുപക്ഷേ ഒരു കാരണംതന്നെയാണ്. ഇന്ത്യയിലേക്ക് പോയതോടെ എൽഫ്രഡിനെ തന്റെ വലയത്തിൽത്തന്നെ നിർത്താൻ സ്മിത്തിന് കഴിയാത്തതും അകൽച്ചയ്ക്ക് ഒരു കാരണമായി. സ്മിത്തിന്റെ രക്ഷിതാക്കളുടെ സ്ഥിതിയും എൽഫ്രഡിന്റെ മനംമാറ്റത്തെ തെല്ല് സ്വാധീനിച്ചു. ദാരിദ്ര്യത്തോടൊപ്പം പ്രകടമാവുന്ന ചില സ്വഭാവവൈചിത്രങ്ങൾ എൽഫ്രഡിനെപ്പോലെയുള്ള ഒരു പെൺകുട്ടിക്ക് അരോചകമായിത്തോന്നും. പഴയ, ആ കുടുംബത്തിൽ നിന്നുള്ള ഒരു പെൺകുട്ടിക്ക് സ്മിത്തിന്റെ അച്ഛൻ ധരിക്കുന്ന വസ്ത്രങ്ങളും പരുക്കൻ സ്വഭാവവും അവന്റെ അമ്മയുടെ പ്രാദേശികമായ ഭാഷയും ഒക്കെ ബുദ്ധിമുട്ടുണ്ടാക്കാം.

കടൽത്തീരത്തുവെച്ചുണ്ടായ അപകടമുഹൂർത്തത്തിനുശേഷം നൈറ്റ് വേഗം തന്നെ മുറിക്കുള്ളിലേക്ക് വലിഞ്ഞു. അയാൾ ക്ഷീണിതനായിരുന്നു. എൽഫ്രഡും ക്ഷീണിതയായിരുന്നെങ്കിലും, നല്ല വസ്ത്ര

ങ്ങളൊക്കെ അണിഞ്ഞ് അഞ്ചു മണിയോടെ അവർ വീണ്ടും ഹാളിൽ പ്രത്യക്ഷപ്പെട്ടു. അവളാകെ അസ്വസ്ഥയായിരുന്നു; അത് മരണത്തിൽ നിന്നും തലനാരിഴയ്ക്ക് രക്ഷപ്പെട്ട ആ നിമിഷങ്ങൾ ഓർത്തായിരുന്നില്ല.......

രാത്രി കാണാം എന്ന് സ്മിത്തിന് കൊടുത്തുപോയ വാഗ്ദാനം ഓർത്തായിരുന്നു അവളുടെ വിമ്മിട്ടം. ആ വാക്ക് പറച്ചിൽ ഒരു പ്രേതത്തെപ്പോലെ അവളെ വീണ്ടും വീണ്ടും പിന്തുടർന്നു. നൈറ്റിനു മുമ്പിൽ സ്മിത്ത് തീരെ ചെറുതായിപ്പോയതായി എൽഫ്രഡിനു തോന്നി. പണ്ട് സ്മിത്തിനെ മറക്കാൻ അച്ഛൻ ഉപദേശിച്ചത് അന്നേ അനുസരിക്കേണ്ടതായിരുന്നു എന്ന് എൽഫ്രഡ് ഖേദിച്ചു! തങ്ങളുടെ എന്തു പ്രിയപ്പെട്ട, ശക്തമായ ആഗ്രഹങ്ങൾപോലും കാലപ്പഴക്കംകൊണ്ട് ഒന്നും അല്ലാതായിത്തീരുന്നത് യുവമനസുകളുടെ പതിവാണ്...........!

തമ്മിൽ കാണാം എന്നുപറഞ്ഞ ആ മണിക്കൂറും വന്നെത്തി....... എൽഫ്രഡ് ആകെ പ്രതിസന്ധിയിലായി. ആകെക്കൂടി അവളുടെ ഹൃദയം കുഴഞ്ഞുമറിഞ്ഞു........ പിന്നെ ഇങ്ങനെയായി അവളുടെ പ്രാർഥന.......

"ദൈവമേ....... മാപ്പ്. എനിക്ക് സ്മിത്തിനെ കാണണ്ട. ഞാനവനെ സ്നേഹിക്കാത്തതുകൊണ്ടല്ല, മറിച്ച് നൈറ്റിനെ അവനെക്കാളധികം സ്നേഹിക്കുന്നതുകൊണ്ടാണ്."

അതെ, അവൾ അവൾക്കനുയോജ്യമല്ലാത്ത ഒരുവനിൽനിന്നും അവളെ സ്വയം രക്ഷിച്ചിരിക്കുന്നു. അവൾ അവളുടെ അച്ഛനെ അനുസരിച്ചിരിക്കുന്നു. ഇനി അവൾക്കും സ്മിത്തിനും ഇടയിൽ ഒന്നുമില്ല.

അടുത്ത ദിവസങ്ങളിലൊന്നും നൈറ്റിന്റെ ഭാഗത്തുനിന്നും യാതൊരുവിധ തുറന്നുപറച്ചിലുകളും ഉണ്ടായില്ല. അതിൽ എൽഫ്രഡിന് അപാകതയൊന്നും തോന്നിയില്ല. വാക്കുകൾക്ക് പ്രകടമാക്കാനാവുന്നതിനപ്പുറം ഒരു ഹൃദയബന്ധം അവരിൽ രൂഢമൂലമായിക്കഴിഞ്ഞിരിക്കുന്നു എന്നു തന്നെയായിരുന്നു അവളുടെ ഉറച്ച വിശ്വാസം.

പക്ഷേ ഏറെ താമസിക്കാതെ എൽഫ്രഡിന്റെ ഉള്ളിൽ മറ്റൊരു ചിന്ത നീറിപ്പുകഞ്ഞുതുടങ്ങി. നൈറ്റ് യാദൃച്ഛികമായി സ്മിത്തിനെ കണ്ടാൽ... തങ്ങൾ തമ്മിൽ ഉണ്ടായിരുന്ന ബന്ധത്തെക്കുറിച്ചറിഞ്ഞാൽ.....

എൽഫ്രഡ്, നൈറ്റിനെ കൂടുതൽ നന്നായി നിരീക്ഷിച്ചു താൻ മുമ്പ് ആരെങ്കിലുമായി പ്രണയം പങ്കുവെച്ചിട്ടുണ്ട് എന്ന് നൈറ്റിന് യാതൊരു ഊഹവുമില്ല എന്ന് അവൾക്ക് ബോധ്യപ്പെട്ടു. സാധാരണയായി എൽഫ്രഡ് തുറന്നുപറയുന്ന ആളാണ്. നേരേചൊവ്വേ ഉള്ളത് പറയുന്ന കൂട്ടത്തിലാണ് എൽഫ്രഡ്. പക്ഷേ ഒരു മാറ്റത്തിനു സമയമായിരുന്നു! അവൾ നൈറ്റിന്റെ സുഹൃത്തിനെ അറിയുകപോലുമില്ല! സ്ത്രീകൾ അങ്ങനെയാണ്. രഹസ്യമാക്കി വെക്കുകയെന്നാൽ അങ്ങേയറ്റം രഹസ്യമാക്കുക എന്നാണ് അർഥം.

ഒളിച്ചോട്ടത്തിന്റെ കാര്യം ഇപ്പോൾ വീണ്ടും ഒരു പ്രേതത്തെപ്പോലെ അനുഭവപ്പെട്ടു എൽഫ്രഡിന്. എത്രകാലം മൂടിവെച്ചോ അത്രയും ബുദ്ധി

മുട്ടാവും അഥവാ ഒരു തുറന്നുപറച്ചിലുണ്ടായാൽ. പക്ഷേ അവളത് പറയാതിരിക്കാൻ തന്നെ തീരുമാനിച്ചു.

രണ്ട് നാളുകൾക്ക് ശേഷം ടെലഗ്രാമിനെക്കുറിച്ചുള്ള രഹസ്യം പറയാമെന്ന വാക്ക് വികാരി അവളെ ഓർമപ്പെടുത്തി. ഇപ്പോൾ അച്ഛനോട് തുറന്നുപറയാൻതന്നെ എൽഫ്രഡ് ഉറപ്പിച്ചു.

"ഞാനിത്രയും കാലം സ്മിത്തിനെ ഇംഗ്ലണ്ടിൽ വിട്ടതുമുതൽ ഈയടുത്തുവരെ അയാൾക്ക് സ്ഥിരമായി എഴുതാറുണ്ടായിരുന്നു." എൽഫ്രഡ് ശാന്തമായി പറഞ്ഞു.

"എന്ത്?" വികാരി അലറി. "നൈറ്റിന്റെ കൺമുമ്പിൽ വെച്ചും."

"ഇല്ല. നൈറ്റിനെ കൂടുതൽ ശ്രദ്ധിച്ചുതുടങ്ങിയതിൽപ്പിന്നെ ഇല്ല. ഞാൻ പപ്പയെ അനുസരിക്കുന്നു."

"ആ......... നീ നല്ലവളാണ്. എനിക്ക് ഉറപ്പുണ്ട്. എന്നുമുതലാണ് നീ നൈറ്റിനെ ഇഷ്ടപ്പെട്ടുതുടങ്ങിയത്?"

"അത് പ്രസക്തമാണെന്ന് എനിക്ക് തോന്നുന്നില്ല. ആ ടെലഗ്രാം ഒരു കപ്പൽ ഏജന്റിന്റേതാണ്. ഞാനാവശ്യപ്പെട്ടതല്ല. സ്മിത്ത് നാട്ടിലെത്തുന്ന കപ്പൽസമയം അയാളായിട്ട് അറിയിച്ചതാണ്."

"വിട്ടില്ലേ? എന്ത്? അവനിവിടെ ഉണ്ടോ?"

"അതെ. ഈ ഗ്രാമത്തിൽത്തന്നെയുണ്ട്."

"അവൻ നിന്നെ കാണാൻ ശ്രമിച്ചിരുന്നോ?"

"ഇങ്ങനെ ചോദ്യംചെയ്ത് എന്നെ പീഡിപ്പിക്കല്ലേ പപ്പാ........"

"എനിക്ക് ഒരു കാര്യംകൂടിയേ അറിയേണ്ടൂ. നീയവനെ കണ്ടിരുന്നോ?"

"ഇല്ല. ഞാൻ കണ്ടിട്ടില്ല. ഒരു കാര്യം ഉറപ്പാണ്. ഈ നിമിഷം ഞാനും അയാളും തമ്മിൽ പപ്പ ഇഷ്ടപ്പെടാത്ത തരത്തിലുണ്ടായിരുന്ന ഒരു ധാരണയും ഇല്ല. നിങ്ങളെന്നോട് അവനെ മറക്കാൻ ആവശ്യപ്പെട്ടു, ഞാൻ മറന്നു........"

"ശരി..... എന്നാലും എഴുത്തിന്റെ കാര്യത്തിൽ നീയെന്നെ അനുസരിച്ചില്ലല്ലോ........ സാരമില്ല. അവസാനം നീ അനുസരിച്ചല്ലോ..... നീ നല്ല കുട്ടിയാണ് എൽഫ്രഡ്."

"എന്നെ 'നല്ലത്' എന്ന് വിശേഷിപ്പിക്കല്ലേ പപ്പാ......."

അവൾ വിഷമത്തോടെ തുടർന്നു.

"പപ്പയ്ക്കറിയില്ല- ചിലതിനെക്കുറിച്ചൊക്കെ പറയാതിരിക്കുന്നതാ ഭേദം. നൈറ്റിന് ഇക്കാര്യങ്ങളൊന്നും അറിഞ്ഞുകൂട, ഓർമ വേണം. ഇതൊക്കെ എന്താണ്! ഞാനെന്താ ആയിരുന്നത് എന്ന് എനിക്കുതന്നെ അറിയില്ല."

"അയാളിതറിയുന്നതിൽ കുഴപ്പം ഉണ്ടെന്ന് എനിക്കു തോന്നുന്നില്ല. പറയേണ്ടതാണ്. സ്മിത്തിന്റെ നാടും വീടും ഒക്കെ ഇതാണ് എന്ന് നൈറ്റ് മനസിലാക്കിയാൽ.......... തീർന്നില്ലേ? അങ്ങനെ ഉണ്ടായാൽ നീ എന്ത് പറയും?"

"എനിക്ക് പറയാൻ വയ്യ. അറിയത്തില്ലെന്ന് എനിക്ക് വാക്കുതരണം. അല്ലെങ്കിൽ അത് എന്റെ നാശത്തിനാവും."

"എന്റെ പാവം കുഞ്ഞേ........ നൈറ്റ് ബുദ്ധിയുള്ള, മാന്യനായ മനുഷ്യനാണ്. പക്ഷേ നിന്റെ ഏറ്റവും മികച്ച തെരഞ്ഞെടുപ്പാണിതെന്നു ഞാൻ പറയുന്നില്ല. നീ ഒരു ജീവിതം തെരഞ്ഞെടുക്കാൻ കുറേക്കൂടികാത്തിരിക്കാൻ തയാറാണെങ്കിൽ കുറേക്കൂടി സമ്പന്നനായ ഒരാളെ നിനക്ക് കണ്ടെത്താം. പക്ഷേ നിന്റെ ഇഷ്ടം ഇതാണെങ്കി എനിക്ക് എതിർപ്പൊന്നുമില്ല. നിന്റെ രണ്ടാനമ്മയ്ക്കും സന്തോഷമാവും."

അവർ ലോണിൽനിന്നാണ് സംസാരിക്കുന്നത്. നൈറ്റ് എവിടെനിന്നോ അങ്ങോട്ട് നടന്നുവന്നു. എൽഫ്രഡ് അവനെ കണ്ടു. ഇപ്പോൾ അവളുടെ ഹൃദയം ലാഘവപ്പെട്ടിരിക്കുന്നു. കാര്യങ്ങൾ ഏകദേശം ശരിയാക്കി....... തന്റെ ചാഞ്ചാട്ടത്തിന്റെ പകുതി ഉത്തരവാദിത്വവും അച്ഛന്റെ ചുമലിലിട്ടു. എങ്കിലും നിഴലുകൾ ശേഷിക്കുന്നുണ്ട്.

'ഞാൻ സ്മിത്തിന്റെ കാര്യം പറഞ്ഞപ്പോൾ ഇതുപോലെ പപ്പ പെരുമാറിയിരുന്നെങ്കിൽ എത്ര സന്തോഷമായേനേ.' അതാണിപ്പോൾ എൽഫ്രഡിന്റെ ചിന്ത!

വൈകുന്നേരം ആ കമിതാക്കൾ ഒന്നുരണ്ട് മണിക്കൂർ നേരത്തെ സവാരിക്കിറങ്ങി. കിഴക്കൻ എൽഡൽസ്റ്റൗ പള്ളിയിലേക്ക് ലേഡി ലുക്സെല്ലൻ ശവകുടീരത്തിൽ കൂടിയേ പോവാനാവൂ.

ശവകുടീരത്തിനടുത്തേക്ക് കെട്ടിടത്തിനു പുറത്തുനിന്നുതന്നെ പടികളുണ്ട്. ശവപ്പറമ്പിലെ കുറ്റിച്ചെടികൾക്ക് മീതേക്കൂടി കുതിരപ്പുറത്തു നിന്നു തന്നെ എൽഫ്രഡും നൈറ്റും ആ കാഴ്ച കണ്ടു.

"നോക്ക്, അത് തുറന്നു കിടക്കുകയാണെന്ന് തോന്നുന്നു." നൈറ്റ് പറഞ്ഞു.

"അതെ. തുറന്നുകിടക്കുന്നു." എൽഫ്രഡ് മറുപടി പറഞ്ഞു.

"ഇനി അത് ആരടയ്ക്കും? കൽപ്പണിക്കാരനാവും അല്ലേ?"

"അതെ."

"ഒരുപക്ഷേ ജോൺ സ്മിത്ത് ആവും, സ്മിത്തിന്റെ അച്ഛൻ."

"ആയിരിക്കും." എൽഫ്രഡ് വിക്കിക്കൊണ്ട് മറുപടി പറഞ്ഞു.

"ആഹാ, ആണോ?"

നൈറ്റ് തുടർന്നു. "അയാളുടെ മകൻ എന്തുപറയുന്നൂന്ന് ഞാനൊന്ന് അന്വേഷിക്കണ്ടെ. ആ നിന്റെ അച്ഛൻ പറഞ്ഞതു ശരിയാണെങ്കിൽ കുടുംബകല്ലറയാകെ നല്ല ഭംഗിയുണ്ടാവും കാണാൻ. നമുക്ക് അകത്തേക്കു പോവാം?"

മറ്റൊന്നും ചെയ്യാൻ നിർവാഹമില്ലാത്തതുകൊണ്ട് എൽഫ്രഡും അകത്തേക്ക് കടന്നു. ജോൺ സ്മിത്ത് അത്ര ക്രൂരനൊന്നുമല്ല. തന്നോട് ക്രൂരതകാട്ടില്ല എന്നൊക്കെ ആശ്വസിച്ചുകൊണ്ട് അവൾ ശവക്കല്ലറകൾക്കിടയിലൂടെ നൈറ്റിന്റെ കൈയും പിടിച്ചു നടന്നു. ജോൺ സ്മിത്ത്

അവൾ അടുത്തെത്തിയതും, പതിവുപോലെ തൊപ്പി തലയിൽനിന്നും മാറ്റി ബഹുമാനം പ്രകടിപ്പിച്ചു.

ജോൺ സ്മിത്തിന്റെ കറുത്ത ശരീരം ശ്രദ്ധിച്ചുകൊണ്ട് നൈറ്റ് ഇങ്ങനെ പറഞ്ഞു. "മിസ്റ്റർ സ്മിത്ത്, എന്റെ പണ്ടത്തെ സുഹൃത്ത് മിസ്റ്റർ സ്മിത്തിന്റെ അച്ഛൻ എന്ന നിലയ്ക്ക് എനിക്ക് നിങ്ങളെ അറിയാം."

"ശരി......."

"എങ്ങനെ ഇരിക്കുന്നു നിങ്ങളുടെ മകനിപ്പോൾ? ഇന്ത്യയിലേക്കവൻ പോയതിനുശേഷം ഒരിക്കലേ അവനെക്കുറിച്ച് എന്തെങ്കിലും കേട്ടിട്ടുള്ളൂ. കാസ്റ്റർ ബ്രിഡ്ജിൽ വെച്ച് വർഷങ്ങൾക്ക് മുമ്പേ അവന് എന്നെ അറിയാം. പറഞ്ഞുകാണും എന്നെക്കുറിച്ച്. ഇല്ലേ."

"അതെ...... സ്മിത്ത് സുഖമായിട്ടിരിക്കുന്നു സാർ. അവൻ ഇപ്പോൾ ഇംഗ്ലണ്ടിൽത്തന്നെ ഉണ്ട്. എന്നുവച്ചാൽ വീട്ടിൽ. നേരുപറഞ്ഞാൽ ഇവിടെ ത്തന്നെ താഴെ കുടുംബകല്ലറയ്ക്കടുത്ത് നിൽപ്പുണ്ട്......"

എൽഫ്രഡിന്റെ ഹൃദയം ഒരു പൂമ്പാറ്റയെപ്പോലെ ചിറകിട്ടടിച്ചു.

നൈറ്റ് ആശ്ചര്യപ്പെട്ടു. "കൊള്ളാം. അത് രസമായിരിക്കുന്നു. ഞാൻ ഈ ഇടവകയിലുള്ള കാര്യം അവന് അറിയാമോ?"

"അത് എനിക്കറിയില്ല സാർ."

"ശരി. നമുക്ക് താഴെ, അവന്റെ അടുത്തേക്ക് പോവാം എൽഫ്രഡ്.."

"തീരെ വായുസഞ്ചാരം കാണില്ല അവിടെ........"

"ഇല്ല മാഡം." ജോൺ സ്മിത്ത് പറഞ്ഞു. വാതിലുകളെല്ലാം ഇന്നു തുറന്നിട്ടിരിക്കുകയാണ്....... അതുകൊണ്ട് നല്ല കാറ്റും വെട്ടവും ഒക്കെ ഉണ്ട്......."

നിവൃത്തികേടുകൊണ്ട്, ദയനീയമായി നൈറ്റിന്റെ കരം കവർന്ന് എൽഫ്രഡ് അവനൊപ്പം നടന്നു.

ആദ്യം അതിനകത്തെ തെളിമ........ ഒന്നും ആദ്യമേ വ്യക്തമാവില്ല. പതിയെ ഒരാൾ കറുത്ത ചുവരുകൾക്ക് അരികെ നിന്ന് പോക്കറ്റ്ബുക്കിൽ എന്തൊക്കെയൊ കുത്തിക്കുറിക്കുന്നത് കണ്ടു.

നൈറ്റ് ഒറ്റ വാക്കേ ഉച്ചരിച്ചുള്ളൂ; "സ്മിത്ത്!"

സ്മിത്ത് തന്റെ പഴയ സുഹൃത്തിനെ പെട്ടെന്ന് തിരിച്ചറിഞ്ഞു. പിറകിൽ നിൽക്കുന്ന സ്ത്രീയെയും.

സ്മിത്ത് ഒന്നും മിണ്ടാതെ വന്ന് നൈറ്റിന്റെ കൈപിടിച്ചു കുലുക്കി.

എൽഫ്രഡിന്റെയും സ്മിത്തിന്റെയും പരസ്പരസാമീപ്യത്തിന്റെ വേവും ചൂടും ഒന്നും അറിയാത്ത നൈറ്റ് ചോദിച്ചു– "നീ എന്തേ എനിക്കൊരു എഴുത്തുപോലും എഴുതാഞ്ഞത്?" നൈറ്റിനെ സംബന്ധിച്ച് സ്മിത്ത് ഇപ്പോഴും ആ പഴയ വിദ്യാർഥിതന്നെയാണ്.

"നിങ്ങൾ എനിക്കും എഴുതിയില്ലല്ലോ." സ്മിത്ത് പറഞ്ഞു.

"ആ .... അതെ. ഞാനെന്തേ എഴുതാഞ്ഞത്? നമ്മൾ എന്തേ എഴുതാഞ്ഞത്? അതൊരു ചോദ്യംതന്നെയാണ്. ഏതായാലും ഞാൻ നിന്നെ മറന്നിട്ടേ ഇല്ല സ്മിത്ത്. എന്തായാലും ഇപ്പോൾ നമ്മൾ വീണ്ടും

കണ്ടല്ലോ.. ഇനിയും കാണാം. ഇപ്പോഴത്തെക്കാൾ സൗകര്യമായിട്ട് കുറെ നേരം സംസാരിക്കാം......."

പശ്ചാത്താപത്തിൽ എൽഫ്രഡ് നിന്നു. ഒറ്റനോട്ടത്തിൽത്തന്നെ തന്റെ കാര്യം നൈറ്റിനോട് അവൾ പറഞ്ഞിട്ടില്ല എന്ന് സ്മിത്ത് മനസിലാക്കി. തന്റെ സാമീപ്യംകൊണ്ട് എന്തെങ്കിലും അനിഷ്ടം ഉണ്ടാക്കാൻ സ്മിത്ത് ആഗ്രഹിച്ചതേ ഇല്ല. നൈറ്റിനോടുള്ള ബഹുമാനവും പ്രണയവും ഇപ്പോഴും അയാൾക്കുള്ളിൽ ജ്വലിക്കുന്നുണ്ട്.

അവളെ നോക്കാൻ അയാൾ ഭയപ്പെട്ടു. സ്മിത്തിന് എങ്ങനെ എങ്കിലും സംസാരം അവസാനിപ്പിച്ച് പിരിഞ്ഞാൽ മതി എന്നേ ഉണ്ടായിരുന്നുള്ളൂ.

"ഇപ്പോ....... അങ്ങനെ സംസാരിച്ചിരിക്കാൻ ഒരു നേരം കിട്ടും എന്നു തോന്നുന്നില്ല. നാളെ ഞാനിവിടന്ന് പോവും, ഈ ആഴ്ചതന്നെ ഇന്ത്യയിലേക്ക് മടങ്ങണം. ഒരു നിമിഷംപോലും വെറുതെ കളയാനില്ല."

നൈറ്റിന് നിരാശയും അതൃപ്തിയും തോന്നി. ആ മറുപടി അയാളെ അസന്തുഷ്ടനാക്കി. നേരമില്ലായ്മയെപ്പറ്റി പറയുന്നത് ശരിയായിരിക്കും. പക്ഷേ അതു പറഞ്ഞ രീതി അത്ര ശരിയായില്ല. നൈറ്റിനോട് സംസാരിക്കുന്നത് സ്മിത്തിന് പണ്ടേ വലിയ ഇഷ്ടമാണ്. ഇപ്പോൾ അയാൾ ആ സൗഹൃദം നഷ്ടപ്പെടുത്തുകയാണ്. അതും തനിക്ക് യാതൊരു പരിഗണനയും തരാത്ത ഒരു പെണ്ണിനുവേണ്ടി.

"ഓ........ സങ്കടമായിപ്പോയി." സ്വരം മാറ്റിക്കൊണ്ട് നൈറ്റ് പറഞ്ഞു. "പക്ഷേ ഒഴിവാക്കാൻ പറ്റാത്ത പരിപാടി ഉണ്ടെങ്കിൽ പിന്നെ അതു നടക്കട്ടെ. ഇത് നമ്മുടെ ആദ്യത്തെയും അവസാനത്തെയും കൂടിക്കാഴ്ചയാണെങ്കിൽ.. ശരി...... നന്മ വരട്ടെ.........." ചുറ്റും നോക്കിക്കൊണ്ട് അയാൾ വീണ്ടും പറഞ്ഞു. "നമ്മൾ കണ്ടുമുട്ടിയത് ഏതായാലും ഈ വിചിത്രമായ സ്ഥലത്തു വെച്ചായിപ്പോയല്ലോ....."

മൂന്നുപേരും അവരുടെ ജീവിതത്തിൽ ഒരിക്കലും മറന്നുപോകാത്ത ഒരു മുഹൂർത്തമായിരുന്നു അത്. അശാന്തി പരന്ന മുഖവുമായി ഒന്നുമറിയാത്ത നൈറ്റ് നടുവിൽ കുറച്ച് മുമ്പിലായി നിന്നു. അവന്റെ ഇടതുവശത്ത് എൽഫ്രഡ്.....! വലതുവശത്ത് സ്മിത്തും!

"ഇതു തുറന്നശേഷം രണ്ടു മൂന്നുതവണ ഞാനിവിടെ വന്നു. എന്റെ അച്ഛൻ ഇവിടെ പണിയെടുത്തുകൊണ്ടിരിക്കുന്നുണ്ട്, കണ്ടിരുന്നോ?"

"കണ്ടു. നീ എന്താ ഇവിടെ ചെയ്യുന്നത്?" അവന്റെ കൈയിലെ നോട്ട്ബുക്കിൽ നോക്കിക്കൊണ്ട് നൈറ്റ് ചോദിച്ചു.

"ഞാൻ പള്ളിയുടെ ചില സ്കെച്ചുകൾകൂടി എടുക്കുകയാണ്. പിന്നെ ഇവിടെയുള്ള കുഴിമാടങ്ങളിലെ ചില പേരുകളും. ഇംഗ്ലണ്ടിൽ നിന്നും മടങ്ങുംമുമ്പ് ഇങ്ങനെ കുറേ ജോലികൾ തീർക്കാനുണ്ട്."

പിന്നെ അവർ കുറേനേരം ആ കല്ലറകളിൽ അടക്കം ചെയ്യപ്പെട്ടവരുടെ കുടുംബകാര്യങ്ങൾ എല്ലാം സംസാരിച്ചു.

ഇടയ്ക്ക് നൈറ്റ് എൽഫ്രഡിനെ സ്മിത്തിന് പരിചയപ്പെടുത്തി!

“സ്മിത്ത്, ഇത് മിസ് സ്വാൻക്രോർട്ടാണ്. ഇവളുടെ വീട്ടിലാണ് ഞാൻ താമസിക്കുന്നത്....... നിനക്ക് അറിയാമായിരിക്കും.” പിന്നെ സ്മിത്തിനോട് കുറച്ചുചേർന്നുനിന്ന് ശബ്ദം താഴ്ത്തി അയാൾ ഇത്രകൂടി പറഞ്ഞു. “ഞങ്ങൾ വിവാഹം കഴിക്കാൻ പോവുകയാണ്.”

താഴ്ത്തിപ്പറഞ്ഞിട്ടും എൽഫ്രെഡിന് അത് കേൾക്കാമായിരുന്നു... ശ്വാസമടക്കിപ്പിടിച്ച് അവൾ മറുപടിക്ക് കാതോർത്തു. അടക്കിപ്പിടിച്ച് എന്നു പറയാനാവില്ല. അന്നേരത്തെ അവളുടെ ഹൃദയത്തിന്റെ ഓരോ മിടിപ്പും അവളെ പിടിച്ചുലച്ചു..........

“അഭിനന്ദനങ്ങൾ......” സ്മിത്ത് മന്ത്രിച്ചു. പിന്നെ ഉച്ചത്തിൽ ഇത്ര കൂടി പറഞ്ഞു. “ആ, എൽഫ്രെഡിനെക്കുറിച്ച് ഒക്കെ എനിക്കും അറിയാം. മി. സ്വാൻക്രോർട്ടിന്റെ സഹായി ആയിരുന്നു എന്റെ അച്ഛൻ. ഓർമയില്ലേ?”

“അവർ അവിടെ ആയിരുന്നപ്പോൾ നീ കണ്ടിട്ടുണ്ടാവില്ല എന്നാ എനിക്ക് തോന്നുന്നത്.” നൈറ്റ് പറഞ്ഞു.

“അതെ. ആ സമയത്ത് ഉണ്ടായിട്ടില്ല.”

“ഞാൻ കണ്ടിട്ടുണ്ട് മി. സ്മിത്തിനെ” എൽഫ്രെഡ് വിക്കി......

“കൊള്ളാം, രണ്ട് അപരിചിതരെ പരിചയപ്പെടുത്തുംപോലെ പരിചയപ്പെടുത്തിക്കളഞ്ഞല്ലോ ഞാൻ.......... ആ പോട്ടെ, സ്മിത്ത്. നീ എനിക്കിപ്പോഴും കുട്ടിയാണ്. അതാ ഇങ്ങനെ ഒക്കെ................”

ഈ നിമിഷത്തിൽ തന്റെ വിധിയുടെ ക്രൂരഭാവമോർത്ത് സ്മിത്തിന് നിയന്ത്രണം നഷ്ടപ്പെട്ടു. വാക്കുകളെ തടയാൻ അയാൾക്ക് കഴിഞ്ഞില്ല, കടുത്ത വെറുപ്പോടെയാണ് അയാൾ സംസാരിച്ചത്.

“ഞാൻ ഗ്രാമത്തിലെ ഒരു തൊഴിലാളിയുടെ മകനല്ലേ? എന്നെ അങ്ങനെ പരിചയപ്പെടുത്താനൊന്നും കൊള്ളില്ലല്ലൊ..........”

“അയ്യോ....... ഇല്ലില്ല. ഞാനങ്ങനെ ഒന്നും കരുതിയിട്ടില്ല. ശരി, നമുക്ക് പുറത്തേക്ക് പോവാം. എൽഫ്രെഡ്, നീ എന്താ ഒന്നും മിണ്ടാത്തത്. സ്മിത്തുള്ളതുകൊണ്ടാണോ? അതു കാര്യമാക്കണ്ട. എനിക്കവനെ കുറെവർഷങ്ങൾക്ക് മുമ്പേ അറിയാം....... ഞാൻ പറഞ്ഞിട്ടില്ലേ?”

“ഉവ്വ്...... പറഞ്ഞിട്ടുണ്ട്.”

“എന്നെ അവൾക്കറിയാം എന്നുള്ള കാര്യം മാത്രം പറഞ്ഞിട്ടില്ല!” സ്മിത്ത് മന്ത്രിച്ചു. താൻ ആദ്യമായി അവളുടെ വീട്ടിലെത്തുമ്പോഴും ഇതു തന്നെയായിരുന്നു അവളുടെ പ്രകൃതം എന്ന് സ്മിത്ത് ഓർമിച്ചു.

അവർ പുറത്ത് പകൽവെളിച്ചത്തിലേക്ക് നടന്നെത്തി. എൽഫ്രെഡിന്റെ സ്വഭാവം അത്ര പരിചയമില്ലാത്ത പുരുഷന്മാരുടെ മുമ്പിലെത്തുമ്പോൾ പെൺകുട്ടികളിൽ പ്രകടമാവുന്ന നാണമായി നൈറ്റ് കണക്കാക്കി. അവൾ കുറച്ച് മുമ്പോട്ട് നടന്ന് ശവപ്പറമ്പിലേക്ക് നടന്നു.

“നിങ്ങൾ ഒരുപാട് മാറിപ്പോയിരിക്കുന്നല്ലോ സ്മിത്ത്........” നൈറ്റ് പറഞ്ഞു. “പ്രതീക്ഷിച്ചതിലും കൂടുതലൊന്നുമില്ല....... എന്തായാലും എനിക്ക് നിന്നിലും നിന്റെ കാര്യങ്ങളിലും ഒന്നും താൽപ്പര്യമില്ലാതായി

എന്നു കരുതരുത്. ഇന്ത്യയിലേക്ക് പോവുംമുമ്പ് നീ പറഞ്ഞ ആ അടുപ്പത്തിന്റെ കാര്യമൊന്നും ഞാൻ മറന്നിട്ടില്ല. ലണ്ടൻകാരി ഒരു പെൺകുട്ടി.......! അല്ലേ? എങ്ങനെ നന്നായിപ്പോവുന്നോ കാര്യങ്ങൾ?"

"ഇല്ല. ആ ബന്ധം തകർന്നുപോയി."

ചില സമയത്ത് സന്തോഷമാണോ സങ്കടമാണോ പ്രകടിപ്പിക്കേണ്ടത് എന്ന് സംശയം തോന്നിപ്പോവും........ എന്തായാലും നൈറ്റ് എല്ലാം ഈ ഒറ്റവാക്യംകൊണ്ട് ഒതുക്കി. "നിന്റെ നന്മയ്ക്കാവും അതെന്നാ എനിക്ക് തോന്നുന്നത്."

"ആവാം. കൂടുതൽ ഒന്നും അതിനെപ്പറ്റി ചോദിക്കരുത്. അങ്ങനെ ഒരു അപേക്ഷയുണ്ട്."

സ്മിത്ത് ധൃതിയോടെ ആണ് പറഞ്ഞത്.

നൈറ്റ് പിന്നെ ഒന്നും മിണ്ടിയില്ല. അവർ എൽഫ്രഡിനു പിറകെ നടന്നുചെന്നു. അവൾ കുറച്ച് മുമ്പിലാണ്, അതുകൊണ്ടുതന്നെ അവളെക്കുറിച്ച് പരോക്ഷമായി അവിടെ നടന്ന സംഭാഷണം അവൾ കേട്ടില്ല. ആ ശവപ്പറമ്പിൽ നിന്നുകൊണ്ടുതന്നെ സ്മിത്ത് നൈറ്റിനെ യാത്രയാക്കി, പുറത്തേക്ക് അയാൾചെന്നില്ല. അവിടെ നിന്നുകൊണ്ടുതന്നെ തന്റെ പ്രിയപ്പെട്ടവൾ മറ്റൊരുത്തന്റെ കുതിരപ്പുറത്തേക്ക് കേറുന്ന കാഴ്ച അവൻ കണ്ടു.

"നന്ദി ദൈവമേ......." നൈറ്റ് ആശ്ചര്യപ്പെട്ടു." നീ എന്തുമാത്രം വിളറിപ്പോയി എൽഫ്രഡ്, എന്തായിരുന്നു കാര്യം?"

"ഒന്നുമില്ല." എൽഫ്രഡ് പറഞ്ഞു. "ഞാൻ ഒരു നിമിഷം എന്റെ തന്നെ ലോകത്തായിപ്പോയി........ അതെന്നെ കുറച്ചുനേരം മൗനിയാക്കി എന്നേ ഉള്ളൂ."

"നീ വളരെ കുറച്ചേ പറഞ്ഞുള്ളൂ. വെള്ളം വേണോ നിനക്ക്?"

"വേണ്ട വേണ്ട........."

"കേറാൻ പറ്റുമോ?"

"ഓ........ കുഴപ്പമില്ല............" അവൾ പറഞ്ഞു.

"ഉം........ ശരി........." അവൾ കേറി. അവൻ പതുക്കെ അവളെ ഇരിപ്പിടത്തിലേക്ക് കയറ്റി.

വെറും പന്ത്രണ്ട് അടി അകലെ ആ കാഴ്ച കണ്ടുകൊണ്ട് അവളുടെ പഴയ കൂട്ടുകാരൻ നിൽപ്പുണ്ട്. കയറി ഇരുന്നശേഷം അവൾ പതിയെ തല തിരിച്ചു. അന്ന് സെന്റ്ക്രിസിൽനിന്നും യാത്ര പറഞ്ഞു പിരിഞ്ഞതിനുശേഷം.... ഇപ്പോൾ ആദ്യമായി അവൾ അവളുടെ പഴയ കാമുകനെ ഒന്നുനോക്കി. തന്റെ പ്രിയപ്പെട്ടവൻ...... ഒരിക്കൽ തന്നെ സ്വന്തം ഭാര്യ എന്നുവരെ സംബോധന ചെയ്തവൻ........ അവരുടെ കണ്ണുകൾ തമ്മിലുടക്കി. ജീവിതത്തിന്റെ ദൈർഘ്യം കണക്കാക്കുന്നത് എത്ര കാലം ജീവിച്ചു എന്ന് നോക്കിയല്ല, എന്തൊക്കെ അനുഭവിച്ചു എന്നത് നോക്കിയാണ്. അവരുടെ ആ നോട്ടം, അത് സമയത്തിന്റെ കണക്കിൽ വെറും ഒരു നിമിഷമാണ്, പക്ഷേ അവരുടെ ജീവിതചരിത്രത്തിൽ അതിന് ഒരു കാലഘട്ട

ത്തോളം ദൈർഘ്യമുണ്ട്. ഒരു വാക്കുകൊണ്ടും വിവരിക്കാനാവാത്ത, കൊളുത്തിവലിക്കുന്ന വേദനയാണ് എൽഫ്രഡിന് അവന്റെ ആ ഒറ്റ നോട്ടം സമ്മാനിച്ചത്.

നൈറ്റ് ഒന്നുകൂടി അവളോട് ചേർന്നിരുന്നു.

"ഇപ്പോ കുറച്ചുകൂടി സുഖം തോന്നുണ്ടോ പ്രിയേ....." അയാൾ ചോദിച്ചു.

"ഉം." സ്മിത്തിന്റെ രൂപം കണ്ണിൽനിന്നും മായ്ക്കാൻ എന്നവണ്ണം അവൾ കൈപ്പടംകൊണ്ട് മുഖം പൊത്തിപ്പിടിച്ചു.

വീട്ടിലെത്തിയതിനുശേഷം അത്താഴസമയംവരെ എൽഫ്രഡ് നൈറ്റിനെ കണ്ടില്ല. അത്താഴം കഴിഞ്ഞ് സ്വീകരണമുറിയിൽ രാത്രിയുടെ ഭംഗി ആസ്വദിച്ചുകൊണ്ട് നിൽക്കുമ്പോൾ എൽഫ്രഡ് പറഞ്ഞു.

"നൈറ്റ്, എനിക്ക് നിങ്ങളോട് ചിലത് പറയാനുണ്ട്."

"എന്താണത്? സന്തോഷമുള്ള വല്ലതും ആണോ?"

"മുഴുവനായും തുറന്നു പറയുംവരെ അതിനെക്കുറിച്ച് ഞാനൊന്നും പറയുന്നില്ല. നാളെ പറയാം എല്ലാം....... ഇന്നാണ് അതോർത്തത്. ഞാൻ പണ്ട് ചെയ്ത ഒരു കാര്യത്തെക്കുറിച്ചാണ് പറയാനുള്ളത്.......!"

എന്തെങ്കിലും തമാശയ്ക്കാവും എന്നേ നൈറ്റ് കരുതിയുള്ളൂ.... അയാൾ സന്തോഷത്തോടെ പറഞ്ഞു.

"എങ്കിൽ പിന്നെ ആ നശിച്ച കുമ്പസാരം ഇപ്പോത്തന്നെ ആയിക്കൂടേ?"

"വേണ്ട. ഇപ്പോൾ വേണ്ട. രാത്രി വേണ്ട. അത് അത്ര നിസ്സാരമല്ല. എന്നെ ഒരുപാട് വിഷമിപ്പിക്കുന്ന ഒരു കാര്യമാണ്......" ബാക്കി എൽഫ്രഡ് തറപ്പിച്ചാണ് പറഞ്ഞത്. "എങ്കിലും ഇപ്പോൾ അത് നിസ്സാരം എന്നു നിങ്ങൾക്ക് തോന്നും."

"പക്ഷേ നീയത് എപ്പോ പറയും?"

"നാളെ രാവിലെ. സമയം പറയണോ? നിങ്ങൾതന്നെ പറയൂ......"

"ശരി, പ്രാതലിനുശേഷം.......... പതിനൊന്നു മണിക്ക്."

"ശരി, പതിനൊന്ന് മണിക്ക്. ഞാൻ സത്യം ചെയ്യുന്നു. ഞാനെന്റെ വാക്കു പാലിക്കും."

28

താരാട്ട്

"എൽഫ്രഡ്, സമയം പതിനൊന്നായി." എൽഫ്രഡ് സ്വീകരണ മുറിയുടെ ജനലിലൂടെ താഴേക്ക് നോക്കി. നൈറ്റ് താഴെ സിറ്റൗട്ടിൽ താഴെ കൈവരിയും പിടിച്ചുകൊണ്ട് നിൽക്കുന്നു. കാത്തുനിന്ന് മുഷി ഞ്ഞിട്ടുള്ള വിളിയാണ്.

"ശരി..... എനിക്കറിയാം. ഞാൻ വരുന്നു......"

അയാൾ ജനലിനോട് ചേർന്നുനിന്നു. "എന്തുപറ്റി എൽഫ്രഡ് രാത്രി മുഴുവൻ ഉറങ്ങിയിട്ടും നിന്റെ മുഖത്തെ ക്ഷീണം മാറിയിട്ടില്ല ല്ലോ...."

കുറച്ച് സമയത്തിനുള്ളിൽ അവൾ വാതിൽക്കൽ പ്രത്യക്ഷപ്പെട്ടു. നൈറ്റ് നീട്ടിയ കരം കവർന്നുകൊണ്ട് അവൾ അവനോട് ചേർന്ന്, പുഴ യോരത്തേക്കുള്ള കല്ലു പാകിയ വഴിയിലൂടെ നടന്നുതുടങ്ങി.

കഴിഞ്ഞ പതിനഞ്ചു മണിക്കൂറുകളായി അവനോട് എല്ലാം തുറ ന്നുപറയാം എന്ന് എൽഫ്രഡ് തീരുമാനിച്ചിരിക്കുന്നു. ഇപ്പോൾ ആ നിമി ഷം വന്നെത്തിയിരിക്കുന്നു.

നടത്തം നീണ്ടുനീണ്ടു പോയി...... എന്നിട്ടും എൽഫ്രഡ് ഒന്നും സംസാരിച്ചില്ല. നടത്തത്തിന്റെ അവസാനമെത്തിയപ്പോൾ അവർ മൗനം ഉപേക്ഷിച്ചു.

"പറയ്, എന്താണ് നിന്റെ കുമ്പസാരം?"

അവൾ ഒരു ദീർഘനിശ്വാസമെടുത്തു. എന്നിട്ട് പറഞ്ഞത് പക്ഷേ ഇതാണ്;

"ഞാൻ പണ്ടൊരിക്കൽ നിങ്ങളോട് പറഞ്ഞ ഒരു കാര്യം നുണ യാണ്. എന്റെ അടുത്ത ജന്മത്തിന് എനിക്ക് പത്തൊമ്പത് തികയും എന്നല്ലേ പറഞ്ഞത്? പക്ഷേ കഴിഞ്ഞതിനുതന്നെ എനിക്ക് പത്തൊ മ്പത് ആയി."

എല്ലാം പറയണം എന്നു തീരുമാനിച്ചു എന്നത് ശരിയാണ്..... ഇപ്പോൾ പറയേണ്ട നേരം വന്നപ്പോൾ, ഒരു കുറ്റബോധവും തോന്നിയില്ല, ഒരു ചുംബനത്തിലൂടെ എല്ലാം ഏറ്റുപറഞ്ഞ് മാപ്പ് ചോദിക്കാനുള്ള ആഗ്രഹം എവിടെയോ പോയിമറഞ്ഞു.

നൈറ്റിന് അവൾ പറയാനുദ്ദേശിച്ചത് അവസാനനിമിഷം മാറ്റിക്കളഞ്ഞു എന്ന കാര്യമൊന്നും മനസിലായതേ ഇല്ല. അയാൾ ചിരിയോടെ അവളുടെ കൈകളിൽ അമർത്തിപ്പിടിച്ചു.

"എന്റെ പൊന്ന് എൽഫ്രഡ്...... നീ എന്തൊരു ചെറിയ കുട്ടിയാണ്? ഈ ഒരു ചെറിയ കാര്യത്തിനാണോ ഈ പരിഭ്രമമൊക്കെ? നിനക്ക് പത്തൊമ്പത് ആണോ, ഇരുപത് ആണോ എന്നൊന്നും ഞാൻ ചിന്തിച്ചിട്ടുകൂടി ഇല്ല." ഒരു നിമിഷത്തിനുശേഷം അയാൾ തുടർന്നു. "എനിക്കു നിന്നെ ഇഷ്ടമാണ് എൽഫ്രഡ്. ഇത്ര ചെറിയ കാര്യത്തിൽക്കൂടി നീ കാണിക്കുന്ന ഈ സത്യസന്ധത......... സ്ത്രീകളിൽ ഞാൻ ആഗ്രഹിക്കുന്ന ഏറ്റവും വലിയ ഗുണം അതാണ്....... സ്വർഗത്തിന്റെ പ്രകാശംപോലെ തെളിയുന്ന സത്യസന്ധത. അതുണ്ടെങ്കിൽ പിന്നെ മറ്റൊന്നും എനിക്ക് പ്രശ്നമേ അല്ല. സത്യസന്ധതയില്ലെങ്കി പിന്നെ വേറെന്തൊക്കെ ഉണ്ടായിട്ടും ഒരു ഫലവും ഇല്ല. അങ്ങനെയുള്ള ഒരുവളെ ഞാൻ സ്വീകരിക്കുകയും ഇല്ല. എൽഫ്രഡ്, നിനക്ക് ഞാനാഗ്രഹിക്കുന്നതുപോലത്തെ ആത്മാവുണ്ട്. സ്ത്രീത്വത്തെപ്പറ്റിയുള്ള പുത്തൻ വാദങ്ങളൊന്നും ചെവിക്കൊള്ളരുതേ..... മാന്യയായ സ്ത്രീ മാന്യനായ പുരുഷനെപ്പോലെതന്നെ സത്യബോധമുള്ളവളായിരിക്കും. സൗന്ദര്യം പോലും രണ്ടാമതേ വരുന്നുള്ളൂ—സത്യസന്ധതയിലാണ് കാര്യം."

എൽഫ്രഡ് ആകെ തളർന്ന് മരങ്ങൾക്കിടയിലേക്ക് വെറുതെ നോക്കിക്കൊണ്ടിരുന്നു.

"നമുക്ക് പുഴയിലേക്ക് ഇറങ്ങാം?"

"എനിക്ക് തൊപ്പി ഇല്ലല്ലോ......." വേദന അടക്കിപ്പിടിച്ച് എൽഫ്രഡ് പറഞ്ഞു.

"ഞാൻ എടുത്തുകൊണ്ട് വരാം. ഒരു മിനിട്ടിവിടെ ഇരിക്കൂ." അയാൾ ധൃതിപ്പെട്ട് വീട്ടിലേക്ക് തിരിച്ചുനടന്നു.

മുമ്പിലുള്ള പുൽമേട്ടിലേക്ക് കണ്ണുനട്ടുകൊണ്ട് എൽഫ്രഡ് അവിടെ കണ്ട സിമന്റ്ബഞ്ചിൽ ഇരുന്നു. ആരോ നടന്നടുക്കുന്നതിന്റെ ശബ്ദം കേട്ടാണ് എൽഫ്രഡ് തിരിഞ്ഞുനോക്കിയത്. വരുന്ന ആളെ അവൾ കണ്ടു—കർഷകന്റെ വിധവ—മിസിസ് ജെത്‌വെ! എൽഫ്രഡ് നോക്കുമ്പോൾ അവർ കുറ്റിച്ചെടികൾക്കിടയിലൂടെ ഭാഗികമായി കാണുന്ന എൽഫ്രഡിന്റെ വീടിനുനേരെ തുറിച്ചുനോക്കുകയായിരുന്നു. തന്നെ അവർ കാണാതിരുന്നെങ്കിൽ എന്ന് ആഗ്രഹിച്ചുകൊണ്ട് എൽഫ്രഡ് പിറകിലേക്ക് വലിഞ്ഞു. പക്ഷേ അപ്പോഴേക്കും അവർ എൽഫ്രഡിനെ കണ്ടുകഴിഞ്ഞിരുന്നു, അവരുടൻ അവളുടെ മുമ്പിലെത്തി.

"എൽഫ്രഡ്, നീ എന്തിനാണ് എന്റെ സ്വസ്ഥതകെടുത്താൻ

ഇവിടെ വന്നിരിക്കുന്നത്? എനിക്കിതിലേ ഒന്ന് സമാധാനമായി നടക്കാൻ കൂടി പറ്റുന്നില്ലല്ലോ......"

"ഞാൻ ഒരു ശല്യവും ചെയ്യില്ല ജെത്വെ. നിങ്ങൾ നടന്നോളൂ."

"നീ എന്റെ മനസിനെ ശല്യം ചെയ്യുന്നു. എന്റെ ജീവിതം,........ എന്റെ മകൻ പോയി. എന്നെ വിട്ട് അവൻ പോയി, നീ കാരണം."

"പാവം. അദ്ദേഹം മരിച്ചുപോയതിൽ എനിക്കും ഖേദമുണ്ട്."

"അവൻ എങ്ങനെയാ മരിച്ചത് എന്ന് നിനക്കറിയാമോ?"

"ടി ബി."

"അല്ല. ടി ബി എന്ന ആ വാക്ക് ഒരുപാട് അർഥമാക്കുന്നുണ്ട്. നീ കാരണമാണ് അവൻ മരിച്ചത്. നീ അവന്റെ കാമുകിയാവും എന്ന് അവൻ കരുതി, അതല്ല എന്ന് മനസിലായപ്പോൾ, അപ്പോളാണവൻ മരിച്ചത്. നീയവനെ കൊന്നു. അതെ....." ഉന്മാദിയെപ്പോലെ ആ സ്ത്രീ മന്ത്രിച്ചു: "നീ എന്റെ മകനെ കൊന്നു."

"നിങ്ങൾ എന്തിനിങ്ങനെ വിഡ്ഢിത്തം പുലമ്പുന്നു? എനിക്ക് അവനെ സ്നേഹിക്കാനാവുമായിരുന്നില്ല. പിന്നെ ഞാനെങ്ങനെ നിങ്ങളുടെ മകന്റെ മരണത്തിന് കാരണക്കാരിയാവും?"

"നിനക്കറിയാം അവനെങ്ങനെയാണ് നിന്നെ പ്രണയിച്ചുതുടങ്ങിയത് എന്ന്. നീ പറഞ്ഞു, ഈ ഇടവകയിലെ മറ്റേത് പേരിനെക്കാളും നിനക്ക് 'ഫെലിക്സ്' എന്ന പേരാണ് ഇഷ്ടം എന്ന്. അവന്റെ പേരാണ് അത് എന്ന് അറിഞ്ഞുകൊണ്ടുതന്നെയാണ് നീ അങ്ങനെ പറഞ്ഞത് എന്നതും അവന് അറിയാം."

"അവന്റെ പേര് ഫെലിക്സ് ആണെന്ന് അറിയാമായിരുന്നു. അങ്ങനെ ഞാൻ പറഞ്ഞിട്ടുണ്ട്. പക്ഷേ അത് അവനെ ആരെങ്കിലും അറിയിക്കും എന്നു ഞാൻ കരുതിയില്ല."

"അവർ പറയും എന്ന് നിനക്കറിയാമായിരുന്നില്ലേ?"

"ഇല്ല. ഞാൻ കരുതിയില്ല."

"നീ ഒരിക്കൽ കുതിരപ്പുറത്തുനിന്നും അവന്റെ സഹായം സ്വീകരിച്ചില്ലേ? അതെന്തിനായിരുന്നു?"

"മിസിസ് ജെത്വെ, നിങ്ങൾ എന്നെ തെറ്റിദ്ധരിച്ചിരിക്കുകയാണ്. അവൻ മാന്യനായിരുന്നു, എനിക്ക് അവനെ ഇഷ്ടവുമായിരുന്നു. അത്രയെ ഉള്ളൂ."

"പിന്നെ എന്തിനാ അവന് നിന്നെ ചുംബിക്കാൻ നീ അവസരം കൊടുത്തത്?"

"അത് നുണ.... നുണ...... നുണ, നുണ. അവനെന്റെ പിറകെ വന്നു..... ചുംബിക്കാൻ ശ്രമിച്ചു, മേലിൽ എന്റെ കൺമുമ്പിൽ കണ്ടുപോവരുത് എന്ന് ഞാൻ വിലക്കുകയും ചെയ്തു."

"നീ പറയുംപോലെ അവൻ നിന്നെ അപമാനിക്കാൻ ശ്രമിച്ചതാണെങ്കിൽ, നീയെന്തേ ആരോടും പരാതിപ്പെടാത്തത്? നിന്റെ അച്ഛനോട് പോലും."

"ആരോടും പറയരുതേ എന്ന് അവൻ എന്നോട് അപേക്ഷിച്ചു. വിഡ്ഢിയായ ഞാൻ പറഞ്ഞില്ല. പറഞ്ഞിരുന്നെങ്കിൽ എത്ര നന്നായേനെ എന്ന് ഇപ്പോൾ തോന്നുന്നു. എന്നെ ഒന്ന് വെറുതെ വിടൂ ജെത്വെ... പ്ലീസ്."

"നീയവനെ ക്രൂരമായി തട്ടിക്കളഞ്ഞു, ആ മുഖംകൊണ്ട് അവൻ... ശരീരം ചൂടാറുംമുമ്പ് നീ ഒരുത്തനെ മയക്കി പാട്ടിലാക്കി, പിന്നെ അവനെ ഓടിച്ച് വിട്ടിട്ട്, ഇപ്പോ മൂന്നാമതൊരുത്തന്റെകൂടെ വിലസുന്നു." എൽഫ്രഡിനോട് കുറേക്കൂടി ചേർന്നുനിന്ന് തുടർന്നു. "കല്യാണം കഴിക്കാൻ ഓടിപ്പോന്നത് നീ മറന്നോ? ലണ്ടൻവരെ പോയി, കല്യാണംനടത്താൻ കഴിയാതെ മടങ്ങി, നിന്നെപ്പോലൊരുവൾക്ക് എന്തുമാവാം. കാമുകനെ ചതിക്കുന്നതുതന്നെ മഹാ മോശം. ഭാര്യയായിക്കഴിഞ്ഞിട്ടും വഞ്ചന ചെയ്യുന്നത് വേശ്യാവൃത്തിതന്നെയാണ്."

"എന്ത്. കല്ലുവെച്ച നുണ. മേലാലങ്ങനെ പറയരുത്. പറയരുതെന്ന്."

"പുതിയ കാമുകന് ആ കഥകളൊക്കെ അറിയാമോ? എനിക്ക് തോന്നുന്നില്ല. അങ്ങനെ ഒരു കഥ പ്രചരിക്കുന്നുണ്ട്, എനിക്ക് കാര്യങ്ങൾ വ്യക്തമായി അറിയാം."

"നിങ്ങൾ നുണയാണ് പറയുന്നത്." എൽഫ്രഡ് കരഞ്ഞുകൊണ്ട് പറഞ്ഞു. "എന്നെ നാറ്റിക്കാവുന്നേടത്തോളം നിങ്ങൾ നാറ്റിക്ക്. പറയ്. നിങ്ങളുടെ നാവ് ചലിച്ചുകൊണ്ടേയിരിക്കട്ടെ. ഒരു പരദൂഷണക്കാരിയായി ഞാൻ നിങ്ങളെ തള്ളിക്കളയും. അത്രയേ ഉള്ളൂ..... നോക്കൂ...... അദ്ദേഹം വരുന്നുണ്ട്."

ഇലകൾക്കിടയിലൂടെ തന്റെ പ്രിയപ്പെട്ടവൻ വരുന്നത് കണ്ടതോടെ എൽഫ്രഡിന്റെ സ്വരത്തിന് വിറയൽ കൂടി. "അവനോടും പറയ്. പറഞ്ഞോളൂ...... ഞാനതും സഹിക്കും......."

"ഇപ്പഴല്ല." അതും പറഞ്ഞുകൊണ്ട് മിസിസ് ജെത്വെ ധൃതിയിൽ താഴെക്കുള്ള വഴിയെ അപ്രത്യക്ഷമായി.

അവസാനം പറഞ്ഞ വാക്ക് എൽഫ്രഡിന്റെ കവിളുകളെ വീണ്ടും ചുവപ്പിച്ചു. കണ്ണുകൾ ധൃതിയിൽ തുടച്ച്, അവൾ തന്റെ കാമുകന്റെ സമീപത്തേക്ക് ചെന്നു. തൊപ്പി അവളുടെ തലയിൽ അണിയിച്ച്, അയാൾ മൃദുലമായി അവളുടെ കരം കവർന്നു.

അയാൾ സെന്റ് ലിയൊനാർഡിലേക്ക് പോകുന്നതിന്റെ തൊട്ട് തലേ ദിവസമായിരുന്നു അത്. ഏറെ സമയം നൈറ്റ് അവളോടൊപ്പം ചെലവിട്ടു. അവർ ആ താഴ്വാരത്തിലൂടെ അലഞ്ഞു.

"പതിനെട്ട് വയസിൽ നിന്നും ഇരുപത്തെട്ട് ആവുമ്പോൾ തിങ്ങി നിറഞ്ഞ് കിടക്കുന്ന ഈ മുടിയും ക്ഷയിച്ച്, കട്ടി കുറയുമോ?" നൈറ്റ് ചോദിച്ചു.

"ഏയ് ഇല്ല. നല്ല കട്ടിയുള്ള മുടി കുറഞ്ഞുകുറഞ്ഞ് തീരെ ചെറുതാവും എന്ന് തോന്നുന്നോ?"

"ഉം. സ്ഥിതിവിവരക്കണക്കുപ്രകാരം തിങ്ങിയ മുടിയുള്ള ഒരാൾക്ക് അവസാനം ഇത്തിരി മുടിയേ കാണൂ. ശരാശരിക്കാർക്കാണെങ്കിൽ അവസാനവും ആദ്യത്തെ അത്രതന്നെ കാണും."

എൽഫ്രഡിന്റെ മനസിന്റെ വിഷമം മുഖത്തു പ്രകടമായിരുന്നു. ഒരു സ്ത്രീക്ക് അവളുടെ സ്വഭാവംപോലെ പ്രധാനമാണ് അവളുടെ സൗന്ദര്യവും. അതുകൊണ്ട് ഒരു നിമിഷം അവൾ വിഷമിച്ചു.

"നീ ഇങ്ങനെ സൗന്ദര്യത്തെക്കുറിച്ചോർത്തൊന്നും വിഷമിക്കണ്ട."

"സ്ത്രീകൾ പരമാവധി സുന്ദരികളായിരിക്കുന്നതിൽ ശ്രദ്ധിക്കണം എന്നാണ് എന്റെ പക്ഷം."

"നിനക്കെന്നെ ഒരു ബഹുമാനവും ഇല്ലല്ലോ......."

"എന്തേ? കാരണം?"

"ഞാൻ വാങ്ങിത്തന്ന ആഭരണം നീ സ്വീകരിച്ചില്ലല്ലോ. നീയിതുവരെയും അതു വാങ്ങിയില്ല........"

"ഉം...... ഇപ്പോൾ, ഇപ്പോൾ ഞാൻ വാങ്ങിയേക്കാം."

"നല്ല കാര്യം."

തന്റെ പോക്കറ്റിൽനിന്നും ആഭരണപ്പെട്ടിയെടുത്ത് അയാൾ അവൾക്ക് സമ്മാനിച്ചു. ഇത്തവണ എൽഫ്രഡ് അതു സന്തോഷത്തോടെ സ്വീകരിച്ചു.

"ഈ നശിച്ചത് എടുത്തുകളഞ്ഞിട്ട് ഞാനത് ഇപ്പോൾ അണിയട്ടെ."

"എങ്കിൽ സന്തോഷമായി."

ഇവിടെയാണ് നൈറ്റും സ്മിത്തും തമ്മിലുള്ള വ്യത്യാസം. നേരമിത്രയായിട്ടും എൽഫ്രഡിനെ ഒന്ന് ചുംബിക്കാൻ നൈറ്റ് ശ്രമിച്ചിട്ടേ ഇല്ല. ഇത്തരം കാര്യത്തിലൊക്കെ നൈറ്റ് സ്മിത്തിനെ അപേക്ഷിച്ച് ഒരു തണുപ്പനാണ്. അയാൾ അവളെ തൊട്ടതിന്റെ പരമാവധി അന്നായിരുന്നു, ആ വേനൽക്കാലവസതിയിൽവെച്ച് സ്മിത്ത് അവരെ കണ്ട അന്ന്. സ്മിത്ത് ഒളിഞ്ഞു കണ്ട, ആ മുട്ടിയുരുമ്മിയുള്ള നിൽപ്പുമാത്രമാണ് ഇത്രയും കാലത്തിനിടയ്ക്ക് അവർ തമ്മിലുണ്ടായ ശാരീരിക അടുപ്പം. ഇപ്പോഴും എൽഫ്രഡിന്റെ കവിൾത്തടങ്ങൾ അയാൾക്ക് വിലക്കപ്പെട്ട കനിയാണ്.

ഇപ്പോൾ, അയാൾ ഇങ്ങനെ ഒരാവശ്യം ഉന്നയിച്ചു.

"എൽഫ്രഡ്, നിന്റെ മനോഹരമായ ആ ചെവിയിൽ ഞാൻ ഒന്ന് തൊട്ടോട്ടെ....... എന്റെ ആ സമ്മാനം ഞാൻതന്നെ അണിയിച്ചോട്ടേ."

അവൾ ഒന്നു പകച്ചു.

"വെറുതെ ഒന്ന് ഇടാൻ സമ്മതിച്ചാൽ മതി........"

അവളുടെ മുഖം കൂടുതൽ ചുവന്നു.

"വേണ്ട....... അതൊഴെ മോശമാണ്." അവൾ എതിർത്തു.

അവർക്കിടയിലെ മൗനത്തെ ഭേദിച്ചുകൊണ്ട് ഒരു പക്ഷി പുഴയിൽ

വെള്ളം കുടിക്കാനെത്തി. അത് വെള്ളം കുടിച്ച് തിരികെ മരക്കൊമ്പിലേക്കുതന്നെ പറന്നുപോകുവോളം നൈറ്റ് അതിനെത്തന്നെ നോക്കിയിരുന്നു.

"എങ്കിൽ വേണ്ട എൽഫ്രഡ്. നിനക്ക് കുഴപ്പമുണ്ടാവില്ല എന്നാ ഞാൻ കരുതിയത്."

"എന്നാ ആയിക്കോട്ടെ." എൽഫ്രഡ് ചെറിയ നാണത്തോടെ പറഞ്ഞു.

അവൾ ഒരു വശം ചെരിഞ്ഞിരുന്ന്, ചെവിപ്പിറകിൽനിന്നും മുടി വകഞ്ഞുമാറ്റി, തലചെരിച്ചുപിടിച്ചു. ഇപ്പോൾ അവളുടെ കൈയും ചുമലുകളും അവന്റെ നെഞ്ചിലാണ് വിശ്രമിക്കുന്നത്.

"ഇനി മറ്റേ ചെവികൂടി" നൈറ്റ് മന്ത്രിച്ചു.

"വേണ്ട."

"എന്തേ?"

"എനിക്കറിയില്ല."

"പറയ്."

"നീ തൊടുമ്പോൾ....... ഞാനാകെ...... എനിക്ക് വയ്യ..... നമുക്ക് വീട്ടിൽ പോവാം?"

"അങ്ങനെ പറയല്ലേ എൽഫ്രഡ്. ഇതിലെന്താ കുഴപ്പം? ഒന്നും ചെയ്യുന്നില്ലല്ലോ ഞാൻ......... ഒന്ന് തിരിഞ്ഞിരിക്ക് മോളേ."

എതിർക്കാൻ അവൾ അശക്തയായിരുന്നു. അവൻ പറഞ്ഞതുപോലെ അവൾ തിരിഞ്ഞുകൊടുത്തു. പ്രത്യേകിച്ച് ഉദ്ദേശ്യമൊന്നും ഇല്ലാഞ്ഞിട്ടും രണ്ടുപേരുടേയും മുഖം തമ്മിൽ ചേർന്നു....... അവൻ അവളെ ചുംബിച്ചു.

നൈറ്റ് അങ്ങേയറ്റം വികാരഭരിതനായിരുന്നു. വർഷങ്ങൾക്കു മുമ്പെ ചോദിക്കാൻ കരുതിവെച്ചിരുന്നപോലെ ആ ചോദ്യം ഇപ്പോൾ അയാൾ അവളോട് ചോദിച്ചു.

"എൽഫ്രഡ്........ നമ്മളെന്നാണ് വിവാഹിതരാവുക?"

ആ വാക്കുകൾ അവൾക്ക് മധുരതരമായിരുന്നു. എങ്കിലും അതിലൊരു കൈപ്പുരസം ഉണ്ട്. താനൊരുപാട് കുറ്റപ്പെടുത്തലുകൾ കേൾക്കേണ്ടിവന്ന ഈ ദിവസംതന്നെയാണല്ലോ അയാളുടെ ഈ അഭ്യർഥന ഉണ്ടായത് എന്നത് അവളെ വേദനിപ്പിച്ചു. അവളുടെ അസ്വസ്ഥതകളും അമ്പരപ്പുകളും ഒക്കെ അവളുടെ ആദ്യാനുരാഗത്തിന്റെതായ പരിഭ്രമങ്ങളായേ നൈറ്റ് കരുതിയുള്ളൂ.

"ഇപ്പോൾത്തന്നെ ഒരു ഉത്തരം പറയാൻ ഞാൻ നിർബന്ധിക്കില്ല. ആലോചിച്ച് പതുക്കെ പറഞ്ഞാ മതി." അവളുടെ പരിഭ്രമംകൊണ്ട് അയാൾ പറഞ്ഞു.

അതേക്കുറിച്ച് പിന്നീടൊന്നും അയാൾ പറഞ്ഞില്ല, മറിച്ച് അയാളവളെ ഒരു വലിയ ബൊക്കെയെന്നവണ്ണം കൈക്കുള്ളിലാക്കി കുറച്ച് ദൂരേക്ക് നീട്ടിപ്പിടിച്ചു, എന്നിട്ട് സൂക്ഷിച്ചുനോക്കി.

"ഈ സമ്മാനം എനിക്കുള്ളതാണോ?" അവൾ ആനന്ദക്കണ്ണീരോടെ ആരാഞ്ഞു.

"സംശയമെന്തിന്? തീർച്ചയായും." അയാൾ മന്ത്രിച്ചു.

"നീയിതൊന്ന് കാണണം........ എന്താ തിളക്കം. ഇത്രയ്ക്ക് ഭംഗി കാണും എന്ന് വാങ്ങുമ്പോൾ ഞാൻപോലും ഓർത്തില്ല."

"അത്രയ്ക്ക് ഭംഗിയുണ്ടോ? എനിക്കൊന്ന് കാണാൻ പറ്റിയെങ്കിൽ."

"വീട്ടിലെത്തുംവരെ ക്ഷമിക്ക്...."

"പറ്റില്ല... ഒരു വഴിയുണ്ട്. ഇവിടെത്തന്നെ!" അവൾ ചിരിച്ചുകൊണ്ട് പറഞ്ഞു.

"ഓ....... അതാണല്ലേ? നല്ല കാര്യം. പെൺബുദ്ധിതന്നെ!"

"നേരെ പിടിക്ക്...... എന്നെ നേരെ പിടിച്ചോണേ."

"ശരി."

"വീഴിക്കല്ലേ......"

"ഇല്ലന്നേ......"

അവരുടെ ഇരിപ്പിടത്തിന് താഴെയായി ജലം ഒരു ചെറിയ കുളം കണക്ക് നിശ്ചലമായി കിടക്കുന്നു. നൈറ്റ് അവളെ അതിലേക്ക് കുനിച്ചു പിടിച്ചു. അവൾ കമിഴ്ന്നുകിടന്ന് വെള്ളത്തിലേക്ക് നോക്കി; സ്വയം ഭംഗി ആസ്വദിച്ചു.

"എനിക്ക് ശരിക്കും കാണണം........ നല്ല ഭംഗിയുണ്ട്. എനിക്ക് എന്നോടുതന്നെ അസൂയ തോന്നുന്നു."

"നല്ല ഭംഗിയുണ്ട്. ഒരു സംശയവും വേണ്ട. നിനക്കെങ്ങനെയാ ഇത്തരം വസ്തുക്കളോട് ഇത്രയ്ക്ക് ഭ്രമം വന്നത്? നീ എന്നെക്കൂടി നിന്നെപ്പോലെ ആക്കുകയാണെന്നാ തോന്നുന്നത്. നിന്നെ പരിചയപ്പെടുംവരെ എനിക്കിതൊക്കെ വെറുപ്പായിരുന്നു."

"എനിക്ക് ആഭരണങ്ങൾ ഇഷ്ടമാണ്. എന്നെ ആളുകൾ അസൂയയോടെ നോക്കുന്നത് ഞാൻ ആസ്വദിക്കാറുണ്ട്."

"ഏയ്. ഇതെത്രനേരം ഇങ്ങനെ വെള്ളത്തിൽ സ്വയംഭംഗി ആസ്വദിച്ചുകൊണ്ട് ഇരിക്കാനാണ് ഉദ്ദേശ്യം?"

"എന്നെ ഇങ്ങനെ പിടിക്ക് നിങ്ങൾ ക്ഷീണിക്കുംവരെ! ആ...... എനിക്ക് ഒരുകാര്യം അറിയണം." അവൾ തലചെരിച്ച് നോക്കിക്കൊണ്ട് പറഞ്ഞു.

"സത്യം പറയണേ............ എന്ത് നിറത്തിലുള്ള മുടിയാണ് നിങ്ങൾക്ക് ഇഷ്ടം?"

നൈറ്റ് ഒരു നിമിഷത്തേക്ക് ഉത്തരമൊന്നും പറഞ്ഞില്ല.

"പറയ്........" അവൾ മന്ത്രിച്ചു. "കറുപ്പെന്ന് പറയല്ലേ......"

"ഇളംബ്രൗൺ. എന്റെ പ്രിയപ്പെട്ടവളേ, നിന്റെ മുടിയുടെ നിറം തന്നെ."

"സത്യം?"

"സത്യം."

"നീലക്കണ്ണുകൾ...... അതും ഇഷ്ടമല്ലേ? പറയ്....... ഉം......"

"വേണ്ട വേണ്ട. ഒരു തിരുത്തൽ മതി. ഇന്നേക്കിത്ര മതി."

"പറയ്....."

"ശരി. നീലതന്നെ ഇഷ്ടം." ഇത്രയും പറഞ്ഞ്, ചിരിച്ചുകൊണ്ട് നൈറ്റ് അവളെ ചേർത്തുപിടിച്ച് ചുംബിച്ചു. ആ ചുംബനവും സ്പർശനവും എല്ലാം മുന്തിരിവള്ളികൾ ഒടിഞ്ഞുപോവാതെ മുന്തിരിക്കുലകളെ സ്പർശിക്കുംപോലെ മൃദുലവും സൗമ്യവും ആയിരുന്നു.

എൽഫ്രഡ് ചെറുതായിട്ട് കുതറിമാറാൻ ശ്രമിച്ചു. അതിനിടയ്ക്ക് അവളുടെ തൊപ്പിയും മുടിയും എല്ലാം സ്ഥാനം തെറ്റി. ആ നിമിഷത്തിന്റെ ദൗർബല്യത്തിൽ എന്താണ് പറയുന്നത് എന്ന് ഓർക്കാതെ എൽഫ്രഡ് ഇങ്ങനെ പറഞ്ഞുപോയി:

"സൂക്ഷിച്ച്, പണ്ടിങ്ങനെ ചെയ്തപ്പോഴാണ് എന്റെ ഒരു ജോഡി നല്ല കമ്മലുകൾ നഷ്ടപ്പെട്ടത്."

പറഞ്ഞുതീർന്നതും എൽഫ്രഡിന് അബദ്ധം മനസിലായി. അവൾ പറഞ്ഞത് തിരിച്ചെടുക്കാനെന്നപോലെ ചുണ്ടുകൾ കടിച്ചുപിടിച്ചു.

"ഇതുപോലെ..... ഇതുപോലെ എന്ത് ചെയ്തപ്പോൾ?" നൈറ്റ് അവളെ സൂക്ഷിച്ചുനോക്കി.

"ഓ........ അത്..... ഇങ്ങനെ, ഇങ്ങനെ പുറത്ത് വന്നിരുന്നപ്പോൾ...." അവൾ വിക്കിവിക്കി പറഞ്ഞു.

29

ശ്രദ്ധ

ഒക്ടോബർ മാസത്തിന്റെ തുടക്കത്തിലെ ഒരു സായാഹ്നം. ഉയരം കൂടിയ മരങ്ങൾപോലെ പുകമഞ്ഞ് എമ്പാടും പറന്നുകിടക്കുന്ന അന്തരീക്ഷം. പ്രകൃതിയാകെ മഞ്ഞിന്റെ നനഞ്ഞ ചാരക്കളർ മൂടിക്കിടക്കും പോലെ.

മി. സ്വാൻക്രോർട്ടും മിസിസ് സ്വാൻക്രോർട്ടും എൽഫ്രഡും ലണ്ടനിൽ പാലത്തിനടുത്തുള്ള ജാലകത്തിലൂടെയാണ് ഈ മനോഹരദൃശ്യം ആസ്വദിച്ചുകൊണ്ടിരുന്നത്. അവരുടെ സുഹൃത്ത് സെന്റ് ലിയോനാർഡിനെ കണ്ട് മടങ്ങുംവഴി ഇവിടെ രണ്ട് ദിവസം താമസിക്കാനെത്തിയതാണവർ.

ഇതേ സമയത്തുതന്നെ നൈറ്റും പ്ലേമൗത്ത് വഴി ബ്രിട്ടണിലേക്ക് പോവുകയാണ്. അവനും ലണ്ടനിൽ എത്താം എന്ന് ഏറ്റിട്ടുണ്ട്. അങ്ങനെ, മുൻനിശ്ചയിച്ച പ്രകാരം അവരെല്ലാവരുംകൂടി ഇന്ന് ഈ ഹോട്ടലിൽ ഒത്തുകൂടുകയാണ്.

നൈറ്റ് വരുമ്പോൾ എൽഫ്രഡ് അവളുടെ രണ്ടാനമ്മയ്ക്ക് ഒപ്പം ഒരു നീണ്ട ഷോപ്പിങ് നടത്തിയതിന്റെ ക്ഷീണത്തിൽ തളർന്ന് ഇരിക്കുകയായിരുന്നു. തമ്മിൽ കണ്ടതും മുറിയുടെ മൂലയ്ക്ക് മാറിയിരുന്ന് കമിതാക്കൾ രണ്ടും സംസാരം തുടങ്ങി. വീണ്ടും അവൾ തന്റെ കാമുകനെ കണ്ടു മുട്ടിയിരിക്കുന്നു, അവൾ അവളുടെ ഹൃദയം മുഴുവനും അവനു മുമ്പിൽ തുറന്നിട്ടു.

വേഗം അത്താഴം കഴിച്ചുതീർന്നു. കാണാതിരുന്ന നാളുകളിലെ വിശേഷം പങ്കിടലിനുശേഷം അവരുടെ സംസാരം വീട്ടിലേക്കുള്ള നാളത്തെ മടക്കയാത്രയെക്കുറിച്ചായി.

തീവണ്ടിയാത്രയെക്കുറിച്ച് സംസാരിച്ച് ഒടുവിൽ അവർ നൈറ്റിന്റെ

നിർദേശപ്രകാരം ലണ്ടനിൽനിന്നും പ്ലേമൗത്തിലേക്ക് കനാലുവഴി ജലയാത്ര നടത്താൻ തീരുമാനിച്ചു.

എൽഫ്രഡിന് പരിപാടി ബഹുരസമായി തോന്നി. രാവിലെ പത്തുമണിയോടെ രണ്ട് വാഹനങ്ങളിലായി അവർ പുറപ്പെട്ടു. ഒരു വണ്ടിയിൽ യാത്രക്കാരും, മറ്റേതിൽ അവരുടെ ലഗേജും. എല്ലാം മിസിസ് സ്വാൻക്രോർട്ടിന്റെ വേലക്കാരി മിസിസ് സെന്യസൺന്റെ മേൽനോട്ടത്തിലായിരുന്നു. പതിവിനു വിപരീതമായി രണ്ടാനമ്മയുടെ ഉപദേശപ്രകാരം ഈ ഉല്ലാസയാത്രയിൽ എൽഫ്രഡും ആ സ്ത്രീയുടെ പരിചരണം സ്വീകരിക്കുകയുണ്ടായി.

അവരുടെ വാഹനം വേഗം കുറച്ചാണ് നീങ്ങിക്കൊണ്ടിരുന്നത്. ഇടയ്ക്ക് അത് പൂർണമായും ചലനമറ്റ് നിന്നു. വികാരി ജാലകംവഴി തല പുറത്തേക്കിട്ട് നോക്കി.

"വഴിയിലെന്തോ തകരാറുണ്ട്. ഉറപ്പാണ്." അയാൾ തല അകത്തേക്ക് തന്നെ വലിച്ചു ഗൗരവത്തിൽ പറഞ്ഞു." ഈ വഴിയിൽ നമ്മളല്ലാതെ മറ്റാരെയും കാണുന്നില്ല. ലണ്ടനിൽ ഇങ്ങനെ വഴിയിലിട്ട് ആളുകളെ കബളിപ്പിച്ച്, കൊന്ന് കുഴിച്ചുമൂടുന്നതു പതിവാണെന്ന് ഞാൻ കേട്ടിട്ടുണ്ട്. ഈ വണ്ടിക്കാരന്റെ മനസിൽ അങ്ങനെ വല്ല ഗൂഢാലോചനയും ഉണ്ടോ ആവോ?"

"ഏയ്....... ഒരു കുഴപ്പവുമില്ല." സന്തോഷത്തോടെ എൽഫ്രഡിനൊപ്പം ഇരിക്കുന്ന നൈറ്റ് പറഞ്ഞു.

"എനിക്ക് തോന്നുന്നതെന്താണെന്നുവെച്ചാൽ," വികാരി ഗൗരവത്തിൽ തുടർന്നു. "ഇതൊരു പ്രധാന വഴിയൊന്നും അല്ല. ഇങ്ങനെ പോയാൽ നമുക്ക് തീവണ്ടിയും ബോട്ടും ഒന്നും കിട്ടാതെവരും."

"അല്ലെന്നേ........നമ്മളിതാ എത്തി. എത്തിയല്ലോ."

അവർ തുറമുഖത്തിറങ്ങിയതും പോർട്ടർമാർ തമ്മിൽ അവരുടെ ലഗേജിനായി പിടിവലി തുടങ്ങി. വല്ല വിധേനയും ആണ് അവർ ബോട്ട് വന്നുനിൽക്കുന്നേടത്ത് എത്തിയത്. മടുപ്പിക്കുന്ന ഒരു നീണ്ട കാത്തിരിപ്പിനുശേഷമാണ് അവർക്ക് പുറപ്പെടാനുള്ള ബോട്ട് വന്നുനിന്നത്.

ഉച്ചമയങ്ങിയ നേരം. മിസിസ് സ്വാൻക്രോർട്ട് എന്തോ വായനയിലാണ്. കമിതാക്കൾ ബോട്ടിലൂടെ വെറുതെ ഉലാത്തിക്കൊണ്ടിരുന്നു. നൈറ്റിന്റെ കൈത്തണ്ടയിൽ തൂങ്ങിയാണ് എൽഫ്രഡിന്റെ നടപ്പ്. പശ്ചാത്തലത്തിൽ അസ്തമയസൂര്യൻ മേഘത്തുണ്ടുകൾക്ക് സ്വർണനിറം പൂശുന്ന മനോഹര ദൃശ്യം.

മറ്റു യാത്രക്കാർ തങ്ങളെ ശ്രദ്ധിക്കുന്നതിൽ ഗൂഢമായി ആനന്ദിച്ചുകൊണ്ട് എൽഫ്രഡ് നൈറ്റിനോട് മന്ത്രിച്ചു.

"അവർക്കൊക്കെ നമ്മളെ കണ്ട് അസൂയ ആവുന്നുണ്ടാവും, അല്ലേ?"

"എന്തിന്? അസൂയപ്പെടാൻമാത്രം നമ്മളിലെന്തുണ്ട്."

"നമ്മളിത്ര സന്തോഷിക്കുന്നു.........ന്നാവും അല്ലെങ്കിൽ,.......... ഞാൻ

കേട്ടെന്നേ. രണ്ടുപേർ തമ്മിൽ പറയാ, ഈ ബോട്ടിലെ ഏറ്റവും നല്ല കുട്ടി ഞാനാണെന്ന്! പക്ഷേ അതൊന്നും കാര്യമാക്കുന്നില്ല കേട്ടോ" എൽഫ്രഡ് കൊഞ്ചിക്കുഴഞ്ഞു.

"നീ അതൊന്നും കാര്യമായിട്ട് ശ്രദ്ധിക്കുന്ന കൂട്ടത്തിലാണെന്ന് ഞാൻ കരുതുന്നുമില്ല." നൈറ്റ് അലസമായി പറഞ്ഞു.

ആ രാത്രി എൽഫ്രഡ് നന്നായി ഉറങ്ങി. അടുത്ത ദിവസം വികാരി തീരെ അവശനാണെന്നും അയാൾ ബാക്കി ഭാഗം കരമാർഗം യാത്ര ചെയ്യാനാഗ്രഹിക്കുന്നു എന്നും മിസിസ് സ്വാൻക്രോർട്ട് പറഞ്ഞു. ബാക്കിയുള്ളവർ അദ്ദേഹത്തെ അനുഗമിക്കണോ അതോ ജലയാത്ര തുടരണോ എന്നായി അടുത്ത ആലോചന......

കാറ്റേൽക്കാതിരിക്കാൻ നൈറ്റ് തുറന്നുപിടിച്ചുകൊടുത്ത കുടയ്ക്കുള്ളിൽ സുഖം പിടിച്ച് നിൽക്കുകയായിരുന്നു എൽഫ്രഡ്.

"ഓ...... നമുക്ക് കരമാർഗം പോകണ്ട. കഷ്ടമാണേ....." അവൾ വിഷമിച്ചു.

"ശരിയാണ്." മിസിസ് സ്വാൻക്രോർട്ട് അവളെ കളിയാക്കി.

"നോക്കൂ. കാറ്റ് ഈ പെൺകുട്ടിയുടെ ഭംഗി കൂട്ടുന്നു. കടൽ അവളുടെ വിശപ്പും ദാഹവും ശമിപ്പിക്കുന്നു. ഇനി ചിലരുടെ സാമീപ്യമാവട്ടെ, അവളുടെ സന്തോഷവും കൂട്ടുന്നു. ഇതൊക്കെ നഷ്ടമാവുന്നത് പിന്നെ കഷ്ടമല്ലേ.!"

"ശരി. എനിക്കല്ലെങ്കിലും തനിയെ യാത്രചെയ്യാനാണിഷ്ടം. അങ്ങനെയാവട്ടെ." വികാരി അതും പറഞ്ഞുകൊണ്ട് അടുത്ത തീരത്തിറങ്ങി ജലയാത്ര അവസാനിപ്പിച്ചു.

എൽഫ്രഡ് ബോട്ടിനകത്ത് തനിയെ ഇരിക്കുകയായിരുന്നു. പെട്ടെന്ന് ഒരു സ്ത്രീ തീരത്തുകൂടി നടന്നുവന്ന് അവരുടെ ബോട്ടിൽ കയറുന്നത് എൽഫ്രഡ് കണ്ടു. കറുത്ത സിൽക്ക്വസ്ത്രം, കൈയിൽ കറുത്ത ഷാൾ ചുറ്റിയിട്ടുണ്ട്. ചുറ്റുപാടും ശ്രദ്ധിക്കാതെ രണ്ടാമത്തെ കാബിനകത്ത് അവർ ഇരിപ്പുറപ്പിച്ചു. ഉടനെതന്നെ എൽഫ്രഡ് മിസിസ് സ്വാൻക്രോർട്ടിനരികിലേക്ക് ഓടിച്ചെന്നു.

"നോക്കൂ, നമുക്കും പപ്പയുടെ കൂടെ ട്രെയിനിൽ പോവാം..... പപ്പയുടെ കൂടെ പോവാന്നേ."

മിസിസ് സ്വാൻക്രോർട്ട് അവളെ വിശ്വാസം വരാത്തമട്ടിൽ തുറിച്ചുനോക്കി.

"അതു കൊള്ളാം..... നീയിത് നേരത്തേ പറയാത്തതെന്ത്? ഇനിയിപ്പോൾ നേരമില്ലല്ലോ....."

അപ്പോഴേക്കും ബോട്ട് പുറപ്പെടാനൊരുങ്ങുകയും അത് തീരത്തുനിന്നും അകന്നുതുടങ്ങുകയും ചെയ്തു. എൽഫ്രഡ് തന്റെ പദ്ധതി ഉപേക്ഷിച്ച് മടങ്ങി. അവളുടെ മുഖം മ്ലാനമായിരുന്നു.

എൽഫ്രഡിന്റെ സന്തോഷം കെടുത്തിക്കൊണ്ട് ബോട്ടിലേക്ക് കയറി വന്ന ആ സ്ത്രീ ജെത്വെയാണ്. അവർ ഒരു നിഴലുപോലെ എൽ

ഫ്രഡിനെ പിന്തുടരുകയാണ്. ജെത്‌വെയുടെ സ്വന്തം വീട് സതാംപ്ട്ട ണിൽ ആണ്. ആ സ്ത്രീ അവിടെനിന്നും മടങ്ങുകയാവണം എന്ന് എൽ ഫ്രഡ് ഊഹിച്ചു. യാത്രാക്കൂലി കുറവായതുകൊണ്ട് ഇതിൽ കയറിതാവും എന്നും എൽഫ്രഡ് സമാധാനിച്ചു.

"എന്തെ എൽഫ്രഡ്? എന്താ കാര്യം?" അവളുടെ അടുത്തുവന്ന് നൈറ്റ് അന്വേഷിച്ചു.

"ഒന്നുമില്ല. എനിക്ക്........വെറുതെ ഒരു വിഷമം...."

"സാരമില്ല. നമ്മളിപ്പോൾ വീണ്ടും നല്ല കടൽക്കാറ്റേൽക്കുന്ന സ്ഥലത്തെത്തും. ആ കാറ്റ് നിന്നെ തണുപ്പിച്ചുകൊള്ളും."

ബോട്ടിൽ, നൈറ്റിനൊപ്പം എവിടെ നിൽക്കുമ്പോഴും ജെത്‌വെയുടെ കണ്ണുകൾതന്നെ പിന്തുടരുന്നത് എൽഫ്രഡ് അറിഞ്ഞു. അവസാനം അവൾ, നൈറ്റിനേയുംകൂട്ടി ബോട്ടിന്റെ ഏറ്റവും മുകളിൽ ആരുമില്ലാത്ത വിശാലമായ ഒരിടത്ത് പോയി ഇരുന്നു. മിസിസ് സ്വാൻക്രോർട്ടിന്റെ അടു ത്തുനിന്നും നൈറ്റ് വാങ്ങിക്കൊണ്ട് വന്ന ഒരു കമ്പിളിപ്പുതപ്പിനകത്ത് ആ കമിതാക്കൾ ഏറെനേരം പരസ്പരം ചേർന്നിരുന്നു. മിസിസ് സെന്യൂ സൺ വന്ന് മിസിസ് സ്വാൻക്രോർട്ട് അവരെ താഴേക്കു വിളിക്കുന്നു എന്ന് അറിയിച്ചപ്പോഴാണ് അവർ താഴേക്കിറങ്ങിപ്പോയത്.

വസ്ത്രം മാറിധരിച്ച് കിടന്നതും എൽഫ്രഡ് ഉറങ്ങിപ്പോയി. എത്ര സമയം ഉറങ്ങിയെന്നറിയില്ല, ചെവിക്കരികിൽ ഒരു മന്ത്രണം കേട്ടാണ് അവൾ ഉണർന്നത്. "നീ അവന്റെ കൂടെ സുഖിക്കുകയാണ്. അത് എന്നെ നന്നായി പ്രകോപിപ്പിക്കുന്നുണ്ട്. എന്റെ സമയം വരും. കാത്തിരുന്നോ." അതാണ് ചെവിക്കരികിൽ അവൾ കേട്ട വാക്കുകൾ.

എൽഫ്രഡ് ചാടി എഴുന്നേറ്റ് ചുറ്റും നോക്കി, ആ സ്വരം ജെത്‌വെ യുടെതുതന്നെ.......... ഭയത്തോടെ എൽഫ്രഡ് തിരിച്ചറിഞ്ഞു.

വിളക്കണച്ചിട്ടുണ്ട്. ചുറ്റുപാടും ഇരുട്ടാണ്. സ്ന്യൂസണും മിസിസ് സ്വാൻക്രോർട്ടും കൂർക്കം വലിക്കുന്ന ശബ്ദം കേൾക്കാം. ക്യാബിനിൽ ചുരുക്കം ചില യാത്രികരേ ഉള്ളൂ. ജെത്‌വെ പതുങ്ങി വന്നു പറഞ്ഞിട്ട് പോയതാവണം. ഇരുട്ടിൽ............. പതുങ്ങിപ്പതുങ്ങി കപ്പലിന്റെ ഒരറ്റത്തു നിന്നും ഒരറ്റംവരെ ....ഇനി സ്വപ്നം കണ്ടതാവുമോ...... ഏയ്, അല്ല.

എൽഫ്രഡ് എഴുന്നേറ്റു. ജാലകത്തിലൂടെ പുറത്തേക്ക് നോക്കി. കപ്പലിനുചുറ്റും ചിതറിത്തെറിച്ചതുപോലെ കടൽ..... കുറേനേരംകൂടി കഴി ഞ്ഞപ്പോൾ നേരം വെളുക്കാറായി എന്നറിയിക്കുംതരത്തിൽ കുറെ ശബ് ദങ്ങൾ കേട്ടുതുടങ്ങി. അപ്പോൾ എൽഫ്രഡിന് കുറച്ച് ധൈര്യം കൈവന്നു.

അവിടെത്തന്നെ നിൽക്കാൻ ഭയമായതുകൊണ്ട് എൽഫ്രഡ് പതു ക്കെ ഇടനാഴിയിലെ അരണ്ട വെളിച്ചത്തിലേക്കിറങ്ങി. പിന്നെ പതുക്കെ പടികൾ കയറി മുകൾനിലയിലെത്തി. അവിടെ നൈറ്റ് നിൽപ്പുണ്ടായി രുന്നു. അവനെ കണ്ടതും സ്നേഹക്കൂടുതൽകൊണ്ടും ഒരു അഭയം കണ്ടെത്തിയ ആഹ്ലാദംകൊണ്ടും എൽഫ്രഡ് അവന്റെ കൈകളിലേക്ക് ചാഞ്ഞു.

"നീ........ ഉറങ്ങിയില്ലേ?" അവൾ വേച്ച് വീഴാൻ പോയി.

"ഇല്ല. എനിക്കുറങ്ങാൻ കഴിയുന്നില്ല. എന്നെ ഇവിടെ നിൽക്കാൻ സമ്മതിക്കുമോ? എവിടെ എത്തി, നമ്മൾ? സമയം എന്തായി?"

"രണ്ടുമണി കഴിഞ്ഞു."

"താഴേക്ക് പോവുന്നുണ്ടോ നീ?"

"ഇല്ല. നല്ല കാറ്റുണ്ട് ഇവിടെ."

അവരിവിടെയും കയറിവന്നേക്കുമോ എന്ന് എൽഫ്രഡ് ഭയന്നു. "എനിക്കിവിടെ നിൽക്കാനാണിഷ്ടം......... നിങ്ങൾക്ക് സമ്മതമാണെങ്കിൽ.... എനിക്ക് ചിലത് അറിയാനുണ്ട്."

"പറയ് എൽഫ്രഡ്." കൈകൊണ്ട് അവളെ ചുറ്റിപ്പിടിച്ച്; ഒന്നുകൂടി ചേർത്തണച്ചുകൊണ്ട് അയാൾ പറഞ്ഞു. "നീ എന്റെ അടുത്തുണ്ടാവുമ്പോൾ എന്റെ സന്തോഷം ഇരട്ടിക്കും. ഇവിടെ നിന്നുകൊണ്ട് നമുക്ക് രണ്ടു പേർക്കുംകൂടി ഒരു ദിവസം പുലരുന്ന കാഴ്ചയും ഒരുമിച്ച് ആസ്വദിക്കാം."

അവർ വീണ്ടും തമ്മിൽ ചേർന്നിരുന്നു. കമ്പിളികൊണ്ട് സ്വയം പൊതിഞ്ഞു.

"എന്താ നിനക്കറിയേണ്ടത്?" നൈറ്റ് ചോദിച്ചു.

"കാര്യമായിട്ടൊന്നുമില്ല....... ഒരുപക്ഷേ ഞാൻ ചോദിക്കാൻ പാടില്ലാത്തതുമാണ്." ഇത് അവൾക്ക് പെട്ടെന്നുണ്ടായ ഒരു ആശയമാണ്- നൈറ്റിന് മുൻപ്രണയങ്ങൾ ഉണ്ടായിരുന്നോ എന്നറിയുക. ഉണ്ടെങ്കിൽ അതിനോടൊപ്പം സ്മിത്തിന്റെ കാര്യവും അവതരിപ്പിക്കും. രാത്രിയിലെ ജെത്‌വെയുടെ ഭീഷണി എൽഫ്രഡിനെ അത്രയ്ക്കും പേടിപ്പിച്ചിരുന്നു. താൻതന്നെ പറഞ്ഞ് എല്ലാം അറിയുന്നതല്ലേ നല്ലത്? അങ്ങനെ ആണെങ്കിൽ നൈറ്റ് പൊറുക്കും എന്നായിരുന്നു അവളുടെ പ്രതീക്ഷ.

"ചോദിക്കാനുള്ളത്...... മുമ്പ് നിങ്ങൾക്ക് വല്ല പ്രണയവും ഉണ്ടായിട്ടുണ്ടോ? അല്ല, ഉണ്ടെങ്കിൽ ഞാൻ കാര്യമാക്കില്ല."

"ഇല്ല. ഒരിക്കലുമില്ല." നൈറ്റ് പെട്ടെന്നുതന്നെ പറഞ്ഞു. അയാളുടെ സ്വരത്തിൽ അഭിമാനബോധമുണ്ടായിരുന്നു.

എൽഫ്രഡ് ചെറുതായിട്ട് വിറയ്ക്കുന്നുണ്ടായിരുന്നു.

"നിനക്ക് തണുക്കുന്നുണ്ടോ? കാറ്റു കൂടുതലാണല്ലെ?"

"ഏയ്........" എൽഫ്രഡ് നിരാശപ്പെട്ടു. അവളുടെ ആ പദ്ധതിയും പൊളിഞ്ഞു.

"ഒരു കാര്യംകൂടി ചോദിച്ചോട്ടെ........?"

"ചോദിക്ക്."

"നിങ്ങൾ എത്ര സ്ത്രീകളെ ചുംബിച്ചിട്ടുണ്ട്?" അടക്കിപ്പിടിച്ചാണ് എൽഫ്രഡ് ചോദിച്ചത്. ചുരുങ്ങിയത് പത്തു പേരെയെങ്കിലും എന്ന ഒരു ഉത്തരം അവൾ പ്രതീക്ഷിച്ചു.

"എൽഫ്രഡ് നിന്റെ ചോദ്യങ്ങൾ വിചിത്രംതന്നെ. പക്ഷേ ഉത്തരം ഞാൻ പറഞ്ഞേക്കാം. നിന്നെയും എന്റെ അമ്മയെയും അല്ലാതെ

മറ്റാരേയും ഞാനിതുവരെ ചുംബിച്ചിട്ടില്ല." മുപ്പത്തിരണ്ട്വയസായ ആൾ അപ്പോൾ ഒരു കൊച്ചു പയ്യന്റെ ജാള്യതയോടെ ആണ് സംസാരിച്ചത്.

"ഒരാളെയും?"

"ഒരാളെയും ഇല്ല."

"വിചിത്രം!"

"ശരിയാണ്. ഇതിന്റെ വിപരീതമാണ് സർവസാധാരണം. പക്ഷേ ഞാനിങ്ങനെ ആണ്. നിനക്കതല്ലെ സന്തോഷം?"

"അതെ. പക്ഷേ നന്നേ ചെറുപ്പത്തിൽ വിവാഹം കഴിക്കുന്ന എല്ലാ ചെറുപ്പക്കാരും വിവാഹത്തിനുമുമ്പേ പല പ്രണയത്തിലും പെട്ടിരിക്കാമെന്നാണ് ഞാൻ കേട്ടിരിക്കുന്നത്."

"അങ്ങനെതന്നെയാണ് എല്ലാ സ്ത്രീകളും ചിന്തിക്കുന്നത്. പക്ഷേ എന്നെപ്പോലെ ചിലരും ഉണ്ട്. അവർ പക്ഷേ കാര്യത്തോടടുക്കുമ്പോൾ വിഷമിച്ചേക്കാം. എനിക്കു പക്ഷേ അതും കുഴപ്പമില്ല."

"ഉംം?"

"നിനക്കും മുൻപരിചയമൊന്നും ഇല്ലല്ലോ. അതുകൊണ്ട് നീ എന്നെ ആരോടും താരതമ്യം ചെയ്യില്ലല്ലോ........."

"നിങ്ങൾ മനോഹരമായി പ്രണയിക്കുന്നന്നു. പിന്നെ എന്താ കുഴപ്പം?"

"നന്ദി. നീ ഇക്കാര്യത്തിൽ ഒരു വിദഗ്ധയൊന്നും അല്ലെങ്കിലും, പറഞ്ഞതിലൊരു വിലയുണ്ടല്ലോ."

"ശരിയാണ്."

"എന്നെപ്പോലെയുള്ള ഒരു ചെറുപ്പക്കാരൻ പലരുടെ ചുണ്ടിന്റെ രുചിയും അറിഞ്ഞുകാണും....... പക്ഷേ അവർക്കൊന്നും ഒരു എൽഫ്രെഡിനെ കിട്ടില്ല."

"ആ കേൾക്കുന്ന ഭയങ്കരശബ്ദം എന്താ നൈറ്റ്?"

"അത് കപ്പൽ എഞ്ചിൻ ആവും. അവർക്കൊന്നും എനിക്കു കിട്ടിയതുപോലെ ആരും സ്പർശിക്കാത്ത, കാണാത്ത, പൂവിനെപ്പോലെ എൽഫ്രെഡിനെ കിട്ടിക്കാണില്ലല്ലോ......"

എൽഫ്രെഡ് വീണ്ടും ചോദിച്ചു: "നൈറ്റ്, നിങ്ങൾ ഒരാളെ പ്രണയിച്ചു, വിവാഹവും നിശ്ചയിച്ചു, അതിനുശേഷം ആ പെൺകുട്ടി ഒരിക്കൽ ചുംബിക്കപ്പെട്ടിട്ടുണ്ട് എന്ന് അറിയാനിടയായാൽ എന്തു ചെയ്യും? അവളെ ഉപേക്ഷിച്ചിട്ട് പോവുമോ?"

"ഒരു ചുംബനം—ഇല്ല. അതിന്റെ പേരിൽമാത്രം പോവില്ല."

"രണ്ട്."

"അങ്ങനെ കൃത്യമായിട്ടൊന്നും പറയാനാവില്ല എൽഫ്രെഡ്. അങ്ങനത്തെ സ്ത്രീകളെ എനിക്കിഷ്ടമല്ല. നമ്മളെന്തിനാ അതൊക്കെ ചിന്തിക്കുന്നത്? നമുക്ക് നമ്മുടെ കാര്യം ആലോചിച്ചാൽ പോരേ?"

ആ വാക്കുകൾ എൽഫ്രെഡിന്റെ കാതുകളിൽ കനത്തിൽ വന്നു പതിച്ചു. പിന്നെ ഏറെനേരം അവർ കടലിന്റെ നിശ്ശൂന്യതയിലേക്ക് കണ്ണു

നട്ട്, അക്ഷമയോടെ വീശുന്ന കാറ്റിന്റെ ഹൂങ്കാരത്തിന് കാതോർത്ത് നിശ്ശബ്ദരായി ഇരുന്നു. കപ്പലിന്റെ താളാത്മകചലനവും തണുപ്പും എല്ലാം അവരുടെ മനസിന്റെ ഭാരം ലഘൂകരിച്ചു. എൽഫ്രഡ് പതിയെ നൈറ്റിന്റെ ചുമലുകളിലേക്ക് തലചായ്ച്ചു........ അവൾ പതിയെ ഉറക്കത്തിലാണ്ടു. ശ്വസനത്തിന്റെ താളത്തിനൊത്ത് ഉയർന്നുതാഴുന്ന ആ മൃദുലമേനിയും താങ്ങി, അവളെ ഒരു ശല്യവും ചെയ്യാതെ, അയാൾ അനങ്ങാതിരുന്നു.

നൈറ്റും പതിയെ സ്വപ്നത്തിലേക്ക് വഴുതിവീണു. അവനെ പൂർണമായും വിശ്വസിച്ചുകൊണ്ടുള്ള അവളുടെ ആ ഉറക്കം അതിനിഷ്കളങ്കമായിരുന്നു. അവളുടെ മൊത്തം ഭാരവും പേറി അയാൾ ഇരുന്നു. ഉറക്കത്തിൽ അസ്വസ്ഥതയോടെ തിരിഞ്ഞുകിടന്നപ്പോൾ അവളുടെ ഉറക്കപ്പിച്ചിന്റെ ശബ്ദം അയാൾ വ്യക്തമായി കേട്ടു.

"അവനോട് പറയരുത്......... അവൻ പിന്നെ എന്നെ സ്നേഹിക്കില്ല.... ഞാനൊരു തെറ്റും ചെയ്തിട്ടില്ല....... നൈറ്റിനോട് പറയരുതേ..... ഞങ്ങൾ കല്യാണം കഴിക്കാൻ പോയതാണ്. അതിനാ ഞാൻ ഓടിപ്പോയത്. അവൻ ഒരു സ്ത്രീയെയും ചുംബിച്ചിട്ടില്ലെന്നു പറയുന്നു. നിങ്ങളവനോട് എല്ലാം പറഞ്ഞാൽ അവൻ എന്നെ ഉപേക്ഷിക്കും. എന്നോട് കുറച്ച് ദയ കാണിക്കൂ........ ഓ......."

എൽഫ്രഡ് ചാടി എഴുന്നേറ്റു. ഉച്ചത്തിൽ കേട്ട ഒരു ഡിങ്ഡോങ് ശബ്ദമാണ് അവളെ ഉണർത്തിയത്.

"അതെന്താ?" അവൾ പേടിയോടെ ചോദിച്ചു.

"ഓ. അത് എട്ടു മണിയുടെ ബെൽ അടിച്ചതാണ്. പേടിക്കേണ്ട കുട്ടീ, നിനക്കൊരു കുഴപ്പവും ഇല്ല. നീ എന്താ സ്വപ്നം കണ്ടത്?" സ്നേഹപൂർവം നൈറ്റ് അന്വേഷിച്ചു.

"പറയാനെനിക്ക് അറിയില്ല. അറിയില്ല...... എന്താ വേണ്ടത് എന്നെനിക്കൊരു പിടിയും കിട്ടുന്നില്ല."

"സമാധാനമായിട്ടിരിക്ക്. നമുക്കിപ്പോൾ പ്രഭാതദൃശ്യം കാണാം. നോക്കൂ, പ്രഭാതനക്ഷത്രം ഉദിച്ചുനിൽക്കുന്നു..... നീ എന്ത് സ്വപ്നമാ എൽഫ്രഡ് കണ്ടത്?"

"നമ്മുടെ ഇടവകയിലുള്ള ഒരു സ്ത്രീയെ."

"നിനക്കവരെ ഇഷ്ടമല്ലേ?"

"അല്ല."

പിന്നെ നൈറ്റ് ഒന്നും ചോദിച്ചില്ല. എൽഫ്രഡിന്റെ മനസു തണുക്കും വരെ അവർ ഒരേ ഇരിപ്പിരുന്നു. പതുക്കെ നേരം പുലർന്നു. ആദ്യം നേർത്ത വെട്ടം പരന്നു. കാറ്റിന്റെ മട്ടും ഭാവവും മാറിമാറിവന്നു. അതൊരിളം തെന്നലായി. നക്ഷത്രങ്ങൾ പകൽവെളിച്ചത്തിനു വഴിമാറി.

"ഇതുപോലെ മരിക്കണം എനിക്ക്." ജ്വലനം അവസാനിപ്പിക്കുന്ന നക്ഷത്രങ്ങളെ നോക്കിക്കൊണ്ട് എൽഫ്രഡ് മന്ത്രിച്ചു.

പ്രാതലിന്റെ നേരമായപ്പോഴേക്കും അവർ പ്ലേമൗത്തിൽ ഇറങ്ങി. പണ്ട് സ്മിത്തിനൊപ്പം വന്നിറങ്ങിയ അതേ സ്ഥലം. ഇറങ്ങിയശേഷം

നോക്കിയപ്പോൾ ജെത്വെയെ അവിടെ എങ്ങും കണ്ടില്ല. വികാരി, ആൾക്കൂട്ടത്തിനിടയിൽനിന്നും അദ്ദേഹത്തിന്റെ ഊന്നുവടി ഉയർത്തിക്കാട്ടി ശ്രദ്ധ ക്ഷണിച്ചുകൊണ്ട് അവരുടെ അടുത്തെത്തി. അവർ എല്ലാവരുംകൂടി പ്ലേമൗത്ത് നഗരത്തിൽ എത്തി. രണ്ട് വർഷം മുമ്പ് സ്മിത്തിന്റെ പ്രതിശ്രുതവധുവായി എൽഫ്രഡ് വന്നിറങ്ങിയ നഗരം, ഇപ്പോഴും അവളെ നോക്കി പുഞ്ചിരിതൂകി.

30

പ്രണയത്തിന്റെ പ്രഭവം

എൽഫ്രഡ് ദിവസംചെല്ലുന്തോറും നൈറ്റിനോട് കൂടുതൽ അടുത്തടുത്ത് വന്നു. സ്മിത്തിനോടുണ്ടായിരുന്നതുപോലെയല്ല, നൈറ്റിനുമുമ്പിൽ എൽഫ്രഡ് പൂർണമായും കീഴടങ്ങുകയാണ്. ഒരിക്കലും ഒരു കാര്യത്തിലും എൽഫ്രഡ് നൈറ്റിനോട് മറുത്ത് സംസാരിച്ചില്ല. എന്തു കാര്യം സംസാരിക്കുമ്പോഴും എൽഫ്രഡ് നൈറ്റിന്റെ അഭിപ്രായം ശരിവെച്ചു. താൻ പറഞ്ഞത് വിഡ്ഢിത്തമാണെന്നുവരെ അവൾ സമ്മതിച്ചുകൊടുക്കും.

മഴ ചാറുന്ന ഒരു ദിവസം. എൽഫ്രഡ് പൂന്തോട്ടത്തിൽ ചെടികളെ പരിപാലിക്കുന്നതും നോക്കി നൈറ്റ് ഒരു മരത്തണലിൽ ഇരിക്കുകയാണ്.

"നൈറ്റ്, എന്റെ ഓർമയ്ക്കായി നിങ്ങളുടെ മുറിയിൽ സൂക്ഷിക്കാൻ എന്തെങ്കിലും തരണം എന്നെനിക്ക് ആഗ്രഹമുണ്ട്. പക്ഷേ എന്ത് തരും? മുടി തരുന്നത് ഭാഗ്യക്കേടാണ്. ആഭരണം നിങ്ങൾക്കിഷ്ടമല്ല."

"നീ ആ ചട്ടിയിൽ പ്രത്യേകം സൂക്ഷിച്ചിരിക്കുന്ന മിർട്ടിൽ ചെടിയിങ്ങ് തന്നാ മതി."

എൽഫ്രഡ് ആ ചെടിയുടെ നേരെ നോക്കി.

"അതാവുമ്പോൾ എന്റെ ഹാറ്റ് ബോക്സിൽ സുഖമായങ്ങ് കൊണ്ടുപോവാം. എന്റെ ജനലരികിൽത്തന്നെ വെച്ചാൽ, എപ്പോഴും കൺമുമ്പിൽ തന്നെ ഉണ്ടാവും. എനിക്ക് നിന്നെ ഓർത്തുകൊണ്ടേ ഇരിക്കാം..."

ഇപ്പോൾ നൈറ്റ് കണ്ടുപിടിച്ചിരിക്കുന്ന ആ ചെടിക്കുപിന്നിൽ അതിമധുരമായ ഒരു കഥയുണ്ട്.

സ്മിത്ത് ബട്ടൺഹോളിൽ ധരിച്ചിരുന്ന ഒരു പൂവിന്റെ ഇളംതണ്ടാണ് അത്. അതെടുത്ത് ആ പൂപ്പാത്രത്തിൽ കുഴിച്ചുവെച്ചതും സ്മിത്ത് തന്നെ

യാണ്. വളരുകയാണെങ്കിൽ, തന്റെ ഓർമയ്ക്കായി അതിനെ നന്നായി പരിചരിക്കണം എന്നും അവൻ പറഞ്ഞേൽപ്പിച്ചിരുന്നു.

എൽഫ്രഡ് വിഷമത്തോടെ ആ ചെടിക്കുനേരേ നോക്കി. സ്മിത്തിന്റെ ഓർമയ്ക്കായി ആ ഒരേ ഒരു ചെടി മാത്രമേ ശേഷിക്കുന്നുള്ളൂ. അതു കൂടി നൈറ്റ് ആവശ്യപ്പെടുകയാണല്ലോ എന്നോർത്തപ്പോൾ എൽഫ്രഡിന്റെ ഹൃദയം കുറ്റബോധംകൊണ്ടും ദുഃഖംകൊണ്ടും കനത്തു. അതു കൊടുക്കുവാൻ എന്തെന്നില്ലാത്ത മനോവിഷമം അവൾ അനുഭവിച്ചു.

"വേറൊന്നും ഇഷ്ടപ്പെട്ടില്ലേ? അതൊര് വെറും മിർട്ടിൽ അല്ലേ?"

"ഇല്ല. എനിക്ക് മിർട്ടിൽ ആണിഷ്ടം. എന്താ അതുതരാൻ ബുദ്ധിമുട്ടുണ്ടോ?"

"ഏയ്........ ആ പിന്നെ ഇവിടെ ഒരെണ്ണമുണ്ട്. അടുത്ത് നട്ടതാണ്. ചെറുതാണ്; കുറച്ചുകൂടെ നല്ലതാ അത്. നല്ല ഭംഗിയുള്ള ഇലകളൊക്കെ ഉണ്ട്."

"എങ്കിലതു മതി. എന്റെ മുറിയിൽത്തന്നെ വച്ചേക്കൂ. എടുക്കാൻ മറക്കാതിരിക്കാനാ...... ആ, പിന്നെ മറ്റേ ചെടിക്കെന്താ വല്ല പ്രത്യേകതയും ഉണ്ടോ?"

"ഉം............ അത് അതൊരു സമ്മാനമാണ്."

ആ വിഷയം തീർന്നു. മുറിയിലെത്തിയപ്പോൾ പറഞ്ഞതുപോലെ തന്നെ എൽഫ്രഡ് ആ ചെടി മേശപ്പുറത്ത് കൊണ്ടുവച്ചിരിക്കുന്നത് നൈറ്റ് കണ്ടു. ആദ്യം ചോദിച്ച ചെടി തരാൻ എൽഫ്രഡ് മടികാണിച്ച കാര്യം അപ്പോഴയാൾ വീണ്ടും ഓർത്തു. എന്താവും കാരണം? എന്തോ ഒരു പ്രധാന കാരണം ഉണ്ട്. ചോദിച്ചപ്പോൾ "സമ്മാനമാണ്" എന്നു പറഞ്ഞൊഴിഞ്ഞു. സമ്മാനം? വെറും സുഹൃത്തിന്റെ? തന്നെക്കാളും പ്രാധാന്യമുള്ള ഒരു സുഹൃത്തോ? ഒരുപക്ഷേ കാമുകനായിക്കൂടെ? അതുതന്നെ ചിന്തിച്ച്, ചിന്തിച്ച് നൈറ്റ് ഉറങ്ങിപ്പോയി.

അടുത്ത ദിവസം അവളോടൊപ്പം തനിച്ച് ഒരവസരം കിട്ടിയതും അയാൾ ചോദിച്ചു;

"എനിക്കൊരു കാര്യം ചോദിക്കാനുണ്ട്. വിചിത്രം എന്ന് നിനക്ക് തോന്നും. വല്യ കാര്യമുള്ളതൊന്നുമല്ല....... എന്നാലും ചോദിക്കട്ടെ."

തന്റെ മുഖം വിളറുന്നതു പുറത്തു കാണാതിരിക്കാൻ പ്രത്യേകം ശ്രദ്ധിച്ചുകൊണ്ട് എൽഫ്രഡ് പറഞ്ഞു.

"ഞാൻ.......... ആ, ചോദിക്ക്."

"ഉം........ കാര്യമിതാണ്. നിനക്ക് ഒരു കാമുകൻ ഉണ്ടായിരുന്നോ? ഇല്ലെന്ന് എനിക്ക് ഏറക്കുറെ ഉറപ്പാണ്. എന്നാലും...... ഉണ്ടായിരുന്നോ?...."

"അത്..... ഉം, ഒരാൾ. അങ്ങനെ കാമുകൻ എന്നൊന്നും പറയാൻ....." തുടരാനാവതെ എൽഫ്രഡ് വിഷമിച്ചു.

നൈറ്റിന്റെ ഹൃദയമിടിപ്പ് കൂടി.

"അയാൾ കാമുകനായിരുന്നോ?"

"ഒരു തരത്തിൽ പറഞ്ഞാൽ ..... കാമുകൻ!"

"പുരുഷൻ? നിനക്കറിയാവുന്ന ആൾ? ഉം?"

"അതെ. പക്ഷേ വെറും ഒരു ആൾ."

"സത്യം? കാമുകൻ?"

"അതെ. കാമുകൻ തന്നെ. എന്റെ കാമുകനാണെന്നും പറഞ്ഞു നടന്ന ഒരാൾ......."

കുറച്ചുനേരത്തേക്ക് നൈറ്റ് ഒന്നും മിണ്ടിയില്ല. അവിടെ നിശ്ശബ്ദത പരന്നു.

"നീ കാര്യമാക്കല്ലേ നൈറ്റ്." എൽഫ്രഡ് ഉൽകണ്ഠയോടെ പറഞ്ഞു. അവളോട് ചേർന്നുനിന്ന്, മുഖത്തേക്ക് ഉറ്റുനോക്കിക്കൊണ്ട് അയാൾ പറഞ്ഞു.

"നീ അയാളെ കുറച്ചെങ്കിലും സ്നേഹിച്ചിരുന്നില്ലേ എൽഫ്രഡ്?"

"അതെ....... അങ്ങനെതന്നെയെന്ന് തോന്നുന്നു." ആകെ തകർന്നതു പോലെ എൽഫ്രഡ് മന്ത്രിച്ചു.

നൈറ്റിനും തളർച്ചയും ക്ഷീണവും തോന്നി-

"വെറും കുറച്ച്.........?"

"എത്രയാണെന്ന് എനിക്കോർമയില്ല." എൽഫ്രഡ് വേദനകൊണ്ടെന്നവണ്ണം പുളഞ്ഞു.

"നീ കുറച്ചെങ്കിലും അവനെ പ്രണയിച്ചിരുന്നു എന്നത് സത്യമല്ലേ പ്രിയേ.......?"

"അതെ........"

"ഒരുപാടില്ലല്ലോ? ഒരുപാട് ആഴത്തിൽ പ്രണയിച്ചില്ലല്ലോ.....അല്ലേ?"

"ആഴം എന്നതുകൊണ്ട് നിങ്ങളെന്താ ഉദ്ദേശിക്കുന്നത്? എനിക്കൊന്നും അറിയില്ല."

"അത് നുണ."

" നീ തെറ്റിദ്ധരിക്കുകയാണ്....... എന്നെ ഇങ്ങനെ ചോദ്യം ചെയ്യല്ലേ... പ്ലീസ്. ഞാൻ നിങ്ങളെ പ്രണയിച്ചതുപോലെ അയാളെ പ്രണയിച്ചിട്ടില്ല. നിങ്ങളിപ്പോൾ എന്നെ സങ്കടപ്പെടുത്താൻ....... വെറുതെ....."

"ഞാനിനി അതിനെക്കുറിച്ച് ഒന്നും ചോദിക്കുന്നില്ല."

"അതിനെക്കുറിച്ചിനി ഓർക്കാനും പാടില്ല."

"ശരി. എങ്കിൽ നീ എനിക്കുമുമ്പ് ആരെയും പ്രണയിച്ചിട്ടില്ല എന്ന് ഞാൻ ഉറപ്പിച്ചോട്ടെ."

"ശരി. നൈറ്റ്."

അങ്ങനെ ഒക്കെ പറഞ്ഞുറപ്പിച്ചെങ്കിലും എൽഫ്രഡിന് ആകെക്കൂടി വെപ്രാളമായിരുന്നു. മിസിസ് ജെത്‌വെ വഴി എല്ലാം നൈറ്റ് അറിഞ്ഞാൽ... ഇക്കണക്കിന് എല്ലാം അറിഞ്ഞാൽ എന്താവും സ്ഥിതി? ആദ്യം ജെത്‌വെ അങ്ങനെ ഒന്നും പറയില്ല എന്ന് എൽഫ്രഡ് ആശ്വസിച്ചു. പക്ഷേ, അവർക്ക് താൻ ശത്രുവാണ്.....തന്നെ വെറുപ്പാണ്. എന്തും ചെയ്തുകളയും അവർ...........

അവരെ ഒരിക്കലും താനുപദ്രവിച്ചിട്ടില്ല. എങ്കിലും വെറുപ്പുകൊണ്ട്

ഒരുപക്ഷേ തന്റെ ജീവിതം നശിപ്പിച്ചുകളയാൻതന്നെ അവർ തീരുമാനി ച്ചേക്കും എന്ന് എൽഫ്രഡിന് തോന്നി.

അന്നേദിവസം രാത്രി എൽഫ്രഡിന്റെ വീട്ടിൽനിന്നും ജെത്‌വെയുടെ വീട്ടിലേക്കുള്ള വഴിയെ ഒരാൾ പതുങ്ങിക്കൊണ്ടു നടന്നുപോയി. ആ ആൾ ജെത്‌വെയുടെ വീട്ടുവാതിൽക്കൽ മുട്ടിവിളിച്ചു.

മൂന്നുതവണ മുട്ടിയിട്ടും ഒരു പ്രതികരണവും കേൾക്കാതായപ്പോൾ ആ രൂപം വാതിൽ തള്ളിത്തുറന്നുകൊണ്ട് അകത്തു കയറി. അകത്തു വീണു കടന്ന മഞ്ഞവെളിച്ചത്തിൽ ആശങ്കാകുലയായ ആ മനോഹര മുഖം തെളിഞ്ഞുകണ്ടു. അത് എൽഫ്രഡ് ആയിരുന്നു.

അകത്തു കയറി ജെത്‌വെയെ പേരെടുത്തു വിളിച്ചിട്ടും ആരെയും കാണാഞ്ഞപ്പോൾ അവിടെ കിടന്ന കസേരയിൽ ഇരുന്ന് എൽഫ്രഡ് ഇപ്രകാരം ഒരു കത്ത് അവിടെ എഴുതിവെച്ചിട്ട് മടങ്ങിപ്പോന്നു.

'ജെത്‌വെ,

നിങ്ങളെ കാണാനായി ഞാനിവിടെ വന്നു. ഏറെനേരം കാത്തുനിൽ ക്കാൻ എനിക്ക് കഴിഞ്ഞില്ല. നിങ്ങൾ എന്നെ ഭീഷണിപ്പെടുത്തിയതു പോലെ പ്രവർത്തിക്കരുതേ എന്ന് അപേക്ഷിക്കാനാണ് ഞാൻ വന്നത്. ഞാൻ ഒളിച്ചോടിപ്പോയ കാര്യം ആരും അറിയരുത്. അറിഞ്ഞാൽ അത് അവന്റെയും എന്റെയും ജീവിതം തകർക്കും. എന്നോട് ദയകാണിക്കാമെ ങ്കിൽ പകരം ഞാനെന്തും തരാം. നമ്മൾ രണ്ടുപേരും സ്ത്രീകളല്ലേ? അതോർത്തെങ്കിലും എന്നോട് ദയ കാണിക്കണേ........'

ഇതേ സമയത്ത് വികാരിയുടെ വീട്ടിൽ മിസിസ് സ്വാൻക്രോർട്ട് തനി ച്ചാണ് ഇരുന്നത്. അത് നൈറ്റ് ശ്രദ്ധിച്ചു.

"എൽഫ്രഡ് അപ്രത്യക്ഷയായിരിക്കുന്നു. ഞാൻ യാദൃച്ഛികമായി പ്രസന്റിൽ നിന്റെ ഒരു പഴയ ലേഖനം കണ്ടു. അതു വായിക്കുകയായിരു ന്നു ഞാൻ. എന്റെ അറിവുവെച്ചുകൊണ്ട് പറയട്ടെ...... നീ ഈ എഴുതിയിരി ക്കുന്നതൊക്കെ വിഡ്ഢിത്തമാണ്."

"ഞാനെന്തിനെക്കുറിച്ചാ എഴുതിയിരിക്കുന്നത്?" നൈറ്റ് ആ പേപ്പർ വാങ്ങി വായിച്ചുനോക്കി.

"ഇനി അതോർത്ത് വിഷമിക്കണ്ട. സ്വന്തം അനുഭവങ്ങൾ ഉണ്ടാകു മ്പോഴേ എല്ലാം ശരിയായ രീതിയിൽ പഠിക്കൂ. ഇത്ര മോശം വികാരപ്രകട നം ഞാൻ മുമ്പൊരിക്കലും വായിച്ചിട്ടില്ല. സാരമില്ല, നീ എൽഫ്രഡിനെ കാണുംമുമ്പ് എഴുതിയതല്ലേ."

"അതെ. ഇതിലുള്ള ഒരു കാര്യവും സ്വന്തം അനുഭവത്തിൽനിന്നും എഴുതിയതല്ല. എല്ലാം എനിക്ക് സ്മിത്തെന്ന ഒരു സുഹൃത്ത് പറഞ്ഞു തന്നതാണ്. പണ്ട് ഞാനീ ഇടവകയിൽ വന്നപ്പോൾ പറഞ്ഞിരുന്നില്ലേ അവനെക്കുറിച്ച് മറ്റൊന്നും എഴുതാൻ കിട്ടാഞ്ഞപ്പോൾ അവൻ പറഞ്ഞത് അതുപോലെ പകർത്തുകയായിരുന്നു."

"അവനെന്തൊക്കെയാ പറഞ്ഞത്? കേൾക്കട്ടെ."

"ഒരു പെൺകുട്ടി വളരെ മാന്യമായി ആദ്യചുംബനം ഏറ്റുവാങ്ങു

ന്നു എങ്കിൽ അതിനർഥം അതവൾക്കു കിട്ടുന്ന ആദ്യത്തെ ചുംബനമല്ല എന്നാണ്."

"അപ്പോൾ...... മറ്റൊരാളുടെ അനുഭവംകേട്ട് അതുപ്രകാരം എഴുതിയതാണ്...... നിങ്ങൾക്ക് യാതൊരു അറിവും ഇല്ലാത്ത ഒരു വിഷയം!"

"അതെ."

"അതത്ര നല്ല ശീലമാണന്ന് ഞാൻ കരുതുന്നില്ല. ശരി. ഇപ്പോൾ സ്വന്തം അനുഭവം ഉണ്ടായപ്പോൾ എഴുതിയത് തെറ്റായിപ്പോയി എന്ന് തോന്നുന്നില്ലേ."

"സത്യം പറയട്ടെ. ഞാൻ എഴുതിയത് ശരിതന്നെയാണെന്നാണ് ഞാൻ വിശ്വസിക്കുന്നത്. പക്ഷേ അങ്ങനെ ഒന്നെഴുതിപ്പോയതിൽ എനിക്ക് വിഷമമുണ്ട്. എല്ലാ എഴുത്തുകാരെയുംപോലെതന്നെ സ്ത്രീകളെ പരിഹസിച്ചുകൊണ്ട് ....അതോർക്കുമ്പോൾ ലജ്ജ തോന്നുന്നു."

"ഉം. അതു നീ പ്രണയിച്ച് തുടങ്ങിയതിന്റെ വ്യത്യാസമാണ് നൈറ്റ്."

"ശരിയാവും. പക്ഷേ യഥാർഥകാരണം അതല്ല. ശരി, ഞാനെന്റെ രാത്രിനടത്തത്തിന് ഇറങ്ങുകയാണ്."

പുറമേ ഭാവിച്ചില്ലെങ്കിലും ആ സംഭാഷണം നൈറ്റിനെ നിരാശനാക്കി. തനിക്കുംമുമ്പെ എൽഫ്രഡ് ഒരാളെ പ്രണയിച്ചിട്ടുണ്ട് എന്ന് അറിഞ്ഞു. അതുതന്നെ അയാൾക്ക് താങ്ങാൻ വയ്യ....... ഇപ്പോൾ മറ്റു ചില സംശയങ്ങൾ കൂടി തോന്നുന്നു. സ്ഥിരം ബ്രാൻഡ് പൈപ്പുപോലും നൈറ്റിന്റെ അസ്വസ്ഥത ശമിപ്പിച്ചിട്ടില്ല. ആദ്യചുംബനത്തെക്കുറിച്ചുള്ള ആ തിയറി തെറ്റാണെന്ന് പറയാൻ കഴിയില്ല. സ്മിത്ത് പറഞ്ഞ ആ പ്രമാണം ശരിയാണെങ്കിൽ, എൽഫ്രഡ് താൻ ചുംബിച്ചപ്പോൾ ആദ്യമായി ചുംബിക്കപ്പെട്ടവളെപ്പോലേയേ അല്ല പെരുമാറിയത്........ പെട്ടെന്ന്, നൈറ്റിന്, അന്ന് അവൾ അറിയാതെ പറഞ്ഞ വാക്കുകൾ ഓർമ വന്നു: "ശ്രദ്ധിക്കണം. പണ്ടിങ്ങനെ ചെയ്തപ്പഴാ എന്റെ കമ്മലുകൾ കളഞ്ഞുപോയത്."

താൻ അവളോട് ഒരുപാട് തവണപറഞ്ഞിട്ടുള്ള വാക്കുകൾ നൈറ്റ് ഓർമിച്ചു. 'എനിക്കൊരു സ്ത്രീയുടെ ഹൃദയത്തിൽ ആദ്യമായി പ്രവേശിക്കുന്ന ആളാവുന്നതാണ് ഇഷ്ടം. അചുംബിതമായ അധരങ്ങൾ. അതില്ലെങ്കിൽ പിന്നെ മറ്റെന്ത് ഉണ്ടായിട്ടും കാര്യമില്ല.' ഈ പെണ്ണിനെ ഒന്നു തൊടാനാണോ അതൊക്കെ പറഞ്ഞത്? ഉള്ളിൽ ചിരിച്ചുകൊണ്ടാവില്ലേ അവൾ തന്റെ വാക്കുകൾ കേട്ടിട്ടുണ്ടാവുക...........?

31

ദലം

അടുത്ത ദിവസം നൈറ്റ് എൽഫ്രഡിനെ പണ്ട് അവർ അപകടത്തിൽപ്പെട്ട ആ പാറക്കൂട്ടത്തിലേക്ക് പോകാൻ ക്ഷണിച്ചു. അതിനു തൊട്ടടുത്തുകിടക്കുന്ന വിൻഡി ബീക്ക് എന്ന പാറക്കൂട്ടത്തിലേക്കാണ് നൈറ്റ് അവളെ കൊണ്ടുപോവാൻ ഉദ്ദേശിച്ചത്. പണ്ട് അവൾ സ്മിത്തിനൊപ്പം പോയി ഇരുന്ന അതേ സ്ഥലം.

എൽഫ്രഡ് കുതിരപ്പുറത്തും നൈറ്റ് നടന്നുമായിരുന്നു യാത്ര. പണ്ട് സ്മിത്തും അവളുംകൂടി പോയതുപോലെ തോന്നി.

സ്ഥലമെത്തിയപ്പോൾ നൈറ്റ് അവളെ സ്നേഹപൂർവം താഴെ ഇറക്കി, കുതിരയെ ഒരിടത്ത് കെട്ടിയിട്ടു. പാറക്കൂട്ടത്തിനിടയിലൂടെ തീരത്തു നടന്ന് അവർ ഒരു ഇരിപ്പിടം കണ്ടെത്തി. എൽഫ്രഡ് അയാളോട് ചേർന്നിരുന്നു. അവരിരുവരും കടലിലേക്ക് കണ്ണുനട്ടു.

ആ വൈകുന്നേരം നൈറ്റ് അവളോട് സ്നേഹപൂർവംതന്നെയാണ് പെരുമാറിയത്. എപ്പോഴും അവളെ കൂടെ നിർത്തി. അടുത്തടുത്തായി ഇരുന്നിട്ടും കുറേനേരത്തേക്ക് അവരിരുവരും ഒന്നും മിണ്ടിയില്ല. കുറേ സമയം കഴിഞ്ഞപ്പോൾ വിദൂരതയിലേക്ക് കണ്ണുനട്ടുകൊണ്ട് നൈറ്റ് പറഞ്ഞു;

"പണ്ട്, എത്രയോ കമിതാക്കൾ നമ്മളെപ്പോലെ ഇവിടെ മുട്ടിയുരുമ്മി ഇരുന്നിട്ടുണ്ടാവും......"

ഇവിടെ വന്നിരുന്നതും ചുംബിച്ചതും കമ്മലുകൾ കളഞ്ഞുപോയതും അതിനെ തിരിച്ചെടുക്കാൻ സ്മിത്തിനെ ഇത്രദൂരം പറഞ്ഞുവിട്ടതും എല്ലാം ഒരുമിച്ച് എൽഫ്രഡിന്റെ മനസിലെത്തി. പ്രിയപ്പെട്ട ആഭരണം കളഞ്ഞുപോയ സ്ഥലത്തെത്തുമ്പോൾ കിട്ടും എന്ന് ഒരുറപ്പും ഇല്ലെങ്കിലും അതൊന്നുകൂടി പരതിനോക്കുക എല്ലാവരുടേയും ശീലമാണ്.

എൽഫ്രഡും അവിടെ വെറുതെ കണ്ണുകൊണ്ട് പരതി...... തിളക്കമുള്ള എന്തോ ഒന്ന് പാറക്കൂട്ടത്തിനിടയിൽ കിടക്കുന്നത് എൽഫ്രഡിന്റെ കണ്ണിലുടക്കി. അത് അവളുടെ കമ്മലായിരുന്നു! അതു നഷ്ടപ്പെട്ടതിനെക്കുറിച്ച് താനൊരിക്കൽ നൈറ്റിനോട് പറഞ്ഞിട്ടുണ്ട് എന്നത് എൽഫ്രഡിന് പെട്ടെന്ന് ഓർമവന്നു. ഇപ്പോൾ..... ഇതിവിടെനിന്നും കിട്ടുമ്പോൾ..... എല്ലാം വ്യക്തമാവും. അയാൾ അറിയാതെ അത് കൈക്കലാക്കാനായി അവളുടെ അടുത്ത ശ്രമം.

എത്ര കിണഞ്ഞു ശ്രമിച്ചിട്ടും പാറയിടുക്കിൽനിന്നും അത് വീണ്ടെടുക്കാൻ അവൾക്കായില്ല.

“എൽഫ്രഡ്....... നീ എന്താ ചെയ്യുന്നത്?” അവളുടെ അഭ്യാസം കണ്ട് നൈറ്റ് ചോദിച്ചു.

മറച്ചുപിടിക്കാൻ ശ്രമിച്ചെങ്കിലും നടന്നില്ല.

കല്ലിന്റെ വിടവിലൂടെ ആ തിളക്കം നൈറ്റും കണ്ടു. അയാൾ ഉടനെ തന്നെ ഒരു പേനാക്കത്തിയെടുത്തു അതിന്റെ അറ്റംകൊണ്ട് അത് തോണ്ടി എടുത്തു.

“ഇതു നിന്റേതുതന്നെയാണോ?” അയാൾ ചോദിച്ചു.

“അതെ.”

“വിചിത്രം. ഇതെങ്ങനെ ഇവിടെ....... ഇവിടെയെങ്ങനെ പോയി? നൈറ്റ് കുറച്ചുനേരം ചിന്തയിലാണ്ടു...... “എന്ത്? നീ കളഞ്ഞുപോയെന്നു പറഞ്ഞ ആ കമ്മലാണോ ഇത്?”

“അതെ.”

താൻ ആദ്യമായി അവളെ ചുംബിച്ച സമയത്ത് അവൾ പറഞ്ഞ കാര്യങ്ങൾ വീണ്ടും നൈറ്റിന്റെ ഓർമയിലെത്തി.

കടലിലേക്ക് കണ്ണുനട്ടുകൊണ്ട് അയാൾ ചോദിച്ചു:

“എൽഫ്രഡ്...... നീ അയാളെ കല്യാണം കഴിക്കാൻ തീരുമാനിച്ചിരുന്നോ?”

“അതെ. പക്ഷേ...... അതെ.”

“ഓ...... അപ്പോൾ വിവാഹംവരെ തീരുമാനിച്ചിരുന്നു?”

“അതെ. രഹസ്യമായി തീരുമാനിച്ചിരുന്നു. നൈറ്റ്, നിരാശപ്പെടരുത്. എന്നെ കുറ്റപ്പെടുത്തരുതേ.......”

“ഏയ്.”

“അതെന്താ അങ്ങനെ പറയുന്നത്?”

പ്രത്യേകിച്ച് മറുപടി ഒന്നും പറയാതെ നൈറ്റ് തുടർന്നു.

“ഞാൻ നിന്നെ ചുംബിക്കുംമുമ്പ് ഒരു സ്ത്രീയെയും ചുംബിച്ചിട്ടില്ല. ഒരു ചുംബനം അത്ര വലിയ സംഭവമൊന്നും അല്ല. മിക്കവർക്കും വിവാഹപൂർവബന്ധങ്ങളൊക്കെ അവഗണിച്ച് വിവാഹജീവിതം നയിക്കാനും കഴിയും. പക്ഷേ, ഞാൻ പല പ്രത്യേകതകളും ഉള്ള ആളാണ്. എന്റെ ശീലങ്ങളും വ്യത്യസ്തമാണ്. അതുകൊണ്ട് എനിക്ക് ബുദ്ധിമുട്ടുകൾ ഉണ്ടാകാം. ഉണ്ടായിക്കോട്ടെ, ഇനി എനിക്ക് നിന്നെക്കുറിച്ച് പ്രതീക്ഷകളില്ല

എൽഫ്രഡ് നീ എനിക്കനുവദിച്ച എല്ലാ സ്വാതന്ത്ര്യവും അയാൾക്കും അനുവദിച്ചിരുന്നു."

"അതെ." എന്നൊരു മറുപടി ഒരു കാറ്റിന്റെ അവസാനത്തെ കുത്തലപോലെ നേർത്ത സ്വരത്തിൽ എൽഫ്രഡിൽനിന്നും ഉയർന്നു.

"അവൻ നിന്നെ ചുംബിക്കാറുണ്ടായിരുന്നു?!"

"അതെ." കാറ്റ് വീണ്ടും നേർത്തു.

"അവന് എന്നെക്കാളും സ്വാതന്ത്ര്യം പ്രണയത്തിന്റെ കാര്യത്തിൽ നീ കൊടുത്തിരുന്നു.?"

"ഇല്ല, ഞാൻ കൊടുത്തില്ല."

"അവൻ എടുത്തു."

"അതെ."

"എൽഫ്രഡ്, ഞാൻ നിന്നിൽനിന്നും എത്ര അകലം പാലിച്ചു?" തകർന്നതുപോലെ നൈറ്റ് ചോദിച്ചു. "എത്രയോ മണിക്കൂറുകൾ, ദിവസങ്ങൾ, നിന്നെ ഒന്നു തൊടാൻ ആഗ്രഹിച്ച്, സ്വയം നിയന്ത്രിച്ച് ഞാൻ കഴിഞ്ഞു? രണ്ടു തവണയിലധികം നിന്നെ ഞാനിതുവരെ ചുംബിച്ചിട്ടില്ല. അതു തന്നെ ഭയത്തോടെ...... പക്ഷേ...... അവൻ ......അവന് ഒരു സങ്കോചവും ഉണ്ടായിരുന്നില്ല."

തണുത്തിട്ടെന്നവണ്ണം എൽഫ്രഡ് നൈറ്റിനോട് ഒട്ടിയിരുന്നു...... കഥകളെല്ലാം വിശദമായി നൈറ്റ് അറിഞ്ഞാൽ എന്താവും സ്ഥിതി.......

"എനിക്ക്...... എനിക്ക് നീ പൂർണമായും എന്റേതാവണം എന്റേതുമാത്രം. ചെറുപ്പംമുതൽ ഞാനും നീയും തമ്മിൽ കാണുംപോലെ നീ എന്റേതാവണം. നിനക്ക് വേറെയാരെങ്കിലും അവകാശികൾ ഉണ്ടാവുന്നത് എനിക്ക് സഹിക്കാനാവില്ല. എന്റേതുമാത്രം. അതാണ് എന്റെ ആഗ്രഹം. നീ മറ്റൊരാളാൽ സ്പർശിക്കപ്പെട്ടവളാണ് എന്ന യാഥാർത്ഥ്യത്തെ ഞാൻ വെറുക്കുന്നു. വെറുപ്പാണെനിക്ക്." നൈറ്റ് പറഞ്ഞു നിർത്തി.

അവൾ ദീർഘനിശ്വാസമുതിർത്തു. അതൊരു തേങ്ങലായാണ് അവസാനിച്ചത്. എൽഫ്രഡിന് മുഖം കൊടുക്കാതെ കനത്ത മുഖഭാവത്തോടെ കടലിലേക്ക് നോക്കികൊണ്ട് നൈറ്റ് ഇരുന്നു.

"എപ്പോഴാണ് അയാൾ നിന്നെ ആദ്യമായി ചുംബിച്ചത്? ഇതുപോലെ ഒരിടത്തുവെച്ചുതന്നെ ആയിരുന്നോ?"

"അതെ."

"നീ എന്നോടൊന്നും പറഞ്ഞില്ല. ഒന്നും......... എല്ലാം ഞാൻ ചൂഴ്ന്നറിയുകയായിരുന്നു. എത്ര തവണ നമ്മളീ വിഷയം സംസാരിച്ചു? അവസാനം കപ്പലിൽവെച്ച് സംസാരിച്ചപ്പോൾ പോലും നീ ഇത് രഹസ്യമാക്കിവെച്ചു. എന്നെ നീ ഒരു വിഡ്ഢിയാക്കുകയായിരുന്നു. നമുക്കിടയിൽ ഒരു രഹസ്യവും ഉണ്ടാവരുത് എന്ന് പറഞ്ഞിട്ട്...... ഇപ്പോ....... എന്നെ വിശ്വസിച്ച് നീ സ്വയം എല്ലാം ഏറ്റുപറഞ്ഞിരുന്നെങ്കിൽ എനിക്ക് കുറെക്കൂടി ആശ്വാസമായേനെ. നീ എല്ലാം ഒളിപ്പിച്ചുവെച്ചു. എല്ലാം ഞാൻ

ചികഞ്ഞ് ചികഞ്ഞ് അറിഞ്ഞതല്ലേ? ഈ പ്രണയം ഉണ്ടായ സമയത്ത് നീ എൽഡൽസ്റ്റൗവിലായിരുന്നില്ലേ താമസം?"

"അതെ." അവൾ പതിയെ പറഞ്ഞു.

"എവിടെവെച്ചാണ് അയാൾ നിന്നെ ആദ്യം ചുംബിച്ചത്?"

"ഇവിടെവെച്ചുതന്നെ."

"ഉം........ എനിക്കുതോന്നി." എഴുന്നേറ്റുനിന്ന് അവളെ നോക്കിക്കൊണ്ട് നൈറ്റ് തുടർന്നു. "എന്റെ വാക്കുകൾ കുറച്ചു കടുത്തുപോവുന്നെങ്കിൽ ക്ഷമിച്ചേക്ക്...... നീ എന്നെ ഒരു പൊട്ടനാക്കി. എല്ലാം ഒരാൾക്ക് ആദ്യമേ കൊടുത്തിട്ട്, ഞാൻ വെറും ഒരു രണ്ടാമൻ. നീ എന്നെ കബളിപ്പിച്ചു....."

"അങ്ങനെ ഒന്നും പറയരുതേ....... പ്ലീസ്."

"ഇവിടെവെച്ചല്ലാതെ പിന്നെ എവിടെയൊക്കെവെച്ച് അവൻ നിന്നെ ചുംബിച്ചു?"

"ഒരിക്കൽ, ഒരു ശവക്കല്ലറയ്ക്കുമീതെവെച്ച്...... പിന്നെ പലയിടത്തും വെച്ച്........" അവൾ കുറ്റബോധം നിറഞ്ഞ ശബ്ദത്തിൽ പതിയെ പറഞ്ഞു.

"ആ........ പോട്ടെ." അവളുടെ കണ്ണുനീരും വിഷമവും കണ്ട് അയാൾ പറഞ്ഞു.

"ഇതുകൊണ്ടൊന്നും ഒരു കാര്യവും ഇല്ല." അവൾ ഒന്നും മിണ്ടാഞ്ഞപ്പോൾ അയാൾ പറഞ്ഞു.

"എനിക്ക് തണുക്കുന്നു........ നമുക്ക് വീട്ടിലേക്ക് പോവാം?" അവൾ ചോദിച്ചു.

"ശരി. ഒരുപാട് വൈകി. ഇനിയും വൈകിയാൽ നടക്കാൻ വഴികാണില്ല. കുതിരയും അസ്വസ്ഥതപ്പെടുന്നുണ്ടാവും."

അവിടെനിന്നും എണീറ്റുപോവുംവരെ എൽഫ്രഡ് എല്ലാം ഏറ്റു പറഞ്ഞെങ്കിൽ എന്ന് അയാൾ ആഗ്രഹിച്ചു. ആദ്യപ്രണയത്തെക്കുറിച്ച്, എല്ലാം വിശദമായി അവൾ സ്വമേധയാ പറഞ്ഞെങ്കിൽ........ ഇതിപ്പോൾ, ചോദിച്ചതിനുമാത്രം ഒറ്റവാക്കിൽ മറുപടി. ഇനിയും പലതും അവർക്കിടയിൽ നടന്നിരിക്കാം.... പലതും! സംശയം അതിന്റെ വിഷവിത്തു പാകിക്കഴിഞ്ഞു, നൈറ്റിന്റെ ഹൃദയത്തിൽ!

അവർ വീട്ടിലേക്കു മടങ്ങി. വഴിയിൽവെച്ച് സ്വാൻക്രോർട്ടും അവരുടെകൂടെ കൂടി. പൊളിച്ചു മാറ്റിയ പള്ളിയെക്കുറിച്ചും മറ്റും സംസാരിച്ചുകൊണ്ട് അവർ വീട്ടിലേക്ക് നടന്നു. പൊളിച്ചിട്ടിരിക്കുന്ന ഗോപുരം നിലാവിൽ കുളിച്ചുനിൽക്കുന്നത് കാണണമെങ്കിൽ, അത്താഴത്തിനുശേഷം പോയി കാണാൻ വികാരി ആ കമിതാക്കൾക്ക് അനുവാദം കൊടുത്തു.

നിലാവുദിച്ച് കഴിഞ്ഞപ്പോൾ അവർ ദേവാലയം കാണാനായി വീട്ടിൽ നിന്നിറങ്ങി. നിലാവല്ല, ആ പെൺകുട്ടിയുടെ സാമീപ്യമായിരുന്നു അപ്പോൾ നൈറ്റിന്റെ ലക്ഷ്യം.

32

രൂപങ്ങൾ

ഒക്ടോബറിലെ, തണുത്തുറഞ്ഞ ആ മൂകരാത്രിയിൽ, പണ്ടെത്രയോ തവണ കളിതമാശകൾ പറഞ്ഞ് കയറിപ്പോയ ആ പടിക്കെട്ടുകൾ അസ്വസ്ഥമായ ഹൃദയങ്ങളോടെ അവർ നടന്നുകയറി. അവർ ദേവാലയത്തിന്റെ മുറ്റത്തേക്ക് നടന്നു. അവിടെ, വികാരി പറഞ്ഞതുപോലെതന്നെ ഗോപുരത്തിന്റെ സിംഹഭാഗവും തകർന്നടിഞ്ഞ മട്ടിൽ കിടപ്പുണ്ടായിരുന്നു.

ഭൂമി നിലാവിൽ കുളിച്ച് വന്യസൗന്ദര്യത്തോടെ അവർക്കുമുമ്പിൽ നിന്നു. പശ്ചാത്തലത്തിൽ കടലിന്റെ വിദൂരദൃശ്യം. ചന്ദ്രൻ മേഘക്കീറുകൾക്കുള്ളിലൊളിച്ച് അവർക്കുമീതെ ഇരുട്ട് പരന്ന ഒരു നേരത്താണ് നൈറ്റ് സംസാരിച്ചുതുടങ്ങിയത്.

“നമ്മളിപ്പോൾ ഇരിക്കുന്ന ഈ സ്ഥലത്ത്, ഈ അൾത്താരയ്ക്കു മുമ്പിൽ നമുക്കിരുവർക്കും ഒരുമിച്ച് മുട്ടുകുത്താവുന്ന ആ ദിവസം വേഗം വന്നണയണമേ എന്നു ഞാൻ പ്രാർഥിച്ചിരുന്നു....... പക്ഷേ ഇപ്പോൾ ഞാനാകെ അസ്വസ്ഥനാണ്. അതിന്റെ കാരണം നിനക്കറിയാം.”

അവൾ മറുപടി പറയുംമുമ്പെ നിലാവ് തിരിച്ചുവന്നു. നിലാവത്ത് ഒരു ശവക്കല്ലറമാത്രം തെളിഞ്ഞു കാണാം. വെള്ളക്കല്ലുപാകിയ ഒരെണ്ണം ഫെലിക്സ് ജെത്‌വെയുടെ കല്ലറ.

നൈറ്റിന്റെ മനസുമുഴുവനും എൽഫ്രെഡ് ഒളിച്ചുവെച്ച രഹസ്യങ്ങൾ അറിയാനുള്ള ആകാംക്ഷയാണ്. പെട്ടെന്ന്, ശവക്കല്ലറയ്ക്കുമുകളിൽ വെച്ച് ചുംബനം കിട്ടി എന്ന് പറഞ്ഞത് അയാൾക്ക് ഓർമവന്നു.

“എൽഫ്രെഡ്, എന്നെ കൂടുതൽ ബുദ്ധിമുട്ടിക്കാതെ പഴയ കാര്യങ്ങൾ എല്ലാം തുറന്നുപറയ്. ആ കാണുന്ന കല്ലറയ്ക്കു മുകളിൽ വെച്ചാണോ നിനക്ക് രണ്ടാമത്തെ ചുംബനം കിട്ടിയത്?

അതിനകത്തു കിടക്കുന്ന മനുഷ്യൻ നിന്റെ കാമുകനായിരുന്നോ......?"

"അതെ. അയാൾ എന്നെ പ്രണയിച്ചു, പക്ഷേ ഞാൻ പ്രോത്സാഹിപ്പിച്ചിട്ടില്ല."

"പക്ഷേ അയാൾ നിന്നെ ചുംബിച്ചു? നീ തന്നെയല്ലേ. അതും പറഞ്ഞത്?"

എൽഫ്രഡിന് മറുപടി ഉണ്ടായിരുന്നില്ല.

"നിശ്ചയംവരെ കാര്യങ്ങൾ എത്തി എന്നും നീ പറഞ്ഞു. ഇപ്പോൾ നീ പ്രോത്സാഹിപ്പിച്ചിട്ടില്ലെന്നും പറയുന്നു. അവനോടൊപ്പം ഇരുന്ന കാര്യം വരെ നീ പറഞ്ഞു. നൈറ്റ് ദേഷ്യത്തോടെ ചാടി എഴുന്നേറ്റു. "നീ പച്ചക്കള്ളമാണു പറയുന്നത്. എന്തിനാണ് നീ ഇങ്ങനെ കരഞ്ഞ് എന്നെ പറ്റിക്കുന്നത്? നമ്മൾക്കൊരിക്കലും സന്തോഷത്തോടെ ജീവിക്കാൻ കഴിയില്ല. ഒരിക്കലും... സത്യം സത്യമായിപ്പറയാത്തിടത്തോളം കാലം എനിക്ക് നീയുമായി ഒത്തുപോവാൻ കഴിയുകയില്ല." എല്ലാം അവസാനിപ്പിച്ചമട്ടിൽ നൈറ്റ് അവളെ തട്ടിമാറ്റി പോകാൻ ഒരുങ്ങി.

എൽഫ്രഡ് എഴുന്നേറ്റ് അവന്റെ കൈകളിൽ തൂങ്ങി.

"പോകരുത്..... നൈറ്റ്...... പ്ലീസ് പോകരുത്......"

"എങ്കിൽ പറയ്....... പിന്നെ, നുണപറയാൻ ശ്രമിക്കണ്ട. ഇനിയും നുണപറയാനാണ് ഭാവമെങ്കിൽ ഞാൻ നിന്നെ പൂർണമായും വെറുക്കും. ദൈവമേ...... ഞാനിങ്ങനെ ഒരു പെണ്ണിന്റെ ചതിയിലകപ്പെട്ടുപോയല്ലോ..."

"പ്ലീസ് എന്നെ ഇങ്ങനെ ക്രൂശിക്കരുത്. ഇത്തിരി ദയ എന്നോട് കാണിക്ക്....... ഇങ്ങനെ ചങ്കിൽ കുത്തുന്നതരത്തിൽ സംസാരിക്കരുതേ... ഞാൻ സത്യസന്ധയാണ്, ശരിക്കും. എങ്ങനെയാണ് ഈ തെറ്റിദ്ധാരണകളൊക്കെ ഉണ്ടാവാനിടവന്നത് എന്ന് എനിക്കുതന്നെ അറിയില്ല. എനിക്ക് പേടിയാവുന്നു നൈറ്റ്." അവളുടെ ദേഹം വിറയ്ക്കുന്നുണ്ടായിരുന്നു. അവൾ അവനെ പിടിച്ചുലച്ചു.

"നീ അവനോടൊപ്പം ആ ശവക്കല്ലറയ്ക്കുമീതെ ഇരുന്നിട്ടുണ്ട് എന്ന് നീ പറഞ്ഞില്ലേ?"

"അതെ. അത് സത്യമാണ്."

"പിന്നെ...... എങ്ങനെയാണ് ഒരാൾക്ക് അയാളുടെതന്നെ കല്ലറയ്ക്കുമീതെ ഇരുന്ന് ഒരു പെണ്ണിനെ ചുംബിക്കാനാവുക."

"അത്..... അത് വേറെ ഒരാളാണ്........ എന്നോട് ക്ഷമിക്കൂ നൈറ്റ്..... ക്ഷമിക്കില്ലേ?"

"എന്ത്? കല്ലറയ്ക്കകത്ത് കിടക്കുന്നത് കാമുകൻ? പിന്നെ അതിന്റെ പുറത്തിരുന്ന് ചുംബിച്ചത് വേറൊരു കാമുകൻ? അങ്ങനെ രണ്ടു പേർ?"

"ഞാ...... ആഹ്.........ഉം...... അതെ."

"അപ്പോൾ......., എനിക്കുംമുമ്പേ രണ്ട് പേർ?"

"ഉം."

അങ്ങേ അറ്റം വെറുപ്പോടെയാണ് നൈറ്റ് തുടർന്ന് സംസാരിച്ചത്.

"ശരി. പുതിയ പല വിചിത്രകഥകളും അറിഞ്ഞുതുടങ്ങുകയാണ്. എന്താ ചെയ്യേണ്ടത് എന്ന് എനിക്കൊരു പിടിയും ഇല്ല. പഴയ കാമുകന്റെ കല്ലറയ്ക്കുമീതെ മറ്റൊരുത്തന്റെകൂടെ ഇരിക്കുക.... ചുംബിക്കുക. ദൈവമേ...... എനിക്കിതൊന്നും ആലോചിക്കാൻകൂടി വയ്യ."

അവർക്കുമുമ്പിൽ പ്രതികാരദാഹിയായി ഒരു പ്രേതത്തെപ്പോലെ ഉയർന്നുനിൽക്കുന്ന വെളുത്ത കല്ലുപാകിയ ആ കല്ലറയ്ക്കുനേരെ നോക്കിക്കൊണ്ട് നൈറ്റ് വിലപിച്ചു.

"ഞാനതൊന്നും കരുതിക്കൂട്ടി ചെയ്തതല്ല നൈറ്റ്........ സംഭവിച്ചു പോയതാണ്. പ്ലീസ് എന്നെ വിശ്വസിക്കൂ......"

"ശരി. നീ കരുതിക്കൂട്ടി അല്ല എന്നുതന്നെ ഞാൻ വിശ്വസിക്കാം. ആരും അങ്ങനെ ഒന്നും വേണമെന്നുവെച്ച് ചെയ്യില്ല; ആർക്കും അതിനൊന്നും കഴിയില്ല." അയാൾ ഖേദത്തോടെ പറഞ്ഞു.

"നീ നിന്റെ രണ്ടാമത്തെ കാമുകനോട് എല്ലാം തുറന്നുപറഞ്ഞിരുന്നോ?"

"അതൊക്കെ പഴങ്കഥകളല്ലെ നൈറ്റ്....... നമ്മളെ അതൊന്നും ബാധിക്കുകയേ ഇല്ല........ വിട്ടേക്ക്."

"അലസനായ ഒരാൾക്ക് അതൊക്കെ ചിരിച്ചുതള്ളാം. സത്യസന്ധനായ ഒരു വ്യക്തിക്ക് എന്നേക്കും വേദനിക്കാൻ ഇതു മതി. ഇതൊരു വേദനയാണ്. എന്നോട് എല്ലാം തുറന്നുപറയുക."

"കുറച്ചു കേൾക്കുമ്പോൾത്തന്നെ ഇങ്ങനെ ക്രൂരനാവുന്ന, ക്ഷുഭിതനാവുന്ന ഒരാളോട് ഞാനെങ്ങനെയാണ് എല്ലാം തുറന്നുപറയുക?"

"അവിടെയും ഇവിടെയുമായി വളരെ കുറച്ചു കാര്യങ്ങളേ നീ എന്നോടു പറഞ്ഞിട്ടുള്ളൂ. വിവാഹനിശ്ചയം വരെ എത്തി, അതു നടക്കാതെ പോവലൊക്കെ സാധാരണമാണ്. അങ്ങനെ വല്ലതും ആയിരുന്നു നിനക്കും സംഭവിച്ചതെങ്കിൽ എനിക്ക് നിന്നോടുള്ള ഇഷ്ടം ഒട്ടും കുറയുകയില്ലായിരുന്നു. ഇതുപക്ഷേ.... ഇനിയും പറയാത്ത കഥകൾ ഒരുപാടുണ്ട്. അല്ലേ?"

"ഒരുപാടൊന്നും ഇല്ല."

ഒരു മിനിട്ടു നേരത്തേക്ക് നൈറ്റ് ഒന്നും മിണ്ടിയില്ല. പിന്നെ പറഞ്ഞു.

"ഒരുപാടൊന്നും ഇല്ല—"ഞാനത് വിശ്വസിക്കുന്നില്ല എൽഫ്രഡ്.." അയാളുടെ ശബ്ദം നേർത്തു...... "എൽഫ്രഡ്, ഒന്ന് നീ ഓർത്തോ. ഇപ്പോൾ പറഞ്ഞതിനപ്പുറം ഇനിയും കഥകൾ ഉണ്ടെങ്കിൽ.... അത് എനിക്കെന്നല്ല, ഏതൊരു പുരുഷനും നിന്നെ കല്ല്യാണം കഴിക്കുന്നതിന് ബുദ്ധിമുട്ടായിരിക്കും." കുറച്ച് നേരത്തിനുശേഷം അയാൾ തുടർന്നു. "ഒന്നും നിന്റെ തെറ്റല്ല...... എല്ലാം.... എല്ലാം എന്റെ ഭാഗ്യക്കുറവാണ്. എനിക്ക് നിന്നെ ഇങ്ങനെ ചോദ്യം ചെയ്യാൻ യാതൊരവകാശവും ഇല്ല...... നിനക്ക് മുൻപ്രണയമൊന്നും ഉണ്ടായിട്ടില്ലെന്ന് നീ ഒരിക്കലും പറഞ്ഞിട്ടില്ല..... പിന്നെ ഞാനെന്തിന് നിന്നെ കുറ്റപ്പെടുത്തണം? പറഞ്ഞതൊക്കെ ക്ഷമിച്ചേക്ക് എൽഫ്രഡ്..... മാപ്പ്."

"വേണ്ട..... അരുതേ..... ഇങ്ങനെ ഒക്കെ പറയുന്നതിനെക്കാളും നിങ്ങൾ ദേഷ്യപ്പെടുന്നതാണ് എനിക്ക് സന്തോഷം. ഇങ്ങനെ ഒന്നും സംസാരിക്കരുതേ..... നമ്മൾ വെറും പരിചയക്കാർ മാത്രമാണെന്ന് തോന്നിപ്പോവുന്നു..."

"നീ അങ്ങനെ അല്ലെ ചെയ്തത്?"

"ശരി. ഇനി ഞാനൊന്ന് പറയട്ടെ. ഞാൻ നിങ്ങളുടെ ഭൂതകാലത്തെപ്പറ്റി ഒന്നും ചോദിച്ചില്ലല്ലോ...... അതറിയാൻ ഞാൻ ആഗ്രഹിക്കുന്നതേ ഇല്ല. നിങ്ങൾ എവിടെനിന്നു വന്നവനോ ആവട്ടെ, എന്തോ ചെയ്തോട്ടെ.........., ആരെ വേണമെങ്കിലും പ്രണയിച്ചോട്ടെ..... അവസാനം, എന്നന്നേക്കുമായി നിങ്ങൾ എന്റേതായിത്തീർന്നല്ലോ. എനിക്ക് അതുമതി. ഞാൻ മുമ്പ് ഒരിക്കൽ പ്രണയിച്ചവളാണ് എന്ന് അറിഞ്ഞിരുന്നെങ്കി, നിങ്ങളെന്നെ പ്രണയിക്കില്ലായിരുന്നോ നൈറ്റ്?"

"അങ്ങനെ ചോദിച്ചാൽ..... കൃത്യമായി പറയാനാവില്ല. പക്ഷേ നീ ഒരിക്കലും പ്രണയത്തിൽ പെടാത്ത വ്യക്തിയാണ് എന്നത് എനിക്കൊരു ആകർഷണംതന്നെ ആയിരുന്നു. പക്ഷേ, ഒന്ന് ഞാൻ പറയാം. ഇനിയും എല്ലാം തുറന്നുപറയാൻ നീ, തയാറാവുന്നില്ലെങ്കിൽ........ നിന്നെ തുടർന്ന് പ്രണയിക്കാൻ എനിക്കു കഴിയില്ല."

എൽഫ്രഡ് ദയനീയമായി കരഞ്ഞു.

"ഞാനിങ്ങനെ ഒരു പീറപ്പെണ്ണായിപ്പോയല്ലോ....... ഞാൻ മാന്യതയുള്ള ഒരു മിടുക്കിയായിരുന്നു. എനിക്ക് ആവശ്യത്തിലധികം സൗന്ദര്യമില്ലേ.... ഉണ്ട്....... കുറച്ചെങ്കിലും ഉണ്ട്. എന്റെ ശബ്ദത്തെ, സ്വഭാവത്തെ ഒക്കെ നിങ്ങൾപോലും പുകഴ്ത്തിയിട്ടുണ്ട്. എല്ലാം, എല്ലാം ഒറ്റ നിമിഷം കൊണ്ട് ഇല്ലാതായിപ്പോയി. നിങ്ങൾക്ക് മുമ്പേ ഞാൻ ഒരാളെ യാദൃച്ഛികമായി കണ്ടുപോയി എന്ന ഒറ്റക്കാരണംകൊണ്ട്."

"യാദൃച്ഛികമായി കണ്ടെന്നോ? നീ അയാളെ പ്രേമിച്ചില്ലേ....."

"ആ, കുറച്ച്."

"ആ ബന്ധം എങ്ങനെ അവസാനിച്ചു? അതിപ്പഴും നീ പറഞ്ഞിട്ടില്ല, എത്ര നിസ്സാരമായ ഒരു കാര്യം, അതുപക്ഷേ തുറന്നുപറയാൻ നീ തയാറല്ല."

"എന്നെയിങ്ങനെ ചോദ്യം ചെയ്യാൻ നിങ്ങൾക്ക് അവകാശമില്ലെന്ന് നിങ്ങൾതന്നെയാണ് പറഞ്ഞത്. ഇത് മോശമാണ്..... ഞാൻ നിങ്ങളെ വിശ്വസിക്കുന്നില്ലേ, അതുപോലെ നിങ്ങൾക്കെന്നെയും വിശ്വസിച്ചുകൂടെ?"

"സാധ്യമല്ല."

"എന്നോടിത്രയ്ക്ക് ക്രൂരനാവുന്ന നിങ്ങളെ പ്രണയിക്കാൻ എനിക്കു കഴിയില്ല....... നിങ്ങൾ ദുഷ്ടത്തരമാണ് ചെയ്യുന്നത്."

"ആവും, ആണ്. ഞാൻ നിന്നെ അത്രയ്ക്ക് സ്നേഹിക്കുന്നു, അതാണ് അത്രയ്ക്ക് ക്രൂരനാവുന്നത്."

"സാരമില്ല നൈറ്റ്." വീണ്ടും അവനോട് ചേർന്നുനിന്നുകൊണ്ട് അവൾ തുടർന്നു. "നീ എന്നോടു പൊറുക്കും എങ്കിൽ നീ പറഞ്ഞ കടു

ത്ത വാക്കുകളൊക്കെ ഞാനെപ്പഴേ മറക്കും. ഇനിയും എന്നോടു കലഹി ക്കാതിരുന്നാ മാത്രം മതി. നീ ആഗ്രഹിക്കുംപോലെ ആദ്യം പ്രണയി ക്കുന്നവളായിരുന്നു ഞാനെങ്കിൽ എന്നെനിക്കു കൊതി തോന്നുന്നു..... പക്ഷേ എന്തുചെയ്യാം. എല്ലാം കഴിഞ്ഞുപോയില്ലേ?"

"ശരി പൊട്ടെ." അതും പറഞ്ഞുകൊണ്ട് നൈറ്റ് പോവാനായി ഒരുങ്ങി.

പോകുമ്പോൾ ഉത്സാഹപൂർവം സംസാരിക്കാൻ അയാൾ ശ്രമിച്ചു. "Diogenes Latrins പറയുന്നുണ്ട്, തത്വജ്ഞാനികൾ ധ്യാനിക്കുമ്പോൾ കണ്ണുപൊത്തി, കാഴ്ചയെ മറച്ച്, ഏകാഗ്രത കൈവരിക്കാറുണ്ട് എന്ന്. മനുഷ്യർ പ്രണയിക്കുമ്പോഴും ഏകദേശം അങ്ങനെതന്നെ!"

"നോക്കൂ...... ഇങ്ങനെ ഒക്കെ സംസാരിച്ചാൽ എനിക്കൊന്നും മനസി ലാവില്ല."

"എനിക്കു കിട്ടിയത് ഒരു സെക്കൻഡ് ഹാൻഡ് പെണ്ണാണ് എന്ന് ഓർക്കാതിരിക്കാൻ......"

അവൾ ഒരു നെടുവീർപ്പോടെ തലതാഴ്ത്തി. ഇടിഞ്ഞുപൊളിഞ്ഞു കിടക്കുന്ന ഗോപുരത്തിന്റെ ഭാഗങ്ങൾ പിന്നിട്ട് ശവപ്പറമ്പിലൂടെ നടന്ന് അവർ പടികൾ ഇറങ്ങാൻ തുടങ്ങി.

ഒരു കാമുകന്റെ കരുതലോടെതന്നെ ചവിട്ടുപടികൾ ഇറങ്ങാൻ അവൻ അവളെ സഹായിച്ചു.

33

ബാബിലോണിന്റെ പുത്രി

അത്താഴം കഴിഞ്ഞ്, ഉറക്കത്തിനുമുമ്പ് അരമണിക്കൂർനേരം ഉലാത്തുക നൈറ്റിന്റെ പതിവാണ്. അത് എൽഫ്രഡിനും അറിയാം. അതുകൊണ്ട്, ചവിട്ടുപടികൾ ഇറങ്ങിക്കഴിഞ്ഞപ്പോൾ എൽഫ്രഡ് ഇങ്ങനെ പറഞ്ഞു:

"നിങ്ങൾക്ക് പതിവുനടത്തം ആവണമെങ്കിൽ ആയിക്കോ, ഞാനിവിടെനിന്ന് വീട്ടിലേക്ക് ഒറ്റ ഓട്ടം ഓടിക്കോളാം."

"നന്ദി എൽഫ്രഡ്..... എങ്കിലെനിക്കെന്റെ നടത്തം മുടങ്ങില്ലായിരുന്നു."

അവൾ നിലാവിലൂടെ നടന്ന് ദൂരെ മറഞ്ഞു. നൈറ്റ് കുറേനേരം ആ ദേവാലയത്തിന്റെ ചവിട്ടുപടികളിൽത്തന്നെ നിന്നു. പിന്നെ വീണ്ടും ദേവാലയത്തിനുനേരെ തിരിഞ്ഞു. പതിവായി വലിക്കുന്ന പൈപ്പോ സിഗററ്റോ ഒന്നും വലിക്കാൻപോലും അയാൾക്ക് തോന്നിയില്ല. ഒന്നിനും തണുപ്പിക്കാനാവാത്തവിധം കലുഷമാണ് ഇപ്പോൾ അയാളുടെ ഹൃദയം.

എൽഫ്രഡിനെയും അവളുടെ പ്രണയാതുരമായ ഭൂതകാലത്തെയും ഓർമപ്പെടുത്തിക്കൊണ്ട് ഫെലിക്സ് ജെത്‌വെയുടെ ശവകുടീരം അയാൾക്കുമുമ്പിൽ ഉയർന്നുനിന്നു. അയാൾ തിരിച്ച് ദേവാലയത്തിന്റെ മുറ്റത്തേക്കുതന്നെ കയറിവന്ന്, അവിടെക്കൂടി വെറുതെ ചുറ്റിനടന്നു.

അതിനിടയ്ക്ക്, പൊളിഞ്ഞുകിടക്കുന്ന ഗോപുരത്തിനടിയിൽ ഒരാൾ ഉറങ്ങിക്കിടക്കുന്നത് നൈറ്റ് കാണാനിടയായി. ഇരുട്ടിൽ തപ്പിനോക്കിയപ്പോൾ അതൊരു സ്ത്രീയാണെന്ന് അയാൾ തിരിച്ചറിഞ്ഞു.

ഉടനെ നിലാവിന്റെ വെളിച്ചത്തിൽ തപ്പിത്തടഞ്ഞ് ഓടി, അയാൾ റോഡിലേക്കിറങ്ങി. എതിർവശത്തുനിന്നും ഒരാൾ നടന്നുവരുന്നത് അയാൾ കണ്ടു.

"പള്ളിമേടയിൽ ഒരു അപകടം നടന്നിരിക്കുന്നു." ആമുഖമൊന്നും കൂടാതെ നൈറ്റ് ആ അപരിചിതന്റെ അടുത്തേക്ക് ഓടിച്ചെന്നുകൊണ്ട് പറഞ്ഞു. "ആരാണ് എന്നറിയില്ല. ഗോപുരമിടിഞ്ഞ് ദേഹത്തുവീണു പോയതാണെന്നാണ് തോന്നുന്നത്. അതിനടിയിൽ കിടക്കുകയാണ്. ഒന്നു വന്ന് സഹായിക്കാമോ?"

"ഞാൻ വരാം. അപരിചിതൻ പറഞ്ഞു. "ഒരു സ്ത്രീയാണ്." തിരിച്ചോടുന്നതിനിടയിൽ നൈറ്റ് പറഞ്ഞു. "രണ്ടുപേർ ചേർന്ന് അവരെ പൊക്കി എടുക്കാം. പക്ഷേ, മണ്ണു മാറ്റാൻ ഒരു മൺവെട്ടി കിട്ടിയേ തീരൂ."

"ശവക്കുഴി വെട്ടുന്ന മൺവെട്ടി അവിടെ കാണണം."

പള്ളിക്കുചുറ്റും തിരഞ്ഞപ്പോൾ, പോർച്ചിൽ മൂന്ന് മൺവെട്ടി കിടക്കുന്നത് അവർ കണ്ടു. അതെടുത്തുകൊണ്ടുവന്ന് അവർ ആ സ്ത്രീ കിടക്കുന്നിടത്തെ മണ്ണും കല്ലും നീക്കിത്തുടങ്ങി...

"ഒരു വെളിച്ചം കിട്ടിയിരുന്നെങ്കിൽ...... കുഴപ്പമില്ല. എങ്ങനെയെങ്കിലും അവരെ പുറത്തെടുത്തല്ലേ പറ്റൂ."

അപരിചിതനായ അയാൾ ആദ്യം ഒന്നും ചെയ്യാനാവാതെ നിന്നെങ്കിലും നൈറ്റ് ചെയ്യുന്നത് കണ്ടപ്പോൾ, അയാളെക്കൊണ്ടാവുംവിധം മണ്ണു പുതഞ്ഞുകിടന്ന പാറക്കല്ലുകൾ എടുത്ത് മാറ്റിത്തുടങ്ങി. എത്ര കഠിനമായി ശ്രമിച്ചിട്ടും പത്തു മിനിട്ടോളമെടുത്തു അവർ ആ നിർഭാഗ്യവതിയുടെ ശരീരം പുറത്തെടുക്കാൻ. അവർ ആ ശരീരം അതീവശ്രദ്ധയോടെ താങ്ങി എടുത്ത് അടുത്തുള്ള ഫെലിക്സ് ജെത്വെയുടെ കല്ലറയ്ക്കു മീതെ കിടത്തി.

"മരിച്ചിട്ടുണ്ട്; അല്ലേ?" അപരിചിതൻ ചോദിച്ചു.

"അങ്ങനെയാണു തോന്നുന്നത്." നൈറ്റ് പറഞ്ഞു. "ഏതാ ഏറ്റവും അടുത്തുള്ള വീട്? വികാരിയുടെതുതന്നെ ആവും അല്ലേ?"

"അതെ. പക്ഷേ ഒരു ഡോക്ടറെ വിളിക്കണമെങ്കിൽ സ്ട്രാട്ടണിൽ നിന്നല്ലേ കിട്ടൂ? അപ്പോൾ ആ വഴി ഏതെങ്കിലും വീട്ടിൽ കയറ്റിക്കിടത്തുന്നതല്ലെ നല്ലത്?"

"അതുവഴി അടുത്തെങ്ങാനും വീടുണ്ടോ?"

"ഉണ്ട്. വലിയ ദൂരത്തല്ലാതെ ഉണ്ട്."

"എങ്കിൽ എടുക്കാം...... നിങ്ങളുടെ കൈ എന്റെ കയ്യോടുചേർത്ത് ഇങ്ങനെ പിടിക്കൂ......... അങ്ങനെയേ എടുക്കാനാവൂ."

"ആ...... ഞാൻ പിടിക്കാമല്ലോ......."

പരസ്പരം കൈകൾ കോർത്തുപിടിച്ച് അവർ ഒരു തൊട്ടിൽപോലെയാക്കി. അങ്ങനെ അവർ ആ സ്ത്രീയെ കോരിയെടുത്തുകൊണ്ട് നടക്കാനാരംഭിച്ചു. അപരിചിതനായ അയാൾക്ക് ആ പ്രദേശത്തെ വഴികളൊക്കെ നല്ല നിശ്ചയമുള്ളതുപോലെ തോന്നി.

"ഓ......... ഒരു മണിക്കൂറോളമായിട്ട് ഞാനീ പള്ളിയിലുണ്ടായിരുന്നു. പിന്നെ ഇറങ്ങിവന്നപ്പോഴാണീ കാഴ്ച കണ്ടത്. അടുത്തുണ്ടായിട്ടും അറി

ഞ്ഞില്ല-ഇവരെ രക്ഷിക്കാനായില്ലല്ലോ..... ആ നേരമത്രയും ഞാൻ വെറുതെ കളഞ്ഞല്ലോ.....ഓ....... കഷ്ടം......ഒരു ജീവൻ രക്ഷിക്കാമായിരുന്നിട്ട്.."

"ഏകദേശം രണ്ട് മണിക്കൂർ മുമ്പാവണം ഗോപുരം തകർന്നു വീണിട്ടുണ്ടാവുക..... അല്ലേ?"

"അതെ, അസമയത്ത് എന്തിനീ സ്ത്രീ തനിച്ചവിടെ ചെന്നു?"

"ആർക്കറിയാം? ഒന്ന് തിരിച്ചുപിടിക്കാമോ? എങ്കിൽ നിലാവിൽ എനിക്കവരുടെ മുഖം വ്യക്തമായി കാണാമായിരുന്നു." അപരിചിതൻ പറഞ്ഞു.

അവർ രണ്ടാളുംകൂടി അവരുടെ ശരീരം നിലാവിനു അഭിമുഖമായി പിടിച്ചു. അപരിചിതൻ ആ മുഖം സൂക്ഷ്മമായി പരിശോധിച്ചു..... "ഓ.... എനിക്കിവരെ അറിയാം."

"അതെങ്ങനെ?"

"മിസിസ് ജെത്‌വെ. സ്ട്രാട്ടണിൽ പോണവഴി, അടുത്തുതന്നെ ഒരു വീടുണ്ട് എന്നു ഞാൻ പറഞ്ഞില്ലേ? അതിവരുടെ വീടുതന്നെയാണ്. പാവം.... നമുക്ക് വേഗം കൊണ്ടുപോവാം."

"ശരി..... ഒന്നുകൂടെ മുറുകെ പിടിക്കൂ.... നമ്മളിവരെ എടുത്തുകിടത്തിയ ആ കല്ലറ..... അതിവരുടെ മകന്റേതുതന്നെ അല്ലേ?"

"അതെ. അപ്പോൾ മകന്റെ കല്ലറയ്ക്കരികെ വന്നതാണ്. മകൻ മരിച്ചശേഷം അവർ ആകെ തളർന്നു. ഒരുതരം വിഭ്രാന്തിയായി. ഭർത്താവ് ഒരു കർഷകനായിരുന്നു-നേരത്തേ മരിച്ചു. നല്ല വിദ്യാഭ്യാസമൊക്കെ ഉള്ള സ്ത്രീയാണ്."

നൈറ്റിന് സഹതാപം തോന്നി. തന്റെ ജീവിതവും ഇവരുടേതായി ബന്ധപ്പെട്ടു കിടക്കുന്നു......... എൽഫ്രഡിലൂടെ. അയാൾ ഒന്നും മിണ്ടിയില്ല. അവർ നടത്തം തുടർന്നു.

"ഭാരം കൂടുന്നതുപോലെ, അല്ലേ!" അപരിചിതൻ മൗനം മുറിച്ചു.

"അതെ." നൈറ്റ് പറഞ്ഞു. "നമ്മൾ മുമ്പ് കണ്ടിട്ടുണ്ടെന്നു തോന്നുന്നു..... എവിടെയാണെന്നോർമയില്ല. നിങ്ങൾ ആരാണ്.... പറയാമോ?"

"ഞാൻ...... ലുക്സ്‌ലൈൻ പ്രഭു. നിങ്ങളോ?"

"ഞാനിവിടെ സന്ദർശനത്തിനുവന്ന ആളാണ്. മി. നൈറ്റ്."

"ആ....... ഞാൻ കേട്ടിട്ടുണ്ട്."

"ഞാൻ നിങ്ങളേയും കേട്ടിട്ടുണ്ട്..... കണ്ടതിൽ സന്തോഷമുണ്ട്."

"എനിക്കും. നിങ്ങളുടെ പേര് വായനയിലൂടെ എനിക്ക് നല്ല പരിചയമാണ്."

"ഇതാണോ വീട്?"

"അതെ."

വാതിലടച്ചിരുന്നു. ഒരു നിമിഷം ചിന്തിച്ചശേഷം ആ ശരീരത്തിന്റെ പോക്കറ്റിൽത്തന്നെ തിരഞ്ഞ് നൈറ്റ് താക്കോൽ കണ്ടുപിടിച്ചു. ജനലുവഴി എത്തുന്ന നിലാവ് അകത്തു നിറയെ കളം വരച്ചിട്ടിരിക്കുന്നു. നന്നായി അലങ്കരിച്ച് ഭംഗിയുള്ള മുറി. മൂന്നുനാലുദിവസം മുമ്പ് എൽഫ്രഡ് വന്ന്,

എഴുത്ത് എഴുതിവെച്ചിട്ട് മടങ്ങിപ്പോയ അതേ മുറി..... അവർ ആ ഭാരിച്ച ശരീരം പഴയ കട്ടിലേക്ക് ഇറക്കിക്കിടത്തി. നൈറ്റ് തപ്പിത്തിരഞ്ഞ്, ഒരു മെഴുകുതിരിയെടുത്തു കത്തിച്ചു. അവർ രണ്ടുപേരും ആ മുഖം സൂക്ഷ്മമായി പരിശോധിച്ചു. ജീവന്റെ ഒരടയാളവും ബാക്കിയില്ല........

"ഡോ. ഗ്രാൻസൺ എവിടെയാ താമസമെന്ന് എനിക്കറിയാം. നിങ്ങളിവിടെ നിൽക്കാമെങ്കിൽ ഞാൻ ഓടിപ്പോയി വിളിച്ചുകൊണ്ടുവരാം...." ലുക്സല്ലെൻ പ്രഭു പറഞ്ഞു.

നൈറ്റ് അതു സമ്മതിച്ചു. പ്രഭു ധൃതിയിൽ ഓടിപ്പോയി. ഒരു മരുന്നിനും തിരിച്ചു വിളിക്കാനാവാത്തവിധം ജീവൻ ആ ശരീരത്തെ വിട്ട് പോയിരിക്കുന്നു എന്ന് നൈറ്റിന് ഉറപ്പായിരുന്നു. ദേഹം തണുത്തുതുടങ്ങി..... നൈറ്റ് അവരുടെ മുഖം മൂടി. പിന്നെ അവിടെ ഇരുന്നു.

അടുത്തു കിടന്ന മേശപ്പുറത്ത് എഴുതുന്നതിനുള്ള എല്ലാ സാമഗ്രികളും ചിതറിക്കിടക്കുന്നു. പേന, പേപ്പർ, മഷിക്കുപ്പി എല്ലാം. എഴുതി നിർത്തിയ മൂന്ന് കത്തുകൾ നൈറ്റ് വായിച്ചു. നാലാമത്തെ കത്തിലേ പറയാനുദ്ദേശിച്ച കാര്യം എഴുതിയിട്ടുള്ളൂ. ഏറെ പ്രധാനപ്പെട്ട എന്തോ കാര്യം ആർക്കോ എഴുതി പൂർത്തിയാക്കി അത് പോസ്റ്റ് ചെയ്യാനായി ഇറങ്ങിയതാവണം ജെത്വെ. പിന്നെ തന്റെയും പ്രഭുവിന്റെയും കൈകളിലൂടെ, ജീവനറ്റേ അവർക്ക് തിരിച്ചെത്താനായുള്ളൂ. നൈറ്റിന് സങ്കടം തോന്നി.

വീണ്ടും നൈറ്റിന്റെ ചിന്തകൾ എൽഫ്രെഡിലേക്ക് മടങ്ങിപ്പോയി. അവളെ പെട്ടെന്ന് അങ്ങ് വിവാഹം കഴിച്ചിരുന്നെങ്കിൽ എല്ലാ വിഷമങ്ങളും ഒരുമിച്ച് അങ്ങ് തീർന്നേനെ എന്ന് അയാൾക്ക് തോന്നി. കുതിരവണ്ടിയുടെ ശബ്ദം കേട്ട് നൈറ്റ് ചിന്തകളിൽനിന്നും ഉണർന്നു. രണ്ട് നേഴ്സുമാരെയും ഡോക്ടറെയും കൂട്ടിക്കൊണ്ട് പ്രഭു മടങ്ങിവന്നിരിക്കുന്നു.

ഡോ. ഗ്രാൻസൺ വിശദമായ പരിശോധനയ്ക്കുശേഷം ജെത്വെ ശ്വാസം മുട്ടിയാണ് മരിച്ചത് എന്ന് സ്ഥിരീകരിച്ചു. ബാക്കി പരിശോധനകൾ ദുരൂഹസാഹചര്യത്തിൽ നടക്കുന്ന മരണങ്ങൾ അന്വേഷിക്കുന്ന ഉദ്യോഗസ്ഥർ സെന്റ് ക്രിസ്സിൽനിന്നും എത്തിയശേഷം നാളെ നടത്താം എന്ന് അവർ എല്ലാവരുംകൂടി തീരുമാനിച്ചു.

അൽപ്പസമയത്തിനകം ആ വീട്ടിൽ ജെത്വെയുടെ ജീവനറ്റ ശരീരം തനിച്ചായി. അവർ എല്ലാവരും മടങ്ങിപ്പോയി.

34

സന്തുഷ്ടർ

പതിനാറു മണിക്കൂറുകൾക്ക് ശേഷം-ജെത്‌വെയുടെ മരണവുമായി ബന്ധപ്പെട്ട അന്വേഷണങ്ങൾക്ക് വിധേയനായിക്കഴിഞ്ഞ് നൈറ്റ് മടങ്ങിവന്നപ്പോൾ, മിസിസ് സ്വാൻക്രോർട്ട് അവന് വന്നുകിടന്ന തപാലാണെന്നു പറഞ്ഞ് ഒരു കത്ത് എടുത്തുകൊടുത്തു. എൽഫ്രഡിനെ അവിടെയെങ്ങും കണ്ടില്ല.

അഡ്രസ് എഴുതിയിരിക്കുന്ന കൈപ്പട കണ്ടപ്പോഴേ നൈറ്റ് ഭയചകിതനായി. ആ കൈപ്പടയിൽ എഴുതിത്തുടങ്ങി പൂർത്തിയാക്കാത്ത കത്തുകൾ അയാൾ കുറച്ചുനേരം മുമ്പ് കണ്ടതേയുള്ളൂ..... ജെത്‌വെയുടെ വീട്ടിൽ, ആ മേശപ്പുറത്ത്!

ആരും ശല്യം ചെയ്യാതിരിക്കാനായി കുറ്റിച്ചെടികൾ വളർന്നുകിടക്കുന്ന ഒരിടവഴിയിലേക്ക് ഇറങ്ങിച്ചെന്നുനിന്നാണ് നൈറ്റ് കത്തു തുറന്ന് വായിക്കാനാരംഭിച്ചത്.

ആ കൈപ്പടയും സീലും എഴുതിയിരിക്കുന്ന പേപ്പറും എല്ലാം മരിച്ച് തണുത്തുറഞ്ഞുപോയ ജെത്‌വെയുടേതാണ് തന്റെ കൈയിലിരിക്കുന്ന ഈ എഴുത്ത് എന്ന് അയാളെ ബോധ്യപ്പെടുത്തി. മരിക്കുംമുമ്പ് അതീവ രഹസ്യമായി, മൂന്നുനാലു തവണ മാറ്റി മാറ്റി എഴുതി അവർക്ക് എന്താണ് തന്നെ അറിയിക്കാനുള്ളത്? ഒരു പരിചയവും ഇല്ലാത്ത തന്നെ? അന്ന് കപ്പലിൽ വെച്ച് എൽഫ്രഡ് താനൊരു സ്ത്രീയെ ഭയക്കുന്നു എന്ന് പറഞ്ഞത് നൈറ്റിന് ഓർമ വന്നു. ഉറക്കത്തിൽ 'ആരോടും പറയരുതേ' 'എന്റെ ജീവിതം തകർക്കരുതേ, എന്നൊക്കെ വിലപിച്ചതും നൈറ്റ് ഓർത്തു. അയാളുടെ കൈയിലിരുന്ന് ആ കടലാസ് വിറച്ചു. അതിലിപ്രകാരം എഴുതിയിരുന്നു.

'എൽഡൽസ്റ്റൗ.

സർ,

ഈ കത്തെഴുതുന്നതുകൊണ്ട് ഭൂമിയിൽ കൂടുതലായി ഒന്നും നഷ്ട പ്പെടാനില്ലാത്ത ഒരു സ്ത്രീയാണ് ഞാൻ. എനിക്ക് നിങ്ങളുടെ കാമുകിയെ ക്കുറിച്ച് ചിലത് പറയാനുണ്ട്. ഈ മുന്നറിയിപ്പ് തള്ളിക്കളയാം എങ്കിലും, പറയാനുള്ളത് ഒന്ന് ശ്രദ്ധിക്കൂ-

നിങ്ങൾ വഞ്ചിക്കപ്പെടുകയാണ്-

ഇത്തരം ഒരു സ്ത്രീയെ എങ്ങനെയാണ് വിശ്വസിക്കുക?

തന്നെ പ്രേമിച്ചവനെ പ്രോത്സാഹിപ്പിച്ച്, പിന്നീട് തള്ളിപ്പറഞ്ഞ്, അവനെ മരണത്തിനിരയാക്കിയവൾ,

അച്ഛന്റെ എതിർപ്പുപോലും വകവയ്ക്കാതെ തന്നിലും താഴ്ന്ന കുല ത്തിൽ പിറന്ന മറ്റൊരുവനെ പ്രണയിച്ചവൾ,

രഹസ്യമായി അവനെ വിവാഹം കഴിക്കാനായി ലണ്ടൻവരെ പോയ വൾ,

എന്തോ കാരണംകൊണ്ട് വിവാഹം നടത്താനാവാതെ തിരിച്ചു വന്നവൾ,

അവനെ ഭാവിവരൻ എന്നുവരെ വിശേഷിപ്പിച്ചവൾ,

എല്ലാം അറിയാവുന്ന എന്നോട് എല്ലാം രഹസ്യമാക്കിവെക്കണേ എന്ന് അപേക്ഷിച്ചുകൊണ്ട് കത്തെഴുതിവെച്ചവൾ,

മരിക്കുംമുമ്പ് എനിക്കെന്റെ മകന്റെ മരണത്തിന് കാരണക്കാരിയാ യവളോട് പ്രതികാരം ചെയ്യാൻ കഴിഞ്ഞല്ലോ......

ഗെറ്റ്ട്രുഡ് ജെത്വെ.'

എൽഫ്രഡ് ജെത്വെയുടെ വീട്ടിലെത്തി എഴുതിവെച്ച ആ കത്തും കൂടെ ഉണ്ടായിരുന്നു.

'ജെത്വെ,

നിങ്ങളെ കാണാനായി ഞാൻ ഇവിടെ വന്നു. ഏറെനേരം കാത്തിരി ക്കാൻ എനിക്ക് കഴിഞ്ഞില്ല. എന്നെ ഭീഷണിപ്പെടുത്തിയതുപോലെ പ്രവർത്തിക്കരുതേ എന്ന് നിങ്ങളോട് അപേക്ഷിക്കാനാണ് ഞാൻ വന്നത്. ഞാൻ ഒളിച്ചോടിപ്പോയ കാര്യം ആരും അറിയരുത്. അറിഞ്ഞാൽ അത് എന്റെയും അവന്റെയും ജീവിതം തകർക്കും. എന്നോട് ദയ കാണിക്കാമെ ങ്കിൽ പകരം ഞാനെന്തു വേണമെങ്കിലും തരാം. ഞാനും നിങ്ങളെപ്പോലെ ഒരു സ്ത്രീയല്ലേ. അതോർത്തെങ്കിലും എന്നോട് ദയ കാണിക്കണം.

ഇ എസ്'

അതുകൂടി വായിച്ചു കഴിഞ്ഞതോടെ നൈറ്റ് ആകെ തളർന്നു. അയാൾ തിരിഞ്ഞ് ആ വീടിനുനേരെ നോക്കി....... അവിടെനിന്നും നോക്കിയാൽ എൽഫ്രഡിന്റെ മുറി കാണാം. കുറ്റിച്ചെടികൾക്ക് ഇടയിൽ തന്റെ തല കാണുന്നതുകൊണ്ട്, അത് ആരാണെന്നറിയാൻ ചുഴിഞ്ഞു നോക്കിക്കൊണ്ട് എൽഫ്രഡ് ആ മുറിക്കകത്ത്, ജനലിനരികിൽത്തന്നെ നിൽക്കുന്നത് നൈറ്റ് കണ്ടു. നൈറ്റിന് ഒരു വികാരവും തോന്നിയില്ല. അയാൾ കണ്ണുകൾ പിൻവലിച്ചു. മരിച്ചുപോയ ഒരാളുടെ വാക്കുകൾ........

ഒരു ശവക്കല്ലറയ്ക്കകത്തുനിന്നെന്നപോലെ പ്രതിധ്വനിക്കുന്നു. അവയുടെ ഭാരം താങ്ങാനാവാതെ നൈറ്റ് ആ കടലാസ് കുനുകുനാ കീറി കാറ്റിൽ പറത്തിവിട്ടു.

തനിക്കു പിറകിൽ ചെടികൾ അമരുന്ന ശബ്ദം കേട്ട് നൈറ്റ് തിരിഞ്ഞുനോക്കി. എൽഫ്രഡ്! മുഖത്ത് ചിരിയുണ്ടെങ്കിലും മനസിലെ പരിഭ്രമം വ്യക്തമാണ്. തലേ ദിവസം രാത്രി അയാൾ പറഞ്ഞ കടുത്ത വാക്കുകൾ അവളെ തളർത്തിയിരിക്കുന്നു.

"ഞാനെന്റെ മുറിയുടെ ജാലകത്തിലൂടെ നോക്കിയപ്പോൾ നിങ്ങൾ ഇവിടെ നിൽക്കുന്നത് കണ്ടു." അവൾ പ്രസന്നത ഭാവിച്ചുകൊണ്ട് പറഞ്ഞു.

"മഞ്ഞുവീണ് കാലെല്ലാം നനഞ്ഞു." ബധിരനെപ്പോലെയായിരുന്നു അയാളുടെ മറുപടി.

"സാരമില്ല."

"കാലു നനയുന്നത് അപകടമാണ്."

"അതെ നൈറ്റ്, എന്താ കാര്യം?"

"ഒന്നുമില്ല. എനിക്ക് നിന്നോട് ഇന്നലെ സംസാരിച്ചതിന്റെ ബാക്കി ചില കാര്യങ്ങൾകൂടി ചോദിക്കാനുണ്ട്. അല്ലെങ്കിൽ വേണ്ട...... ചോദിക്കാത്തതാണ് ഭേദം."

"ഹൊ...... ഞാനില്ല. ഇതെന്തൊരു കഷ്ടമാണ്. നിങ്ങൾ പഴയ മൂഡിലായിട്ടുണ്ടാവും എന്നു കരുതി, ഒരു ചുംബനം പ്രതീക്ഷിച്ചാണ് ഞാൻ ഓടിവന്നത്....... ഒന്ന് ചോദിക്കാത്തതെന്ത്? എന്നെ ഒന്ന് ചുംബിക്കാത്തതെന്ത്?"........ എൽഫ്രഡ് തുടർന്നു."എന്റെ നശിച്ച രാത്രിയായിരുന്നു ഇന്നലത്തേത്? നിന്റെ വാക്കുകൾ....... ഹൊ..... എനിക്കതൊരു കറുത്ത രാത്രിയായിരുന്നു."

"ചുംബനം! ആ വാക്കുതന്നെ ഞാൻ വെറുക്കുന്നു. ദൈവത്തെ ഓർത്ത് മേലാൽ ആ വാക്കുപോലും പറയരുത്. പലരുടേതും സ്വീകരിച്ചതുകൊണ്ട് നിനക്കിപ്പഴും അതിനൊക്കെ കൊതി കാണും...... അതെനിക്കറിയാം."

അവൾ വിളറിപ്പോയി. മുഖം കനത്തു. ഒരു വിരൽ തൊട്ടാൽ ചോര വാർന്നുവരുംവിധം മുഖം ചുവന്നു....

നൈറ്റ് നടന്നു...... ഒരു വാക്കും മിണ്ടാതെ, ഒന്നിനെയും എതിർക്കാതെ എൽഫ്രഡ് അയാളെ പിന്തുടർന്നു! ഗെയ്റ്റ് തുറന്ന്, നെൽച്ചെടിയുടെ കുറ്റികൾമാത്രം പരന്നുകിടക്കുന്ന വയലിലേക്കുള്ള വഴിയിലേക്ക് നൈറ്റ് ഇറങ്ങി.

"ഞാൻ ശല്യമാവുന്നില്ല, പോയേക്കാം." എൽഫ്രഡ് പറഞ്ഞു.

"വേണ്ട." നൈറ്റ് ശബ്ദം താഴ്ത്തി പറഞ്ഞു. "ഞാൻ നിന്നോട് സത്യസന്ധമായിട്ടുതന്നെയല്ലേ പെരുമാറിയത്? നീ എന്തിന് എല്ലാം മറച്ചു വെച്ചു? ഇനിയും സമയമുണ്ട്. പറയാൻ ഇനിയും എന്തെങ്കിലും ബാക്കി ഉണ്ടെങ്കിൽ പറയ്..... നമ്മൾ ഒരുമിച്ച് ജീവിതംതുടങ്ങിയിട്ട് ഞാൻ

വല്ലതും അറിയാനിടവന്നാൽ അതു നമ്മുടെ ജീവിതം തകർക്കും. ഇപ്പോൾ.... ഇപ്പോൾ പറയണം... എല്ലാം."

നൈറ്റ് ശാന്തനായിരുന്നു....... അയാളുടെ കണ്ണുകൾ ദുഃഖസാന്ദ്രവും! അവർ ആ വഴിയിലൂടെ ഏറെദൂരം നടന്നു.

"എല്ലാം പറഞ്ഞാൽ...... എന്നോട് പൊറുക്കുമോ?" അവൾ ചോദിച്ചു.

"എനിക്ക് ഉറപ്പ് പറയാനാവില്ല. നീ പറയുന്നതിനെ ആശ്രയിച്ചിരിക്കും."

ഏറെനേരം ആ മൗനം തുടരാൻ എൽഫ്രഡിന് കഴിഞ്ഞില്ല. അവൾ പൊട്ടിത്തെറിച്ചു.

"നിങ്ങൾ എന്നെ സ്നേഹിക്കുന്നില്ല; അല്ലേ? നൈറ്റ്.....നൈറ്റ്....നീ എന്നെ സ്നേഹിക്ക്, എന്നിട്ട് എന്നോട് പഴയതുപോലെ സംസാരിക്ക്. ഞാൻ യാചിക്കുകയാണ്."

"നീ എന്റെ അടുത്ത് അഭിനയിക്കുന്നതെന്തിനാണെടീ?........." അയാൾ ആക്രോശിച്ചു. "എന്റെ അടുത്ത് പലതും മറയ്ക്കുന്നതെന്തിനാണ്? അതാണ് എനിക്കറിയേണ്ടത്. അതാണ് ഞാൻ ചോദിക്കുന്നത്...."

ദേഷ്യത്തിന്റെ പാരമ്യതയിൽ വഴിയെല്ലാം മാറി, വയലിലൂടെ എങ്ങോട്ടെന്നില്ലാതെ ആണ് അവർ നടക്കുന്നത്.

"ഞാൻ എന്താണ് ചെയ്യേണ്ടത്?"

"എന്താണെന്നോ? പറയ്..... നിന്റെ ഭൂതകാലം മുഴുവനും പറയ്..... മറച്ചുവെച്ചതെല്ലാം പറയ്....."

അവൾ തല കുമ്പിട്ടു നിന്നു.

"ആരെങ്കിലും പറയുന്ന പരദൂഷണക്കത്തുകളോ അടക്കംപറച്ചിലുകളോ ഒന്നും ഞാൻ കാര്യമാക്കുന്നതേ ഇല്ല. എന്തു ചെയ്യണം എന്നെനിക്കൊരു പിടിയും ഇല്ല. നിന്റെ കണ്ണുകൾ കണ്ടപ്പോൾ അവയിൽ ദൈവം കനിഞ്ഞുനൽകിയ സ്ത്രീസഹജമായ നിഷ്കളങ്കത ഉണ്ട് എന്ന് എനിക്കു തോന്നി. സത്യസന്ധത മാത്രമാണ് ഞാനാഗ്രഹിച്ചത്. പക്ഷേ കിട്ടിയത്..... ഒന്നുമില്ല........ ഒന്നും ഇപ്പോഴും എന്നിൽനിന്നും ഒരു പ്രധാനപ്പെട്ടകാര്യം നീ മറച്ചുവെച്ചിരിക്കുന്നു. അത് പറയ്.....പറയ്."

"നിങ്ങൾ പറയുന്നതെന്താണെന്ന് എനിക്ക് മനസിലാവുന്നില്ല........ ഞാനെന്തെങ്കിലും ഒളിച്ചുവെച്ചെങ്കിൽ അത് നിങ്ങളുടെ സ്നേഹം നഷ്ടപ്പെടരുത് എന്ന് കരുതിയാണ്. നിങ്ങളെ ഞാനത്രയ്ക്കു സ്നേഹിക്കുന്നതുകൊണ്ടാണ്."

"ഞാൻ ചില ചോദ്യങ്ങൾ ചോദിക്കാം. നീ അതിന്റെ ഉത്തരം മാത്രം പറഞ്ഞാ മതി."

"ശരി. എത്രയ്ക്കു ക്രൂരമായി ചോദിക്കാമോ അത്രയ്ക്ക് ക്രൂരമായി ചോദിക്ക്......... എല്ലാം ഞാൻ സഹിച്ചോളാം."

"നിന്നെക്കുറിച്ച് ഒരു അപവാദം പ്രചരിക്കുന്നുണ്ടല്ലോ എൽഫ്രഡ്. ഒരുപക്ഷേ നിനക്കതിൽ പങ്കുണ്ടാവില്ല..... എങ്കിലും എന്താണ് നേര് എന്ന് എനിക്കറിയണം."

അവൾ ജെത്‌വെയുടെ മേശപ്പുറത്ത് എഴുതിയിട്ട കത്തെടുത്ത് അയാൾ അവൾക്കുനേരെ നീട്ടി.

"ഇതത്ര വലിയ സംഭവമൊന്നും അല്ല." എൽഫ്രഡ് പിടിച്ചുനിന്നു. "നിങ്ങൾ കരുതുംപോലെ ഒന്നും ഇല്ല. നമ്മുടെ പ്രണയം തകരരുത്. അത്രയേ കരുതിയിട്ടുള്ളൂ."

"നീ ആരോടൊപ്പമോ ഒളിച്ചോടിയ കാര്യം അതിൽ പറയുന്നുണ്ടല്ലോ, അത് നേരാണോ?"

"അതെ." അവളുടെ സ്വരം താഴ്ന്നു.

നൈറ്റിന്റെ മുഖം മങ്ങി. "അവനെ കെട്ടാൻവേണ്ടി?" അവന്റെ ചുണ്ടിനിടയിലൂടെ ഞെരുങ്ങി എന്നവണ്ണം വാക്കുകൾ പുറത്തുവന്നു.

"അതെ....... മാപ്പ്...."

"ലണ്ടനിലേക്ക്?"

"അതെ...... പക്ഷേ ഞാൻ......."

"എന്റെ ചോദ്യത്തിനുള്ള ഉത്തരം മാത്രം മതി. കൂടുതലൊന്നും വേണ്ട. നീയവനെ കല്യാണം കഴിക്കാൻ നല്ല ശ്രമം നടത്തി?"

"ഇല്ല. അത്ര വലിയ ശ്രമമൊന്നും നടത്തിയില്ല."

"എന്നാലും. ശ്രമിച്ചു?"

അവളുടെ മുഖം ചുവന്നു.

"അതെ."

"അവന് സ്വന്തം ഭർത്താവിനെന്നപോലെ കത്തുകൾ അയച്ചു? അവൻ നിന്നെ ഭാര്യ എന്നുവരെ സംബോധന ചെയ്തു?"

"നിൽക്കൂ...... ഞാൻ പറയുന്നതു മുഴുവൻ കേൾക്കൂ....... എന്താണെന്നുവെച്ചാൽ........"

"ഉത്തരം പറയ്. ഉത്തരം മാത്രം."

"അതെ. അങ്ങനെതന്നെ." അവളുടെ ചുണ്ടുകൾ വിറച്ചു. ഒരു ധൈര്യത്തിൽ അവൾ തുടർന്നുപറഞ്ഞു. "ഞാൻ തുറന്നുതന്നെ പറയാം. ഞാൻ ചെയ്തത് തെറ്റാണ്. പക്ഷേ എനിക്കൊട്ടും ഭയമില്ല. നിങ്ങളെ ഞാൻ ശരിയായിത്തന്നെയാണ് പ്രണയിച്ചത്. എനിക്ക് ഈ ഭൂമിയിൽ ഇപ്പോൾ നിങ്ങളാണ് ഏറ്റവും വലുത്...... നിങ്ങൾ എന്നോട് ക്ഷമിക്കില്ലേ.... ഇല്ലേ?"

ഒരുപാട് വിശ്വസ്തരായിരിക്കുന്നവർക്കിടയിൽ ഒരിക്കൽ ഒരു സംശയം വന്നുപോയാൽ പിന്നെ അതില്ലാതാക്കാൻ ബുദ്ധിമുട്ടാണ്. തുറന്നു പറയാൻ എൽഫ്രഡ് കാണിച്ച വിമുഖത നൈറ്റിൽ വീണ്ടും വീണ്ടും സംശയം ഉണ്ടാക്കി. അവൾ ചെയ്തതിനപ്പുറം വലിയ കാര്യങ്ങൾ നടന്നിരിക്കാം എന്ന് അയാൾ ശങ്കിച്ചു. നിർഭാഗ്യവശാൽ അവന്റെ സംശയം ഗുരുതരമായിരുന്നു.

"എൽഫ്രഡ്...., നമുക്ക് പിരിയാം." അയാൾ പറഞ്ഞു. "ഇപ്പഴാണെങ്കിൽ മാന്യമായി പിരിയാം. എന്റെ മുഖത്ത് നോക്ക്......എല്ലാം അറിയുന്ന

ദൈവം മുകളിലുണ്ട് എന്ന് വിശ്വസിക്കുന്നുണ്ടെങ്കിൽ ഒരു സത്യം..... പറയ്. നീയവനോടൊപ്പം തനിച്ചായിരുന്നോ പോയത്."

"അതെ."

"പോയ ദിവസംതന്നെ മടങ്ങി വീട്ടിൽ വന്നോ?"

"ഇല്ല."

എൽഫ്രഡിന്റെ മുഖത്ത് കാര്യങ്ങൾ വിശദീകരിക്കാനുള്ള വെമ്പലുണ്ടായിരുന്നു. നൈറ്റ് കരുതുംപോലെ ഒന്നും സംഭവിച്ചിട്ടില്ല എന്നു പറയണം എന്നവൾ ആഗ്രഹിച്ചു. പക്ഷേ ഒന്നിനും ഇനി അവസരമില്ല.

"നീ എന്നെ മറന്നേ തീരൂ," നൈറ്റ് പറഞ്ഞു. "നമുക്ക് വിവാഹം കഴിക്കാൻ കഴിയില്ല എൽഫ്രഡ്."

അവളുടെ ദയനീയമായ നോട്ടം, വാക്കുകൾ.... എല്ലാം അവളുടെ തകർച്ച വ്യക്തമാക്കി.

"നീയെന്താ അർഥമാക്കിയത്? വെറുതെ പറഞ്ഞതല്ലേ നീ?" അവന്റേത്, അവസാനവാക്കാണ് എന്നറിഞ്ഞിട്ടും ചിരിക്കാൻ ശ്രമിച്ചുകൊണ്ട് പ്രതീക്ഷയോടെ അവൾ നൈറ്റിനെ നോക്കി ചോദിച്ചു.

"എൽഫ്രഡ്, എനിക്ക് നിന്നോട് ക്രൂരമായി സംസാരിക്കേണ്ടിവരും. പിരിയാം എന്ന് തീരുമാനിച്ചുകൊണ്ട് തന്നെയാണ് ഞാൻ പറഞ്ഞത്. എനിക്കു നിന്നെ ഇഷ്ടമാണ്-അതുകൊണ്ടുതന്നെ ചില ഉപദേശങ്ങൾ പറയാനുണ്ട്. എത്രയും വേഗം ആ വ്യക്തിയെത്തന്നെ വിവാഹം കഴിക്കുക. ഞാനൊരിക്കലും ഒരു ശല്യമായി കേറിവരില്ല. ഞാനങ്ങനെ തടസ്സമായി കേറിവരുമെന്ന് നിനക്ക് തോന്നുന്നുണ്ടോ? ഇനി അവനെയല്ല, വേറെ ആരെയെങ്കിലുമാണ് കെട്ടുന്നതെങ്കിൽ, വിവാഹത്തിനുശേഷം പഴയ കഥകളൊന്നും അയാളെ അറിയിക്കാതിരിക്കുക-വിവാഹത്തിനുമുമ്പ് പറഞ്ഞിട്ടില്ലെങ്കിൽ."

"ഇല്ല...... ഇല്ല. ഞാൻ ആരുടെ ഭാര്യയും ആവില്ല...... നിങ്ങളുടേതല്ലാതെ..... എന്നെ തനിച്ചാക്കി പോകരുത്....." തികട്ടിവന്ന തേങ്ങലുകൾ അവളുടെ വാക്കുകളെ മുറിച്ചു. അടക്കിപ്പിടിച്ച കരച്ചിലോടെ, അവൻ ഒന്ന് അലിവു കാണിച്ചെങ്കിൽ എന്ന ആഗ്രഹത്തോടെ ആ പെൺകുട്ടി അയാളെ ഉറ്റുനോക്കി.

"ഞാൻ അകത്തേക്കു പോകുന്നു." നൈറ്റ് പറഞ്ഞു. "നീ കൂടെ വരണ്ട എൽഫ്രഡ്...........വരണ്ട."

"ഇല്ല............ ഞാൻ വരുന്നില്ല."

"ആ.... പിന്നെ..... ഞാൻ സ്ട്രാട്ടണിലേക്ക് പോകും. ഗുഡ് ബൈ."

അങ്ങനെ....., ഒരു പതിവു യാത്രപറച്ചിലിലൂടെ നൈറ്റ് അവളോട് എന്നന്നേക്കുമായി യാത്രപറഞ്ഞു. എന്നന്നേക്കുമായി അവളോട് യാത്ര ചോദിക്കാൻ നൈറ്റിന് കഴിയില്ല. അടക്കാനാവാത്ത വികാരവായ്പുകൊണ്ട് ഇനിയൊരുവേള താൻ അവളുടെ അടുത്തേക്കുതന്നെ മടങ്ങി വന്നേക്കുമോ എന്നു അയാൾക്കുതന്നെ തീർച്ചയില്ല.

പത്തു മിനിട്ടിനകം അയാൾ ആ വീടുവിട്ടിറങ്ങി. പെട്ടെന്ന് പോകു

ന്നതിന്റെ കാരണം പറഞ്ഞുകൊണ്ട് മിസിസ് സ്വാൻക്രോർട്ടിന് എഴുതിവെച്ച കത്തിൽ, മടങ്ങിവന്നില്ലെങ്കിൽ തന്റെ ലഗേജുകൾ ലണ്ടനിലെ വീട്ടിലെത്തിക്കാൻ അയാൾ നിർദേശിച്ചിരുന്നു. താഴ്‌വാരത്തിലൂടെ നടന്നുപോകുമ്പോൾ നൈറ്റ് ഒരിക്കൽക്കൂടി തിരിഞ്ഞുനോക്കി. വയലിൽ, കുറ്റിയായി നിൽക്കുന്ന ചെടികൾക്കിടയിൽ, ആകാശത്തിന്റെ പശ്ചാത്തലത്തിൽ തനിയെ നിൽക്കുന്നു, എൽഫ്രഡ്. വിഷാദാത്മകമായ ഒരു എണ്ണച്ഛായാചിത്രംപോലെ... ഒരുവേള അവളുടെ അടുത്തേക്ക് മടങ്ങിപ്പോകാൻ അവന്റെ ഉള്ളിലെ കാമുകഹൃദയം തുടിച്ചു. അത് അയാൾ പണിപ്പെട്ടു നിയന്ത്രിച്ചു. എന്നിട്ട് ഒരിക്കൽക്കൂടി-മാസങ്ങളോളം, ആഴ്ചകളോളം........ കണ്ടിട്ടും കൊതിതീരാത്ത അവളുടെ ആ രൂപം അവസാനമായി നോക്കി. കണ്ണുകൾ പിൻവലിച്ച്, കാഴ്ചയെ മായ്ക്കാനായി കൈകൾകൊണ്ട് മുഖം പൊത്തി, വേദനയോടെ ഒന്ന് തേങ്ങിക്കൊണ്ട് അയാൾ നടന്നുമറഞ്ഞു.

35

ലയം

ലണ്ടനിലെ ബെഡ്സ് ഇൻ. നൈറ്റിന്റെ മുറി. എൽഡൽസ്റ്റൗവിൽ നിന്നും പോയതിൽ പിറ്റേ ദിവസത്തെ രാത്രി അയാൾ ഉറങ്ങിയിട്ടേ ഇല്ല.. ആരോ തുടർച്ചയായി മുട്ടുന്ന ശബ്ദം കേട്ടതുകൊണ്ട് അയാൾ വാതിൽ തുറന്നു.

ആകെ മൂടിപ്പുതച്ച ഒരു സ്ത്രീരൂപം വെളിച്ചത്തിന് തൊട്ട് താഴെയായി നിൽക്കുന്നു. വാതിൽ തുറന്നതും ആ രൂപം മുമ്പോട്ട് ഓടിവന്ന് നൈറ്റിന്റെ കഴുത്തിലൂടെ തൂങ്ങിപ്പിടിച്ച് കരഞ്ഞു.......

"നൈറ്റ്....... ഓ........ എന്റെ പ്രിയപ്പെട്ട നൈറ്റ്...... നീ എന്നെ കൊല്ലുകയാണ്. എനിക്കിത് സഹിക്കാൻ വയ്യ. എന്നെ പറഞ്ഞുവിടല്ലേ.... പ്ലീസ്... നിന്റെ എൽഫ്രഡ് ഇത്ര ദൂരം വന്നത് ക്ഷമിക്കില്ലേ നീ....... ഞാൻ നിന്നെ അത്രയ്ക്ക് സ്നേഹിക്കുന്നൂ നൈറ്റ്......."

അമ്പരപ്പുമൂലം കുറച്ചുനേരത്തേക്ക് അയാൾക്ക് ഒന്നും മിണ്ടാൻ കഴിഞ്ഞില്ല.

"എൽഫ്രഡ്...... നീ എന്താ ഈ ചെയ്തത്? എന്താണ് ഇതിന്റെയൊക്കെ അർഥം?"

"എന്നെ വിഷമിപ്പിക്കല്ലേ...... എന്നെ ശിക്ഷിക്കരുത്.

അരുതേ........ എനിക്ക് വരാതിരിക്കാൻ കഴിഞ്ഞില്ല. അത് മരണം പോലെ ആയിരുന്നു........ കഴിഞ്ഞ രാത്രി........ നീ തിരിച്ചുവന്നില്ല. എനിക്ക് സഹിക്കാൻ കഴിഞ്ഞില്ല. സഹിക്കാൻ കഴിഞ്ഞതേ ഇല്ല..... എന്നെ കൂടെ താമസിക്കാൻ മാത്രം അനുവദിച്ചാൽ മതി. എനിക്ക് നിന്റെ മുഖം കണ്ടാൽ മാത്രം മതി. കൂടുതൽ ഒന്നും വേണ്ട."

"ആരാ കൂടെ? തനിച്ചാണോ നീ വന്നത്?" നൈറ്റ് ധൃതിയോടെ ചോദിച്ചു.

"അതെ. നീ വരാഞ്ഞപ്പോൾ....... വരും, വരും എന്ന് പ്രതീക്ഷിച്ച് ഞാനുണർന്നിരുന്നു-രാത്രി ദുസ്സഹമായിരുന്നു. ഞാൻ കാത്തുകാത്തിരുന്നു. നീ വന്നില്ല. പിന്നെ രാവിലെ ഒരിക്കലും നീ വരില്ല എന്നെഴുതി വെച്ചതുംകൂടി കണ്ടപ്പോൾ...... എനിക്ക് സഹിക്കാനായില്ല. ഞാൻ സെന്റ് ക്രിസ് വഴി ട്രെയിൻ കയറിപ്പോന്നു. എന്നെ തിരിച്ച് പറഞ്ഞുവിടല്ലേ...... പ്ലീസ് നൈറ്റ്....... ഞാൻ മരിക്കുംവരെ നിന്നെ പ്രണയിച്ചുകൊണ്ടേ ഇരിക്കും......"

"ഇവിടെ താമസിക്കാൻ പറ്റില്ല. അതു തെറ്റാണ്. നീ എന്തിനിങ്ങനെയൊക്കെ ചെയ്തു എൽഫ്രഡ്? ആദ്യത്തെ ഒരനുഭവം ഉണ്ടായിട്ടും വീണ്ടും എങ്ങനെ....... അതുതന്നെ ചെയ്യാൻ തോന്നി?"

"സൽപ്പേര്....... ഹും. ഞാനുടനെ മരിക്കും നൈറ്റ്....... അതുറപ്പാണ്. പിന്നെ എന്ത് സൽപ്പേര്? ഞാൻ പുരുഷനും നീ സ്ത്രീയും ആയിരുന്നെങ്കിൽ, ഇത്ര നിസ്സാരമായ ഒരു കാര്യത്തിന്റെ പേരിൽ ഞാൻ നിന്നെ ഉപേക്ഷിക്കുമായിരുന്നില്ല. ഒരാളോടൊപ്പം ഒളിച്ചോടി എന്നത് അത്ര വലിയ തെറ്റാണോ? നീ ഒരു ഇരുപതുപേരുടെ ഒപ്പം ഒളിച്ചോടിയ ആളാണെങ്കിലും എനിക്കൊരു കുഴപ്പവും ഇല്ല. എല്ലാറ്റിനും ശേഷം എന്നന്നേക്കുമായി നീ എന്റേതാണല്ലോ........... നീ എന്നെ ശരിക്കും മനസിലാക്കുന്നു എങ്കിൽ, എന്റെ സത്യസന്ധത നിനക്ക് ബോധ്യം വരും. ഞാൻ നിന്റേതല്ലേ? നീ എന്നെ പഴയതുപോലെ ഇഷ്ടപ്പെടുന്നില്ലേ? പറയ്. എന്നെ നീ തിരിച്ചയയ്ക്കുമോ..... ഇല്ലല്ലോ.... അയയ്ക്കുമോ? അതു താങ്ങാനെനിക്ക് കഴിയില്ല. നീ എന്നോടൊപ്പം ഇല്ലാത്ത ഒരു ലോകം......... നീയില്ലാത്ത പകലുകൾ, മണിക്കൂറുകൾ............. എന്നോടൊപ്പം നീ ഇല്ല. കാരണം നീ എന്നെ വെറുക്കുന്നു. വയ്യ. ഇല്ല..... എനിക്ക് താങ്ങാനാവില്ല."

"വെറുക്കുന്നില്ലാ എൽഫ്രഡ്." നൈറ്റിന്റെ സ്വരം മൃദുലമായിരുന്നു.. അയാൾ കൈകൊണ്ട് അവളെ പതിയെ താങ്ങി. "പക്ഷേ ഇപ്പോൾ ഇവിടെ തങ്ങാൻ പറ്റില്ല....... ഇപ്പോൾ...... ഞാനെന്താ ഉദ്ദേശിച്ചതെന്നുവെച്ചാൽ...."

"അറിയാം. എനിക്കറിയാം പാടില്ലാന്ന്. പക്ഷേ എനിക്ക് ഇവിടെ നിന്നേ പറ്റൂ. ഞാനില്ലാതെ നീ തനിച്ചാകുമ്പോൾ ഇനിയും പല അനിഷ്ടസംഭവങ്ങളും ഉണ്ടാവും. പിന്നെ നമ്മളൊരിക്കലും തമ്മിൽ കണ്ടില്ലന്നും വരും."

"ശരി. ഞാൻ നിന്നെ പറഞ്ഞു വിടുന്നില്ല. ഇല്ല....... ഇനി ഇതു കൊണ്ട് എന്തൊക്കെ പ്രശ്നങ്ങളാണ് ഭാവിയിൽ ഉണ്ടാവാൻ പോവുന്നതെന്ന് ദൈവത്തിനേ അറിയൂ. എന്നാലും ഞാൻ നിന്നെ പറഞ്ഞുവിടുന്നില്ല. നീയിരിക്ക്. ഞാൻ സ്വസ്ഥമായി ഒന്ന് ആലോചിക്കട്ടെ എനിക്ക് എന്തുചെയ്യാൻ കഴിയുമെന്ന്."

അതേ സമയത്ത് കതകിൽ ശക്തിയായി മുട്ടുന്നതും ഒപ്പംതന്നെ കാളിങ്ബെൽ മുഴങ്ങുന്നതും അവർ കേട്ടു. അത്രതന്നെ പെട്ടെന്ന് വാതിൽ തുറന്നുകൊടുക്കുന്നു, ഒരാൾ ധൃതിയിൽ സംസാരിച്ചുകൊണ്ട്

ഹാളിലൂടെ നടന്നുവരുന്നു-കാലടിശബ്ദംകൊണ്ട് അയാൾ പടികൾ കയറി മുകൾ നിലയിലേക്കാണ് വരുന്നത് എന്നു വ്യക്തം.

ദേഷ്യംകൊണ്ട് ചുവന്ന മി. സ്വാൻക്രോർട്ടിന്റെ മുഖം കോണിപ്പടിയിൽ പ്രത്യക്ഷപ്പെട്ടു. അയാൾ കയറിവന്ന് എൽഫ്രഡിന് മുമ്പിൽ നിന്നു. നൈറ്റിനെ ഒരു നോട്ടം നോക്കിയശേഷം, വിറച്ചുകൊണ്ട് നിന്ന എൽഫ്രഡിന്റെ നേരെ അയാൾ തിരിഞ്ഞു.

"ഹൊ. അവസാനം നിന്നെ കണ്ടെത്തി. നിന്റെ ഈ നാശംപിടിച്ച സ്വഭാവം എന്നാണൊന്ന് മാറുക? നീ എന്നാ ഒരു തന്റേടമുള്ള പെണ്ണാവുക? എന്റെ കുടുംബത്തിന്റെ സൽപ്പേര് നീ കാരണം നശിക്കുമല്ലോ..... വാ ഇവിടെ."

"അവൾ ക്ഷീണിതയാണ്." നൈറ്റ് വിഷമത്തോടെ പറഞ്ഞു. "നിങ്ങൾ അവളോട് ദേഷ്യപ്പെടരുത്. കുറച്ച് മയത്തിലും സ്നേഹത്തിലും ഒക്കെ പെരുമാറണം അവളോട്."

"നിന്നോടെനിക്ക് ചിലത് പറയാനുണ്ട്." മി. സ്വാൻക്രോർട്ട് അവനു നേരെ തിരിഞ്ഞു. "എത്രവേഗം നിന്റെ അടുത്തുനിന്നും പോകുന്നോ അത്രവേഗം എന്റെ ദേഷ്യം തണുക്കും. എന്തിന് നീ എന്റെ മോളോട് ഇത്രയ്ക്ക് മോശമായി പെരുമാറി. അവളൊര് പൊട്ടി. എല്ലാ വലയിലും ചെന്ന് വീഴും........ ഇവൾ വീടുവിട്ട് ഓടിപ്പോവുകവരെ ചെയ്തു...... ഒക്കെത്തിനും നീയാണ് കാരണം."

"ഇതിന് അദ്ദേഹമല്ല പപ്പാ തെറ്റുകാരൻ...... അദ്ദേഹമെന്നെ നിർബന്ധിച്ചിട്ടില്ല....... ഞാൻ വന്നതാണ്."

"നിനക്ക് ബന്ധം ഒഴിവാക്കണമെന്നായിരുന്നെങ്കിൽ നിനക്കത് തുറന്ന് പറഞ്ഞുകൂടായിരുന്നോ. അവളെ കല്യാണം കഴിക്കാൻ ഉദ്ദേശ്യമില്ലെങ്കിൽ പിന്നെന്തിന്........? വെറുതെ? ഞാനെന്റെ സുഹൃത്തിനെപ്പോലെയല്ലേ നിന്നെ കണ്ടത്.... എന്നിട്ട് നീ എന്തിനെന്റെ മകളോട് ഈ ചതി ചെയ്തു? എനിക്കറിയില്ല."

ജീവിതത്തിലിന്നേവരെ നൈറ്റ് ഇതുപോലെ ആർക്കുമുമ്പിലും ഉത്തരംമുട്ടി, തലതാഴ്ത്തി നിന്നിട്ടില്ല. എന്തെങ്കിലും പറഞ്ഞാൽ അത് എൽഫ്രഡിനെ പഴിചാരലാവും. അതിനെക്കാളും അയാൾ ഇഷ്ടപ്പെട്ടത് വികാരി തന്നെ വെറുത്തുകൊണ്ടുതന്നെ യാത്രയാവുന്നതാണ്.

"നീ വരുന്നില്ലേ?" മി. സ്വാൻക്രോർട്ട് എന്തെങ്കിലും പറയാനോ, പ്രവർത്തിക്കാനോ അശക്തയായി നിന്ന എൽഫ്രഡിന്റെ കൈപിടിച്ച് വലിച്ച് അവളെയുംകൊണ്ട് കോണിപ്പടികൾ ഇറങ്ങി. നൈറ്റ് അവളെത്തന്നെ നോക്കി...... അവൾ ഒന്ന് തിരിഞ്ഞുനോക്കിയെങ്കിൽ എന്നയാൾ ആശിച്ചു, പക്ഷേ അതുണ്ടായില്ല.

വാതിൽ തുറന്ന് അടയുന്ന ശബ്ദം നൈറ്റ് കേട്ടു; വാഹനം പുറപ്പെട്ടു പോവുന്നതിന്റെയും.

എൽഫ്രഡിന്റെ വന്നുപോകലിനുശേഷം നൈറ്റിന്റെ ഹൃദയം ആകെ കലുഷിതമായിരുന്നു.

ദിവസങ്ങളോളം ആ ചെറുപ്പക്കാരൻ അലസനായി കുത്തിയിരുന്നു. അന്നേരം മുഴുവനും അവന്റെ ഹൃദയത്തിൽ അവളായിരുന്നു...... അവൾ തന്നെ ഗാഢമായി പ്രണയിച്ചിരുന്നു എന്നതിൽ അവന് സംശയമില്ല. അവളെ അത്ര പെട്ടെന്ന് മറന്നുകളയാൻ അയാൾക്ക് കഴിയില്ല...... പക്ഷേ അവളെ വിവാഹം കഴിക്കുക..... അത്ര വയ്യ. ധാർമികത നൈറ്റിന്റെ കാര്യത്തിൽ പരമാവധിയാണ്. പ്രായോഗികമായി ചിന്തിക്കുന്നവരേക്കാളും വിശാലമാണ് നൈറ്റിനെ സംബന്ധിച്ച് സത്യസന്ധതയുടെ അർഥം. എൽഫ്രഡ് ഒരു മോശം സ്ത്രീയാണ് എന്ന നൈറ്റിന്റെ വിചാരത്തിന് ഒരു മാറ്റവും വന്നില്ല.

രണ്ടാഴ്ചയോളം പലവിധ വികാരങ്ങളോടെ നൈറ്റ് നഗരത്തിൽ ചുറ്റിക്കളിച്ചു. തീരുമാനം അന്തിമവും ശക്തവും ആയിരുന്നു. ഇനി ഒരിക്കലും എൽഫ്രഡിനെ കാണണ്ട.

താമസം മതിയാക്കി, പ്രസാധകരുമായുള്ള ബന്ധവും വിച്ഛേദിച്ച് നൈറ്റ് ലണ്ടനും ആ ഭൂഖണ്ഡം തന്നെയും വിട്ടു യാത്രയായി. എൽഫ്രഡിന്റെ ഓർമകളിൽനിന്നും രക്ഷപ്പെടുക എന്നതൊഴികെ ഒരു ലക്ഷ്യവും നൈറ്റിന്റെ ആ യാത്രയ്ക്ക് ഉണ്ടായിരുന്നില്ല.

36

ഓർമ

നൈറ്റ് ഇംഗ്ലണ്ട് വിട്ടുപോയതിനുശേഷമുള്ള ഒരു ശനിയാഴ്ച. വൈകുന്നേരം, സ്മിത്തിന്റെ അമ്മയും അച്ഛനും സംസാരിച്ചുകൊണ്ടിരിക്കുകയാണ്. സ്മിത്ത് ഇന്ത്യയിലേക്ക് മടങ്ങിയതിനുശേഷം അവർ ലുക്സല്ലെൻ പ്രഭുവിന്റെ എൽഡൽസ്റ്റൗവിലുള്ള വീടുവിട്ട് സെന്റ് ക്രിർസൽ നിന്നും ഒരു മൈൽ അകലെയായി കുറെക്കൂടി സൗകര്യങ്ങളുള്ള ഒരിടത്തേക്ക് താമസം മാറ്റിയിരിക്കുകയാണ്. അവിടെ ജോൺ സ്മിത്ത് ചെറിയ കച്ചവടം നടത്തുന്നുണ്ട്.

അവരുടെ അടുത്തെത്തിയ ട്രിഗ്ഗി ദമ്പതികൾ അവരോട് സ്മിത്തിനെക്കുറിച്ച് സംസാരിച്ചു.

"ഇത്രയ്ക്ക് പ്രശസ്തനായ ഒരു മകന്റെപേരിൽ നിങ്ങൾക്ക് അഭിമാനിക്കാമല്ലോ ജോൺ സ്മിത്ത്...."

"ഹ്ഹാ........... എനിക്കറിയാം......." സ്മിത്ത് പറഞ്ഞു.

"ഞങ്ങൾക്ക് പക്ഷേ അവന്റെ പ്രശസ്തിയെപ്പറ്റി കാര്യമായിട്ടൊന്നും അറിയില്ല." സ്മിത്തിന്റെ അമ്മ വേഗം കയറിപ്പറഞ്ഞു.

"എന്താ അറിയാൻ? നിങ്ങളുടെ മകൻ ഭരണാധികാരികളുടെയും പാഴ്സിരാജാക്കന്മാരുടേയും എല്ലാം സൽക്കാരം സ്വീകരിച്ചിരിക്കുന്നു. അവൻ നിർമിച്ച വലിയ വലിയ കൊട്ടാരങ്ങൾ, പള്ളികൾ, ആശുപത്രികൾ, കലാശാലകൾ, കോട്ടകൾ......... അവൻ എല്ലാവരുടേയും പ്രിയപ്പെട്ടവനായി."

സന്ദർശകർ പോയപ്പോൾ നേരം സന്ധ്യയായി. അവർ പോയിക്കഴിഞ്ഞതിനുശേഷം ജോൺ സ്മിത്തും ഭാര്യയും ചിന്തിച്ചത് മുഴുവൻ മകന്റെ നിലവാരത്തിനൊത്ത് അവർക്ക് എങ്ങനെ ഉയരാനാവും എന്നതായിരുന്നു.

"ജോൺ ഒരു കാര്യം ഓർക്കണം...." സ്മിത്തിന്റെ അമ്മ പറഞ്ഞു.

“അവനെഴുതുമ്പോൾ എൽഫ്രഡിനെക്കുറിച്ച് ഒരു വാക്കു വന്നുപോകരുത്. ആ പേരുപോലും വരരുത്. നമ്മളാ വീടു വിട്ടു, നാടും. നമുക്ക് ഒന്നും അറിഞ്ഞുകൂട. അത്ര മതി. അവൻ അവളുടെ ഓർമകളിൽനിന്നും മോചിതനായിക്കൊണ്ടിരിക്കുകയാണ്. ഇനി നമ്മളായിട്ട് രണ്ടാമത് തുടങ്ങിപ്പിക്കണ്ട. അവരൊക്കെ പണ്ടേ വലിയ ആളുകൾ. അതങ്ങനെതന്നെ ഇരിക്കട്ടെ. അവനിനി അവളെ വേണ്ട.”

37

വർണം

നൈറ്റ് ലോകം ചുറ്റിക്കറങ്ങി.

പല നാടുകൾ, ദേശങ്ങൾ,...... ഗ്രീസ്....., വെനീസ്, റോം, ഹംഗറി, വിയന്ന, പാരീസ്, പലപല മ്യൂസിയങ്ങൾ, ഗാലറികൾ, ലൈബ്രറികൾ, പർവതങ്ങളും താഴ്‌വരകളും. എല്ലാറ്റിനും ഒടുവിൽ അയാൾ വീട്ടിൽ തിരിച്ചെത്തി.

എൽഫ്രഡിനെ ആ വയലിൽ, തനിയെ വിട്ടിട്ട് നൈറ്റ് മടങ്ങിയിട്ട് മാസങ്ങൾ പതിനഞ്ച് പിന്നിട്ടിരിക്കുന്നു. ഫെബ്രുവരിമാസത്തിലെ ഒരു മധ്യാഹ്നം

ആ രണ്ട് വ്യക്തികൾ ഹൈഡ്പാർക്കിലേക്കുള്ള നടപ്പാതയിൽ വെച്ച് യാദൃച്ഛികമായി കണ്ടുമുട്ടി. ആദ്യം കണ്ടത് അവരിൽ ഇളയ ആളാണ്, അയാൾ തന്റെ സുഹൃത്തിനെ കണ്ണിമവെട്ടാതെ നോക്കി.....

"മി. നൈറ്റ്....." അയാൾ അത്ഭുതപ്പെട്ടു.

"ആഹ്.... സ്മിത്ത്." നൈറ്റ് പറഞ്ഞു.

അവരിൽ രണ്ടുപേരിലും വികാരത്തിന്റെ ഒരു തിരതള്ളൽതന്നെ ഉണ്ടായി. ഓർമകൾ, അവരുടെ കണ്ടുമുട്ടലിന്റെ ആവേശം കെടുത്തി. പിന്നീട് അവരുടെ കുശലാന്വേഷണം വെറും ഏച്ചുകെട്ടലായിരുന്നു.

"ഒരുപാട് നാളായോ ഇംഗ്ലണ്ടിൽ എത്തിയിട്ട്?" നൈറ്റ്.

"വെറും രണ്ടു ദിവസം" സ്മിത്ത്.

"നിന്നെക്കുറിച്ച് പത്രത്തിലൊക്കെ നല്ല അഭിപ്രായങ്ങൾ വരാറുണ്ട്. ഞാൻ കണ്ടിരുന്നു."

"അങ്ങനെ ചിലതൊക്കെ ഞാനും അറിഞ്ഞു."

"നിന്റെ നേട്ടങ്ങൾക്ക് അഭിനന്ദനങ്ങൾ."

"നന്ദി. പക്ഷേ അതത്ര വലിയ കാര്യമൊന്നുമല്ല. സ്വന്തം തൊഴിലിൽ എല്ലാവരും അഭിവൃദ്ധിപ്പെടാറുണ്ട്. അത് സാധാരണയല്ലേ?"

പിന്നീടവർക്ക് പരസ്പരം പ്രത്യേകിച്ചൊന്നും സംസാരിക്കാനില്ല എന്ന മട്ടായി. അടുത്ത സുഹൃത്തുക്കളായിരുന്നവർ കാലങ്ങൾക്കുശേഷം വെറും പരിചയക്കാരായി കണ്ടുമുട്ടുമ്പോൾ ഉണ്ടാവുന്ന സങ്കോചം അവർ അനുഭവിച്ചു. ഉള്ളിന്റെ ഉള്ളിൽ അവർ പഴയ സ്നേഹം ഇപ്പോഴും സൂക്ഷിക്കുന്നു എങ്കിൽ പ്രശ്നങ്ങൾ കൂടുതൽ സങ്കീർണമാവും. രണ്ടു പേരും പാർക്കിൽ നോക്കിക്കൊണ്ട് വെറുതേ ഇരുന്നു. കഴിഞ്ഞ തവണ കണ്ടപ്പോഴത്തെ സ്മിത്തിന്റെ തണുപ്പൻസ്വഭാവം ഓർമയിലുള്ളതുകൊണ്ട് നൈറ്റിന് സ്മിത്തിനോട് കൂടുതലൊന്നും അന്വേഷിക്കാൻ തോന്നിയില്ല. സ്മിത്താണെങ്കിൽ തന്റെ പ്രിയപ്പെട്ടവൾ ഇപ്പോഴും ഇയാളോടൊപ്പമാണല്ലോ കഴിയുന്നുണ്ടാവുക എന്ന വിഷാദത്തിലായിരുന്നു.

അവസാനം സ്മിത്ത് ഒരു തുറന്ന ചോദ്യം ചോദിച്ചു. ആ ചോദ്യത്തിന് സ്മിത്തിനെ സംബന്ധിച്ച് നൈറ്റിന് മനസിലാക്കാവുന്നതിനേക്കാൾ വലിയ അർഥം ഉണ്ടായിരുന്നു.

"നിങ്ങൾ വിവാഹം കഴിച്ചോ?"

"ഇല്ല."

കൂടുതൽ പറയാനാഗ്രഹിക്കാത്തവണ്ണം , ഇഷ്ടക്കേടോടെ അയാൾ ഇത്രയുംകൂടി പറഞ്ഞു. "ഇനി കഴിക്കുന്നുമില്ല. നീയോ?"

"ഇല്ല." രോഗക്കിടക്കയിലുള്ള ഒരാളുടേതെന്നവണ്ണം ലോലവും തണുപ്പുമായിരുന്നു മറുപടി.

നൈറ്റിന് താനും എൽഫ്രഡുമായുള്ള ബന്ധം അറിയാമോ ഇല്ലയോ എന്ന് സ്മിത്തിന് ഒരു ഊഹവും ഇല്ലായിരുന്നു. എങ്കിലും മധുരിക്കുന്ന ആ നൊമ്പരത്തെക്കുറിച്ച് കൂടുതൽ അറിയാൻ അയാൾ ആഗ്രഹിച്ചു.

"അപ്പോൾ...... മിസ് സ്വാൻക്രോർട്ടുമായുള്ള ബന്ധം ഒന്നും ആയില്ല; അല്ലേ? ഒരിക്കൽ നിങ്ങളെ അവളോടൊപ്പം കണ്ടിരുന്നു.....?"

സ്മിത്തിന്റെ സ്വരം മാറിയിരുന്നു. ദൂരവും കാലവും ഒന്നും അവന്റെ വികാരങ്ങളെ ശമിപ്പിച്ചിട്ടില്ല.

"ആ ബന്ധം തകർന്നു." നൈറ്റിന്റെ മറുപടി പെട്ടെന്നായിരുന്നു. "നല്ലതിനോ ചീത്തയ്ക്കോ ആവാം..... ചില വിവാഹനിശ്ചയങ്ങൾ അങ്ങനെയാണ്. പെട്ടെന്ന് പൊട്ടിത്തകർന്നുപോകും."

"അതെ. അങ്ങനെ സംഭവിക്കാറുണ്ട്. നിങ്ങളിപ്പോൾ എന്തുചെയ്യുന്നു?"

"എന്തുചെയ്യാൻ? ഒന്നും ചെയ്യുന്നില്ല."

"എവിടെയായിരുന്നു ഈ കാലമത്രയും?"

"പറയാം-കാര്യമായിട്ട്....... യൂറോപ്പിലാകെ ചുറ്റിക്കറങ്ങി. മധ്യകാലഘട്ടത്തിലെ കോണ്ടിനെന്റൽ ആർട്ട് പഠിക്കുകയായിരുന്നു എന്നൊക്കെ വെറുതെ ഒരു രസത്തിനങ്ങനെ പറയാം. അതിന്റെ കുറിപ്പുകളും വിവര

ണങ്ങളും ഒക്കെ ഉണ്ട്, നിനക്കു വേണമെങ്കിൽ തരാം....... എനിക്കിതു കൊണ്ട് ഒരു ഉപകാരവും ഇല്ല."

"സന്തോഷം...... ഓ....... അതു ശരി. അപ്പോ നിങ്ങൾ യാത്രയിലായി രുന്നു.......... അല്ലേ?"

നൈറ്റിന്റെ വാക്കുകൾ സ്മിത്തിനെ വേദനിപ്പിച്ചു. നൈറ്റ് ഒരുപാട് മാറിപ്പോയിരിക്കുന്നു. സ്മിത്തും മാറിയിട്ടുണ്ട്; പക്ഷേ നൈറ്റിന്റെ മാറ്റം പോലെയല്ല അത്.

"ഇന്നലെയാണ് ഞാൻ വീട്ടിലെത്തിയത്." നൈറ്റ് പറഞ്ഞു. "എന്തി നാണെന്നറിയാത്ത, പൂർത്തിയാക്കാത്ത അരഡസൻ പുസ്തകങ്ങളും."

"നിങ്ങൾ ഷേക്സ്പിയറിന്റെ ഹാംലെറ്റിനെപ്പോലെ വിഭ്രാന്തിക്ക് അടിപ്പെട്ടിരിക്കുകയാണ്." സ്മിത്ത് വേദനയോടെ പറഞ്ഞു.

നൈറ്റ് മറുപടി ഒന്നും പറഞ്ഞില്ല.

"നിങ്ങൾക്കറിയാമോ" സ്മിത്ത് തുടർന്നു. "നിങ്ങൾ അവളെ വിവാഹം കഴിക്കും എന്നുതന്നെയാണ് ഞാൻ ഉറപ്പിച്ചിരുന്നത്."

"ആണോ?" നൈറ്റിന്റെ മുഖം ഇരുണ്ടു.

"അതെ. നിങ്ങൾ കെട്ടാത്തതിൽ എനിക്ക് അത്ഭുതം തോന്നുന്നു."

"ഞാൻ ആരെ കെട്ടും എന്നാ നിങ്ങൾ പ്രതീക്ഷിച്ചത്?"

"അവളെ........ അന്നു നിങ്ങളുടെകൂടെ കണ്ട പെൺകുട്ടിയെ."

"അത്ഭുതം തോന്നിയതിന് നന്ദി. പ്രതീക്ഷയ്ക്കും."

"അവൾ...... അവൾ നിങ്ങളെ ചതിച്ചോ?"

"ഒരു കാര്യം ഞാൻ പറഞ്ഞേക്കാം സ്മിത്ത്, മേലാൽ ആ വിഷയം എന്നോട് ചോദിക്കരുത്. ഞാനിങ്ങനെ പറയാൻ ഒരു വ്യക്തമായ കാരണ മുണ്ട്. ഇനിയും ചോദിക്കാനാണ് ഭാവമെങ്കിൽ, നിങ്ങൾക്ക് എന്റെ അടു ത്തുനിന്നും ഒരുത്തരവും കിട്ടില്ല."

"ഓഹോ...... നിങ്ങൾക്ക് ഇഷ്ടമില്ലെങ്കിൽ കുത്തിക്കുത്തി ചോദിക്ക ണം എന്നൊന്നും എനിക്കില്ല. നിങ്ങളുടെ കാര്യങ്ങൾ കേൾക്കാം. എന്റെ അനുഭവങ്ങളും പറയാം..... എന്നൊക്കെയേ ഞാൻ കരുതിയുള്ളൂ. ആ പോട്ടെ. ആ വിഷയം വിട്ടേക്ക്."

"എന്താ നിങ്ങളുടെ അനുഭവങ്ങൾ...... ചോദിക്കട്ടെ......."

"ഞാൻ കല്യാണം കഴിക്കാനാഗ്രഹിച്ചവൾ എനിക്കു നഷ്ടപ്പെട്ടു.... നിങ്ങൾ കൈവിട്ടു. നമുക്കിടയിൽ സമാനതകൾ ഉണ്ട്."

"നിങ്ങളുടെ കാര്യം ഞാൻ ചോദിച്ചതേ ഇല്ല......"

"എനിക്കറിയാം."

"സത്യത്തിൽ ആ വിഷയം സംസാരിക്കാൻ ഞാനാഗ്രഹിക്കുന്നേ ഇല്ല സ്മിത്ത്..... അതിന് എനിക്ക് എന്റേതായ കാരണങ്ങൾ ഉണ്ട്."

"സംശയമില്ല. അവളെ കെട്ടാതിരിക്കാൻ മാത്രം വലിയ ഒരു കാരണം ഉണ്ടായിട്ടുണ്ടാവും. ഉറപ്പ്."

"നീ അർഥംവെച്ച് സംസാരിക്കണ്ട. ഉണ്ട്. എനിക്ക് അതിന് വ്യക്ത മായ ചില കാരണങ്ങൾ ഉണ്ട്."

ആകാംക്ഷയോടെ സ്മിത്ത് ഒരു കാര്യംകൂടി ചോദിച്ചുപോയി. “അവൾ...... അവൾ നിങ്ങളെ നന്നായി സ്നേഹിച്ചില്ല?”

സ്മിത്ത് ശ്വാസംപോലും വിടാതെ ഉത്തരത്തിന് കാതോർത്തു.

“സ്മിത്ത്, നീ കുറച്ചു കൂടിപ്പോകുന്നു. ആ വിഷയം ഇനി ചോദിക്കരുത് എന്ന് ഞാൻ പറഞ്ഞതല്ലേ? നീ എന്തിനാ ഇങ്ങനെ ചോദ്യം ചെയ്യുന്നത്? എനിക്കറിയില്ല. ഞാൻ പോകുന്നു.”

“ദൈവമേ...... ഒന്നുമില്ലെന്നേ. ആരിൽനിന്നോ അവളെ അടർത്തിമാറ്റുന്നതിൽ നീ പരാജയപ്പെട്ടതുപോലെയാണ് നിന്റെ സംസാരം. അതാ ഞാൻ പിന്നെയും പിന്നെയും ചോദിച്ചത്.”

“നീ എന്താ ഉദ്ദേശിക്കുന്നത്? നീ എന്താ കേട്ടിട്ടുള്ളത്?”

“ഒന്നുമില്ല. ഞാൻ പോവുന്നു.”

“എങ്കിൽ ശരി, പോവാം. പോവാം. എനിക്കറിയില്ല നീ എന്താ ഇങ്ങനെ പെരുമാറുന്നതെന്ന്.”

“നിനക്കെന്താ പറ്റിയതെന്ന് എനിക്കും അറിയില്ല. നമ്മളിങ്ങനെ അകലാൻ പാടില്ലായിരുന്നു......”

“ഞാൻ നിന്നോടെന്തെങ്കിലും തെറ്റ് ചെയ്തോ സ്മിത്ത്? നീയല്ലേ ആദ്യം അകന്നത്?”

“അല്ല. അല്ലല്ല...... നീ ആണ് ആദ്യം അകന്നത്. ഇപ്പോൾ നീ മാറ്റിപ്പറയുകയാണ്. ഞാനെപ്പോഴും നിന്നോട് കൂട്ടായിരുന്നു. നീ എന്റെ അടുത്തുനിന്നും അകന്നു. അത് നമ്മുടെ ജീവിതത്തിൽ വന്ന വ്യത്യാസങ്ങൾ കൊണ്ടാവുമെന്നാ എനിക്ക് തോന്നുന്നത്. എന്തായാലും നീ എന്നെ കാണാൻ വരുമെന്നുതന്നെ ഞാൻ പ്രതീക്ഷിക്കട്ടേ?”

“നീ എവിടെയാ താമാസം?”

“ഗ്രോസ്വെനാർ ഹോട്ടലിൽ.”

“ഞാൻ വരാം.”

“ശരി. രണ്ടുമൂന്ന് ദിവസം ഞാൻ ലണ്ടനിലുണ്ടാവും. പിന്നെ സെന്റ് ക്രിസിൽ അച്ഛനെയും അമ്മയെയും കാണാൻ പോവും ഞാൻ. നീ ഇന്നു വൈകിട്ടുതന്നെ വരുമോ എന്റെ റൂമിൽ?”

“നോക്കട്ടെ. ഉറപ്പുപറയാൻ വയ്യ. രണ്ടുമൂന്ന് മണിക്കൂർ തനിച്ചിരിക്കണം, എനിക്ക്. പക്ഷേ...... ആ.... ഞാൻ നിന്റെ താമസസ്ഥലം കണ്ടുപിടിച്ച് വന്നോളാം, എങ്ങനെയെങ്കിലും. ഗുഡ്ബൈ.”

38

അസൂയയാണേറ്റവും കഠോരം

സ്മിത്ത്, തന്റെ പഴയ സുഹൃത്തും വഴികാട്ടിയും ഗുരുവും എല്ലാമായ നൈറ്റിനെ കണ്ടുമുട്ടിയ കാര്യംതന്നെ ചിന്തിച്ചുകൊണ്ടിരുന്നു. ഈ കഴിഞ്ഞുപോയ വർഷങ്ങൾക്കിടയിൽ പലപല സംഭവങ്ങളും നടന്നിട്ടുണ്ട്....... എങ്കിലും അയാൾക്ക് നൈറ്റിനോടുള്ള സ്നേഹവും കൂറും ഉള്ളിലിനിയും ബാക്കിയാണ്. ഇടയ്ക്ക് നൈറ്റ് സ്മിത്തിനെ വേദനിപ്പിച്ചിട്ടുണ്ട്. തന്റെ സ്വന്തമായിരുന്നവളെ തട്ടിയെടുത്തുവരെ വേദനിപ്പിച്ചു..... എങ്കിലും സ്മിത്തിന് നൈറ്റിനോടുള്ള സ്നേഹം മുഴുവനും വറ്റിപ്പോയിട്ടില്ല.

ഒരുപാട് വൈകുംമുമ്പുതന്നെ നൈറ്റ് ഹോട്ടലിലേക്കു മടങ്ങി. മനസ്സ് അസ്വസ്ഥമാവുന്നത് എന്തുകൊണ്ടാണ് എന്ന് അയാൾക്ക് മനസിലായില്ല. തന്റെ പഴയ സുഹൃത്തിനെ വീണ്ടെടുക്കാനുള്ള ധൃതികൊണ്ടോ.... അതോ അവന്റെ വായിൽനിന്നു വീണ ചിലവാക്കുകൾ നൽകുന്ന ദുസ്സൂചനയുടെ സത്യമറിയാനുള്ള ആകാംക്ഷകൊണ്ടോ? സ്മിത്തിലൂടെ എൽഫ്രഡിനെക്കുറിച്ച് കൂടുതൽ അറിയാനാവും എന്ന് നൈറ്റിന് തോന്നി.

പെട്ടെന്ന് അത്താഴം കഴിച്ചുതീർത്ത് നൈറ്റ്, സ്മിത്തിന്റെ താമസസ്ഥലം തിരഞ്ഞ് കണ്ടുപിടിച്ചു. സ്മിത്ത് തന്റെ മുറിയിൽ, തീയിനരികിലായി ചൂടു കാഞ്ഞുകൊണ്ട് ഇരുപ്പുണ്ടായിരുന്നു.

"അവസാനം നിന്നെത്തേടി വന്നിരിക്കുന്നു." നൈറ്റ് പറഞ്ഞു. "ഇന്നു രാവിലെ എന്റെ പെരുമാറ്റം കുറച്ച് മോശമായിപ്പോയി. സമ്മതിക്കുന്നു. അത് ഫ്രാൻസും ഇറ്റലിയും ഒക്കെ താണ്ടിയ ആളല്ലേ ഞാൻ..... ആ പറ്റിൽകൂട്ടി ക്ഷമിച്ചേക്ക്."

"അതൊന്നും കുഴപ്പമില്ല. ഇരിക്കൂ. കാണാൻ പറ്റിയതിലെ സന്തോഷം മാത്രമേ ഉള്ളൂ എനിക്ക്."

ലണ്ടനിലെ ചിരപരിചിതമായ കാഴ്ചകൾ, ശബ്ദം. പ്രിയപ്പെട്ട നൈറ്റുമായുള്ള കൂടിക്കാഴ്ച.... എല്ലാംകൂടി സ്മിത്തിന്റെ ഹൃദയത്തിൽ ദുഃഖം നിറച്ചു. എല്ലാറ്റിനും മീതെയായി നൈറ്റ് എൽഫ്രഡിനെ വിവാഹം ചെയ്തിട്ടില്ല എന്ന അറിവ്.

തന്റെ സ്വപ്നങ്ങളെ പാടുപെട്ടാണ് സ്മിത്ത് നിയന്ത്രിച്ചത്. കഴിഞ്ഞ കുറെ നാളുകളായി തന്റെ ജീവിതത്തിൽ എൽഫ്രഡ് ഇല്ല. അവളില്ലാത്ത ജീവിതം തന്നെ ഒട്ടും സന്തോഷിപ്പിച്ചിട്ടേ ഇല്ല എന്ന് വേദനയോടെ സ്മിത്ത് തിരിച്ചറിഞ്ഞു.

വന്ന ഉടനെ ആകാംക്ഷയോടെ നൈറ്റ് ചോദിച്ചു......"നീ കെട്ടാനാശിച്ച ആ പെൺകുട്ടി ആരായിരുന്നു സ്മിത്ത്?"

എന്തു പറയണം എന്നറിയാതെ ആദ്യം സ്മിത്ത് പതറി. പിന്നെ പതുക്കെ പറഞ്ഞു:

"എൽഫ്രഡ് സ്വാൻക്രോർട്ട്." അവളാണ് ഞാൻ കെട്ടാനാശിച്ച പെൺകുട്ടി...."

"സ്മിത്ത്!"

"ഈ വിളികൊണ്ട് നിങ്ങളെന്താണ് ഉദ്ദേശിച്ചത് എന്നെനിക്ക് മനസിലായി."

"എൽഫ്രഡ്....... ആയിരുന്നോ, അത്? നീ....... നീയാണോ ആ ആൾ?"

"അതെ. അന്ന് എൽഡൽസ്റ്റൗവിൽ വെച്ചുതന്നെ ഞാനാകാര്യം പറയാഞ്ഞതെന്ത് എന്നാവും നിങ്ങൾ ആലോചിക്കുന്നത് അല്ലെ?"

"അതെ...... പറ....... പറയ്."

"നിങ്ങളുടെ നന്മയെക്കരുതിയാണ് ഞാനത് പറയാഞ്ഞത്. വേണമെങ്കിൽ എന്നെ പഴിച്ചുകൊള്ളൂ. പക്ഷേ നല്ലതിനുവേണ്ടിയാണ് ഞാനത് രഹസ്യമാക്കിവെച്ചത്. ഇപ്പോൾ ഞാൻ നിങ്ങളോട് പഴയതുപോലെതന്നെയല്ലേ പെരുമാറുന്നത്."

"എനിക്ക് ഒന്നും അറിയില്ല... എനിക്ക് ഒന്നും പറയാൻ കഴിയില്ല." നൈറ്റ് അമ്പരന്നുനിന്നു. പിന്നെ ഇങ്ങനെ മന്ത്രിച്ചു.

"ഉച്ചയ്ക്കുശേഷം മുതൽ ഞാൻ സംശയിക്കുന്നു........ അവൾ എന്നോട് അകന്നതിനെക്കുറിച്ച് നിങ്ങൾക്ക് ചിലതൊക്കെ അറിയാം എന്നെനിക്കപ്പഴേ തോന്നി. പക്ഷേ ഞാനത് കാര്യമാക്കിയില്ല. പറയ്..... എങ്ങനെയാ, നിങ്ങൾ പരിചയപ്പെട്ടത്?"

"വർഷങ്ങൾക്കുമുമ്പ് ഞാൻ അവിടത്തെ പള്ളിയിൽ പോയിട്ടുണ്ട്.."

"നിങ്ങൾ ഹ്യൂബിയുടെ കൂടെ ആയിരുന്നപ്പോൾ? ഓ..... ശരിയാണ്. ഞാനത് ഓർത്തതേ ഇല്ല." അയാളുടെ സ്വരം ഉയർന്നു. "എന്തു പറയണം എന്നെനിക്ക് അറിയില്ല. ഇത്രയും കാലം നീ എന്നെ പറ്റിക്കുകയായിരുന്നു."

"ഞാൻ നിങ്ങളെ ചതിച്ചേന്നോ.... എങ്ങനെ?"

"അതെ.....അതെ. പക്ഷേ....."

നൈറ്റ് അസ്വസ്ഥതകൊണ്ട് മുറിയിൽ അങ്ങോട്ടും ഇങ്ങോട്ടും ഉലാത്തി. അവന്റെ മുഖം വിളറിയിരുന്നു. സ്വരം വിറച്ചു.....

"നീയന്ന് പതിവുപോലെ അല്ല പെരുമാറിയത്. എനിക്കത് അപ്പോഴേ മനസിലായി. ഞാനത് തുറന്നുപറയുകയും ചെയ്തു. ആ ദിവസം ഞാൻ മറന്നിട്ടില്ല."

"ഏതു ദിവസം?"

"കുടുംബക്കല്ലറയിൽ വെച്ച് നമ്മൾ കണ്ട ആ ദിവസം.... അന്നു നിന്റെ സ്വഭാവം! ഞാനവളെ കെട്ടാൻ പോകുന്നുവെന്ന് ഞാൻ നിന്നോട് പറഞ്ഞു... എന്നിട്ടും നീ...... ചതി, വഞ്ചന...... ഈ ലോകം മുഴുവനും..... ചതി."

പ്രിയപ്പെട്ട സുഹൃത്തിന്റെ വൈകാരികവിഷയമാണെങ്കിൽപ്പോലും ഇത്തരം വാക്കുകൾ പൊറുത്തുകൊടുക്കാൻ സ്മിത്തിനും മനസുണ്ടായിരുന്നില്ല.

"അങ്ങനെയല്ലാതെ പെരുമാറാൻ എനിക്ക് കഴിയില്ലായിരുന്നു." സ്മിത്ത് തറപ്പിച്ച് പറഞ്ഞു.

"മതി." സ്വയം നിയന്ത്രിച്ച മട്ടിലായിരുന്നു നൈറ്റിന്റെ സംസാരം. "നീ എന്തുകൊണ്ട് അവളെ കെട്ടിയില്ല? ഇത്രയും കാലം 'അവൻ' ഇപ്പോ..... നീ എൽഫ്രഡിനെ കെട്ടിക്കാണും എന്നോർത്താണ് ഞാൻ ഇരുന്നത്."

"നീ എന്തിനിങ്ങനെ മുനവെച്ച് സംസാരിക്കുന്നു.? ഞാനവളെ കെട്ടാതിരുന്നെങ്കിൽ, അതിന് കേട്ടാൽ ആരും കുറ്റം പറയാത്ത ഒരു കാരണവും ഉണ്ട്."

"ഓ...... അതെന്ത് കാരണമാണ് ആവോ?"

"പറയാൻ വയ്യ."

"നിനക്കിനിയും അവസരമുണ്ട്. അവളോട് അൽപ്പമെങ്കിലും ദയയും നീതിയും കാണിക്ക് സ്മിത്ത്......" നൈറ്റ് കരഞ്ഞു. "നിനക്കത് നന്നായിട്ടറിയാം. അവളുടെ ആ വേദന നിനക്ക് ഊഹിക്കാവുന്നതിലും അപ്പുറം എന്നെ വേദനിപ്പിച്ചിട്ടുണ്ട്. അവളെപ്പോലെ ഒരു പാവം പെണ്ണിന് നീ എന്ത് നഷ്ടപരിഹാരം നൽകിയാലാണ് മതിയാവുക."

"നീ എന്താ ഭ്രാന്തനെപ്പോലെ സംസാരിക്കുന്നത്? നീയല്ലേ അവളെ എന്നിൽനിന്നും അകറ്റിയത്? തട്ടിയെടുത്തത്?"

"ഒരാൾ ഉപേക്ഷിച്ച്, തകർന്നുപോയ ഒരുവളെ സംരക്ഷിച്ച് താങ്ങി എടുത്തതിന് ചിലപ്പോൾ "തട്ടിയെടുക്കുക" എന്നും പറയുമായിരിക്കും. ഏതായാലും ഈ വിഷയത്തിൽ നമ്മൾ ഒരു ഒത്തുതീർപ്പിലെത്തുമെന്ന് എനിക്ക് തോന്നുന്നില്ല. അതുകൊണ്ട് പിരിയുന്നതാണ് നല്ലത്."

"പക്ഷേ, നിങ്ങൾക്ക് എന്തോ ഗുരുതരമായ തെറ്റിദ്ധാരണയുണ്ട്. അതെനിക്കുറപ്പാണ്. ഞാനെന്താ ചെയ്യേണ്ടത്? പറയ്. എനിക്ക് എൽഫ്രഡിനെ നഷ്ടപ്പെട്ടു. അതൊരു പാപമാണോ? ഞാനതിലെന്തു തെറ്റു ചെയ്തു?"

"അത് അവളാണോ നിങ്ങളാണോ ചെയ്തത്?"

"ഏത്?"

"പിരിഞ്ഞത്?"

"എല്ലാം ഞാൻ പറയാം...... എല്ലാം..... പറയാം."

"എന്തായിരുന്നു കാരണം?"

"എല്ലാം എനിക്ക് പറയാനാവില്ല. പക്ഷേ ഒന്നും ഒളിക്കാനും വയ്യ... പറയാം...... എല്ലാം പറയാം."

എൽഫ്രഡ് തന്നെ മടുത്ത് നൈറ്റിനോടു കൂട്ടുകൂടി എന്നതാണ് സത്യം എന്ന് സ്മിത്തിനറിയാം. പക്ഷേ അത് അങ്ങനെ അങ്ങ് പറയാൻ അയാൾ ഇഷ്ടപ്പെട്ടില്ല. തന്റെ സുഹൃത്തിനോട് പ്രണയം ആരംഭിച്ചതല്ല; മറിച്ച് തന്നോടുള്ള ഇഷ്ടം തീർന്നുപോയതാണ് യഥാർഥകാരണം എന്ന് അയാൾക്ക് തോന്നി. അല്ലെങ്കിൽ ആ തോന്നലാണ് അയാൾ ഇഷ്ടപ്പെട്ടത്.

"അത്തരം വിഷയങ്ങളൊന്നും നമ്മൾ തമ്മിൽ സംസാരിക്കേണ്ട." അന്ന് കുടുംബക്കല്ലറയിൽവെച്ച് കണ്ടപ്പോൾ നിങ്ങളുടെ പെരുമാറ്റത്തിൽ എനിക്കും പന്തികേട് തോന്നിയതാണ്. എന്തൊരു വിചിത്രമായ സ്വഭാവം എന്ന് ഞാനപ്പോൾ മനസിൽ ഓർക്കുകയും ചെയ്തു. പക്ഷേ, ഇപ്പോ..... എനിക്കൊന്നും തോന്നുന്നില്ല. കാലം കുറെ ആയില്ലേ? എന്നാലും നിങ്ങളുടെ കഥകളൊക്കെ കേൾക്കുന്നതിൽ വിരോധമില്ല."

നൈറ്റിന്റെ ഈ സംസാരം എല്ലാം തുറന്നുപറയാൻ സ്മിത്തിനെ പ്രേരിപ്പിച്ചു. അയാളെല്ലാം പറഞ്ഞു...... തുടക്കം, കണ്ടത്, ഒരുമിച്ച് പങ്കിട്ട നിമിഷങ്ങൾ, പരസ്പരം പറഞ്ഞ മധുരവാക്കുകൾ, അവളുടെ പ്രണയത്തിന്റെ ആഴം, വികാരി എതിർത്തത്, സ്മിത്ത് വീടുവിട്ട് പോന്നത്, എല്ലാം...

നൈറ്റിന്റെ താൽപ്പര്യം കൂടി. അവളുടെ ബന്ധം ഒരു കുട്ടിക്കളിയായാണ് നൈറ്റിന് തോന്നിയത്.

എൽഫ്രഡ് തന്റെകൂടെ ലണ്ടനിലേക്ക് ഒളിച്ചോടിയ കഥകളും സ്മിത്ത് വിശദീകരിച്ചു. രാത്രിമുഴുവൻ നീണ്ട യാത്രകൾ... അവളുടെ ഭയം മൂലം അവിവാഹിതരായിത്തന്നെ മടങ്ങിയത്. തങ്ങളുടെ ഒളിച്ചോട്ടം ജെത്വെ കണ്ടത്. എൽഫ്രഡിന്റെ ഭയം, നിഷ്കളങ്കത, അവസാനം പങ്കുവച്ച ചുംബനംവരെ അയാൾ പറഞ്ഞുനിർത്തി.

"നാശം...... നാശം പിടിച്ച സ്ത്രീ....... അവരുടെ ഒടുവിലത്തെ കത്ത്... ആ കത്താണ് ഞങ്ങളെ പിരിച്ചത്. ഓ........ ദൈവമേ....."

നൈറ്റ് പിറുപിറുത്തുകൊണ്ട് മുറിയിലൂടെ ഉലാത്താൻ തുടങ്ങി.

"നീ എന്താ ഈ പറയുന്നത്?"

"പറഞ്ഞോ?" എന്തു പറഞ്ഞു? ഞാൻ നിന്റെ കാര്യംതന്നെ ആലോചിക്കുകയായിരുന്നു. അതേ പെൺകുട്ടിയുമായി പിന്നീട് ഞാൻ പ്രണയത്തിലാവുന്നു. എത്ര വിചിത്രം! ആ, പിന്നെ ഞാനിപ്പോൾ ഏറക്കുറെ അവളെ മറന്നുകഴിഞ്ഞു. നമ്മളിരുവരും ഇപ്പോ അവളെ ഒരു പഴയ സുഹൃത്ത് എന്നതിനപ്പുറം പരിഗണിക്കുന്നുണ്ടോ? ഉണ്ടോ?" മുറിയുടെ

ഒരറ്റം മുതൽ മറ്റേ അറ്റംവരെ ഉലാത്തിക്കൊണ്ടായിരുന്നു നൈറ്റിന്റെ ചോദ്യം.

"ശരിയാണ്." നൈറ്റിന്റെ ഈ തണുപ്പൻ മട്ടിൽ ഉള്ളാലെ ആനന്ദിച്ചു കൊണ്ട് സ്മിത്ത് പറഞ്ഞു.

"നിങ്ങൾക്കുശേഷം വീണ്ടും അവൾ വേറൊരാളെ പ്രണയിച്ചു. അക്കാര്യത്തിൽ അവൾ ചീത്തപ്പെണ്ണാണെന്നു പറയാതെ വയ്യ."

"ചീത്ത......? അതെ. അവൾ ഒരു ചീത്തപ്പെണ്ണുതന്നെ. തീർച്ച."

"സ്മിത്ത്....? നിങ്ങളവളെ ഇപ്പോഴും പ്രണയിക്കുന്നുണ്ടോ?"

"ഉണ്ട്... ഞാൻ അവളെ ഇപ്പോഴും പ്രണയിക്കുന്നുണ്ട്. പക്ഷേ കുറേ കാലമായില്ലെ കണ്ടിട്ട്. അതിന്റെ ഒരു അകൽച്ചയില്ലാതില്ല." അയാൾ ഒരു കാമുകന്റെ ചാപല്യങ്ങളോടെ തുടർന്നു. "നിങ്ങൾ അവളെ ഇപ്പോഴും സ്നേഹിക്കുന്നുണ്ടോ നൈറ്റ്?"

"ഇത്തിരി നാണക്കേടോടെ മാത്രമെ മറുപടി പറയാനൊക്കൂ അല്ലേ സ്മിത്ത്? നമ്മൾ പുരുഷന്മാർ എത്ര ചപലരാണല്ലോ? പുരുഷൻ അതിഗാഢമായി പ്രണയിക്കും. പക്ഷേ അൽപ്പകാലത്തേക്കേ നിൽക്കൂ. അത് നീങ്ങൂ. സ്ത്രീയുടെ പ്രണയം ഒരുപാടു കാലത്തേക്ക് നീളും. അതാണ് വ്യത്യാസം. പിന്നെ, ഞാൻ അവളെ ഇപ്പോഴും എന്റേതായ രീതിയിൽ പ്രേമിക്കുന്നുണ്ട്."

"എനിക്ക് മനസിലാവും. ഞാനും അവളെ അങ്ങനെതന്നെയാണ് കാണുന്നത്. പക്ഷേ ഒരു കാലത്ത് ഞാനവളെ ഒരുപാട് സ്നേഹിച്ചിരുന്നു. യാത്രകൾ ജീവിതത്തിലെ ഇഷ്ടങ്ങളെ മാറ്റിമറിക്കും."

"അതെ...... ശരിതന്നെ."

ഈ സംഭാഷണത്തിലെ ഏറ്റവും വലിയ രസമെന്താണെന്നുവെച്ചാൽ രണ്ടാളും പരസ്പരം പലതും ഒളിച്ചുവെക്കാൻ ഒരേപോലെ ശ്രമം നടത്തിയിരുന്നു. അപരന് എൽഫ്രഡിൽ താൽപ്പര്യം ഉണ്ടാവരുതേ എന്ന് രണ്ടുപേരും ഒരുപോലെ ആഗ്രഹിച്ചു. രണ്ടുപേരും എൽഫ്രഡിനോടുള്ള ഇഷ്ടം ഒരുപോലെതന്നെ ഉള്ളിൽ സൂക്ഷിക്കുകയും ചെയ്തു!

"ഇപ്പോൾ നമുക്കിടയിൽ പ്രശ്നമൊന്നുമില്ല. ഇനി ഞാൻ പോകുന്നതിൽ വിരോധമില്ലല്ലോ?" നൈറ്റ് ചോദിച്ചു.

അടുത്തദിവസം രാവിലെ എട്ടു മണിയോടെ ഇതേ സ്ഥലത്തു വെച്ചുതന്നെ കാണാം എന്നുപറഞ്ഞുറപ്പിച്ച് അവർ പിരിഞ്ഞു.

നൈറ്റ് ഉറങ്ങാൻ കിടന്നു-അതുവരെ അടക്കിപ്പിടിച്ച വികാരങ്ങൾ അയാളിൽനിന്നും അനിയന്ത്രിതമായി പുറത്തുചാടി. സ്മിത്ത്..... സ്റ്റീഫൻ സ്മിത്ത്. അവനാണ് എതിരാളി. അവൻ നൈറ്റിനെ സംബന്ധിച്ച് ഒരു വെറും പയ്യനാണ്, എൽഫ്രഡ്. അവന് ദുഃഖം തോന്നി. അവളുടെ ഓരോ ചെറിയ തെറ്റുകളും താൻ ഒരുപാട് വലുതാക്കിക്കണ്ടു. ഒരു തെറ്റും ചെയ്തിട്ടില്ലെന്ന് അവൾ പലതവണ ആണയിട്ടു പറഞ്ഞിട്ടും താൻ വിശ്വസിച്ചില്ല. എല്ലാറ്റിനും കാരണം തന്റെ മനസിൽ വിഷം കുത്തിവെച്ച്, മരിച്ചു പോയ ആ സ്ത്രീയാണ് എന്ന് നൈറ്റിന് തോന്നി. തന്റെ വഴക്കും തെറി

യും ക്ഷോഭപ്രകടനങ്ങളും ഒക്കെ അവളെത്ര സഹിച്ചു...... പാവം പെൺകുട്ടി. ഓർത്തപ്പോൾ നൈറ്റിന്റെ ഹൃദയം നൊന്തു. ഒരിക്കൽപ്പോലും തിരിച്ച് ഒന്നും പറയാതെ, തന്നോട് കയർക്കാതെ....... എല്ലാം സഹിച്ചും പൊറുത്തും കരഞ്ഞുകൊണ്ട് അവൾ തന്നെ സ്നേഹത്തിൽ പൊതിഞ്ഞു.

എൽഫ്രഡിന്റെ ചെറിയ പിഴവുകൾക്ക് മനസുകൊണ്ട് മാപ്പുകൊടുത്ത് നൈറ്റ് അവളുടെ ഓർമകളിൽ മുഴുകി. ആദ്യം കണ്ടത്, മടിച്ചു മടിച്ചുള്ള സംസാരം. അവൾ തന്നെ കാത്തുനിന്ന വഴികൾ, താഴ്‌വാരങ്ങൾ. സാധാരണ പെൺകുട്ടികളിൽനിന്നും തികച്ചും വ്യത്യസ്ത. തന്നെ ഒരു ബുദ്ധിജീവിയെന്നവണ്ണം കണ്ട്, താൻ പറയുന്നതെല്ലാം ഗൗരവത്തോടെ ശരിവെച്ച് മൂളിക്കേട്ട്...... തന്റെ പിറകെ വാലാട്ടി നടന്നിരുന്ന പാവം എൽഫ്രഡ്........

അവസാനം അയാൾ ഒരു പരിഹാരം കണ്ടെത്തി. ഈ വേദന അധികനേരം സഹിക്കാൻ വയ്യ. നൈറ്റ് എഴുന്നേറ്റു വസ്ത്രം മാറി യാത്രയ്ക്കൊരുങ്ങി. നേരം വെളുക്കാനായി അയാൾ കാത്തിരുന്നു.

ആ രാത്രി സ്മിത്തിനും നിദ്രാവിഹീനമായിരുന്നു. എൽഫ്രഡും നൈറ്റും പിരിഞ്ഞിരിക്കുന്നു. അടുക്കുംമുമ്പെ എന്നവണ്ണം അകന്നിരിക്കുന്നു അവർ........അപ്പോൾ അവളുടെ ഉള്ളിൽ തന്നോടുള്ള ഇഷ്ടം ബാക്കി കാണില്ലേ? കാണും. സ്വതവെ സ്വപ്നജീവിയായ സ്മിത്തിന്റെ ഹൃദയം ചിറകുവിടർത്തി പറന്നു........

പോയി എൽഫ്രഡിനെ കാണുകതന്നെ! ഏതായാലും അച്ഛനേയും അമ്മയെയും കാണാൻ സെന്റ് ക്രിസ്‌വരെ പോണം. വീട്ടിലെത്തുംമുമ്പ് ഒരുദിവസം അവളുടെ നാട്ടിൽച്ചെന്ന് പഴയ സ്ഥലത്ത് അലഞ്ഞുതിരിഞ്ഞ് അവളെക്കുറിച്ച് രഹസ്യമായി അന്വേഷിച്ചുനോക്കാൻ അയാൾ ഉറച്ചു.

39

പ്രിയപ്പെട്ടവർ

പുറമേക്ക് സുഹൃത്തുക്കളും ഉള്ളുകൊണ്ട് വൈരികളും ആയ ആ രണ്ട് യുവാക്കൾ അന്നത്തെ പ്രഭാതഭക്ഷണം ഒരുമിച്ചാണ് കഴിച്ചത്. തലേദിവസത്തെ സംഭാഷണം അവർ രണ്ടുപേരും തുടരാനാഗ്രഹിച്ചില്ല. അതേക്കുറിച്ച് ഒന്നും മിണ്ടിയുമില്ല.

"ഞാൻ നാളെ സെന്റ് ക്രിസിലേക്ക് പോകുന്നില്ല." ഭക്ഷണം കഴിച്ചു കഴിഞ്ഞപ്പോൾ നൈറ്റ് പറഞ്ഞു. "നിനക്കെന്താ പരിപാടി?"

"എനിക്ക് പത്തു മണിക്കുശേഷം ജോലി ആവശ്യാർഥം ചില കാര്യങ്ങൾ ഉണ്ട്. അതിനുശേഷം ചിലരെ കാണാനുണ്ട്."

"വൈകിട്ട് നിങ്ങൾ വരും എന്ന് ഞാൻ പ്രതീക്ഷിച്ചോട്ടെ?"

"വരാം."

വൈകിട്ട് അത്താഴം ഒരുമിച്ചാവാം. ഇന്നെനിക്കിവിടെ കുറച്ച് ജോലി ഉണ്ട്. ആദ്യം എന്റെ ലഗേജ് എല്ലാം ബെഡ്സ് ഇൻലേക്ക് മാറ്റണം." സമയം 9.45 ആയപ്പോൾ നൈറ്റ് യാത്രപറഞ്ഞു പോയി. അയാൾ പോയിക്കഴിഞ്ഞപ്പോൾ താനെന്തിനാണ് എൽഫ്രഡിനെ കാണാനുള്ള പദ്ധതി നാളേക്ക് മാറ്റിവെക്കുന്നത് എന്ന് സ്മിത്ത് ചിന്തിച്ചു..... ഇനിയും നീട്ടുന്നതെന്തിന്. നഗരത്തിലെ ഇന്നത്തെ ഈ ജോലികൾ ഒരു ദിവസത്തേക്ക് നീട്ടിവെച്ചാലും ഒരു കുഴപ്പവും വരില്ല......

പരിപാടികളിലെല്ലാം മാറ്റം വരുത്തി മുക്കാൽ മണിക്കൂറിനകം അയാൾ തീവണ്ടി കയറി. കയറി സീറ്റു പിടിക്കുന്ന തിരക്കിൽ നൈറ്റിനെപ്പോലെ ഒരാൾ വണ്ടിയിൽ ഉണ്ടോ എന്ന് സ്മിത്ത് നോക്കി..... ഏയ്, അയാളിപ്പോൾ ബെഡ്സ് ഇന്നിലേക്ക് പോയിക്കൊണ്ടിരിക്കുകയാവും.....

ചിന്താഭാരത്തോടെ സ്മിത്ത് തീവണ്ടിയിൽ ഇരുന്നു. അച്ഛന്റെയും അമ്മയുടേയും അടുത്ത് എഴുതിയറിയിച്ച പ്രകാരംതന്നെ നാളെ

എത്താം. അതിനടുത്തുള്ള ഒരു ദിവസം സ്ട്രാട്ടണിൽ ചുറ്റിക്കറങ്ങി അവൾ എവിടെയാണ്, എന്തു ചെയ്യുന്നു എന്നെല്ലാം അന്വേഷിക്കാം.

ഇടയ്ക്ക് തീവണ്ടി നിർത്തിയപ്പോൾ തല പുറത്തേക്കിട്ട് സ്മിത്ത് നോക്കിയത് തൊട്ടടുത്ത കാബിനിലെ ജനലുവഴി പുറത്തേക്കു നീണ്ട നൈറ്റിന്റെ മുഖത്തേക്കാണ്.

രണ്ടുപേരും പരസ്പരം തുറിച്ചുനോക്കി......

“നീ........ ഇവിടെ? ” സ്മിത്ത്.

“അതെ..... നീയോ? നൈറ്റ്.”

“അതെ.”

പ്രണയത്തിന്റെ സ്വാർഥതയും അസൂയയും വിദ്വേഷവും എല്ലാം ഇത്രമേൽ പ്രകടമായ മറ്റൊരവസരം അവർക്കിടയിൽ ഉണ്ടായിട്ടേ ഇല്ല..... രണ്ടുപേരും മുമ്പൊരിക്കലും നോക്കിയിട്ടില്ലാത്തവിധം പരസ്പരം തുറിച്ചുനോക്കി. രണ്ടുപേരും പരസ്പരസാമീപ്യത്തിൽ അസ്വസ്ഥരായി.

“നീ നാളയേ ലണ്ടൻ വിട്ട് പോവുകയുള്ളൂ എന്നല്ലേ പറഞ്ഞിരുന്നത്. നൈറ്റ്?”

“അതെ. പിന്നെ ഇന്നുതന്നെ പോരാം എന്നു കരുതി. നീ ഈ യാത്രയാണോ പരിപാടി ഉണ്ട് എന്നു പറഞ്ഞത്?”

“അല്ലല്ല. ഞാൻ ഇത് പിന്നെ തീരുമാനിച്ചതാണ്. നമ്മൾ പറഞ്ഞ പ്രകാരം രാത്രി കാണാൻ പറ്റില്ല എന്നു പറഞ്ഞ് ഞാനൊരു കുറിപ്പ് നിനക്ക് കൊടുത്തുവിട്ടിട്ടുണ്ട്......”

“ഞാൻ നിനക്കും ഒരെഴുത്ത് കൊടുത്തുവിട്ടിട്ടുണ്ട്.”

“നിനക്ക് നല്ല സുഖമില്ലാത്തതുപോലെ തോന്നുന്നു കണ്ടിട്ട്....”

“തല വേദനിക്കുന്നു..... നിനക്കും എന്തോ വാട്ടമുണ്ടല്ലോ മുഖത്ത്?”

“ഉം. എനിക്കും തലവേദനതന്നെ. നമുക്കിവിടെ കുറച്ചുനേരം കാത്തു കിടക്കേണ്ടിവരും എന്നാ തോന്നുന്നത്.”

“അവർ പ്ലാറ്റ്ഫോമിലൂടെ വെറുതെ നടന്നു...... പോർട്ടർമാൻ അവർ വന്ന തീവണ്ടിയിൽ എന്തൊക്കെയോ ജോലി ചെയ്തുകൊണ്ടിരിക്കുന്നു. അവരുടെ ജോലിതീർന്നതും സ്മിത്തും നൈറ്റും വണ്ടിയിലേക്കുതന്നെ കയറി.

“നിങ്ങൾ എന്റെ അടുത്ത് ഇരിക്കാൻ വരുന്നോ?” നൈറ്റ് അസുഖകരമായ ശബ്ദത്തിൽ ചോദിച്ചു.

“ഉം ഉം..... കുടയും കമ്പിളിയും ഒക്കെ മാറ്റണം... ഇരിക്കുന്നിടത്തുതന്നെയാ നല്ലത്; എല്ലാം മാറ്റാൻ വലിയ പാടാണ്. നീ വേണമെങ്കിൽ എന്റെ അടുത്തോട്ട് വാ......”

“എനിക്കും ഉണ്ട് ലഗേജുകൾ. വെറുതെ എല്ലാംകൂടി മാറ്റിയിട്ടെന്തിനാ.... നമുക്കിനിയും കാണാല്ലോ.”

“ഓ..... ശരി.”

യാത്രയിലുടനീളം സ്മിത്ത് ചിന്തിച്ചത് നൈറ്റ് എങ്ങോട്ടാവും ഈ വണ്ടിയിൽ പോവുന്നത് എന്നാവും. സ്ട്രാട്ടണിലേക്കാവുമോ അയാൾ?

എങ്കിൽ സംശയിക്കേണ്ട; ഉദ്ദേശ്യം എൽഫ്രഡിനെ കാണുക എന്നതു തന്നെ. നല്ല കഥയാവും പിന്നെ!!

സ്റ്റേഷനിൽ എത്തിയതും സ്മിത്ത് ഒന്ന് ഫ്രഷ് ആയശേഷം സ്ട്രാട്ടണിലേക്കുള്ള വണ്ടി കിട്ടുന്നിടത്തേക്ക് ധൃതിപ്പെട്ട് നടന്നു.

അതിനുമുമ്പെ നൈറ്റ് അവിടെ എത്തിയിരുന്നു. സ്മിത്ത് വന്ന് നൈറ്റിനരികെ നിന്നു. ഒന്നും സംസാരിച്ചില്ല.

നീങ്ങിപ്പോവുന്ന തീവണ്ടിയെ നോക്കിക്കൊണ്ട് നൈറ്റ് ചോദിച്ചു.... നിങ്ങളും യാത്ര തുടരുകയാണോ?"

"അതെ."

"ബാക്കി യാത്ര നമുക്കൊരുമിച്ചാവാം....."

"ആവാം." അവർ രണ്ടുപേരും ഒരേ വാതിലിലൂടെ തീവണ്ടിയിലേക്ക് കയറി.

നേരം ഇരുട്ടിത്തുടങ്ങി. ഈ വരുന്നത് സെന്റ്‌വാലന്റീൻസിന്റെ രാവാണ്..... കമിതാക്കൾക്ക് അനുഗ്രഹവർഷം ചൊരിഞ്ഞുകിട്ടുന്ന വാലന്റീൻസ് ദിനമാണ് പുലരാൻ പോകുന്നത്. കനത്തമേഘപാളികൾക്കു മീതെ ഓറഞ്ച്പ്രഭ ചൊരിഞ്ഞുകൊണ്ട് അസ്തമയസൂര്യൻ മറയാൻ ഒരുങ്ങിനിൽക്കുന്നു. തീവണ്ടി അതിന്റെ ദിശ മാറ്റിയപ്പോൾ ചെങ്കിരണങ്ങൾ നൈറ്റിന്റെ പാതിയടച്ചുപിടിച്ച കണ്ണുകളിൽ വന്നുപതിച്ചു.

"നിങ്ങൾ സെന്റ്‌ക്രിസ്സിൽ ഇറങ്ങും അല്ലേ?" നൈറ്റ് ചോദിച്ചു.

"ഇല്ല." സ്മിത്ത് മറുപടി പറഞ്ഞു.

നൈറ്റ് നിശ്ശബ്ദനായി.

സ്മിത്ത് കുറേക്കൂടി തുറന്ന ചോദ്യമാണുന്നയിച്ചത്- "നിങ്ങൾ എൽഡൽസ്റ്റൗവിലേക്കാണോ?"

"അതെ."

പിന്നെ ഇതുവരെ കാണാത്ത ഒരാളോടെന്നവണ്ണം നൈറ്റ് ഇത്രയും കൂടി പറഞ്ഞു:

"ഞാൻ എൽഡൽസ്റ്റൗവിലേക്ക് എൽഫ്രഡ് സ്വാൻക്രോർട്ടിനെ കാണാനായി പോവുകയാണ്. അവൾ ഇപ്പോഴും അവിവാഹിതയായി കഴിയുകയാണെങ്കിൽ എന്റെ ഭാര്യയാവാൻ ക്ഷണിക്കാനാണ് പോകുന്നത്."

"ഞാനും." സ്മിത്ത് കൂട്ടിച്ചേർത്തു.

"ആ. അപ്പോൾ നിങ്ങളുടെ യാത്ര വെറുതെയാവും." നൈറ്റ് തിരിച്ചടിച്ചു."

"വെറുതെ ആവുന്നത് നിങ്ങളുടെ യാത്രയും ആവാം." സ്മിത്തിന്റെ സ്വരം കടുത്തു. "എന്റെ യാത്ര വെറുതെയാവും എന്നല്ല. 'ആവണേ' എന്നാണ് നിങ്ങളുടെ ആഗ്രഹം. അങ്ങനെ പറയ്....."

"എനിക്കങ്ങനത്തെ ആഗ്രഹമൊന്നുമില്ല. ഞാൻ എന്റെ അഭിപ്രായം പറഞ്ഞെന്നേ ഉള്ളൂ. എൽഫ്രഡ് ഒരിക്കൽ നിങ്ങളെ സ്നേഹിച്ചിരുന്നിരി

ക്കാം. സംശയമില്ല. പക്ഷേ അതവൾക്ക് അവളെപ്പോലും ശരിക്ക് നിശ്ചയമില്ലാത്ത കൗമാരത്തിലാണെന്നോർക്കണം."

"നന്ദി. എനിക്കറിയുംപോലെ അവൾക്കും അവളെ അറിയാം... ഞങ്ങൾ ഒരേപ്രായക്കാരാണ്. നിങ്ങൾ ഇടയ്ക്കു കയറിവന്നില്ലായിരുന്നെങ്കിൽ.. ഒരുപക്ഷേ....."

"അതു പറയരുത്. അങ്ങനെ പറയാൻ ഒരു ന്യായവും ഇല്ല.... ഞാൻ കേറിവന്നെന്ന് നിങ്ങളെങ്ങനെ പറയും? ആ ന്യായം പറയരുത് സ്മിത്ത്."

"ശരി. അവൾ നിങ്ങളുടെതാവുംമുമ്പേ എന്റേതായിരുന്നു. അതു മറക്കണ്ട."

തന്റെ വികാരവിക്ഷുബ്ധത പുറത്തു കാട്ടാതിരിക്കാനായി സ്മിത്ത് മുഖം ജനലിനുനേരെ തിരിച്ചു.

"വിഡ്ഢിത്തം പറയാതെ. അങ്ങനെ കണക്കുകൂട്ടേണ്ട കാര്യങ്ങൾ...... നിങ്ങളുടെ നന്മയ്ക്കുവേണ്ടിയാണ് ഞാൻ പറയുന്നത്. സത്യം അംഗീകരിക്കാൻ നിങ്ങൾക്ക് വിഷമം കാണും. സ്വാഭാവികമാണ്. നിങ്ങളെ ഇഷ്ടപ്പെട്ടത് അവളുടെ ഒരു കൗമാരചാപല്യം മാത്രം.... വെറുതെ ഒരു ഭ്രമം! അത്രയേ ഉള്ളൂ അത്. അതൊന്നും ഇപ്പോൾ അവളുടെ മനസിൽ കാണില്ല."

"നുണ...." സ്മിത്ത് ദേഷ്യത്തോടെ പറഞ്ഞു.

"എന്നെ ഒഴിവാക്കാൻവേണ്ടി നിങ്ങൾ വെറുതെ ന്യായങ്ങൾ നിരത്തണ്ട. നിങ്ങൾ ഇനിയും എന്തിനാണ് ഞങ്ങൾക്കിടയിൽ കേറിവരുന്നത്. എന്റെ അവസരം തട്ടിയെടുക്കാൻ...... എന്റെയും എന്റെ പ്രിയപ്പെട്ടവളുടെയും ഇടയിലേക്ക് എപ്പോഴും ഇങ്ങനെ വലിഞ്ഞുകേറിവരാൻ നാണമില്ലേ നിങ്ങൾക്ക്? ഇതെന്തൊരു മര്യാദകേടാണ് നിങ്ങളീ കാണിക്കുന്നത്. അവൾ നിങ്ങളുടെകൂടെ ആയിരുന്നപ്പോൾ ഇടപെടാൻ ഞാൻ വന്നില്ലല്ലോ?... അതുപോലെ ഇപ്പോൾ എന്നെയും ശല്യംചെയ്യാതിരുന്നൂടെ?"

"ഇതാ, സെന്റ് ക്രിസ് എത്തി. നീ ഇറങ്ങുന്നില്ലേ?" നൈറ്റ് ചോദിച്ചു.

"ഞാൻ സ്ട്രാട്ടണിലേക്കാണ് എന്ന് ഞാൻ പറഞ്ഞല്ലോ....."

സ്മിത്ത് ചെറുതായി ഒന്നു മയങ്ങി........

വണ്ടി സ്ട്രാട്ടണിൽ എത്തി.

"നിങ്ങൾ എന്തു ചെയ്യാൻ പോകുന്നു? ശരിക്കും എൽഫ്രഡിനെ വിളിക്കാൻ തന്നെയാണോ പരിപാടി?"

"സംശയമെന്ത്? ഞാൻ അന്വേഷിക്കും. നിങ്ങൾ നേരെ എൽഡൽസ്റ്റൗവിലേക്കാവും അല്ലേ?"

"എനിക്ക് നിങ്ങളെപ്പോലെയല്ല. ആ വീട്ടിലേക്ക് ഓടിപ്പാഞ്ഞങ്ങ് ചെല്ലാൻ പറ്റില്ല. എനിക്ക് ആ കുടുംബവുമായി വേറെയും ചില ബന്ധങ്ങളുണ്ട്......... അതെന്താ അവിടെ ഒരു ആൾക്കൂട്ടം?"

നൈറ്റ് ജനൽവഴി പുറത്തേക്ക് നോക്കി..... സ്ട്രാട്ടൺ സ്റ്റേഷനിൽ ഒരുപാടു പേർ കൂടിനിൽക്കുന്നു. "എല്ലാവരും നമ്മളെ കാത്തുനിൽക്കുംപോലെ." അയാൾ പറഞ്ഞു.

പരസ്പരം വെറുത്തുതുടങ്ങിയ ആ രണ്ട് സുഹൃത്തുക്കളും കൈയിൽ കറുത്ത മെഴുകുതിരികളുമായി കൂട്ടംകൂടി നിൽക്കുന്ന ജനാവലിയിലേക്ക് ഇറങ്ങി. പ്ലാറ്റ്ഫോമിന്റെ പാർശ്വഗേറ്റ് തുറന്നിട്ടുണ്ട്. അവിടെ ഒരു കറുത്ത വാഹനം നിർത്തിയിട്ടിരിക്കുന്നു. അതെന്ത് വാഹനമാണാവോ...? സൂക്ഷിച്ചു നോക്കിയപ്പോൾ മനസിലായി-അതൊരു ശവമഞ്ചമാണ്.....! നൈറ്റും സ്മിത്തും മുമ്പോട്ട് നടന്നു.

അവരുടെ തീവണ്ടിക്കൊപ്പം ലണ്ടൻതൊട്ടു സഞ്ചരിച്ചുവന്ന ആ കറുത്ത ബോഗിയും അവിടെ യാത്ര അവസാനിപ്പിച്ചു. അത് ആ തുറന്നു കിടക്കുന്ന ഗേറ്റിനു കണക്കാക്കി വന്നുനിന്നു. കൂടിനിൽക്കുന്നവർ രണ്ടു വശങ്ങളിലേക്ക് ഒഴിഞ്ഞുമാറിനിന്ന് വഴി ഒരുക്കി. കറുത്ത ഉടുപ്പിട്ട് നിന്നവർ സാവധാനം പുറത്തേക്ക് നടന്നു.

"ഇവരിൽ പലരും പരിചയമുള്ളവരാണല്ലോ? രണ്ടുമൂന്ന് ആളുകൾ എൽഡൽസ്റ്റവിൽ ഉള്ളവർ തന്നെ." സ്മിത്ത് അതിശയപ്പെട്ടു.

കറുത്ത വസ്ത്രമണിഞ്ഞു നിന്നവർ ഈരണ്ടുപേരായി പുറത്തേക്ക് വന്നുതുടങ്ങി. ഇരുവശത്തും ഈരണ്ടുപേർ ചേർന്ന് പിടിച്ചുകൊണ്ടു വരുന്നത് ഒരു ശവപ്പെട്ടിയാണെന്ന് വിളക്കിന്റെ പ്രകാശത്തിൽ അവർ ശരിക്കും കണ്ടു. ഇളംനിറത്തിൽ നന്നായി പോളിഷ് ചെയ്ത് ഭംഗി വരുത്തിയ ശവമഞ്ചൽ എട്ടുപേർ ചേർന്ന് അതു ചുമന്നിരിക്കുന്നു. അവർ അത് പതുക്കെ റെയിൽവെ സ്റ്റേഷന്റെ പുറത്തെ ഗേറ്റിലേക്ക് എത്തിച്ചു. നൈറ്റും സ്മിത്തും ആ ആൾക്കൂട്ടത്തെ അനുഗമിച്ചു. ശവമഞ്ചം വെളിച്ചമുള്ള ഒരിടത്തിലൂടെ കടന്നുപോയപ്പോൾ ആൾക്കൂട്ടത്തിൽ എൽഡൽസ്റ്റൗ വികാരി മി. സ്വാൻക്രോർട്ടിനെയും അവർ കണ്ടു. അദ്ദേഹത്തിന് പണ്ടത്തെക്കാളും പ്രായം ഒരുപാട് കൂടിയതുപോലെ തോന്നിച്ചു. അദ്ദേഹം അടുത്തെത്തിയപ്പോൾ അവരിരുവരും പിറകിലേക്ക് വലിഞ്ഞു.

"മി. സ്വാൻക്രോർട്ട് ഈ ശവമഞ്ചത്തിനൊപ്പം വരുന്നതെന്തിന്?" നൈറ്റ് അടുത്തുനിന്ന ആളോട് ചോദിച്ചു.

"അയാൾ മരിച്ച പെൺകുട്ടിയുടെ അച്ഛനാണ്."

"എന്ത്? ആ സ്ത്രീയുടെ..... അച്ഛൻ.......?" നൈറ്റിന്റെ ശബ്ദം ചിലമ്പിപ്പോയി........ നൈറ്റ് ആ അപരിചിതനെ തുറിച്ചുനോക്കി.

"അതെ.... ആ ശവപ്പെട്ടിയിലുള്ള പെൺകുട്ടിയുടെ അച്ഛൻ. അവൾ ലണ്ടനിൽവെച്ചു മരിച്ചു. ഈ തീവണ്ടിയിലാണ് ശരീരം കൊണ്ടുവന്നത്. ഇവിടെനിന്ന് വീട്ടിലേക്ക് കൊണ്ടുപോകും. അടക്കം നാളെ."

നൈറ്റ് ശവമഞ്ചം കണ്ട ഭാഗത്തേക്ക് അമ്പരന്നുനോക്കി. പിന്നെ തിരിഞ്ഞ് സ്മിത്തിന്റെ മെലിഞ്ഞ ശരീരത്തിലേക്ക് ചാഞ്ഞു...... ഒരു വയസനെപ്പോലെ അയാൾ കുനിഞ്ഞുകുനിഞ്ഞുപോയി... സ്മിത്ത് സുഹൃത്തിന്റെ കരം കവർന്നു. അവൻ നൈറ്റിനെ വെളിച്ചമുള്ള ഒരിടത്തേക്ക് താങ്ങി നടത്തി.......

40

പ്രൗഡ്

അര മണിക്കൂർ കടന്നുപോയി....... നിർഭാഗ്യവാന്മാരായ ആ രണ്ട് യുവാക്കളും സ്ട്രാട്ടണിൽനിന്നും എൽഡൽസ്റ്റൗവിലേക്കുള്ള റോഡിലൂടെ അലഞ്ഞുനടന്നു.

"അവളുടെ ഹൃദയം പൊട്ടിക്കാണുമോ?" നൈറ്റ് ചോദിച്ചു. "ഞാനാണോ അവളെ കൊന്നത്? ഞാൻ അവളെ വേദനിപ്പിച്ചു................ അങ്ങനെ അവൾ മരിച്ചു........... ദൈവമെന്നോട് പൊറുക്കില്ല......"

"ഞാൻ അവളെ വേദനിപ്പിച്ചതിനേക്കാളും വരില്ല നിങ്ങൾ."

"എന്തുകൊണ്ട്? ഞാനവളെ ഉപേക്ഷിച്ചു..... ഒരു പരിധിവരെ അവളിൽനിന്നും ഒളിച്ചോടിപ്പോയി. 'മടങ്ങിവരില്ല' എന്നൊരു വാക്കു പറയുകപോലും ചെയ്യാതെ തനിച്ചാക്കി മുങ്ങി. പോകുമ്പോൾ ഒരു ചുംബനം പോലും കൊടുത്തില്ല ഞാനവൾക്ക്......... ഞാനൊര് വിഡ്ഢി.... മൂഢൻ...... എന്റെ പ്രിയപ്പെട്ടവളെ ഞാൻ വേദനിപ്പിച്ചു."

"നിങ്ങളുടെ പ്രിയപ്പെട്ടവളോ?" ചിരിച്ചുകൊണ്ടാണ് സ്മിത്തിന്റെ സംസാരം-കരയുംപോലത്തെ ചിരി! "എന്റെ പ്രിയപ്പെട്ടവൾ എന്ന് ആർക്കും പറയാം. നിങ്ങളുടേതാവുംമുമ്പ് അവൾ എന്റെ പ്രിയപ്പെട്ടവളായിരുന്നു. അതിനുശേഷവും ആർക്കെങ്കിലും അവളെ സ്വന്തം എന്നുവിളിക്കാൻ അവകാശമുണ്ടെങ്കിൽ അതെനിക്ക് മാത്രമാണ്.... എനിക്ക് മാത്രം."

"നിങ്ങൾ ഇങ്ങനെ ഇരുട്ടിൽ തപ്പരുത്...... നിങ്ങൾക്കുവേണ്ടി എന്നെങ്കിലും അവൾ എന്തെങ്കിലും ചെയ്തിട്ടുണ്ടോ? നിങ്ങൾക്കായ് ഒരിക്കലെങ്കിലും ജീവിച്ചിട്ടുണ്ടോ അവൾ?"

"ഉണ്ട്...... ഉണ്ട്."

"ഇല്ല. അവളെന്നാണ് നിങ്ങൾക്കുവേണ്ടി മാത്രമായി ജീവിച്ചത്? നിങ്ങൾ ഇല്ലാതെ അവൾക്കു ജീവിക്കാനാവില്ല എന്നൊരു അവസ്ഥയുണ്ടായിട്ടുണ്ടോ?"

"ഉണ്ട്."

"ഇല്ല...... അവൾ ഒരിക്കലും അവളുടെ ജീവിതം നിങ്ങളുടെ പേരിൽ അപായപ്പെടുത്തുകയില്ല. എന്റെ പ്രിയപ്പെട്ടവൾ എനിക്കുവേണ്ടി അങ്ങനെവരെ ചെയ്തിട്ടുണ്ട്."

"എന്നാണ് അവൾ നിങ്ങൾക്കുവേണ്ടി അവളുടെ ജീവൻ അപകടപ്പെടുത്തിയത്? എന്ന്?"

"എന്നെ പാറയിടുക്കിൽനിന്നും രക്ഷിക്കാൻ...... എന്റെകൂടെ ഒരു ബോട്ടു വരുന്നതും കാത്തുനിൽക്കുകയായിരുന്നു പാവം..... ഞാൻ വഴുതിവീണു. അവൾ എന്നെ പിടിക്കാനാഞ്ഞു. രണ്ടുപേരും വളരെ പണിപ്പെട്ടാണ് രക്ഷപ്പെട്ടത്. ഒരുമിച്ച് അവിടെവെച്ച് മരിച്ചുവെങ്കിൽ എന്ന് ഞാൻ ആഗ്രഹിച്ചു."

"നിൽക്ക്.... നിൽക്ക്...." നിറഞ്ഞ കണ്ണുകളോടെ സ്മിത്ത് അപേക്ഷിച്ചു. അവളവിടെ വന്നത് എന്തിനാണെന്നറിയാമോ? ഞാൻ നാട്ടിൽ വരുന്ന ദിവസമായിരുന്നു അത്. ഞാൻ വന്നിറങ്ങുന്ന കാഴ്ച കാണാനാണ് അവളവിടെ വന്നത്-എന്നോട് അവൾ വാഗ്ദാനം ചെയ്തതായിരുന്നു, അവിടെ വന്ന് നിന്നോളാം എന്ന്, മാസങ്ങൾക്കു മുമ്പെ പറഞ്ഞുറപ്പിച്ചത്. എന്നെ വേണ്ടായിരുന്നെങ്കിലും, അവൾ അവിടെ എന്റെ വരവു കാണാനായി കേറിവന്നതായിരുന്നു....."

"എൽഫ്രഡ് നിനക്കുവേണ്ടിയാണ് മരിച്ചത് എന്ന് നിനക്ക് തോന്നുന്നതിൽ തെറ്റില്ല........" നൈറ്റ് വിഷമത്തോടെ പറഞ്ഞു.

"അവൾ നിനക്കുവേണ്ടി, നിന്നെ ഓർത്ത് വിഷമിച്ചാണ് മരിച്ചത് എന്ന് തെളിഞ്ഞാൽ, പിന്നെ ഒരിക്കലും ഞാനൊന്നും പറയില്ല. ഒരവകാശവും ഉന്നയിക്കില്ല."

"നിനക്കുവേണ്ടിയാണ് അവൾ മരിച്ചത് എന്ന് മനസിലായാൽ പിന്നെ ഞാനും ഒരവകാശത്തിനും വരില്ല....." സ്മിത്ത് പറഞ്ഞു.

"ശരി."

സൂര്യൻ കറുത്ത മേഘങ്ങൾക്കു പിറകിൽ ഒളിച്ചു. ഉടനെതന്നെ മഴ ചാറിത്തുടങ്ങി..... പിന്നെ പയ്യെപ്പയ്യെ പെയ്തുതുടങ്ങി.......

"മഴ തോരുംവരെ നമുക്കെവിടെയെങ്കിലും കയറിനിൽക്കാം...." സ്മിത്ത് പറഞ്ഞു.

"ആവാം...... ആളുകൾ നമ്മളെ തിരിച്ചറിയാതെ നോക്കണം...."

റോഡ് രണ്ടായി പിരിയുന്നിടത്ത് അവർ എത്തി. ഒന്ന് പടിഞ്ഞാറോട്ടും മറ്റേത് കിഴക്കോട്ടും. കിഴക്കോട്ട് എൽഡൽസ്റ്റൗവിലേക്ക് പോകുന്ന വഴിയിലൂടെ കുറച്ചുദൂരം ചെന്നപ്പോൾ മുമ്പിലായി ആ ശവമഞ്ചൽ നീങ്ങുന്നതായി അവർ കണ്ടു.

നൈറ്റും സ്മിത്തും ആ ഗ്രാമവഴിയിലൂടെ ആ ശവമഞ്ചലിനു പിറകെ നടന്നു. മഴ കനത്തുവന്നു. അവർ അവിടെ മഴ കൊള്ളാത്ത ഒരിടത്തേക്ക് കയറിനിന്നു. അവരോടു ചേർന്ന് അപരിചിതനായ ഒരാൾകൂടി വന്നു

കയറി, അവിടേക്ക്. അയാൾക്കും കുടയോ ഓവർക്കോട്ടോ ഒന്നും ഉണ്ടായിരുന്നില്ല. കൈവശം എന്തോ പൊതിഞ്ഞുപിടിച്ചിരിക്കുന്നു.

അയാൾ ആ പൊതി തീയുടെ അരികിലേക്ക് നീട്ടിപ്പിടിച്ചു. മഴയത്ത് അതു നനഞ്ഞോ എന്നയാൾ സംശയിച്ചു.

"ഇതെന്താണെന്നറിയാമോ?" അയാൾ സ്മിത്തിനോടു ചോദിച്ചു.

"ഇല്ല." സ്മിത്ത്.

"ഞാൻ കാണിക്കാം."

അയാൾ അതിന്റെ കട്ടികുറഞ്ഞ പുറത്തെ പൊതി അഴിച്ചു. നന്നായി കാണാനായി സ്മിത്ത് തീ ഒന്നുകൂടി എരിച്ചു. കുറെ പൊതികൾ അഴിച്ച ശേഷം ബ്രൗൺ നിറത്തിലുള്ള ഒരു പൊതികൂടി കണ്ടു. പിന്നെ ടിഷ്യൂ പേപ്പർകൊണ്ട് ഒരു പൊതി. അതുകൂടി അഴിച്ചിട്ട് അയാൾ അതിനകത്തുണ്ടായിരുന്നത് പുറത്തെടുത്ത് സ്മിത്തിന് കാണാനായി കൈയിൽ കൊടുത്തു. ആർക്കോ വേണ്ടിയെന്നവണ്ണം അലസമായി സ്മിത്ത് അത് കൈയിൽ വാങ്ങി.

അതിനിടെ അയാൾ ഇത്രകൂടി പറഞ്ഞു.

"പാവം സ്ത്രീ.... കഷ്ടം. ഇത്ര പെട്ടെന്ന് മരിച്ചുപോയി."

നൈറ്റും സ്മിത്തും പെട്ടെന്ന് അയാളെ ശ്രദ്ധിച്ചു.

"അതെന്താണത്?" സ്മിത്ത് ചോദിച്ചു.

"ഇതൊരു Coronet ആണ്........." (തലയിൽ ചൂടുന്ന അലങ്കാരവസ്തു.)

"എന്തു ഭംഗി, അല്ലേ? നല്ല വില കാണും."

നന്നായി പൊതിഞ്ഞ അതിനകത്ത് ഒരു കോഫിൻ പ്ലേറ്റ് കൂടി ഉണ്ടായിരുന്നു.

സ്മിത്തും നൈറ്റും മുമ്പോട്ട് വന്നു. അതു പിടിച്ചുനിന്ന ആ അപരിചിതൻ അവർ രണ്ടും അതു ശ്രദ്ധിക്കുന്നുവെന്ന് കണ്ടപ്പോൾ അവരെ കാണിക്കാനായി അത് ഉയർത്തിപ്പിടിച്ചു. തീ എരിയുന്നതിന്റെ ചുവന്ന വെളിച്ചത്തിൽ അവർ അത് ഒരുമിച്ച് വായിച്ചു.

എൽഫ്രഡ്.
W/O Spenser Ango Luxdaellian,
Fifteenth Buron Luxellian.
Died Feb, 10, 1987.

അവർ അത് വീണ്ടും വീണ്ടും വായിച്ചു...... സ്മിത്തും നൈറ്റും- ഒരാത്മാവിൽനിന്ന് ഉടലെടുത്തവരെപ്പോലെ അവർ പരസ്പരം കൈ കവർന്നു....... ആ യുവാക്കൾ മഴ നനഞ്ഞ് മഞ്ഞനിറത്തിൽ കാണപ്പെട്ട പകലിലേക്ക് ഇറങ്ങിനടന്നു...... ദൂരേക്ക്, ദൂരേക്ക്...... കാറ്റും മഴയും ഏറ്റ് അവർ തണുത്ത് മരവിക്കുംവരെ....... ആകാശം ഒരു നരച്ച പരവതാനി പോലെ കാണപ്പെട്ടു.

"നമ്മൾ എങ്ങോട്ടാ പോവുന്നത്?" സ്മിത്ത് ചോദിച്ചു.

"എനിക്കറിയില്ല."

ഒരുപാടുനേരം അവർ ഇരുവരും ഒന്നും മിണ്ടിയില്ല. "എൽഫ്രഡ് വിവാഹിതയായിരുന്നു." ഉറക്കെ പറയാൻ ഭയന്നിട്ടെന്നപോലെ സ്മിത്ത് മന്ത്രിച്ചു.

"നുണ." നൈറ്റ് മുരണ്ടു.

"എന്നിട്ട് മരിച്ചു? നമ്മളെ രണ്ടുപേരെയും തള്ളിക്കളഞ്ഞു. പിന്നെ മരിച്ചു...... ഇല്ല ഞാൻ വെറുക്കുന്നു."

അവരുടെ ഹൃദയമിടിപ്പിന്റെ തെറ്റിയ താളമല്ലാതെ, വസ്ത്രങ്ങളിൽ മൃദുവായി വന്നുവീഴുന്ന മഴത്തുള്ളികളുടെ ഒച്ചയല്ലാതെ മറ്റൊരു ശബ്ദവും അവിടെ കേൾക്കാൻ ഉണ്ടായിരുന്നില്ല.

"ഇനിയും എൽഫ്രഡിനെ നമ്മൾ പിന്തുടരണോ?" സ്മിത്ത് ചോദിച്ചു.

"വേണ്ട. ഇനി നമുക്ക് അവളെ തനിച്ച് വിടാം. അവൾ നമ്മുടെ സ്നേഹത്തിനെല്ലാം അതീതയാണ്. അപ്പോൾ സ്വാഭാവികമായും നമ്മുടെ കുറ്റബോധത്തിനും അതീതയായിരിക്കും. അവൾ എന്തുകൊണ്ടാണ് മരിച്ചത് എന്നു കൃത്യമായി നമുക്കറിയില്ല. എന്നാലും അവൾ ഹൃദയം കൊണ്ട് പരിശുദ്ധയായിരുന്നു, നിഷ്കളങ്കയായിരുന്നു എന്നൊക്കെ ഇനിയും പറയാനാവുമോ?" അയാളുടെ സ്വരം ഇപ്പോൾ ഒരു ചെറിയ കുട്ടിയുടേതുപോലെ നിഷ്കളങ്കമായിരുന്നു. അയാൾ തുടർന്നു: "അവൾ വലിയ ആഗ്രഹങ്ങൾ ഉള്ളവളായിരുന്നു..... അല്ലേ?"

"ആയിരിക്കാം...... ആണ്. നമുക്ക് പോവാം."

അവർ സ്ട്രാട്ടണിലേക്ക് തന്നെ തിരിച്ചുനടന്നു. കുറേനേരത്തേക്ക് അവർ ഇരുവരും നിശ്ശബ്ദരായിരുന്നു. സ്മിത്ത് പിന്നെ ഒന്നു നിന്നു..... എന്നിട്ട് പതിയെ അയാളുടെ കൈ നൈറ്റിന്റെ കൈക്കുള്ളിൽ ഒതുക്കി......

"അവൾ എങ്ങനെയാവും മരിച്ചിരിക്കുക....." അയാൾ തകർന്ന ഒച്ചയിൽ ചോദിച്ചു. "നമുക്ക്..... അങ്ങോട്ടുതന്നെ പോയേക്കാം. അല്ലേ? പോയാൽ എല്ലാം ഒന്ന് അറിയാല്ലോ?"

അവർ വീണ്ടും എൽഡൽസ്റ്റൗവിലെത്തി. അവിടെ കണ്ട 'വെൽക്കം ഹോം' എന്ന ഇന്നിൽ എത്തി. അത് പുതുക്കിപ്പണിഞ്ഞ് മോടികൂട്ടിയിട്ടുണ്ട്. ഉടമസ്ഥൻ പഴയ മാർട്ടിൻ കാനിസ്റ്റർതന്നെ.

നൈറ്റും സ്മിത്തും സത്രത്തിനകത്ത് എത്തി. അവിടെ നിന്നിരുന്ന സ്ത്രീ യൂണിറ്റി-എൽഫ്രഡിന്റെ വീട്ടിലെ പ്രധാന പരിചാരിക ആണ് എന്ന് അവർ തിരിച്ചറിഞ്ഞു.

"യൂണിറ്റി......" സ്മിത്ത് പതുക്കെ വിളിച്ചു.

"നിനക്കെന്നെ അറിയാമോ?"

ഒരു നിമിഷം അവൾ നോക്കിനിന്നു..... പിന്നെ പതിയെ അവളുടെ മുഖം തെളിഞ്ഞു. പരിചയഭാവത്തിൽ അവൾ ചിരിച്ചു.

"ഹായ്. സ്മിത്ത്, ആ, നൈറ്റ്...... ഇരിക്കൂ....... ഞാൻ മി. മാർട്ടിൻ കാനിസ്റ്ററിനെ കല്യാണം കഴിച്ച കാര്യം നിങ്ങൾ അറിഞ്ഞിരുന്നോ?"

"കല്യാണം കഴിഞ്ഞിട്ട് എത്രയായി?"

"അഞ്ചു മാസം. എന്റെ പ്രിയപ്പെട്ട എൽഫ്രഡും ഞാനും ഒരേ ദിവസം തന്നെയാണ് വിവാഹിതരായത്." യൂണിറ്റിയുടെ കണ്ണുകൾ നിറഞ്ഞ് ഒഴുകി.

തങ്ങൾ അറിയാനാഗ്രഹിച്ചതൊക്കെ യൂണിറ്റിയിൽനിന്നും ഇപ്പോൾ കേൾക്കാം എന്ന പ്രതീക്ഷയിൽ അവരിരുവരും അവിടെത്തന്നെ അവൾക്ക് അരികിലായി ഇരുന്നു.

"ഒരു ദിവസം-നിങ്ങൾ അവളെ കളഞ്ഞിട്ടുപോയതിനുശേഷം....... അവളെ കാണാതായി. വികാരി പോയി കൂട്ടിക്കൊണ്ടു വന്നപ്പോഴേക്കും അവൾ രോഗിയായിരുന്നു....... എങ്ങോട്ടാണവൾ പോയിരുന്നത് എന്നെനിക്ക് അറിയില്ല. പക്ഷേ, വികാരി കൂട്ടിക്കൊണ്ട് വന്നതിനുശേഷം എന്നും അവൾക്ക് രോഗമായിരുന്നു. പക്ഷേ പിന്നീട് ഒരാഴ്ച അവൾക്ക് തീരെ വയ്യായിരുന്നു. മരിക്കാനാണ് ആഗ്രഹം എന്ന് ആ ദിവസങ്ങളിൽ അവൾ എന്നോട് പറഞ്ഞിരുന്നു. അസുഖമെല്ലാം മാറിയപ്പോൾ ഒരു കല്യാണമൊക്കെ കഴിക്കണം എന്ന് ഞാനും അവളെ ഉപദേശിച്ചിരുന്നു. അപ്പഴൊക്കെ 'അതെ. ഞാനെന്റെ കുടുംബത്തിനുവേണ്ടി ഒന്നും ചെയ്തിട്ടില്ല.... അതുകൊണ്ട് എന്തേലും നല്ല കാര്യം എനിക്കു ചെയ്യണം' എന്നവൾ പറയാറുണ്ടായിരുന്നു. ലുക്സല്ലെൻ പ്രഭു അവളെ വിവാഹം കഴിച്ചതിന്റെ തുടക്കം അതാണ്. ആദ്യഭാര്യ മരിച്ചു, രണ്ടു പെൺകുഞ്ഞുങ്ങൾ അമ്മയില്ലാതെ വിഷമിച്ച....... കുഞ്ഞുടുപ്പുകളും ഇട്ട് ആ രണ്ട് സുന്ദരിക്കുട്ടികൾ ഇടയ്ക്കിടെ എൽഫ്രഡിനെ കാണാൻ വരുമായിരുന്നു. പണ്ടേ സ്വന്തം അമ്മയെക്കാളും അവർക്ക് പ്രിയപ്പെട്ടതാണ് എൽഫ്രഡ്. 'ചെറിയമ്മ' എന്നാണ് വിളിക്കുന്നതുപോലും. ആ കുട്ടികളുടെ സാമീപ്യം കുറെ ഒക്കെ എൽഫ്രഡിനെ സന്തോഷിപ്പിച്ചിരുന്നു. പക്ഷേ, അവൾ ആ പഴയ എൽഫ്രഡ് ആയിരുന്നില്ല. അതെനിക്കു നന്നായി അറിയാം. വീണ്ടും വീണ്ടും അവൾ മെലിഞ്ഞുമെലിഞ്ഞു വന്നു.

എൽഫ്രഡുകൂടി നമ്മുടെ കൂടെ വന്ന് ജീവിച്ചോട്ടെ എന്ന് കുട്ടികൾ പ്രഭുവിനോട് ആവശ്യപ്പെട്ടു എന്നാണ് ആളുകൾ പറയുന്നത്. ഏതായാലും കുറച്ച് ദിവസം കഴിഞ്ഞിട്ട് ഒരുദിവസം ഞാൻ, 'എൽഫ്രഡ് നീ പഴയതുപോലെയേ അല്ലല്ലോ..... എന്താ ഇങ്ങനെ? നിനക്കെന്തുപറ്റി.... ആരും ഇതൊന്നും ശ്രദ്ധിക്കുന്നമില്ലല്ലോ......? 'എന്നൊക്കെ അവളോട് തിരക്കി. ചിരിച്ചുകൊണ്ട്,' നീ പറഞ്ഞതുപോലെ ഞാൻ കല്യാണം കഴിക്കാൻ പോവുകയല്ലേ? പിന്നെന്താ?' എന്നവൾ തിരിച്ചുചോദിച്ചു.

'ആണോ?' എനിക്ക് സന്തോഷമായി. ഞാൻ പറഞ്ഞു.

ആരെയാണു ഞാൻ കെട്ടുന്നത് എന്ന് നിനക്കറിയാമോ? എൽഫ്രഡ് ചോദിച്ചു.

'മി. നൈറ്റിനെ ആവും.' ഞാൻ പറഞ്ഞതും വേദനയോടെ കരഞ്ഞുകൊണ്ട് ഒരു പഴന്തുണികെട്ടുപോലെ എൽഫ്രഡ് താഴേവീണു. കുറേ സമയത്തിനുശേഷം 'നമുക്ക് ഇനി സംസാരിക്കാം യൂണിറ്റി' എന്നവൾ പറഞ്ഞപ്പോൾ 'നാളെയാവട്ടെ' എന്നു ഞാൻ വിലക്കി. അത് കൂട്ടാക്കാതെ

ഞാനാരെയാ കെട്ടുന്നത് എന്ന് നിനക്കറിയണ്ടേ എന്നും പറഞ്ഞ് അവൾ പ്രഭുവിന്റെ പേരു പറഞ്ഞു.

'അദ്ദേഹം നിർബന്ധിച്ചിട്ടാണോ?' എന്ന് ഞാൻ ചോദിച്ചു.

'ആ....... അതൊന്നും അറിയില്ല, വിവാഹം ഒക്ടോബറിൽ ഉണ്ടാവും' എന്നും അവൾ പറഞ്ഞു. അതിനുശേഷം ലേശം ഉത്സാഹത്തിലായിരുന്നു. വീട്ടിൽനിന്ന് അങ്ങ് പോകാമല്ലോ എന്നോർത്തായിരുന്നോ ആ ഉത്സാഹം എന്ന് എനിക്കു തോന്നി...... സത്യം പറഞ്ഞാൽ ആ വീട് എന്നോ അവളുടേതല്ലാതായിക്കഴിഞ്ഞിരുന്നു. വികാരി എപ്പോഴും അവളോട് ദേഷ്യപ്പെട്ടു. മിസിസ് സ്വാൻക്രോർട്ട്...... കുഴപ്പമില്ലായിരുന്നു. എപ്പോഴും ഒരു തണുത്ത മട്ട്.... വിവാഹത്തിന് ഒരു മാസം മുമ്പ് പ്രഭുവും കുഞ്ഞുങ്ങളും അവളോടൊത്ത് സവാരി ചെയ്യുന്നത് ഞാൻ കണ്ടു. അത് ഒരു നല്ല കാഴ്ചയായിരുന്നു. ആ കുട്ടികളുടെ കൂടെയല്ലാതെ ഞാൻ അവളെ കണ്ടിട്ടേ ഇല്ല.... പ്രഭു സുന്ദരനായിരുന്നു. അതുകൊണ്ട് അദ്ദേഹത്തെ അവൾക്ക് ഇഷ്ടമായിരിക്കും എന്നു ഞാൻ കരുതി. അദ്ദേഹത്തോട് സംസാരിക്കുമ്പോൾ അവളുടെ മുഖത്ത് ചിരിയും കവിളുകളിൽ ചുവപ്പും എല്ലാം ഞാൻ കണ്ടു. കുട്ടികളുടെ ആവശ്യപ്രകാരമാണ് അദ്ദേഹം അവളെ കെട്ടിയത് എന്നാ കേട്ടിരുന്നത്. എൽഫ്രഡ് അവർക്ക് നല്ല സ്നേഹമുള്ള അമ്മയും കൂട്ടുകാരിയും ഒക്കെ ആയിരുന്നു. അദ്ദേഹം സമ്പന്നനായിരുന്നു ധാരാളിയും. അങ്ങനെ പല സമ്മാനങ്ങളും അവൾക്ക് കിട്ടി. ഭംഗിയുള്ള ഒരു Bracelet, Diamond ഉം Emarald ഉം പതിച്ചത്. ഓ...... അതു കണ്ടപ്പോൾ അവളുടെ മുഖം ചുവന്നത് ഞാനിപ്പഴും ഓർക്കുന്നുണ്ട്. പഴയ ആ ഭംഗി അന്ന് ഒരിക്കൽക്കൂടി ആ മുഖത്ത് ഞാൻ കണ്ടു. എന്റെയും അവളുടെയും വിവാഹം ഒരു ദിവസമായിരുന്നു. എന്നിട്ടും ഞാൻ തന്നെയാണ് അവളെ ഒരുക്കിയത്. ഞാനവൾക്ക് ചെയ്തുകൊടുത്തതിൽ ഏറ്റവും നല്ല കാര്യം. പാവം കുട്ടി...... അവൾ ഒരുങ്ങിത്തീർന്നപ്പൊ ഞാനും അണിഞ്ഞൊരുങ്ങി. അവൾ ആ വീടിന്റെ പടിയിറങ്ങിപ്പോയപ്പോൾ ഞാനും എന്റെ ഭർത്താവിനൊപ്പം പോന്നു."

"എങ്ങനെയാണ് മരിച്ചത്? അതുംവീട്ടിൽ അല്ലാത്ത ഒരിടത്തു വെച്ച്..." നൈറ്റ് ചോദിച്ചു.

"അവൾ പിന്നെയും ബോധംകെട്ട് വീണു. അങ്ങനെ ഒരു മാറ്റത്തിനായി പ്രഭു അവളെ ലണ്ടനിലേക്ക് കൊണ്ടുപോയി. അവിടെവെച്ച് തീരെ വയ്യാതായി...... ഇങ്ങോട്ട് കൊണ്ടുവരാൻപോലും പറ്റാത്ത സ്ഥിതിയിലായി. അവിടെവെച്ചുതന്നെ മരിച്ചു.

"പ്രഭുവിന് അവളെ വലിയ ഇഷ്ടമായിരുന്നോ......? ഒരുപാട്"

"എന്ത്? ഇഷ്ടമായിരുന്നെന്നോ? ഒരുപാട്."

"ഒരുപാട്......?"

"അതെ.... മറ്റാരെയുംകാൾ അധികം.... പെട്ടെന്നുണ്ടായ സ്നേഹമല്ല..... പതുക്കെപ്പതുക്കെ..... അവളെ അറിയുന്നവർ അവളോട് അടുക്കുന്ന ഒരു രീതി അതാണ്. അദ്ദേഹം അവൾക്കുവേണ്ടി മരിക്കാനും

മടിക്കില്ല. എനിക്കുറപ്പാണ്. പാവം. അദ്ദേഹത്തിന്റെ ഹൃദയം തകർന്നുപോയിക്കാണും.”

“സംസ്കാരം നാളെയാണല്ലേ?”

“അതെ. കല്ലറ വൃത്തിയാക്കാൻ എന്റെ ഭർത്താവും പോയിട്ടുണ്ട്.”

അടുത്ത ദിവസം. നൈറ്റും സ്മിത്തും താഴ്‌വാരങ്ങൾ കടന്ന് എൽഡൽസ്റ്റൗ ഗ്രാമത്തിലെ ദേവാലയത്തിൽ എത്തി. സംസ്കാരം കഴിഞ്ഞ് ആളുകൾ എല്ലാം മടങ്ങിക്കഴിഞ്ഞപ്പോൾ ആ ചെറുപ്പക്കാർ പതുക്കെ ലുക്സല്ലെൻ പ്രഭുവിന്റെ കുടുംബകല്ലറയിലേക്കുള്ള പടികളിറങ്ങിച്ചെന്നു. ചെടികൾ, വള്ളിപ്പടർപ്പുകൾ എല്ലാം പഴയതുപോലെതന്നെ.

കുഴിമാടത്തിനരികെ, കൈകൂപ്പിക്കൊണ്ട് ഒരാൾ വെറും തറയിൽ കുനിഞ്ഞുനിൽക്കുന്നു. ശവക്കുഴിക്കു മീതേക്ക് കമിഴ്ന്നു വീണുകിടക്കുന്ന മട്ടിലുള്ള ആ നിൽപ്പിൽ അയാൾ ദുഃഖത്തിന്റെ മറുവാക്കുപോലെ തോന്നിച്ചു. അയാൾക്ക് കാഴ്ചയ്ക്ക് നൈറ്റിനെക്കാളും ചെറുപ്പം. അത്ര നല്ല ശരീരം. തീരെ ചെറിയ ശബ്ദത്തിൽ അയാൾ പ്രാർഥിച്ചുകൊണ്ടിരുന്നു...... രണ്ടുപേർ തൊട്ടടുത്തു വന്നിട്ടുപോലും അയാൾ അറിയുന്നതേയില്ല.....

ഒരിക്കൽ അവർ മൂന്നുപേരും ഒരുമിച്ച് കണ്ട ആ സ്ഥലത്ത് നൈറ്റും സ്മിത്തും നിർന്നിമേഷരായി നിന്നു..... ഇന്ന് അവൾ ഇല്ല. അവൾ, അവളുടെ മുൻഗാമികളെപ്പോലെതന്നെ...... അവളും അവിടെ നിശ്ശബ്ദമായി ഉറങ്ങുന്നു. തിളക്കമാർന്ന ആ നീലനേത്രങ്ങൾ എന്നന്നേക്കുമായി ഇമപൂട്ടിയിരിക്കുന്നു. അടുത്ത് നിൽക്കുന്നത് അവളുടെ ഭർത്താവ് ലുക്സല്ലെൻപ്രഭു.

അവർ ഇരുവരും പതുക്കെ പിന്തിരിഞ്ഞു. നൈറ്റ് സ്മിത്തിനെ പിറകിലോട്ട് വലിച്ചു..... അവർ മെല്ലെ, വന്നതുപോലെ തിരിച്ചുനടന്നു.

“വരൂ,” നൈറ്റ് തകർന്ന ഒച്ചയിൽ പറഞ്ഞു. “നമുക്കവിടെ ഒരു അവകാശവും ഇല്ല; നമുക്കുംമുമ്പെ ഒരാൾ അവിടെ നിൽപ്പുണ്ട്-അവളോട് നമ്മളെക്കാളും അടുപ്പമുള്ള ഒരാൾ.....”

തോളോടുതോൾ ചേർന്ന് ആ രണ്ടു ചെറുപ്പക്കാർ ആ നരച്ച താഴ്‌വാരം പിന്നിട്ട് സ്ട്രാട്ടണിലേക്കുള്ള വഴിയെ നടന്നു........

www.ingramcontent.com/pod-product-compliance
Lightning Source LLC
LaVergne TN
LVHW090308051026
849518LV00005B/1693
* 9 7 8 8 1 2 6 2 0 5 4 9 3 *